1954 ராதா நாடகத் தடையும் நாடகச் சட்டமும்

D1771146

தொகுப்பு-தொகுப்புரை

மு.இராமசுவாமி

நியூ செஞ்சுரி புக் ஹவுஸ் (பி) லிட்.,

41-பி, சிட்கோ இண்டஸ்டிரியல் எஸ்டேட்,

அம்பத்தூர், சென்னை - 600 050.

☎: 044 - 26251968, 26258410, 48601884

Language: Tamil
1954 Radha Naadagath Thadaiyum Radha Naadagach Chattamum

Compiled by: **Mu. Ramaswamy**
First Edition: March, 2020
Copyright: Mu.Ramaswamy
No.of Pages: 414
Publisher:
New Century Book House Pvt. Ltd.,
41-B, SIDCO Industrial Estate,
Ambattur, Chennai - 600 050.
Tamilnadu State, India.
email: info@ncbh.in
Online: www.ncbhpublisher.in

ISBN: 978 - 81 - 2343 - 992 -1
Code No. A 4305
₹ 390/-

Branches

Ambattur (H.O.) 044 - 26359906, **Spenzer Plaza (Chennai)** 044-28490027 **Trichy** 0431-2700885 **Pudukkottai** 04322- 227773 **Tanjore** 04362-231371 **Tirunelveli** 0462-4210990, 2323990, **Madurai** 0452-2344106, 4374106 **Dindigul** 0451-2432172 **Coimbatore** 0422-2380554 **Erode** 0424-2256667 **Salem** 0427-2450817 **Hosur** 04344-245726 **Krishnagiri** 04343-234387 **Ooty** 0423-2441743 **Vellore** 0416-2234495 **Villupuram** 04146-227800 **Pondicherry** 0413-2280101 **Nagercoil** 04652-234990

1954 ராதா நாடகத் தடையும் ராதா நாடகச் சட்டமும்

தொகுப்பு - தொகுப்புரை: மு.இராமசுவாமி
முதல் பதிப்பு : மார்ச், 2020

அச்சிட்டோர்: **பாவை பிரிண்டர்ஸ் (பி) லிட்.,**
16 (142), ஜானி ஜான் கான் சாலை, இராயப்பேட்டை, சென்னை - 14
☎: 044-28482441

பொருளடக்கம்

தொகுப்புரை - என்னுரை	7
விடுதலை	**63**
இராமாயண நாடகத்துக்குத் தடை	65
எம்.ஆர்.ராதா நாடகம் தடைபற்றி அய்க்கோர்ட்டில் வழக்கு	68
எம்.ஆர்.ராதா மீதிருந்த வழக்கு 'வாபஸ்'	69
நாடகத்தடை நீக்கம்	70
கீமாயணமா? ராமாயணமா?	72
இரத்தக்கண்ணீர்	74
சீர்திருத்த நாடகங்களுக்குத் தடைவிதிக்கத் தீவிரம்	76
மந்திரி சுப்ரமணியத்தின் மீது வழக்குத் தொடர முடிவு!	79
குறும்புத்தனமான மசோதா	81
மறியல் செய்யலாமா?	84
மசோதா சட்டமாகிவிட்டால்?	86
புராண ஆபாசங்களை எதிர்க்க நாங்களும் தயார்!	89
மதுரையில் 'ஆஸ்திக' வெறியர்களின் காலித்தனம் தோல்வி போலி ஆர்ப்பாட்டத்தைப் பொதுமக்கள் மதிக்கவில்லை	91
மதுரை நிகழ்ச்சியின் இரகசியம்	97
நடிகவேள் எம்.ஆர். ராதாவுக்குப் பாராட்டு	100
அறந்தாங்கியில் இராதா - இராமாயண நாடகம்	101
இந்துமகாசபை, ஆர்.எஸ்.எஸ்.காரர்கள் உட்பட 31 பேர் மீது வழக்கு!	104
சர்க்கார் விசாரணை	106
சட்டசபைகளில் சர்க்கார் அறிக்கை	107
கவுன்சிலில் அறிக்கை	109
அசெம்பிளியில் விவாதம்	110
காலித்தனமா? சத்யாக்கிரகமா?	113
"கொன்று விடுவேன்"	115
நாடகத் தடை மசோதாவிற்கு நாடெங்கும் கண்டனங்கள் கடிதங்களும் தந்திகளும் குவிகின்றன	117

நாடகத் தடைச் சட்டத்திற்கு அசெம்பிளியில் கண்டனமாரி	121
சட்டம் வருமா?	133
புதிய நாடக மசோதாவுக்குத் தீ மூட்டுங்கள்!	136
இராமாயண நாடகமும் பார்ப்பனர் எதிர்ப்பும்	137
நாடகத் தடை மசோதாவிற்கு நாடெங்கும் கண்டனங்கள் கடிதங்களும் தந்திகளும் குவிகின்றன	140
மறுப்பு	146
எதிர்க்கட்சியினர் ஆட்சேபனைகட்கு நிதியமைச்சர் மழுப்பல்	148
மதுரை சம்பவம்	154
நாடகக் கட்டுப்பாடு தடை மசோதா	155
சென்னையில் போலீஸ் தடையுத்தரவு	156
சென்னைத் தோழர்களுக்கு வேண்டுகோள்	157
"இந்தப் பூணூலை அறுத்து விடுகிறேன்!"	159
ராதா மசோதா	162
சென்னையில் கிளர்ச்சியா?	165
சென்னைத் தோழர்களுக்கு வேண்டுகோள்	166
நாடக மசோதா "மெயில்" பத்திரிகை ஆட்சேபணை	167
எம்.ஆர். ராதா தடையுத்தரவை மீறுவாராம்!	169
144 வது பிரிவு தடையுத்தரவு	171
ராதா நாடகத்துக்கு மீண்டும் தடை	172
ராதா நாடகத்தைத் தடை செய்ய - பார்ப்பனர் தூண்டுதல்	173
திராவிட கழகத் தோழர்கட்கு மத்திய கமிட்டித் தலைவர் தி.பொ. வேதாசலம் அறிக்கை	175
நாடக மசோதா கமிட்டி	177
தடையை மீறாததேன்? தோழர் எம்.ஆர். ராதா அறிக்கை	178
திருச்சியில் ஒரே பரபரப்பு	179
நிறுத்தியது ஏன்?	181
திராவிட கழகத் தோழர்கட்கு திரு தி.பொ. வேதாசலம் அறிக்கை	184
இமாலய எதிர்ப்பு!	185
18-ந் தேதியன்று திருச்சியில் மீண்டும் இராமாயண நாடகம்	189
மந்திரி சுப்ரமணியத்துக்கு டி.பி. வேதாசலம் அனுப்பிய பகிரங்கக் கடிதம்	191

மதுரை நாடகக் கலவர விசாரணை - திராவிட கழகத்தினர் சாட்சியம்	197
நாடக மசோதா - தேர்வுக் குழுவின் அறிக்கை	200
ஆசிரியருக்குக் கடிதங்கள் - ஆரிய அடிவருடிகள் போக்கு	201
பலமுனைப் போராட்டம் தேவை	203
தோழர் எம்.ஆர். ராதா கைது செய்யப்பட்டார்	204
'குமார விஜயம்' நாடகத்தைத் தடை செய்க!	205
அவைகளையும் தடை செய்ய வேண்டும்!	208
நாடக மசோதாவை எதிர்த்தும், ராதாவை விடுதலை செய்யக்கோரியும் முழக்கம்!	211
நடிகர்களின் கருத்தறியாமல் மசோதா நிறைவேற்றக்கூடாது	215
கம்யூனிஸ்ட் கட்சியின் கண்டனம்	216
நாடகக் கட்டுப்பாடு மசோதா-காங்கிரஸ் கட்சியிலும் எதிர்ப்பு	217
சிறையில் ராதா	218
"தினத்தந்தி"	220
பலசரக்கு மூட்டை - 'குத்தூசி'	221
முதலமைச்சர் காமராஜருக்கும் நிதியமைச்சர் சுப்ரமணியத்துக்கும் கருத்து வேற்றுமை?	224
கூட்டுப் பொறுப்புத்தான்; ஆனாலும்...	229
எம்.ஆர். ராதாவைக் கைது செய்தது சரியா?	232
பலசரக்கு மூட்டை- குத்தூசி	234
ராதா நாடகம் பற்றி, சென்னை உயர்நீதிமன்றத் தீர்ப்பைக் கவனியுங்கள்	236
கட்சிப் பலத்தினால் நாடக மசோதா சட்டமாயிற்று	239
நாடகம் முடிந்தது!	244
நடிகவேள் எம்.ஆர். ராதா நிபந்தனையின்றி விடுதலை	247
எம்.ஆர். ராதா விடுதலை	248
குடந்தையில் நடிகவேள் ராதாவுக்கு மாஜிஸ்ட்ரேட் தடைநிபந்தனைகள்	249

திராவிட நாடு 251

சட்டம் வருகிறதாம்!	253
நடிகர் சங்க நற்பணி	263

சட்டமில்லாச் சட்டம்	266
கலியாணக் கட்டம்	270
சிறையில் ராதா	272

ப.ஜீவானந்தம் ஆக்கங்கள் — 279

நாடகத் தடைச் சட்டம்	280

குமுதம் — 286

கலை மேடையா? கலாட்டா மேடையா?	286

கல்கி — 287

நாடகக் கலைக்குப் பாதுகாப்பு	289

செங்கோல் — 291

அனாசாரமும் அடக்குமுறையும்	293
செய்தியும் சிந்தனையும்	298
கோமாளி ராதாவின் கூத்து!	299
நாடக மேடையில் சீர்திருத்தப் பிரச்சாரம்!	302
கீமாயணத்தை எதிர்த்து ராமாயணம் நடத்துவோம்!	305
அறிவுப் பிரச்சாரமா? அழிவுப் பிரச்சாரமா?	306

நம்நாடு — 309

எம்.ஆர். இராதா விடுதலை	310
பெரியார் ஈ.வெ.ரா	311
அறிவு இயக்கக் கருத்துகளுக்கு 'அரசியல் டாக்டர்கள்' தடை விதிக்கும் மர்மம்?	312
'புதிய நாடகச் சட்டத்தை ரத்து செய்க'	315
சமுதாயப் பிரச்சினை உயிர் போன்றதாகும்	316
நாடகங்களைத் தடுக்கும் காங்கிரஸ் ஆட்சி	319
'ஆரியம்' கலந்த பின்னர்தான்	322
'சட்டம் கொண்டு தடுக்கிற அளவு நாடகத்துறை மறுமலர்ச்சி பெற்றிருக்கிறது'	324

The Madras Dramatic Performances Bill, 1954 - Madras Legislative Assembly Debates   325

&

The (Tamilnadu) Dramatic Performances Act

தொகுப்புரை - என்னுரை

1

உண்மையில்
நான் இருண்ட காலத்தில்தான்
வாழ்கிறேன்.
....
ஒருவன் சிரிக்கிறான்,
கெட்ட செய்தி எதுவும்
அவன் காதுக்கு எட்டவில்லை
என்பதால்!
என்ன காலமிது -
மரத்தைப் பற்றிப் பேசுவதுகூடக்
குற்றமாகிறது,
பிற கொடுமைகளைப் பேசாது நாம்
மௌனம் சாதிப்பதால் -
....
விதிவசமாக எனக்கு ஏதும்
நிகழவில்லை
ஆனால் அதிர்ஷ்டம் தப்பினால்
நானும் காணாமல் போய்விடுவேன்.

2

கலகக் காலத்தில்
நான் நகரங்களை வந்தடைந்தேன்.
கலகம் செய்யும் மனிதர்களிடையே
வந்து சேர்ந்தேன்.
அவர்களுடன் சேர்ந்து
நானும் கலகம் செய்தேன்.
இந்த பூமியில் வழங்கப்பட்ட
காலத்தை
இவ்வாறு கழித்தேன்.
....

எனது காலத்தில்
எல்லாப் பாதைகளும் சகதிக்கே
இட்டுச் சென்றன.
எனது நாக்கு
கொலையாளிகளிடம் என்னைக்
காட்டிக் கொடுத்தது.
என்னால் பெரிதாக எதையும் செய்ய முடியவில்லை.
ஆனால்
நான் இல்லாததால்
அதிகாரத்தில் உள்ளவர்கள்
மேலும் பாதுகாப்புடன் இருந்தனர் -
இதை நான் நம்பினேன்.
இப்படியாகவே
இந்த பூமியில்
எனக்கு வழங்கப்பட்ட காலத்தைக்
கழித்தேன்.

3

எங்களை அடித்துச் சென்ற
வெள்ளத்திலிருந்து தப்பி
வரவிருக்கும் நீங்கள்,
எங்களின் தோல்விகளைப்
பற்றிப் பேசுகையில்,
நீங்கள் தப்பிக்க நேரிட்ட
அந்த இருண்ட காலத்தையும்
சேர்த்துப் பேசுங்கள்.
....

-பெர்டோல்ட் பிரெக்ட்/ ஆங்கிலம் வழி தமிழில் வ.கீதா

'*1954* ராதா நாடகத் தடையும் - ராதா நாடகச் சட்டமும்' என்று மின்னலும், இடியும், தொடரும் மழையுமாக ஒன்றிற்கொன்று தொடர்புடைய மூன்று வெவ்வேறு நிகழ்வுகளின் பின்புலத்தைப் பதிவு செய்ய முயன்றிருக்கிறது இந்த நூல்! இன்றைக்கு *65* ஆண்டுகளுக்கு முன், *1954* டிசம்பரில், கற்றல் - கற்பித்தலுக்கான ஆற்றல்மிகு சமூகக் கலைப் படைப்பான நாடகக்கலை எனும் தகவல் ஊடகத்தைத் தன் கட்டுப்பாட்டின்கீழ்க் கொண்டுவரும் கருத்தோடு, டிச.*2* (கலவரம்), டிச.*18* (கைது), மற்றும் டிச. *20* (சட்டம்) ஆகிய

தேதிகளில் மேற்கொண்டிருந்த அரசு நடவடிக்கைகளின் முன்பின் தொடர்ச்சிகளை விவாதித்திருந்த, அன்றைய 'விடுதலை' இதழ்ப் பதிவுகளின் ஆவணமாகும் இது! அன்றைய 'திராவிட நாடு', 'நம்நாடு', 'செங்கோல்' இதழ்களில் கிடைத்திருக்கிற சில பதிவுகளும், சட்டமன்ற விவாதங்களின் அதிகாரப்பூர்வ அறிக்கையும், மசோதாவின் சட்ட வடிவும் அன்றைய அரசியற் சூழலைப் படம் பிடித்துக் காட்ட, இங்கு ஆவணப்படுத்தப்பட்டுள்ளன. 'திராவிட இயக்கமும் கலைத்துறையும்- நாடகக்கலை எதிர்கொண்ட கலகங்கள்' எனும் என் நூலில் (2014), நான், போகிற போக்கில் சொல்லிச் சென்றிருந்த ஒரு செய்தியை- "1954 இல் தமிழக அரசு கொண்டுவந்த நாடகத் தடைச் சட்டத்தை எதிர்த்து அதைத் தீயிட்டுக் கொளுத்தியது மூன்றாவது கலகம்" (பக்.68); "திருவாரூர் தங்கராசுவின் 'இரத்தக் கண்ணீர்', 'இராமாயணம்' நாடகங்களின் மீதுதான் 1954 இல் நாடகத் தடைச் சட்டம் தன் அதிகாரக் கரங்களை நீட்டியிருந்தது" (பக்.69)-எனும் பதிவுகளின் விரிவாய், அதன் முழுமையான ஆதாரங்களுடன் - ஆவணங்களுடன் - எவ்வித வெட்டுதல், ஒட்டுதலின்றி, அக்கால இதழ்களில் வந்த பதிவுகள், ஆய்விற்கு என்றும் உரித்தாகும் வகையில், அப்படியப்படியே எழுத்துப் பிசகாமல் பதிவுசெய்ய முற்பட்டிருக்கிறது இந் நூல்! பகுத் தறிவுக்கு ஒவ்வாத எதையும் புறந்தள்ளும் மனத்திடனும், ஆதிக்கத்தை எதிர்கொள்ளக் கொஞ்சமும் பூசி மெழுகாமல் கார நெடியுடன் குரலெழுப்பும் துணிவும், எழுத்து, சொல், செய்கையென்று சட்ட வடிவாய் மட்டுமே எதையும் எதிர்த்து முண்டாசு தட்டும் ஆற்றலும், மனதிற்குச் சரியெனப்படும் உண்மைக் கருத்துகளை விதைத்துச் செல்லுகிற பக்குவமும் பெரியாரிடம் இருந்ததால், எந்த விவா தத்திற்கும் தயங்காமல் ஈடு கொடுக்கக்கூடியவராயிருக்கிறார் அவர்!

இந்த நூல் உருவாவதற்கான காரணகர்த்தாவாக நான் கைகாட்ட விரும்புவது, தந்தை பெரியார் திராவிடர் கழகத்தின் உடுமலைத் தோழர் கருமலையப்பனும், பொள்ளாச்சித் தோழர் ந. பிரகாசுமாகும். இவர்கள்தான், 2018 இன் இறுதி அல்லது 2019 இன் தொடக்கத்தில் மதுரை வந்திருந்த ஒரு பொழுதில், பெரியாரின் 'குலக் கல்வித் திட்ட எதிர்ப்பு' பற்றிய பதிவுகளைத் தேடிப் போன இடத்தில், புதுக்கோட்டை 'ஞானாலயா' கிருட்டிணமூர்த்தி அவர்களின் உதவியால், அவரின் நூல கத்திலிருந்து, '1954 இல் நாடகச் சட்டம் உருவான பின்னணி'யை விவாதிக்கும் 'விடுதலை' இதழ்களை நகல் எடுத்து வந்திருப்பதாக என்னிடம் கூறினர். "நான் அவற்றை அவசியம் பார்க்க வேண்டும்; அதற்குமுன், 'கலர்ஸ்-தமிழ்' தொலைக்காட்சியில், நான் அப்பொழுது

நடித்துக் கொண்டிருந்த 'தறி' தொடரை முடித்துவிட்டு உடுமலை வருகிறேன்; ஆரஅமர அனைத்தையும் பார்க்க வேண்டும்" என்றேன். 'தறி'-தொடரை, *2019* ஆகஸ்ட் *14* இல் நான் முடிக்கவும், தோழர் ந. பிரகாசு அவர்களின் அழைப்பை ஏற்று, ஆகஸ்ட் *18* இல் உடுமலையில் 'பெரியாரியல் பயிலரங்க'த்தில் தோழர் இரா. மனோகரன் அவர்கள் தலைமையில், பெரியார் பற்றி நான் பேசப் போன இடத்தில், தோழர் கருமலையப்பன் அவர்கள், தான் நகலெடுத்து வைத்திருந்த 'விடுதலை' இதழ்களை மீண்டும் எனக்காக நகலெடுத்து, அதைக் கட்டமைப்புச் செய்து, என் கையில் வழங்கினார். என் மனதிற்கிசைய, எனக்குக் கிடைத்த மிகவும் பெரிய சன்மானம் அது!

அன்றிரவு அதைப் புரட்டிக் கொண்டிருக்கையில், இத்தனைப் பெரிய பொக்கிஷத்தை, நாடகக்காரனாகிய என் கையில் பொத்தென்று போட்டுச் செல்கிற, என்மீதான அவர்களின் அசாத்திய நம்பிக்கையும், இயக்க வரலாற்று அறிவை எப்பாடுபட்டாகிலும் மக்களிடம் கொண்டு சேர்க்கத் துடிக்கிற அவர்களின் தோழமை மிடுக்கும், பெரியார் இயக்கத்தினரின் ஒரு பகுதிப் போராட்ட வரலாறு, யார் மூலமாவது வெளியே தெரிந்துவிட வேண்டும் என்கிற அவர்களின் மெனக்கிடலும் என்னை அசைய வைத்தன. மறுநாள் காலையில் அவர்களைச் சந்திக் கையில், இந்த ஆவணங்களை நூலாக வெளியிடுவது சம்பந்தமாகப் பேசினேன். நடுவணரசின் புதிய தேசியக் கல்விக் கொள்கை தொடர் பான விவாத அறிக்கை வெளிவந்திருந்து, திரு இராஜகோபாலாச்சாரியார் கொண்டுவந்த 'குலக் கல்வித் திட்ட'த்தின் இன்னொரு புதிய முகம் அது என்று சமூக அறிஞர்களின் கடும் விமர்சனங்களுக்கு, அது உள்ளாகி யிருந்த சமயமாதலால், தோழர்களின் அன்றைய உடனடிப் பணியாக, **1953-54** ஆம் ஆண்டின் தொடக்கத்தில் அப்போதைய சென்னை மாகாண முதல்வர் திரு இராஜகோபாலாச்சாரியார் கொண்டுவந்த - ஓராண்டுகள் மட்டுமே உயிர்வாழ்ந்து, தோழர் பெரியாரின் போராட்டத்தால், அவரை முதல்வர் பணியைத் துறக்க வைத்து, ஓராண்டுக்குள்ளாகவே மாண்டுபோன, 'குலக் கல்வித் திட்டம்' பற்றிய ஆவணங்களைத் திரட்டித் தொகுக்கும் முடிவில் அப்போதிருந்தனர். அதற்கான களப்பணிகளுக்குச் சென்று தகவல்களைத் திரட்டுகிற பெரும் பணியைத் தங்கள் தலையில் சுமக்கத் தொடங்கியிருந்ததால்-அதற்குரிய வேலைத் திட்டம் அவர்கள் கைகளைக் கட்டிப் போட்டிருந்ததால்- 'கருத்துகள், உடனடியாக யார் மூலமாவது மக்களிடம் போய்ச் சேரவேண்டும்; நாங்களே நூலாகப் போடுவதைவிடவும், பிற பதிப்பகத்தார் அதை நூலாகப் போடுவது தான் கருத்துப் பரவலுக்கு நல்லது; யாரிடமிருந்து இந்தக் கருத்து

போனால் என்ன, நாடகத்தில் பயணிக்கிற நீங்களே அதை வெளியிட்டுக் கொள்ளுங்கள்' என்றார் அமைதியாக! இது, மிகமிகப் பெருந்தன்மையான அனுசரணை! உண்மையில் அவர்கள் இருவரின் பெயர்களையும் இணைத்துத்தான் வெளிவந்திருக்க வேண்டும், இது! ஆனால் அவர்களுக்கு, நாடகக்காரன்வழி இது நூலாக வெளிவருவது தான் மிகப் பெரும் சம்மதமாயிருந்தது. அவர்கள் அடுத்தடுத்தப் பெரியாரியல் பணிக்குள் தங்களை நுழைத்துக் கொண்டனர். நாடகக் காரனாகிய எனக்குரிய கடமையை, நான் உண்மையுடன் நிறைவேற்றித் தர, அவர்கள் எனக்களித்திருக்கிற பெருவாய்ப்பு, இந்த ஆவணம்!

முதலில், என் செண்பகம் நினைவு நாளில், நான் கொண்டுவரத் திட்டமிட்டிருந்த 'திராவிட இயக்கமும் கலைத்துறையும்' நூலின் இரண்டாம் பதிப்பில், பின்னிணைப்பாக இதை வெளியிடலாம் என்கிற என் கருத்தைக் கூறவும், தோழர் ந. பிரகாசுதான், தனி நூலாக இதை வெளியிட வேண்டிய யோசனையை முதலில் சொன்னார். அதற்குரிய வேலைகளை, இழுத்துப் போட்டு நான் செய்து கொண்டிருக்கையில், தனி நூலாகவே இது உருவாக ஆரம்பித்தது. அதற்கான தேவையும் அதற்கிருந்தது என்பதை, வாழுகிற காலத்தின் தலைவிரி'கோல' அரசு நெருக்கடிகள் எனக்குப் படம் காட்டவும், பாடம் நடத்தவும் தொடங்கின. இன்றைய காலத்தின் அதிகாரப் புரைச் சூழலை, இத்தனை அழகாக அப்படியே நினைவுபடுத்தும் அன்றைய நடப்புப் பதிவுகள், நம் வரலாற்றின் செப்பேடுகள் என்றால் மிகை யில்லை. இந்த ஆவணங்கள் உருவாக்கும் மனப் படிமங்களை-அக் காலத்தின் சூழலை-நினைக்கத் தொடங்கினால், தினமும் காலையில் சுருட்டி வைக்கும் தலையணையின் அடியிலிருந்து புதிய புதிய தலைவலி களாய்ப் புறப்பட்டுவரும் இன்றைய அரசியலதிகாரச் சூழலின் அறிவிக்கைகளும், அதிரடிகளும், அடாவடிகளும் கூடவே நினைவுக்கு வந்து, நம்மைப் படுத்தத் தொடங்குகின்றன. அதற்கு நான் மட்டுமே முழுப் பொறுப்பேற்க ஏலாது. அத்தகைய நினைவுகளை உருவாக்கத் துணைநிற்கும் இன்றைய அரசியல் நடவடிக்கைகளே, அதற்குரிய மிக முக்கியக் காரணமாயிருக்கும்! எந்தக் கருத்தும், அதற்கான இணை முரணுடன், புதிய சுழல் வட்டமாய்த் (spiral) தொடரும் இயங்கியலே சமூக உண்மையாகும்! பேச்சுரிமையைத் தடுக்கப் பார்க்கலாம்; எழுத்துரிமையைத் தடுக்கப் பார்க்கலாம்; வெளிப்படுத்தும் உரிமையையுமே தடுக்கப் பார்க்கலாம். ஆனால், காலை மாலை யென்று மனதிற்குள் குமுறிக் கிடக்கிற துயரத்தை, அவலத்தை, அதை நினைக்கும் உரிமையை-துயரின் தகிப்பை, அதன் கொதிப்பை-

எவ்விதம் தடுப்பது? ‘அல்லற்பட்டாற்றா தழுதகண் ணீரன்றே செல்வத்தைத் தேய்க்கும் படை’-இதை ஒப்புக்காகவாச் சொல்லியிருப்பார் நம் அய்யன் திருவள்ளுவர்? ஒன்றும் புரியவில்லை!

பெரியார் என்கிற பெரும் சமூக ஆளுமை நமக்குக் கையளித்துச் சென்றிருக்கிற ‘சமூக நீதி, பகுத்தறிவுச் சிந்தனை, குரல் அற்றவர்களின் உரிமைக் குரல், போராட்டங்களைக் கையாண்ட அவரின் நெறிமுறைகள், ஒன்றின் சமூகப் பயன் கருதியே ஒன்றை உரசிப் போற்றும் பாங்கு, உண்மையில் மட்டுமே புடம் போட்ட அவரின் வாழ்வியல் ஆகியவை என்றும் தூய்மை துலங்க எவருக்கும் வாழ வழிசொல்லித் தரும்’ என்பதை நான் அப்படியே நம்புகிறேன்! ஆன்மீக அரசியலைப் பேசிய காந்திஜியை வழி நடத்திய ‘மனசின் உண்மை’, பெரியாருக்குப் ‘பகுத்தறிவு உண்மை’யாய் ஒளிவீசியிருந்தது. சமூகப் பயன் பேசும் தன்னின் பகுத்தறியும் உண்மையைத் தன் அன்றாட நிலைபாட்டுடன் உரசிப் பார்க்கையில், நேற்றைய தன் நிலைபாட்டையேகூட ஒதுக்கி வைப்பதற்கும் அவர் என்றும் கலங்கியதில்லை. அதையும் நேர்மைக் காரணியுடன் எதிர்கொண்டு, தன் பாதையை வகுக்கும் பக்குவம் அவரிடமிருந்தது. பெரியார் என்பவர் யார்? அவரின் மொழியில், ‘ஒரு பெரிய நாடு இன்னொரு சிறிய நாட்டின் மீது ஆதிக்கம் செலுத்தினால் நான் சிறிய நாட்டின் பக்கம் நிற்பேன். அந்தச் சிறிய நாட்டில் ஒரு பெரிய மதம் இருந்து மற்ற சிறுபான்மை மதங்களை அது ஒடுக்கினால் நான் சிறுபான்மை மதத்தின் பக்கமே நிற்பேன். அந்தச் சிறுபான்மை மதத்தில் சாதி இருந்து, இன்னொரு சாதியின் மீது தாக்குதல் நடத்தினால் நான் தாக்குதலுக்குள்ளான அந்தச் சாதியின் பக்கமே நிற்பேன். அந்த ஒடுக்கப்பட்ட சாதியிலிருக்கும் ஒரு முதலாளி இன்னொரு தொழிலாளியை வஞ்சிப்பானேயானால் நான் தொழிலாளியின் பக்கமே நிற்பேன். அந்தத் தொழிலாளி வீட்டிற்குப் போய் அவன் மனைவியிடம் ஆதிக்கம் செலுத்தினால், அந்தப் பெண்ணிற்காக நான் நிற்பேன். மொத்தத்தில் ஆதிக்கம்தான் என் எதிரி’! ‘பாதிக்கப்படுபவரின் பக்கமே-அல்லாதாரின் குரலாகவே’ நான் இருப்பேன் என்று இறுதி வரையிலும் வாழ்ந்து காட்டியவர் பெரியார்! இத்தனை ஆதிக்கங்களுக்கும் அழையா விருந்தாளியாய்த் துணைக்கு எப்பொழுதும் வந்து நிற்கின்ற கடவுள் என்கிற கருத்தாக்கத்தையும் அதன் வேரடியில் சுற்றிப் படர்ந்து கிடக்கும் வருணாசிரமத்தையும், பகுத்தறிவு எனும் ஆயுதம் கொண்டு பதம் பார்க்க வேண்டிய தேவை அவருக்கிருந்தது. அந்தவகையில், நூற்றாண்டுகளாய் இங்கு ஆதிக்கம் செலுத்திவந்த மனுநீதியின் மேல்வருண ஆதிக்கம்தான், சமநீதிக்காய், சூத்திரர்-திராவிடர்

விடுதலைக்கு அவரைத் தலைமையேற்க வைத்தது. இதைத்தவிர வேறொரு 'பற்றும்' அவருக்கில்லையாதலால், பகுத்தறிவையே அடிப் படையாய்க் கொண்ட கொள்கையையும் கோட்பாட்டையும் தனக்கு வழிகாட்ட தன் நெஞ்சிற்குள் எப்பொழுதும் பொத்தி வைத்துக் கொண்டிருந்த காரணத்தால், மூத்திரச் சட்டியைத் தூக்கிச் சுமந்து கொண்டிருந்தபோதும், குடலிறக்க வலியால் உடல் கிறங்கியிருந்த போதும், வேதனையின் விளிம்பிலே நின்ற வரையிலும்கூட, அவர் ஒடுக்கப்பட்ட மக்கள் பக்கமே இறுதிவரை உறுதியுடன் நின்றார்.

அந்த ஆளுமையின் வழிவந்தவர்களும், அப்படியே அச்சுப் பிசகாமல் சமூகப் பணிக்காகப் பயன் கருதாது உழைத்துக் கொண்டே யிருப்பதைப் பார்க்கையில் மகிழ்ச்சி பெருகுகிறது. ஆக, அப்படியான தோழர்கள் வரிசையில் வரும், உடுமலைக் கருமலையப்பன், பொள்ளாச்சி ந. பிரகாசு ஆகிய இருவருக்கும், மனத்தின் ஆழத்திலிருந்து, நான் நன்றி சொல்லக் கடமைப்பட்டிருக்கிறேன். மூச்சுக் காற்றாய் முழு மூச்சுடன் அவர்கள் தொகுத்திருந்த, 'பெரியாரின் குலக்கல்வித் திட்ட ஒழிப்பு' நூலானது, 2020 சனவரி 6 இல், தோழர்களின், பெரியாரியச் செயற்பாட்டின் இன்னொரு விடியலாய் வெளிவந்திருக்கிறது. இந்த நூல், என் நாடகச் செயல்பாட்டிற்கான இன்னொரு அடையாளமாய், பெரியாரியச் சிந்தனைப் படையணியின் பிறிதொரு துளியின் சின்னமாய், என் செண்பகத்தின் - உலகத் தொழிலாளர்களின் உரிமைக் குரலான, காரல் மார்க்ஸின் - நினைவு நாளான, 2020 'மார்ச் 14' க்காகக் காத்துக்கிடந்து, காலம் கனிய இப்பொழுது வருகிறது.

கடந்த 44 ஆண்டுகளாக வீட்டு உணவைத் தொடர்ந்து சாப்பிட வாய்ப்பில்லாத சூழமை, நேரத்திற்குச் சாப்பிட முடியாமை, கிடைத்ததை எல்லாம் சாப்பிட்டுப் பழகியமை, சுற்றிக்கொண்டே இருந்தமை, இவற்றின் காரணமாக, சாப்பாடே வெறுத்துப் போனமை, திரைப்படம், தொலைக்காட்சித் தொடர் படப்பிடிப்புகளில் வழங்கப் பட்ட உணவின் தன்மை, வயோதிகம் மெல்ல எனக்குள் எட்டிப் பார்த்தமை - இவை எல்லாம் சேர்ந்து, நாட்பட, நாட்பட அவை யெல்லாம், நான் இயங்குவதற்குக் காரணமாயிருந்த ஹீமோ குளோபினை மெல்லக் களவாடிக் கொண்டிருந்த ஒரு பொழுதில், ஈடுஇணையற்ற தமிழின உரிமைச் செயல்வடிவாய், தமிழீழப் போராட்டத்தின் - உலகத் தமிழர்களின் முகவரியாய் விளங்கிய மேதகு பிரபாகரன் அவர்களின் கால்தடம் பதிந்த பழைய தடங்களைத் தேடி, ஒரு தீர்த்த யாத்திரையாக முள்ளிவாய்க்கால், நந்திக்கடல், வல்வெட்டித்துறை, கிளிநொச்சி, வடமராய்ச்சி, பலாலி, நெல்லியடி,

செஞ்சோலை போன்ற பல இடங்களின் மண்ணில் புரண்டு எழுந்து வந்த ஒரு கணத்தில், 2019 செப்.1 இல், எனக்குள் அபாய அறிவிப்பு மணியொன்று ஒலித்து, என்னின் இயக்கத்தையே, அவை தடைப்படுத்த ஆரம்பித்தன. என்னை அழைத்துச் சென்ற தோழர்கள் சரவணனுக்கும், சபாபதிக்கும் இது ஆச்சரியமாயிருந்தது. பிடிப்பெதுவும் இல்லாமல் நடக்கச் சிரமப்பட்டேன். அதற்கே எனக்கு மூச்சு வாங்கத் தொடங்கியது. வழக்கம்போல், இதுவும் கடந்து போகும் என்றிருந்த என்னை, வேதனை வாட்டத் தொடங்கியிருந்தது. என்சிபிஎச் மதுரை மண்டல மேலாளர் திரு கிருஷ்ணமூர்த்தி அவர்கள் உதவியில், நான்கு நாட்கள் பொன்மேனி மருத்துவர் சுப்பிரமணியனிடம், என் மேனியை ஒப்படைக்க வேண்டியதாயிருந்தது. உணவுதான் மருந்து என்பது தெரியாமல், பட்டினி போட்டே பழக்கப்பட்ட உடலுக்குள், தெம்பு கொஞ்சமாய்ச் சுரந்திருந்த நிலையில், டோக் பெருமாட்டி கல்லூரித் தமிழ் உயராய்வு நடுவத்திற்கு, ஏற்கெனவே ஒத்துக் கொண்டிருந்த நாடகம் ஒன்றை உருவாக்கித் தர வேண்டி, அங்குச் சென்றிருந்த நிலையில், சடச்சடவென உடலும் மனசும் முறிந்து விழும் நிலையில் இருந்த என்னைத் தூக்கி நிறுத்த, துறைத் தலைவர் முனைவர் கவிதா ராணி அவர்கள், துணைக்கு முனைவர் வெண்முகில், முனைவர் ஸ்டெல்லா இருவரையும் அழைத்துக் கொண்டு, மீனாட்சி மிஷன் மருத்துவமனையில் என்னை ஒப்படைத்தனர். செய்தியறிந்து நண்பர்கள் குழுமத் தொடங்கினர். மறுநாளிலிருந்து என்னைப் பார்த்துக் கொள்ளும் பொறுப்பை, முனைவர் தமிழரசியும், இரவுத் துணைக்கு ஆள் மாற்றும் பொறுப்பை நண்பர்களும் ஏற்றுக் கொண்டனர். மருத்துவர்களின், தோழமைகளின் பாதுகாப்பு அரணுக்குள் நானிருந்தேன். தோழமைகளின் அருகாமை, மனதிற்கு உவப்பையும் உடம்பிற்குத் தெம்பையும் தந்தது. முடிக்க வேண்டிய எழுத்துப் பணிகளையும், 'ஏகாலி' (2020 சனவரி 25 முதல் அது 'வாய்தா'வாகியிருந்தது) படக் குரல் சேர்ப்புப் பணியையும் மட்டும் மனசு அசை போட்டுக் கொண்டேயிருந்தது. குரல் சேர்ப்புப் பணியை செப்.21, 2019 இல் முடித்துக் கொடுத்தேன். எழுத்துப் பணிகளில் ஒன்றாக, எனக்குள் கதைகள் பேசிக் கொண்டிருந்தது, தோழர் கருமலையப்பன் எனக்குக் கையளித்திருந்த 'விடுதலை' இதழ்களாய் இருந்தன!

ஒரு வாரகால மருத்துவமனை இருப்பிற்குப்பிறகு, முனைவர்கள் தமிழரசி, கவிதாராணி ஆகியோர் பரிந்துரையில், கல்லூரி முதல்வரின் பரிவான அனுமதியில், டோக் பெருமாட்டி கல்லூரி விருந்தினர் இல்லத்தில், நல் உணவு, நல் ஓய்விற்காக, 18 நாட்கள் வரை நான்

தங்க வைக்கப்பட்டேன். அங்குதான், உணவகப் பொறுப்பாளர் திரு ராஜேஷ், சத்துள்ள உணவுகளை - அருமையான சுவரொட்டி உணவு, முருங்கைக் கீரை சூப், மல்லித் துவையல், பழச்சாறுகள் - என்று எனக்கு நேரத்திற்கு வழங்கி, நாளும் பொழுதுமாய் என்னைத் தேற வைத்துக் கொண்டேயிருந்தார். அந்த ஓய்வில், மனதுக்குள் குறுகுறுத்துக் கொண்டிருந்த 'விடுதலை' இதழ்களை முழுவதும் வாசித்து முடித்தேன். எழுதுவதற்குத் தாள்கள், பேனாக்கள், அதன் போக்கில் துறையிலிருந்து பேராசிரியர் இறைவாணி மூலம் எனக்கு வந்து சேர்ந்தன. 'விடுதலை'யைப் பெயர்த்தெழுதத் தொடங்கினேன். அங்குதான், 'விடுதலை' இதழ்கள் முழுமையும், என்னால் எழுதிப் படியெடுக்கப்பட்டன. கையை விட்டுக் கழன்று போயிருந்த என் கையெழுத்து, மெல்ல மெல்லத் திருத்தமாய்த் திரும்பி எனக்கு வந்து சேர்ந்தது. ஹீமோகுளோபின், என் இயக்கத்திற்குப் பொறுப்பேற்றுக் கொண்டது. பதினெட்டு நாட்கள் சுகவாசத்திற்குப் பிறகு, வீடு வாடகைக்குக் கிடைக்கும் வரையில் தங்குவது என்கிற முடிவுடன், அக்.2 இல் அங்கிருந்து வெளியே வந்து, நண்பர்கள் நடத்தி வந்த 'யாம்' வெளியீட்டகத்தில் என்னை ஒப்படைத்தேன். அங்கிருந்த கணினிகள் என் கையரிப்பிற்குத் தீனியாய் அமைய, 'விடுதலை', கையெழுத்திலிருந்து கணினி எழுத்திற்கு மாறத் தொடங்கியது. மருத்துவ ஓய்வில், உருப்படியான இந்தப் பணியைத் திருத்தமாய்ச் செய்ய முடிந்தது.

தட்டச்சு முடியவும், தோழர் கருமலையப்பன் அவர்களைத் தொடர்பு கொண்டு, 'இதோடு தீராது போலிருக்கே! இன்னும் அந்தக் காலத்தில் வந்திருக்கிற மற்றையப் பத்திரிகைகளையும் பார்த்து, அவற்றையும் இதனுடன் சேர்த்தால் நன்றாயிருக்கும் என்று தோன்றுகிறது. அப்போதைய 'திராவிட நாடு', 'முரசொலி' இதழ்களையும் பார்க்க வேண்டியது அவசியம்' என்று சொன்னேன். 1954 'திராவிட நாடு' இதழ்களைத் தான் வைத்திருப்பதாகக் கூறிய அவரும், அதைப் பார்த்து, அதிலிருந்து நான்கைந்து கட்டுரைகள் உடன் எனக்கு அனுப்பி வைத்தார். பெரும் உதவியாய் இருந்தது அது! இப்பொழுது 'முரசொலி' மட்டுமே எஞ்சியிருந்தது. நவம்பர் 13 அன்று கணையாழி ஆசிரியர் முனைவர் ம. இராசேந்திரன் அவர்கள் உதவியில், சென்னை அறிவாலய நூல் நிலையத்தில் என் தேடலைத் தொடங்கினேன். 1955 சனவரி, பிப்ருவரி 'நம்நாடு' இதழ்களைப் பார்த்து, ஒரு ஐந்து கட்டுரைகளைப் படியெடுத்து வந்தேன். மற்றபடி, அக்கால கட்டத்தைச் சேர்ந்த, 'திராவிட நாடு' இதழைத் தவிர, வேறெந்த

இதழ்களும் அங்கில்லை. 'திராவிட நாடு' இதழ்க் கட்டுரைகள், தோழர் கருமலையப்பன் மூலம் ஏற்கெனவே எனக்கு வந்து சேர்ந்திருந்தவை. 'முரசொலி' இதழ்களும், 1964 க்குப் பிறகே, அறிவாலயத்தில் பாதுகாக்கப்பட்டு வந்துள்ளதும் தெரிய வந்தது. முரசொலி அலுவலகத்திலும், 'முரசொலி'-1954 இதழ்கள்-இல்லை. நவம்பர் 28, 2019 அன்று, 1954 காலத்திய 'ஜனசக்தி' இதழ்களைத் தேடி, அம்பத்தூரிலுள்ள நியூ செஞ்சுரி புத்தக நிறுவனம், தரமணியிலிருக்கும் மொழி அறக்கட்டளை - ரோஜா முத்தையா நூலகம் ஆகியவற்றிற்குப் படையெடுத்தேன். 1954 டிசம்பர் மாத 'ஜனசக்தி' அங்கும் இல்லை யென்பதே பதிலாய் வந்தது. அந்த நூலகத்திலிருந்து அக் காலத்திய 'குமுதம்' இதழ்களில் வெளிவந்திருந்த, ஆசிரியருக்குக் கடிதங்கள் இரண்டு மட்டுமே கிடைத்தன. நவம்பர் 29 அன்று எழும்பூரிலுள்ள ஆவணக் காப்பகம் சென்றேன். அங்கும், எனக்கான எந்தத் தரவுகளும் இல்லை, கன்னிமாரா நூலகத்திற்கு ஆற்றுப்படுத்தி எனக்கு வழி காட்டியதைத் தவிர! கன்னிமாரா நூலகத்தில், நூலகர் பாலு அவர்களின் உதவியுடன், நாடகச் சட்டம் நிறைவேற்றுதற்கான சட்டசபை விவாதங்களின் அதிகாரப்பூர்வ அறிக்கையைப் பெற்றுப் படியெடுத்து வந்தேன். மனசு மகிழ்ச்சியில் குளிக்கத் தொடங்கியது. தோழர் கருமலையப்பனிடம் அது குறித்துப் பேசிக் கொண்டிருக் கையில், அவர் கையில் அப்போது வந்து சேர்ந்திருந்த, 'செங்கோல்' இதழில் வந்திருந்த நான்கைந்து கட்டுரைகளை அனுப்பி உதவினார். அன்றைய, 'தினமணி', 'சுதேசமித்திரன்' இதழ்களையும் பார்க்க வேண்டும் என்பதும் ஆசையாய் மட்டுமே எனக்குள் தங்கிப் போனது. 2020 பிப்ருவரி 23 இல்கூட, திருச்சியில் சந்திக்கிறபோது, இது தொடர்பான 'கல்கி' தலையங்கம் கொடுத்து உதவினார், தோழர் கருமலையப்பன்! கையிருப்பே, கணிசமான பக்கங்களைத் தொட்டு நின்றதும், 2020 மார்ச் 14 இல் என் செண்பகம் நினைவாக இதை நூலாகக் கொண்டுவர வேண்டியிருந்ததாலும், 2019 நவம்பர் 22 இல் வெளிவந்த 'கே.டி. என்கிற கருப்புதுரை' படத்திற்காகவும், வீடு தேடும் படலத்திற்காகவும், பேராசிரியர் முத்துச்சண்முகனாரின் நூற்றாண்டு நிறைவையொட்டி, 2020 சனவரி 25 இல் 'இலக்கணமும் மொழியியலும்' என்று நூலொன்று கொணரும் பணியில், நண்பர்கள் முனைவர் தூ. சேதுபாண்டியன், முனைவர் இ.முத்தையா ஆகியோருடன் இணைந்து செயல்பட வேண்டியதிருந்ததாலும், என் கையிருப்பிலிருந்து 2019 நவம்பர்-டிசம்பரின் பெரும்பகுதி செலவளிந்து போனது. 2020 சனவரி-பிப்ருவரியில் டோக் பெருமாட்டி கல்லூரிக்கு "வகுப்பறை" என்று நாடகம் ஒன்று எழுதி உருவாக்க வேண்டியதிருந்ததாலும்,

கையில் கிடைத்திருக்கும் இந்த ஆவணங்களை முறைப்படுத்தி, முழுமை யாக்கிட, மீதிக் காலத்தில், இரை பிடிக்கும் புலியின் பக்குவமாய், மனசு, ஒத்தடப் பொதிபோல் மெல்ல மெல்ல **1954** ஐ நோக்கித் தொகுப்புரை - என்னுரை எழுத அடியெடுத்து வைக்க ஆரம்பித்திருந்தது.

என் கையில் கிடைத்திருக்கும் ஒவ்வொரு பத்திரிகையின் தகவல்களையும், தனித்தனியாக நாள் வாரியாக ஒன்று திரட்டி, எந்தத் திருத்தமும் செய்யாமல், *அந்தக் காலச் சூழலை - அந்த எழுத்தின் கொதிப்பை - அதன் பத்திரிகைத் தரும முறைமையை*, அப்படியே பதிவு செய்வது என்று முடிவு செய்திருந்தேன். அச்சுப் பிழைகள், அச்சு எழுத்தில் ஒற்றுகள் விடப்பட்டிருந்த இடங்களில், அச்சுருக்கள் சில நொறுங்கிப் போயிருந்த இடங்களில், புரிதலுக்காக என்று சில இடங்களில் மட்டும், என் திருத்தம் என்பதைக் குறிக்கும் வகையில், ‘சாய்வு’ *(இடாலிக்)* எழுத்தில் அந்த எழுத்துகள் இருக்கும்படிப் பார்த்துக் கொண்டேன். இப்பொழுது கணினி அச்சில் அதுவும் சரி செய்யப்பட்டிருக்கும் என்றே நம்புகிறேன். ‘திராவிட கழகம்’ என்பது மட்டும் ‘க்’ போடாமல் பதிவாகியிருந்த நிலையில், அது அப்படியே எடுத்தாளப்பட்டிருக்கிறது. அமைப்பின் வாசகர்கள் எழுதியிருக்கிற ஒன்றிரண்டு இடங்களில் மட்டும் அவர்கள் எழுதியிருக்கிறபடியே ‘திராவிடக் கழகம்’ என்றும் ‘திராவிடர் கழகம்’ என்றும் பதிவு செய்யப்பட்டிருக்கின்றன. பல்வேறு அச்சுருக்களில் அழுத்தமாய்ப் பதிந்திருந்த கட்டுரைத் தலைப்புகள் மற்றும் அழுத்தம் கொடுத்து அச்சிடப்பெற்ற பத்திகள் அனைத்தும், அவை தனித்துத் தெரிவதற்காக, அந்த உணர்வையே ஊட்டும் விதத்தில், இப்போதுள்ள கணினி அச்சுருக்களில், தகுந்த அச்சுருக்களைக் கொண்டு பதிலீடு செய்யப் பட்டு, அந்த உணர்வு சமன்படுத்தப்பட்டுள்ளது. சுப்பிரமணியம், ‘சுப்ரமணியம்’ ஆகவும், பிரச்சாரம், ‘பிரசாரம்’ என்பதாகவுமே ‘விடு தலை’யில் அச்சிட்டு இருந்தபடியே இங்கும் பதிவு செய்யப்பட்டுள்ளன. மற்றபடி, இன்றைய சமூக மன ஓட்டத்திற்கிசைய எதையும் குறுக்கியோ விரித்தோ எந்த ஜாலவித்தைகளும் செய்யாமல், எதையும் உண்மையான அறிவுத் தளத்தில் மட்டுமே விவாதிக்கக் களம் சமைக்கும் பெரியாரியல் வாதிகள்மேல் அளப்பரிய நம்பிக்கை வைத்து, ஐம்பதுகளின் காலப் பதிவை அப்படியே கரைசேர்த்திருக்கிறேன் இங்கு!

உண்மையில், ‘ராதா நாடகத் தடையும், ராதா நாடகச் சட்டமும்’ உருவான காலத்தில் - *டிச.2, டிச.18, டிச.20* களில் - பூதாகாரமாய்ப் பிரச்சனைகள் தமிழகத்தில் நடந்து முடிந்திருந்த நேரத்தில், தோழர் பெரியார் தமிழகத்திலேயே இல்லை. அவர், *03-12-54* இல் பர்மா

தலைநகர் இரங்கூனில் நடைபெற்ற 'உலகப் பௌத்த மாநா'ட்டில் கலந்து கொள்ள, 20-11-54 வாக்கில் சென்னையிலிருந்து 'எஸ். எஸ். ஜலகோபால்' கப்பலில் புறப்பட்டு, 28-11-1954 காலை 8.30 மணிக்குப் பர்மா தலைநகர் இரங்கூன் போய்ச் சேருகிறார். பல்வேறு நிகழ்ச்சிகளில் கலந்துகொண்டுவிட்டு, அங்கிருந்து 09-12-54 இல் 'சங்கோலியா' கப்பலில் சிங்கப்பூர் பயணமாகிறார். அங்கிருந்து மலாயா, பாங்காக் சென்றுவிட்டு, எஸ்.எஸ். 'ரஜூலா' என்கிற கப்பலில் ஜனவரி 9 ஆம் தேதி தமிழகத்திற்குத் திரும்புகிறார். 17-01-55 அன்று சென்னை வந்து சேருகிறார். ஏறக்குறைய இரண்டு மாதங்கள், தோழர் பெரியார் தமிழகத்தில் இல்லாத நேரத்தில், 'ராதா நாடகத் தடையும், ராதா நாடகச் சட்டமும்' என்று நாம் இங்கு எடுத்தாளுகிற சட்ட நிகழ்வு களுக்கான நகர்வுகள் இங்கு நிகழ்ந்திருக்கின்றன. இந்தக் 'காலனறிதல்', திட்டமிட்டே நிகழ்ந்ததா என்பது தெரியவில்லை. தோழர் பெரியார் தமிழகத்திலில்லாத காலத்தில், பெரியாரியக்கத் தோழர்கள் தனித்துக் களமாடிய வீர வரலாறு இதுவென, இதைச் சொன்னாலும் குற்றமில்லை! வெற்றிக் கோட்டைத் தொட முடியா நிலையிலும், தோழர்கள், நாடகக்கலைக் கருத்துரிமைக்காகப் போராடிய தமிழ் நாடகத்தின் ஒரு கால வரலாறும் இது! பெரியாரின் பகுத்தறிவுச் சுடர் காட்டிய வழியில், கைத்தடி காட்டிய திக்கில், தனிப் பயணம் மேற்கொண்ட தோழர்களின் வீரயுகக் கதை இது!

நடந்தது இதுதான்! ஏற்கெனவே திரு இராஜகோபாலாச்சாரியார் ஆட்சிக் காலத்தில் தடை செய்யப்பட்டிருந்த 'போர்வாள்' நாடகத்தைச் 'சுந்தரலீலா' (07-07-1953) என்ற பெயரிலும், அதுபோலவே தடைசெய்யப் பட்டிருந்த 'தூக்கு மேடை' நாடகத்தைப் 'பணக்காரன்' (09-09-1953 & 02-02-1954) என்ற பெயரிலும் சேலம் ஜில்லாவில் நடித்ததற்காக, சேலம் மாஜிஸ்திரேட் கோர்ட்டில், ராதா மீது வழக்குத் தொடரப்பட்டு, அது நடந்து கொண்டிருந்தது. சேலத்தில் எம்.ஆர். ராதாமேல் வழக்கு நடந்து கொண்டிருக்க, அதோடு, 28-08-54 இல் 'வால்மீகி ராமாயணம்' என்ற பெயரில், அவர் நாடகம் நடத்துவதாயிருந்து, கடைசி நேரத்தில் அரசாங்கமே, அதற்கும் தடை விதித்துவிட்டது. 'இவ்வாறு தடை செய்ததே சட்ட விரோதம்' என்றும் 'அந்தத் தடைச் சட்டமே புது அரசியல் சட்டப்படிச் செல்லாது' என்றும், எம்.ஆர். ராதா சென்னை உயர்நீதிமன்றத்தில் வழக்குத் தொடர்ந்திருந்தார். 19-09-54 இல் எம். ஆர். ராதா மேல் போட்டிருந்த இந்த வழக்குகளை ஆட்சியாளர்கள் திடீரெனத் திரும்பப் பெற்றுக் கொண்டார்கள். அதற்குக் காரணங்கள் இருந்தன. அதைப் புரிந்து கொள்ள, கொஞ்சம் பின்னோக்கிப்போய்,

1876 இல் பிரிட்டிஷார் கொண்டு வந்த 'நாடக நிகழ்த்தல்கள் சட்ட'த்தையும், 1950 இல் நடைமுறைக்கு வந்த இந்திய அரசியல் சட்டம், குடிமக்களுக்கு வழங்கியிருக்கிற 'அடிப்படை உரிமைக'ளையும் கொஞ்சம் விளங்கிக் கொள்வது நல்லது.

நாடக நிகழ்த்தல்களை, பிரிட்டிஷ் அரசின் நிருவாகக் கட்டுப் பாட்டின் கீழ் கொண்டுவர, 1876 இல் பிரிட்டிஷ் அரசு கொண்டு வந்ததே, 'நாடக நிகழ்த்தல்கள் சட்ட'மாகும் (Dramatic Performances Act 1876 -DPA). *1870 களில், மேற்கு வங்கத்தில் செயல்பட்டுவந்த, கல்கத்தா தேசிய நாடகச் சங்கம்* (The Calcutta National Theatrical Society - 'National Theatre'), *1872 டிசம்பர் 7 ஆம் தேதி, 'தீன பந்து மித்ரா'வின் 'நீல் தர்பன்'* (Nil Darpan) *நாடகத்தைக் கல்கத்தாவில் நிகழ்த்தியதும், அதற்கான எதிர்வினைகளும்தான், இந்தியாவில் 'நாடக நிகழ்த்தல்கள் சட்ட'த்திற்கான தேவையை, பிரிட்டிஷ் அரசு உணர வழிவகுத்துக் கொடுத்தது எனலாம். இந் நாடகம், கருநீலச் சாயம் தயாரிக்கப் பயன்படும் அவுரிச்* (Indigo) *சாகுபடி விவசாயிகள், பிரிட்டிஷ் அரசுக்கு எதிராகத் திரண்ட வங்கக் கலவரத்தைப்* (Bengali Riot) *பேசியிருந்தது. 10-12-1872 இல் வெளிவந்த 'சுலவ் சமாசார்'* (Sulav Samachar) *இதழானது, நாடக நிகழ்த்தலைப் பாராட்டியதுடன், மக்கள் தங்கள் உரிமைகளைப் பற்றிய விழிப்புணர்ச்சி கொள்ள, இதுபோன்று பல நாடகங்கள் உருவாக வேண்டிய தேவையையும் கூறியிருந்தது. நாமகோபால் மித்ராவை ஆசிரியராய்க் கொண்ட 'தேசிய நாளேடு'* (National Paper), *11-12-1872 ஆம் நாளிட்ட இதழில், 'நீல் தர்பன் -தேசிய முக்கியத்துவம் வாய்ந்த நாடகம்' என்று அதைப் பாராட்டியிருந்தது. அம்ரித் பஜார் பத்திரிகா* (Amrit Bazar Patrika), *கல்கத் தாவில் மட்டும் இந்த நாடகத்தை நிகழத்தாமல், அப் பிரச்சனையால் பாதிக்கப்பட்டிருக்கிற கிருஷ்ணநாகூர்* (Krishnanagore), *பெர்ஹம்போர்* (Berhampore), *ஜெஸோர்* (Jessore) *ஆகிய இடங்களிலும் இந் நாடகத்தை நிகழ்த்த வேண்டிய அவசியத்தை எடுத்துச் சொல்லியிருந்தது. இதைத் தொடர்ந்து, அடுத்து வந்த ஆண்டுகளில், பிரிட்டிஷ் அரசுக்கு எதிரான பல நாடகங்கள் அங்கு மேடையேறின. அரசுக்கு மூக்கில் வியர்க்க ஆரம்பித்தது. இதுவே, பிரிட்டிஷ் அரசின் கட்டுப்பாட்டிற்குள், நாடக நிகழ்த்தல்களைக் கொண்டுவர வேண்டிய சட்டத்தின் தேவையை பிரிட்டிஷ் அரசுக்கு ஏற்படுத்திக் கொடுத்தது. இதன் காரணமாக, 29 பிப்ருவரி 1876 பிற்பகலில், அப்போதைய இந்திய வைஸ்ராய் லார்டு நார்த் புரூக், ஓர் உத்தரவைப் பிறப்பிக்கிறார். மார்ச் 1,1876 அன்று 'இந்தியன் மிரர்'* (Indian Mirror) *காலைப் பத்திரிகையில் இப்படியொரு*

செய்தி வந்திருந்தது:- 'வங்காள மாநில அரசு சில நாடகங்களின் நிகழ்த்தல்களைத் தடை செய்யக் கோரும் இந்திய வைஸ்ராயின் அவசர உத்தரவு! - சட்ட ஒழுங்கிற்குக் குந்தகம் ஏற்படுத்துகிற, அவதூறுகளைப் பரப்புகிற, ஆபாசத்தை அள்ளி வீசுகிற, மக்களின் விருப்பத்திற்கு எதிராகச் சார்பு நிலை எடுக்கிற, அரசுக்கு எதிராக மக்களைக் கலவரம் செய்யத் தூண்டுகிற நிலையிலுள்ள நா॥ கங்களை வங்காள வைஸ்ராய் தடை செய்யலாம். இந்த அவசர உத்தரவு, அடுத்த மே மாதம் வரை அமுலில் இருக்கும். அதன்பின், மார்ச்சில் வைஸ்ராய்களின் கூட்டத்தில், நாடகக் கட்டுப்பாட்டு மசோதா கொண்டு வரப்பட்டு, பின் அது சட்டமாக்கப்படும்'.

மார்ச் 1876 இல் நாடக நிகழ்த்தல் கட்டுப்பாட்டு மசோதா வைஸ்ராய்களின் கூட்டத்தில் வைத்து அங்கீகரிக்கப்பட்டு, மக்கள் பிரிவினரின் பல்வேறு எதிர்ப்புகளின் காரணமாக உடனடியாக நடை முறைக்கு வராமல், டிசம்பர் 1876 இல் அம் மசோதா சட்டமாக்கப் பட்டது. இதன்கீழ், ஆட்சியாளர்கள் கருதும் எந்த நாடகத்தையும் தடை செய்துவிட முடியும். அந்த வகை நாடகங்கள் நிகழ்த்த துணை நிற்போர் அனைவரையும் கைது செய்துவிட முடியும். தடை செய்யப் பட்ட ஒரு நாடகத்தை எதிர்த்து, எவரும் நீதிமன்றம் செல்ல இயலாது. தமிழகத்திலும் தேசியப் போராட்டம் உக்கிரமாக இருந்த நேரத்தில், பல நாடகக் கலைஞர்கள், நாடகங்களில் நடித்ததற்காக/ பாடியதற்காக/ இசைத்ததற்காக/ நாடகம் நடத்த இடம் கொடுத்ததற்காகக் கைது செய்யப்பட்டிருக்கின்றனர்; பல நாடகங்கள் தடை செய்யப் பட்டிருக்கின்றன. மேற்கு வங்கத்தில் கலைச் சமூகத்தினரின் தொடர் போராட்டத்தின் விளைவாக 1962 இல், நாடக நிகழ்த்தல்கள் சட்டம் திரும்பப் பெறப்பட்டதாகத் தெரிகிறது. இதுதான் 'நாடக நிகழ்த்தல்கள் சட்டம்' உருவான கதையின் சுருக்கம்!

1935 இல், பிரிட்டிஷார் கொண்டுவந்த இந்திய அரசின் ஆட்சியதிகாரச் சட்டத்தில், கொள்ளுவன கொண்டு தள்ளுவன தள்ளி - இந்தியா தன்னை ஒரு குடியரசு நாடாக அறிவித்துக் கொண்ட 26 சனவரி 1950 முதல் - 'இந்திய அரசியல் சட்டம்' புதியதாக நம் நாட்டில் நடைமுறைக்கு வந்தது. 29 ஆகஸ்ட் 1947 இல் டாக்டர் பி.ஆர். அம்பேத்கர் தலைமையில், அல்லாடி கிருஷ்ணசாமி அய்யர், என். கோபால்சாமி அய்யங்கார், மொஹமத் சாதுல்லா, டி.டி. கிருஷ்ணமாச்சாரி, கே.எம். முன்ஷி, ஆகியோரைக் கொண்ட ஒரு குழுவானது நிறுவப்பட்டு, அது வரைவுச் சட்ட அறிக்கையைத் தயாரித்துக் குடியரசுத் தலைவரிடம் அளித்தது. இதில் டாக்டர்

பி.ஆர். அம்பேத்கர் மற்றும் மொஹமத் சாதுல்லா தவிர்த்து, அனைவரும் உயர்த்திக் கொண்ட பார்ப்பன சமூக வகுப்பைச் சேர்ந்தவர்கள். பிற்பட்ட சமூகத்தினருக்கு இதில் பிரதிநிதித்துவம் இல்லையென்று அப்போதே எதிர்ப்புக் குரல் கொடுத்தவர் தோழர் பெரியார்! முதல் குடியரசுத் தலைவரான டாக்டர் ராஜேந்திர பிரசாத் தலைமையில், வல்லபாய் படேல் உள்துறை அமைச்சராக இருக்கையில், இந்த 'இந்திய அரசியல் சட்டம்' உருவாக்கப்பட்டது. இந்திய அரசியல் சட்டத்தின் முதல் பிரிவு, நாட்டின் எல்லைகளைப் பற்றிப் பேசுகிறது; இரண்டாவது பிரிவு, குடியுரிமையைப் பற்றிப் பேசுகிறது; மூன்றாவது பிரிவு குடிமக்களின் அடிப்படை உரிமைகளைப் பற்றிப் பேசுகிறது; மூன்றாவது பிரிவின் பத்தொன்பதாவது ஷரத்து கருத்துரிமையைப் பற்றிப் பேசுகிறது. அதாவது, ஒரு கருத்தை வெளிப் படையாகப் பேசுவதற்கும் வெளிப்படுத்துவதற்குமான சுதந்திரம் பற்றிப் பேசுகிறது. இதில் ஏதும் பங்கம் நிகழ்ந்தால், எவரொருவரும் நீதிமன்றத்தை அணுக முடியும். இது, 1935 இல் அமலிலிருந்த இந்திய ஆட்சியதிகாரச் சட்டத்தில் இடம்பெற்றிருக்கவில்லை. '1876 நாடக நிகழ்த்தல்கள் சட்டம்', 1947 ஆகஸ்ட் 15 க்குப் பிறகு, பெரும்பாலும் நடைமுறையில் பின்பற்றப்படாமலிருந்தது. அதன் பிறகு அநேக மாநிலங்கள், தேவை கருதி, அந்தச் சட்டத்தைப் புதுப்பித்தும், சில மாநிலங்கள் அரசின் கூடுதல் கட்டுப்பாட்டிற்குள் நாடக நிகழ்த்தல் களைக் கொண்டுவர, அதைத் திருத்தியும் அச் சட்டத்திற்குப் புத்துயிர் கொடுத்தன.

1950 இல் 'பாம்பே நாடக நிகழ்த்தல்கள் சட்டம்' (Bombay DPA) ஒன்று உருவானதாக விக்கிபீடியா கூறுகிறது. அதுமுதல், நாடகப் பிரதியானது காவல்துறையின் தணிக்கைக்குச் செல்ல ஆரம்பித்தது. 1953 இல் இந்திய மக்கள் நாடக மன்றமும் (IPTA) இப் பிரச்சனைகளை எதிர்கொண்டு பல சிக்கல்களுக்கு உள்ளாகியிருந்தது. 1952 டிசம்பர் 6 ஆம் தேதி, கேரளத்தின் கொல்லத்தில் கேரள மக்கள் கலைக் கழகத்தால் (Kerala People's Arts Club - KPAC) அரங்கேற்றப்பட்ட தோப் பில் பாஸியின் 'நீங்கள் என்னைக் கம்யூனிஸ்ட் ஆக்கி' எனும் நாடகம், அதன் 85 ஆவது நிகழ்வில், மார்ச் 1953 இல், '1876 நாடக நிகழ்த்தல்கள் சட்ட'த்தை முன்னிறுத்தித் திருவனந்தபுரம் ஜில்லா மாஜிஸ்திரேட்டால் தடை செய்யப்பட்டுள்ளது. அதை மீறித் திருவனந்தபுரத்திற்கு அருகிலுள்ள கோவளத்தில் நாடகம் நிகழ்த்தச் சென்ற அனைத்துக் கலைஞர்களும் கைது செய்யப்படுகின்றனர். அதே 1953 கால கட்டத்தில், சென்னை மாகாணத்தின் தமிழ்ப் பகுதியிலும் பகுத்தறிவுப்

பிரச்சார நாடகங்கள் தடை செய்யப்பட்டு வந்தன; குறிப்பாக, எம்.ஆர். ராதாவின் நாடகங்கள்! 26 டிசம்பர் 1950 இதிலிருந்து 25 அக்டோபர் 1951 வரைக்கும் மத்திய உள்துறை அமைச்சராக இருந்த திரு இராஜகோபாலாச்சாரியார் சென்னை இராஜதானிக்கு முதல்வராக வந்தபின் (10 ஏப்ரல் 1952-13 ஏப்ரல் 1954), 'எம்.ஆர். ராதாவின் நாடக நிகழ்த்தல்கள்', உயர்த்திக் கொண்ட பார்ப்பன சமூகத்தவரின் குருதி அழுத்தத்தைக் கூட்டத் தொடங்கின. திரு இராஜாஜியின் 'குலக் கல்வித் திட்டம்' தமிழகத்தில் குமுறலை ஏற்படுத்தியிருந்தது. அப்பொழுது திரு இராஜகோபாலாச்சாரியார் அமைச்சரவையில் சட்ட அமைச்சராக இருந்தவர் திரு சி. சுப்பிரமணியம். பெரியாரின் 'குலக் கல்வித் திட்ட எதிர்ப்பு'ப் போராட்டம் காரணமாக, திரு இராஜகோபாலாச்சாரியார் பதவி விலக, திரு காமராசர் முதல்வராக வந்தபோதும் (1954-1963), அவரின் அமைச்சரவையில் திரு சி. சுப்பிரமணியமே கல்வி, நிதி, நீதி மூன்றுக்குமான அமைச்சர்!

எம்.ஆர். ராதாவின் நாடகங்களும் 1953-54 காலங்களில், அப்போது இருந்து வந்த, '1876 நாடக நிகழ்த்தல்கள் சட்ட'ப்படியே தடை செய்யப் பட்டன. இதைத்தான், 'இவ்வாறு தடை செய்ததே சட்ட விரோதம்' என்றும், 'அந்தத் தடைச் சட்டமே புது அரசியல் சட்டப்படிச் செல்லாது' என்றும் உயர்நீதி மன்றத்தில் நடிகவேள் எம்.ஆர். ராதா கேள்வி எழுப்பினார். இதனாலேயே, எம்.ஆர். ராதாமேல் போட்டிருந்த இந்த வழக்குகளை ஆட்சியாளர்கள் திடீரெனத் திரும்பப் பெற்றுக் கொண்டார்கள். இப்பொழுது புரிந்திருக்கும், நடிகவேளின் கேள்வியின் தாத்பரியம். 1950 இன் இந்திய அரசியல் சட்டம் பிரிவு 3 இல் 19 வது ஷரத்து, எனக்குக் கருத்துச் சுதந்திரத்தை வழங்கியிருக்கையில், இந்தியக் குடியரசில் காலாவதியாகிப்போன பிரிட்டிஷாரின் 1876 இன் சட்டப்படி எப்படி என் நாடகங்களுக்குத் தடைவிதிக்க முடியும்? என்பதே அவரின் கேள்வி! பெரியாரோ, எம்.ஆர். ராதாவோ பெரிய ஏட்டுப் படிப்பெதுவும் படிக்காதவர்கள். ஆனால் மனித உரிமையை, சமநீதியை, சுயமரியாதையை எழுத்தெண்ணிப் படித்தவர்களாயிற்றே! இந்தக் கேள்வியின் சிக்கலால் வழக்கைத் திரும்பப் பெறுவதாக அட்வகேட் ஜெனரல் தெரிவிக்க, எம்.ஆர். ராதாவின் வழக்கறிஞரும் தமது மனுவை விசாரணைக்கு எடுத்துக் கொள்ள வற்புறுத்தவில்லை யாதலால், 18-09-1954 இல் எம். ஆர். ராதா நாடகங்களுக்கு விதிக்கப் பட்டிருந்த தடை நீக்கப்பட்டதாக, சென்னை உயர்நீதிமன்ற நீதிபதிகள் திரு ராஜமன்னார், திரு ராஜகோபால் அய்யங்கார் ஆகியோர் அரசாங் கத்தின் மனுவை உடனே தள்ளுபடி செய்து அறிவித்தனர்.

இது, சட்டத்தைத் தன் சட்டைப் பையில் வைத்திருந்த சட்ட அமைச்சர் திரு சுப்பிரமணியத்திற்கு அவமானமாயிருந்திருக்கிறது. 19-11-1954 இல் நவாப் இராஜமாணிக்கம் நடத்திய 'இராமாயணம்' நாடகத்துக்குத் தலைமை வகித்த நிதி/சட்ட மந்திரி திரு சி. சுப்பிரமணியம், அந்த மேடையிலேயே, "எம்.ஆர்.ராதா நடத்துவது இராமாயணம் அல்ல; அது 'கீமாயணம்'; கீழ்த்தரமான நாடகம்; அதைப் பார்க்க மக்கள் கூசுகிறார்கள்" என்று அதிரடியாய்ப் பேச, 24-11-1954 இல், பட்டுக்கோட்டை முருகையா தியேட்டரில் 'ராமாயணம்' நாடகம் நடத்திய எம்.ஆர். ராதா, அதற்கு எதிர்ச் சவால் விடுகின்றார். அவர் பேசுகையில், "...அரசாங்கம் வழக்கை வாபஸ் வாங்கியிருக்கிறது. இது கீழ்த்தரமான நாடகம் அல்ல!... கும்பமேளாக் காட்சியைத் தரிசிக்கச் சென்றவர்களைத் தலைமையாகக் கொண்டு ஆட்சி நடத்தும் இவர் கூறுகிறார், நான் நடத்தும் நாடகங்களைப் பார்க்கக் கூசினார்கள் என்று! நான் நடத்துவது அசல் இராமாயணம். 'கீமாயணம்' அல்ல. அரசாங்கத்தாரும், எனக்கு இராமாயணம் நாடகம் நடத்தத்தான் அனுமதி கொடுத்திருக்கிறார்கள். இது இந்த மந்திரியார்க்குத் தெரிந்திருந்தும், இந்தமாதிரிப் பொய்ப் பிரச்சாரத்தில் இறங்கியிருப்பது பொறுப்பற்ற செய்கையல்லவா?" என்று கொந்தளிக்கிறார்.

எம்.ஆர். ராதாவின் நாடகங்களைத் தடை செய்தே தீர வேண்டும் எனும் முடிவிலிருந்த சென்னை மாநில அரசு, 27-11-54 இல் புதிய நாடகச் சட்டமொன்றை விசேஷ கெஜட்டில் பிரசுரிக்கின்றனர். அதன்படி, அப்போது அமுலில் இருந்த, 1876 ஆம் ஆண்டின் நாடக நிகழ்த்தல்கள் சட்டத்தை நீக்கி விட்டு, சென்னை சட்டசபையில் புதிய மசோதா கொண்டுவரப்படும் என அறிவிக்கப்பட்டிருந்தது. அதற்கான அடிப்படைக் காரணமாக அரசு சொல்லியிருந்தது, "கிட்டத்தட்ட 80 ஆண்டுகளுக்கு முன் இயற்றப்பட்ட 1876 சட்டத்திலிருந்து, இந்திய அரசியல் சட்டம் அமுலுக்கு வந்தபின், நிலைமையில் எவ்வளவோ 'மாற்றங்கள்' ஏற்பட்டிருக்கின்றன. அதில் முக்கிய 'மாற்றம்' என்ன வென்றால், 1876 சட்டத்தில், பாதிக்கப்பட்ட கட்சிக்காரர்கள் தங்கள் ஆட்சேபணைகளைத் தெரிவிக்கவோ அல்லது அப்பீல் செய்யவோ அதில் வாய்ப்பில்லை. ஆகவே 1876 சட்டத்தை மாற்றிவிட்டு, புதிய சட்டத்தை இயற்ற சர்க்கார் முடிவு செய்திருக்கின்றனர். அதற்காகக் கொண்டுவரும் இம் மசோதா 'சென்னை நாடக நிகழ்த்தல்கள் சட்டம்' (Chennai Dramatic Performances Act-CDPA) என்பதாக அழைக்கப்படும்". இப்பொழுது புரிந்திருக்கும், 2020 வரையுமான, நம் தொடர் அனுபவங்களிலிருந்து, 'என்ன அழகான பொய் இது' என்று! 'ஒவ்வொரு

சொல்லுக்கும் செயலுக்கும் பின்னால் அந்தந்த வர்க்கத்தின் முத்திரை ஒளிந்திருக்கும்' என்பது, என்னவோர் அழகிய பொன் மொழி! இதிலிருந்து நமக்குத் தெரிய வருவது, 'ஓநாய்கள் ஆடுகளுக்காக நயந்து பேசுவது' என்பது, கதையில் மட்டுமில்லை; நிஜத்திலும் எல்லாக் காலத்திலும் ஆளுபவர்களின் நடவடிக்கையாகவே இருந்து வந்திருக்கிறது என்பது தான்! இச் சட்டமானது,1969 இல், அறிஞர் அண்ணாவின் ஆட்சியில், 'தமிழ்நாடு' என்று சென்னை மாநிலம் பெயர் மாறியதற்குப் பின், 'தமிழ்நாடு நாடக நிகழ்த்தல்கள் சட்டம், 1954' என்றாகியிருக்கிறது.

சென்னை நாடகச் சட்டத்தின்படி, 'பல பிரிவுகளைக் கொண்ட மக்களுக்குள் பகையையோ அல்லது விரோத உணர்ச்சியையோ தூண்டக்கூடியதும்; மத உணர்ச்சியையோ அல்லது மத நம்பிக் கையையோ பாதிக்கக்கூடியதும், ஆபாசமானதும் ஆகிய எந்த நாடகமும், நடிப்பும் ஆட்சேபரகரமானதாகக் கருதப்படும். இந்த ஆட்சேபகரமான நாடகங்களில் கலந்துகொண்டு நடிப்பவர்கள் அல்லது இதுபோன்ற நாடகம் நடத்துவதற்கு எந்த வகையிலாவது உதவி செய்பவர்கள் அல்லது இதுபோன்ற நாடகங்கள் நடிப்பதற்கான பொது இடத்தை அனுமதிக்கும் அந்த இடத்தின் உரிமையாளர் ஆகியவர்கள் ஆறு மாதங்கள்வரை சிறைத் தண்டனை பெறவும் அல்லது அபராதம் விதிக்கப்படவும் அல்லது இரண்டும் சேர்ந்து விதிக்கப்படவும் ஆவார்கள். எந்த ஒரு நாடகமோ, நடிப்போ ஆட்சேபகரமானவை என்று ராஜ்ய சர்க்கார் கருதுமானால், அத்தகைய நாடகம், நடிப்பு, பொது இடங்களில் நடந்து கொண்டிருந்தாலும் சரி, அல்லது நடக்க இருந்தாலும் சரி, அதை நடக்கவிடாமல் தடைவிதிக்கலாம். மற்றும் ஒரு நாடகத்தினால் சமாதானத்திற்குக் கேடு விளையுமென சர்க்கார் கருதுமானாலும் அத்தகைய நாடகத்தையும் சர்க்கார் தடை செய்யலாம்'. எளிமையாகச் சொல்வதாயிருந்தால், அரசு தனக்கு வேண்டாததாய்க் கருதும் எந்தவொரு நாடகத்தையும் மேலுள்ள விதிகளின் கீழ்க் கொண்டு வந்து, அந்த நாடகத்தின் 'ஜோலி' யை அப்போதே முடிக்கலாம். 'தடை விதிக்கப்பட்டபின், எவரொருவர் அதற்குக் கீழ்ப்படியாமல், தடை விதிக்கப்பட்ட நாடகத்தையோ, நடிப்பையோ வேண்டுமென்றே நடத்தினாலும், நடத்த அனுமதித்தாலும், அத்தகையவருக்கு 6 மாதங்கள் வரை சிறைத் தண்டனையோ, அபராதமோ அல்லது இரண்டும் சேர்ந்தோ விதிக்கப்படுவர். சர்க்கார் அவசியம் என்று கருதினால், எந்த நாடகத்தின் ஆசிரியரையோ அல்லது அதை அச்சிடுபவரையோ அல்லது அந்த நாடகம் நடக்க இருக்கும் இடத்தின் உரிமையாளரையோ அல்லது அந்த நாடகத்தில் கலந்து கொண்டு

நடிக்க இருக்கும் முக்கிய ஆட்களையோ அந்த நாடகத்தைப் பற்றிய தகவல்களைக் கொடுக்குமாறு உத்தரவிடலாம். தன்மீது விதிக்கப்பட்ட தடை உத்தரவை, பாதிக்கப்பட்ட கட்சிக்காரர் உயர்நீதிமன்றத்திற்கு அப்பீல் செய்து கொள்ள மசோதாவில் ஷரத்து சேர்க்கப்பட்டுள்ளது'.

'பல பிரிவுகள் கொண்ட மக்களுக்குள் பகையையோ அல்லது விரோத உணர்ச்சியையோ தூண்டக்கூடியதும்; மத உணர்ச்சியையோ அல்லது மத நம்பிக்கையையோ பாதிக்கக்கூடியதும்' என்பதும் 'தன்மீது விதிக்கப்பட்ட தடை உத்தரவை, பாதிக்கப்பட்ட கட்சிக்காரர் உயர்நீதிமன்றத்திற்கு அப்பீல் செய்துகொள்ளலாம்' என்பதும் மட்டுமே, 1954 மசோதாவில் புதிய, முக்கிய ஷரத்துகளாகச் சேர்க்கப்பட்டுள்ளன. மேலுள்ள முதல் ஷரத்து எம்.ஆர்.ராதாவிற்கானது; இன்னும் விரித்துச் சொல்வதானால் பகுத்தறிவு பேசும் நாடகங்களுக்கானது! அடுத்து வரும் இரண்டாவது ஷரத்து, மற்றைய நாடகக் கலைஞர்களுக்கும், ஜனநாயகத்தின்மேல் நம்பிக்கை கொண்ட பரந்துபட்ட மக்கள் நம்பிக்கை இழக்காமலிருக்க வைக்கவுமானது. 'தன்மீது நியாயம் இருக்குமானால் நீதிமன்றம் போக வேண்டியதுதானே' என்கிற எளிய மனதின் தர்க்கத்திற்கும், இதில் சமாதானம் சொல்லியாயிற்று! ஆட்சியாளர்கள், பின்னதை மட்டுமே பெரிதுபடுத்திச் சொல்லிக் கொண்டே இருப்பார்கள். நியாயம்போல் தொனிக்க வைத்து, அதைக் கொண்டு, அந்தக் குறிப்பிட்ட நாடகச் சமூகத்திற்குள் பிளவையும் உருவாக்க முடியும். இங்கிருந்த 'நடிகர் கழக'த்தை இதற்குத்தான் பயன்படுத்திக் கொண்டனர் ஆட்சியாளர்கள்! ஆட்சியாளரின் அதிகாரத்திற்கு, அன்றைய பொழுதிற்குத் தேவையான, கைப்பக்குவமாகச் சிற்சில மாற்றங்களைத் தவிர, மற்றபடி அடிப்படையில் இதுவும், 1876 சட்டத்தின் இன்னொரு வண்ணக் கோலம்தான்!

30-11-54 நாளிட்ட 'விடுதலை' இதழ்த் தலையங்கம், இதை இப்படி எழுதுகிறது:- ''இம் மசோதாவில் திராவிட கழகம் - சுயமரியாதை இயக்கம் - செய்து வருகின்ற பகுத்தறிவுப் பிரச்சாரத்தைப் பாதிக்கின்ற பகுதியை மட்டும் கீழே தருகிறோம்:- பாரத நாட்டு மக்களின் பல்வேறு வகுப்பினர்களிடையே துவேஷ உணர்ச்சியை ஊட்டும் தன்மையுடையது, பாரத நாட்டு மக்களில் எந்த ஒரு வகுப் பினருடைய மதம் அல்லது மத உணர்ச்சியைப் புண்படுத்தக்கூடியது, இத்தகைய நாடகம் என்று ஒன்றை ஆட்சியாளர் கருதுவாரேயானால், காரணங்காட்டி, அந் நாடகத்துக்குத் தடைவிதிக்க இம் மசோதா அரசாங்கத்திற்கு அதிகாரம் தருகிறது... 'கல்லின் (சிலையின்) தலையில் ஊற்றுகின்ற பாலையும் பழச்சாற்றையும் ஏழைக் குழந்தையின் வாயில்

ஊற்றக்கூடாதா?' என்று கேட்டால், புது மசோதாவின்படி, 'மத உணர்ச்சியைப் புண்படுத்துவதாக' ஆகிவிடும்! அதாவது சமுதாயச் சீர்திருத்தத்திற்கே முற்றுப்புள்ளி வைக்கப் பார்க்கிறது, இப் புது மசோதா!... ஆதலால் இம் மசோதாவைக் குப்பைத் தொட்டியில் கிழித்துப் போடச் செய்ய வேண்டியது தமிழ் மக்களின் முதற் கடமையாகும். பார்ப்பான் ஜாதி வெறியனாக நடந்து கொள்வது மட்டும் சரி; அதைக் கண்டித்துக் கூறி அவனை வெளியேற்ற வேண்டுமென்று கூறுவது மட்டும் 'வகுப்புத் துவேஷ குற்றம்' என்றால், பார்ப்பானுக்குப் பிறக்காத தமிழர்களுக்கெல்லாம் இருப்பிடம் இனிச் சிறைக்கூடமாகத்தானே இருக்க வேண்டும்? கழகத் தோழர்களே! தயாராயிருங்கள்!" என்று உடனடி எதிர்வினையும் ஆற்றியிருந்தது.

இதைத் தொடர்ந்து, 'விடுதலை' இதழ்ப் பக்கங்களின் அடிப் பகுதியில், பெரும் பெரும் அழுத்தமான எழுத்துகளில், பிரச்சார முழக்க வாசகங்களாக, "நாடகத் தடை மசோதாவுக்குக் கல்லறை கட்டுங்கள்!", "நாடகத் தடை மசோதா குப்பைத் தொட்டிக்குப் போகட்டும்!", "வால்மீகியின் அசல் இராமாயணத்தைக் 'கீமாயணம்' என்பவைகளை "ஈனப்பிறவிகள்' என்று அழையுங்கள்!", "புதிய நாடக மசோதாவுக்குத் தீ மூட்டுங்கள்!", "நாடகத் தடைச் சட்டம் நிறைவேறினால் சிறைகள் நிரம்பி வழிய வேண்டும்!" என்பன போன்ற முழக்கங்கள் மக்களிடம் எளிமையாகச் சென்று சேரும் வகையில், இதழ்கள்தோறும் அச்சிடப்பட்டிருந்தன. நாடக மசோதா தொடர்பான - "ஆரிய சூழ்ச்சியான புது நாடக மசோதாவை எதிர்த்து முதலமைச்சருக்குத் தந்தி அனுப்பிவிட்டீர்களா? இன்றே செய்யுங்கள்!" என்பதாக-பல்வேறுவிதமான போராட்ட அறிவிக்கைகள் ஆசிரியர் குத்தூசி எஸ். குருசாமியால் வெளியிடப்பட்டுக் கொண்டேயிருந்தன. "சென்னையில் இராமாயண ஆபாசத்தை விளக்கியும், புது மசோதாவை (சட்டத்தை) எதிர்த்தும், பல கூட்டங்கள் நடத்த வேண்டியதிருப்பதனால், இம் மாத இறுதிவரையில் வெளியூர் நிகழ்ச்சிகளை ஒப்புக்கொள்ள முடியாமைக்கு வருந்துகிறேன். 'விடுதலை'- தலையங்கம், குத்தூசி முதலியவற்றைத் துண்டுப் பிரசுரமாக அச்சிட்டு வழங்குவதற்கு அனுமதி தேவையில்லை என்று தெரிவித்துக் கொள்கிறேன்" என்பதாகவும் ஆசிரியர் குருசாமியால் அறிவிப்புகள் வெளியிடப்பட்டிருந்தன. எம்.ஆர்.ராதாவிற்கும், திராவிட கழகத்திற்கும் அப்போது தலைவலியாய் இருந்த இரண்டு பிரச்சனைகள்:- 1. வழி நடத்த வேண்டிய தலைவர் பெரியார் தமிழகத்தில் - இந்தியாவிலேயே இல்லாதிருந்தது,

2. திரு இராஜாஜிக்கு எதிராகத் தமிழக முதல்வராக அமர்த்தப்பட்டிருந்த திரு காமராஜருக்கு எந்தச் சிக்கலும் ஏற்படுத்திவிடாமல், எப்படிப் போராட்ட வடிவத்தை அமைத்துக் கொள்வதென்பது! ஏனெனில் பெரியார், காமராஜரை முதல்வராய்க் கொண்டுவர மிகப் பெரிய பின்புலமாயிருந்தவர். அப்பொழுது, மண்டைச் சுரப்பில் மனுநீதியைச் சுமந்து கொண்டிருந்தவரும், உயர்த்திக் கொண்ட பார்ப்பனியச் சமூகத்தைச் சேர்ந்தவருமான திரு இராஜாஜியின் 'அறிவாளி'ப் பட்டாளம், காங்கிரஸிற்குள், பிற்பட்ட வகுப்பைச் சேர்ந்தவரும் வகுப்பறைக் கல்வி அதிகம் பெறாதவருமான திரு காமராஜருக்கு எதிராக, வெளிப்படையாகவே காய்கள் நகர்த்திக் கொண்டிருந்ததே யாகும். நிருவாகத் திறன், 'மூதறிஞர்' போல் 'கரும வீர'ருக்குக் கை வராது என்று குழிபறிக்க ஒருகூட்டம் காத்துக் கொண்டிருக்கையில், பெரியார் இயக்கத்தவர் நடத்தும் இந்தப் போராட்டம் மேற்படி 'அறிவாளி'களுக்குத் துணை போய்விடக் கூடாதே என்கிற அக்கறையும், போராட்ட அடிவைப்பின் ஒவ்வொரு கால்வைப்பிலும், பெரியார் இயக்கத்தவர்களை எச்சரிக்கையுடனும், வீராப்புடனும், விவேகத்துடனும் நடைபோட வைத்தது. குத்தீட்டி இருக்கையில் அமர்த்தி வைக்கப்பட்டிருந்த கரும வீரரும், கருத்தெதுவும் தெரிவிக்க முடியாதபடி, 'சக்கர வியூக'த்தில் அப்பொழுது மாட்டிக் கொண்டிருந்தார்.

ஆனால், ஜனநாயகத்தில் பெரும்பான்மை பலம் என்பது, சமூக நன்மை, தீமை என்கிற பகுத்தறிவுச் சிந்தனையைப் புறந்தள்ளி, எசமான விசுவாசம் காட்ட, எப்பொழுதும் மூர்க்கமாகவே நடந்து கொள்கிறது. அதில் ஒன்றுதான், டிசம்பர் 2 ஆம் தேதி, எம்.ஆர். ராதாவின் இராமாயண நாடகத்தை எதிர்த்து மதுரையில் இந்துத்துவ வெறியர்கள் நடத்திய கலவரம். இன்றைய 'இந்துத்துவ வெறி' அன்றைக்கு 'ஆஸ்திக வெறி'யாக அடையாளப்படுத்தப்பட்டிருந்தது. அப்பொழுது, 03-12-54 வெள்ளிக்கிழமை 'விடுதலை'யில் அது இப்படித் தலைப்புச் செய்தியா யிருந்தது:- "மதுரையில் 'ஆஸ்திக' வெறியர்களின் காலித்தனம் தோல்வி-போலி ஆர்ப்பாட்டத்தைப் பொதுமக்கள் மதிக்கவில்லை - இராதா ராமாயண நாடகம் வெற்றிகரமாக நடந்தது" என்பதாக! 04-12-54 சனிக்கிழமை 'விடுதலை'யில் தலைப்புச் செய்தி இப்படி விவரமாயிருந்தது:- 'வியாழனன்று இங்கு நடைபெற்ற தோழர் எம்.ஆர். ராதா அவர்களின் ராமாயண நாடகத்தை நடைபெறக் கூடாதென்று தடுப்பதற்காக இந்து மகாசபைக்காரர்களும், ஆர்.எஸ்.எஸ். காரர்களும், நாஸ்திக ஒழிப்புக் கழகம், ஆஸ்திகர் சங்கம் என்ற பெயர்களால் நடத்திய காலித்தனத்தின் விளைவாக அன்று நடந்த

கலவரத்திற்குக் காரணமானவர்கள் என்று சொல்லப்படும் 31 பேர்கள் மீது போலீசார் வழக்குத் தொடர்ந்திருக்கின்றனர்'. அவர்களில் மதுரை நகர காங்கிரசின் பிரபலத் தலைவரான திரு ஏ. வைத்தியநாதய்யரின் மகன் திரு வி. சங்கரன் (அட்வகேட்) என்பவரும் விபூதி வீரமுத்துவும் சேர்ந்திருக்கின்றனர். இவர்கள்மீது, சட்ட விரோதமாகக் கூடியதாகவும், ஆயுதங்கள் வைத்திருந்ததாகவும், உத்தரவுக்குக் கீழ்ப்படியவில்லை என்றும் பிறருக்குக் காயம் ஏற்படுத்தியதாகவும், இ.பி.கோ. 147, 148, 143 வது பிரிவுகளின்கீழ் வழக்குத் தொடர்ந்திருக்கின்றனர். 144 தடையுத்தரவிற்கு நகர மாஜிஸ்திரேட் சொல்லும் காரணம், 'மதுரை நகரில் பழநி கொட்டகையில் திரு எம்.ஆர். ராதா அவர்களாலும் அவரது கோஷ்டியினராலும் நடத்தப்படும் ராமாயண நாடகத்தை, நேற்றிரவு நடந்த சம்பவங்களை உத்தேசித்து, மேற்கொண்டு நடத்துவதை உடனடியாகத் தடைசெய்யப் போதுமான காரணங்கள் இருக்கின்றன என்று நான் கருதுகிறேன். நேற்றிரவு நடந்த சம்பவங்களின் விளைவாக, ஆட்களுக்குக் காயமேற்பட்டு, மதுரையின் பல்வேறு வீதிகளில் சொத்து நாசம் ஏற்பட்டது; நகரின் அமைதியும் குலைந்தது. எனவே ராதாவின் நாடகத்தைப் பழநி டாக்கீசிலோ, அல்லது வேறு எந்தத் தியேட்டரிலோ, சினிமாக் கொட்டகையிலோ, மதுரையின் வேறு எந்தப் பொது இடத்திலோ, மதுரை நகர எல்லைக்குள் 15 நாட்கள்வரை நடத்தக்கூடாதென்றும் திரு எம்.ஆர். ராதா, திரு குருசாமி செட்டியார் (கொட்டகையைக் குத்தகைக்கு எடுத்து நடத்துபவர்), திரு எஸ். பழனிவேலு (நாடகக் காண்ட்ராக்டர்) ஆகியோருக்கு உத்தரவு பிறப்பிக்கிறேன்'. ஆனால் அந்தச் சூழலிலும் ராதாவின் நாடகம் பார்க்கப் பெருவாரியான மக்கள் அங்கு வந்திருக்கின்றனர் என்பது ஊரறிந்த உண்மையாயிருக்கிறது. ராதாவின் நாடகத்திற்கு எதிர்நிலையில் கருத்துகளை அப்போது முன் வைத்திருந்த 'செங்கோல்' இதழில் இப்படிப் பதிவாகி இருந்தது:- "மதுரையில் பெருத்த கலவரம் ஏற்படும் என்ற பீதியிருந்த நிலையிலும், ராதாவின் நாடகத்தைப் பார்க்க, ஆயிரம் பேருக்கு மேல் தியேட்டரில் குழுமியிருந்ததாகப் பத்திரிகைச் செய்தி கூறுகின்றது" என்று! கலவரம் செய்தவர்கள்மேல் வழக்கும் தொடர்ந்தாயிற்று; அந்தச் சூழலிலும் நாடகத்தைப் பார்க்க வந்து, ரூ.3000/- வரை வசூலான இவர்களின் நாடகத்திற்குத் தடையும் விதித்தாயிற்று! சர்வம் சட்டமயம்!

இப்போது போலவே, அப்போதும் கலவரச் சூழலை உருவாக்கி விட்டுச் சட்டத்தை நிறைவேற்ற, கால அவகாசம் ஆள்பவர்களுக்குத் தேவைப்பட்டிருந்திருக்கிறது. எப்போதும் போலவே, மத அதிகார நிறுவனங்கள் வன்மவெறியுடன்தான் நடந்துகொள்கின்றன. 'சைவமும்

வைணவமும்' அப்படித்தான் இங்கு மோதிக்கொண்டன; 'சமண பௌத்தத்தை' அவர்களின் எல்லைக்குள் அண்டவிடாமலே வைதீகங்கள் தடுத்தன; 'திராவிடர்' சிந்துவெளி நாகரிகத்தையும் 'சரஸ்வதி'ச் சிந்துவெளி நாகரிகம் என்பதாகவே கட்டமைக்க விரும்பு கின்றது இந்துத்துவம்! மத அடிப்படைவாதம் எந்த முகத்துடன் வந்தாலும்; அது ஆபத்தானது. அதுவே அதிகாரத்திலுமிருந்தால், அதன் தீவினை சொல்லி மாளாது! 'மதமும் கடவுளும் அவரவர் மனதிற்குள் மட்டுமே இருந்தால், யாருக்கும் எந்தப் பிரச்சனையுமில்லை' என்றார் பெரியார். எல்லாவற்றையும் பார்த்துக் கொண்டேயிருக்கிற 'கடவுள்', எல்லாவற்றையும் 'நின்று கேட்பார்' என்கிற கற்பனை வெளிக்குள் உலவும் ஆத்திகர்களைப் போலவே, உலவுகிற அவர்களின் கடவுளர் கள், தங்கள் தங்கள் காதுகளை வேறெதெதற்கோ கடன்கொடுத்து, இவர்களைக் கைவிட்டுவிட்டதால், இவர்கள், 'நின்று கேட்பதில்' நம்பிக்கை இழந்து, கடவுளர்களின் பெயர்களால் 'கொன்று கேட்க'த் துடித்துக் கலவரங்கள் செய்ய ஆரம்பித்து விடுகின்றனர். வரலாறு நெடுகிலும் இதைத்தான் காணமுடிகிறது. அன்பைப் போதிப்பதாய்ச் சொல்லும் எந்த மதமும், ஆதாயங்களின்றி மனிதர்களை அரவணைத்துச் செல்வதில்லை. மதத்தின் பெயரால் மகாத்மா காந்திக்கு நிகழ்ந்ததே இப்பொழுதும் நிகழ்ந்து கொண்டிருக்கிறது!

2002 இல், சக மனிதர்களான இஸ்லாமியர்களை, மதக் காழ்ப்புணர்ச்சி காரணமாக, இரயில் பெட்டியில் வைத்தே கொன்று குவித்த குஜராத்தின் கோத்ரா கலவரம், மருத்துவரும் சமூகச் செயல் பாட்டாளருமான பகுத்தறிவாளர் நரேந்திர அசுயுத் தபோல்கர், பூனாவில் தன் 67 வது வயதில், 2013 இல் சுட்டுக் கொலை, கன்னடப் பல்கலைக்கழகத்தின் துணைவேந்தராயிருந்த சாகித்ய அகாதமி விருது பெற்ற எழுத்தாளர் எம்.எம். கல்புர்கி, தன் 77 ஆவது வயதில், 2015 இல் தார்வாரில் படுகொலை, 'மாவீரன் சிவாஜி யார்?' எழுதிய இந்தியப் பொதுவுடைமைக் கட்சியின் உறுப்பினர் கோவிந்த் பன்சாரே, தன் 81 ஆவது வயதில், 2015 இல் கோல்ஹாபூர் மாவட்டத்தில் சுட்டுக் கொலை, கன்னடப் பத்திரிகையாளரும் சமூகச் செயல்பாட்டாளருமான கௌரி லங்கேஷ், தன் 45 ஆவது வயதில், 2017 இல் கல்புர்கியைக் கொன்ற அதே துப்பாக்கியால் சுட்டுப் படுகொலை, ஆட்டிறைச்சி சாப்பிட்ட உ.பி. யின் தாத்ரி கிராமத்து முதியவர் முகம்மது அக்லாக், தன் 52 வது வயதில் 2015 இல் மாட்டிறைச்சியைச் சாப்பிட்டார் என்று கருதிய மர்மக் கும்பலால் படுகொலை; அவரது மகன் படுகாயம், அரியானாவில் உள்ள ஆல்வாரில் பெஹ்லுகான், 'பசுக் காவலர்க'ளால் கொலை, ஈகைத் திருநாளுக்காகத் துக்ளகாபாத்திலிருந்து தன் சொந்த

ஊரான கந்தவாலி கிராமத்துக்குப் போய்க்கொண்டிருந்தபோது, 17 வயது ஜுனைத்தின் கொலை, கோவையில் பெரியாரியக்கத் தோழர் பரூக் படுகொலை... உனா சித்திரவதை என்று இது நீண்டுகொண்டேதான் இருக்கிறது. ராமர் கோயில்... சமஸ்கிருதத் திணிப்பு இவை யெல்லாமே கடவுளர்களின் பெயரால் இங்கு நடந்த வன்மங்கள் தானே! 2017 இல் ஜுனில் 'பசுவின் பெயரால் வன்கும்பலின் (mob lynching) கொலை வெறியாட்டம் எனும் தலைப்பில் indiaspend.com (peoplesfront.in) தரும் புள்ளிவிபரம்:- 2010-2017 எட்டு ஆண்டுகளில், கும்பல் வன்முறைகளில் கொல்லப்பட்டவர்கள் 84% இஸ்லாமியர்; இதில் 97%, 2014 மே மாதத்திற்குப் பிறகு என்கிறது அப் புள்ளிவிபரம்! இப்பொழுதும், 2020 பிப்ருவரி 24-25 இல், 2002 குஜராத் கலவரம்போல் இன்னொரு திட்டமிட்ட மத வெறியாட்டம் அதிகார பலத்தோடு டெல்லியின் வடகிழக்குப் பகுதியில் நடந்திருக்கிறது. அதில், 50 உயிர்கள் வரை பழிவாங்கப்பட்டுள்ளனர். மொழிப் புழக்கத்திலும், சென்னை மெரினாவைப்போல், டெல்லி ஷாகின் பாஃக், சென்னை வண்ணாரப்பேட்டை போன்றவை புதிய அகராதிப் பொருள்களை இப்பொழுது தந்து நிற்கின்றன.

எப்பொழுதுமே சட்டம் ஒழுங்குப் பிரச்சனையைக் கிளப்புபவர்களும், கிளப்புவதற்குத் தூண்டுகோலாக இருப்பவர்களும் அதிகார பலங் கொண்ட ஆட்சியாளர்களாகவே இருக்கின்றனர். அப்பொழுதுதான் சட்டம் ஒழுங்கைக் காப்பாற்ற அவர்கள் உள் ஊடுருவல் செய்ய முடியுமாம். இதன் அடிப்படை நோக்கம், ஒவ்வொருவரையும் பயத்திற்குள்ளேயே வைத்திருக்க வேண்டும் என்பதுதான்! உண்மையில், அவர்களின் பயத்தை மறைக்கவே, அதிகார முகமூடி போட்டு முதலடியை அவர்கள் எடுத்து வைக்க எத்தனிக்கின்றனர். ஆதிக்கத்திற்கு எதிரான ஒற்றைக் குரல்தான் தோழர் பெரியாரினுடையது. என்ன சொல்கிறார் பெரியார்? 'ஒரு மனிதனை மதிக்கத் தெரியாத எந்தத் தத்துவமும், எந்தக் கோட்பாடும், எந்தப் படைப்பும், எந்தக் கலையும், எந்த ஓவியமும், எந்த இசையும், எந்த வழிபாடும், எந்தப் பண்பாடும், எந்தப் பெருமிதமும், எந்த வாழ்க்கை முறையும் எனக்கு வேண்டாம். ...ஒவ்வொரு மனிதனும் தன்மானமும் அறிவும் பெற்று வாழ வேண்டும் என்று விரும்புகிறேன். அதற்குக் குறுக்கே வரும் சக்திகள் என்னவாக இருந்தாலும் ஒன்றுவிடாமல் அவை அனைத்தையும் எதிர்க்கிறேன். எனக்கு நினைவு தெரிந்த நாள்முதல் இந்த வேலையைத் தான் செய்து வருகிறேன். நினைவு தப்பும் காலம்வரை இந்த ஒன்றைத் தான் செய்வேன். எனக்குப் பிறகு, நான் பேசிய ஒவ்வொரு பேச்சும், நான் எழுதிய ஒவ்வொரு சொல்லும், என் வேலையை இழுத்துப்

போட்டுக் கொண்டு செய்யும்... நீங்கள் என்னை என்னதான் சொன்னாலும், என்னதான் செய்தாலும் உங்கள் ஒருவர் மீதும் தனிப்பட்ட முறையில் ஒரு துளி கோபமோ வெறுப்போ கொள்ள மாட்டேன்... உங்கள் ஒவ்வொருவரையும் நான் அளவு கடந்து நேசிக்கிறேன். தீங்கு விளைவிக்கும் எந்தக் கிருமியும் உங்களை அண்டிவிடக்கூடாது என்பதற்காகத்தான் உங்களை எந்நேரமும் கவனித்து வருகிறேன். நாக்கில் தழும்பு ஏறும்வரை உங்களுக்காகப் பேசுவேன். கை சாய்ந்து கீழே தொங்கும்வரை உங்களுக்காக எழுதுவேன். கால்கள் துவளும் வரை உங்கள் பட்டி தொட்டிகளிலெல்லாம் நடப்பேன். எனக்கு உண்மை என்று பட்டதை நான் நம்புவதைப்போல், நீங்களும் உங்களுக்கு உண்மை என்று பட்டதை நம்புங்கள். அந்த உண்மையைப் பாதுகாக்கப் போராடுங்கள். அது ஒன்று போதும்!' - எவ்வளவு உயிர்ப்புள்ள சொற்கள் இவை! அந்த இயக்கமும், சமநீதிக்குத் தீங்கு விளைவிக்கும் எந்தக் கிருமியும் எந்தத் திசையிலிருந்தும் தமிழகத்தை அண்டிவிடக்கூடாது என்பதற்காகத்தான், அவர் சிந்தனையை 'இழுத்துப் போட்டுக் கொண்டு', அவர் அருகில் இல்லாத வேளையிலும், பெரும்பணி செய்து கொண்டிருந்தது என்பதை இந்தப் போராட்ட வரலாறு நமக்குக் காட்டுகிறது.

'சென்னை நாடக நிகழ்த்தல்கள் சட்ட' மசோதா என்பது, 10-12-54 விடுதலை-தலையங்கத்தில் 'ராதா மசோதா' என்பதாகத் தலைப்பிடப்பட்டு எழுதப்பட்டிருக்கிறது. 'நாடகத் தடை மசோதா', 'நாடகக் கட்டுப்பாடு மசோதா', 'புதிய நாடக மசோதா' என்று பலப் பலப் பெயர்களில் இது அழைக்கப்பட்டு வந்திருக்கிறது. நடிகவேள் எம். ஆர். ராதா நாடகத்தைத் தடை செய்யும் நோக்கோடு உருவாக்கப் பட்டிருக்கிற இம் மசோதாவை, 'ராதா நாடக மசோதா' என்று இன்னொரு பெயர் சூட்டி அழைப்பதில் மசோதாவின் உள்முகம் உலகின் கவனத்திற்குக் கொண்டுவரப்படுவதாய்த் தெரிகிறது. ஆக, அம் மசோதா சட்டமான பிற்பாடு, அதன் உண்மை முகத்தை அடையா ளப்படுத்த, அதை 'ராதா நாடகச் சட்டம்' என்றே அழைக்கலாம். பெரியாரியலின் சமூகநீதியைத் தன் நாடகப் படைப்பின்மூலம் பரப்புரை செய்த முரட்டுக் கலைஞர் எம்.ஆர். ராதா! 29-11-1954 இல் இப்படியொரு அறிவிப்பைத் துணிவுடன் வெளியிடுகிறார் எம்.ஆர். ராதா:- "நாம் நடத்தும் இராமாயணம், இந்துக்களின் மனதைப் புண்படுத்துவதாகவும், ஆகவே அதை எதிர்த்து, பலர் மறியல் செய்யப் போவதாகவும் அறிந்தேன். எங்களையும் இந்துக்கள் என்பதாகத்தான் ஆட்சியாளர் குறித்து வைத்திருக்கிறார்கள் என்பதை மறியல் செய்யும்

தோழர்கள் அறியவேண்டும். திருவாளர்கள் அனந்தாச்சாரி கடலங்குடி நடேச சாஸ்திரி, சி.ஆர். சீனிவாச அய்யங்கார், சூரிய நாராயண சாஸ்திரி, நீலகண்ட சாஸ்திரி, பயங்கரம் அண்ணங்காச்சாரியார், ஆர்.வி. நரசிம்மாச்சாரியார், கோவிந்தராஜர், மகேஸ்வர தீர்த்தர், குடந்தை வெங்கடேஸ்வர சர்மா, ராஜாஜி, காந்தி, நேரு, பெரியார் ஈ.வெ.ரா., சி.என். அண்ணாதுரை, எஸ். குருசாமி, சுவாமி விவேகானந்தா, மறைமலையடிகள், சுவாமி கைவல்யம், பி.டி. சீனிவாச அய்யங்கார், ஹென்ரி ஸ்மித், என். சிதம்பரம் பிள்ளை, ஆர்.சி.டட் அய்.சி.எஸ்., ஈ.பி. ஹாவெல், சி.ஜெ. வர்க்கி எம்.ஏ., ஜி.ஹெச். ராபின்ஸன் சி.அய்.இ., சந்திர சேகர பாவலர் மற்றும் பலர் ஆராய்ச்சியையும், சமஸ்கிருத (மூலக்கதை) மொழிபெயர்ப்பையும் ஆதாரமாகக் கொண்டு எழுந்ததுதான் எனது இராமாயணம். எண்ண, எழுத, பேச, எடுத்துச் சொல்ல பிரஜா உரிமை வழங்கப்பட்டிருக்கிறது. அதன்படி, என்னுடைய கருத்தை எடுத்துச் சொல்ல எனக்கும் உரிமை இருக்கிறது. தக்க ஆதாரத் தோடும், அரசாங்கத்தின் உத்தரவும் பெற்றுத்தான் ‘இராமாயணம்’ நாடெங்கும் நடைபெறுகிறது” என்கிற அறிவிக்கையில் இருக்கிற தெளிவு-துணிவு-உண்மை- கொள்கைப் பற்று- பகுத்தறிவு ஆகியவை, மனமும் செயலும் ஒன்றாயிருந்தால் மட்டுமே ஒருவருக்குக் கைகூடி வரக்கூடியது. அது, பெரியாரியலாளர்களிடம் இன்னமும் கொட்டிக் கிடப்பதைத்தான், இந்தச் சுயமரியாதை வரலாறும் எம்.ஆர். ராதாவின் மொழியில் சொல்லிச் செல்கிறது.

பெரியாரியல் என்பது, மனுநீதிக்கெதிரான சமநீதி! ஆரியத்திற் கெதிரான திராவிடம்! சனாதனத்திற்கு எதிரான பகுத்தறிவு! இவற்றின் இழைப்புதான் எம்.ஆர். ராதா! அதனால்தான், ‘திராவிட சமுதாயத்தின் உயர்வுக்காக மட்டும்தான் இந்த நாடகத்தை நடத்துகிறேன். ஆகவே, இந்த நாடகம் இந்துக்களின் மனதைப் புண்படுத்துகிறது என்று கருதுகிறவர்கள், எம் மதத்தவராக இருந்தாலும் என் நாடகத்திற்கு வர வேண்டாம். அவர்கள் காசும் எனக்கு வேண்டாம். மீறி வந்து பார்த்தால், அவர்கள் மனம் புண்பட்டால், அதற்கு நாங்கள் ஜவாப்தாரியல்ல என்பதை இதன் மூலம் அறிவிக்கிறேன்’ என்று நாடகக் கொட்டகை வாயிலில் தட்டி எழுதிவைத்து, எந்தச் சமரசமுமின்றி நாடகம் போட்டு, அதை வரலாற்றாக்கிய எம்.ஆர். ராதா என்கிற ஒரு மாபெரும் கலைஞனை, தமிழ் நாடக வரலாற்றில் எங்கு தேடினும் கண்டுபிடிப்பது சிரமம்! “என் ராமாயணத்தைக் ‘கீமாயணம்’ என்று கிண்டல் செய்யும் ஏடுகள் அனைத்தும், இதுவரை ஒன்றுகூட, ராதா இந்தமாதிரி இன்ன இடத்தில் நடத்தும் ராமாயணப்

பாத்திரம் தவறு என்று சொல்லவில்லை. படித்தவர்கள் எவ்வளவோ பேர் பார்த்துக் கொண்டுதானிருக்கிறார்கள். இதிலுள்ள குறைகளைச் சரியான ஆதாரத்துடன் சொன்னால், நான் இன்றே இந்த நாடகத்தை நிறுத்திவிடுகிறேன்"- சுயமரியாதைப் போராளியின் இந்த வார்த்தைகள் 'உண்மை'யில் உறுதி பூண்டவை; பம்முகிறவர்களும், பயப்படுகிறவர்களும்தாம் பொய்மைக்குள் முகத்தை மூடிக் கொள்ளப் பார்க்கிறார்கள். இராதாவுக்குத் தன் கருத்தின் மேல்- தன் நாடகத்தின்மேல்- என்னவொரு அசாத்தியத் தன்னம்பிக்கை! இவ்வளவிற்கும் அவர் திராவிடக் கழக உறுப்பினர் அல்ல; ஆனால் பெரியாரியச் சிந்தனைவாதி! 'உலகத் தொழிலாளர்களே ஒன்றுபடுங்கள்' என்பதுதான் அவரின் நாடகக் குழுவின் முகப்புத் திரை!

மதுரையில் 2 ந்தேதி இரவு நடந்த சம்பவங்களைக் குறித்து 3 ந்தேதி, சென்னை அசெம்பிளியில் நிதியமைச்சர் திரு சுப்ரமணியமும், லெஜிஸ்லேடிவ் கவுன்சிலில் விவசாய மந்திரியும் சர்க்கார் கட்சித் தலைவருமான திரு எம். பக்தவச்சலமும் ஒரே மாதிரியான அறிக்கையை வெளியிட்டனர். "தல அதிகாரியிடமிருந்து அதிகாரப் பூர்வமான அறிக்கை எதுவும் இதுவரை சர்க்காருக்குக் கிடைக்க வில்லை. இருந்தபோதிலும், போலீஸ் இன்ஸ்பெக்டர் ஜெனரலுக்குக் கிடைத்த 'ரேடியோ' செய்தி சர்க்காரிடம் இருக்கிறது. டெலிபோன் மூலம் செய்திகளை விசாரித்தறிந்தோம். திரு எம்.ஆர். ராதா அவர்களால் நடத்தப்படும் நாடகம் சம்பந்தமாகவே இந்த நிகழ்ச்சி நடந்ததாகத் தெரிகிறது. நாடகம் நடத்துவதைப் பல மக்களில் ஒரு சிலர் விரும்பவில்லையென்றும், நாடகம் போடுவதை எதிர்த்து மறியல் செய்ததாகவும் தெரிகிறது... ஆர்ப்பாட்டம் செய்தவர்கள் கட்டுக் கடங்காமல் போய், பலாத்காரத்தில் இறங்கினர். இதனால் பல போலீசார் காயமடைந்தனர். ஒரு சார்ஜெண்ட், ஒரு போலீஸ் இன்ஸ்பெக்டர், ஒரு அடிசனல் மாஜிஸ்திரேட், 24 நகர போலீஸ் கான்ஸ்டேபிள்கள், 25 ரிசர்வ் போலீசார் ஆகியவர்கள் காயமடைந்தனர். இதன் விளைவாக, போலீசார் தடியடியால் கூட்டத்தைக் கலைக்க வேண்டியதாயிற்று. எட்டுப் பேர் பலத்த காயமடைந்ததாகவும், அவர்கள் ஆஸ்பத்திரியில் சேர்க்கப்பட்டுள்ளனர் என்றும், 16 நபர் சிரசு பாகங்கள் உடைந்து மருத்துவ சிகிட்சை அளிக்கப்பட்டிருக்கிற தென்றும் தெரிய வருகிறது. விரைவில் அமைதி நிலைநாட்டப்பட்டது. நகரில் போலீஸ் காவல் ஏற்படுத்தப்பட்டுள்ளது. ஆயுதப் போலீசார் நகரில் ரோந்து சுற்றி வருகின்றனர். நேற்றிரவு 1 மணியிலிருந்து எவ்விதச் சம்பவமும் நடக்கவில்லை... போலீசார் யோசனையின்மீது

நகர மாஜிஸ்திரேட் தடையுத்தரவு பிறப்பித்திருக்கிறார். போலீஸ் இன்ஸ்பெக்டர்- ஜெனரல் தலத்திற்குப் புறப்பட்டுச் சென்றிருக்கிறார். ரெவின்யு போர்டு மெம்பர் ஒருவர் சென்று நடந்த சம்பவங்களை விசாரித்து ஒரு அறிக்கையளிக்குமாறு உத்திரவிடப்பட்டிருக்கிறார்." - இது அரசு அறிக்கை! இதில், மேற்கு மாசிவீதியில் பள்ளிவாசலுக்கு முன் நிறுத்தி வைக்கப்பட்டிருந்த கைவண்டி ஒன்றை ஆர்ப்பாட்டக் காரர்கள் கொளுத்தியதையும், அம்மன் சன்னதித் தெருவில், வெற்றிலை, பாக்குக் கடை வைத்து வியாபாரம் செய்துவந்த மாணிக்கம் என்கிற திராவிட இயக்கத்தினர் கத்தியால் குத்தப்பட்டார் என்பதையும், அரசு அறிக்கை 'பலாத்காரம்' என்கிற ஒற்றை வரிக்குள் சுருக்கிக் கொண்டிருக்கிறது. இதில் 'நாடகம் நடத்துவதை, பல மக்களில் ஒருசிலர் விரும்பாமல் மறியல் செய்தனர். மறியல் செய்தவர்கள் கட்டுக்கடங்காமல்போய், பலாத்காரத்தில் ஈடுபட்டனர்' என்று அமைச்சர் வாசித்தளித்ததை, அசெம்பிளி விவாதத்தில் தோழர் கோவிந்தசாமி மறுத்திருக்கிறார். அவரின் மறுப்பானது, "சென்னையிலும் மற்றும் இதர இடங்களிலும் ராதாவின் நாடகம் நடிக்கப்பட்டது. எங்கும் யாதொரு கலாட்டாவும் ஏற்படவில்லை. மதுரையில் மட்டும் இந் நிலைமை ஏற்பட யார் காரணம்? ஆர்.எஸ்.எஸ்., இந்து மகா சபையினரே காரணம். அவர்களைத் தடை செய்ய வேண்டும்; சிறையிலடைக்க வேண்டும்... நாடகக் கதையை ஏற்கெனவே சர்க்கார் பரிசீலனை செய்து அனுமதி கொடுத்திருக்கிறார்கள். அவ்வாறு இருக்கும்போது கலவரம் நடத்துவானேன்? அமைதியைக் கெடுத்துக் கொண்டு, தீப்பந்தம், பட்டாசுகளோடு கலவரம் செய்ய வந்தது கொடு மையானதாகும். இம்மாதிரிக் கலவரம் செய்வதை சர்க்கார் தடுக்க வேண்டும். சர்க்கார் கொண்டு வர உத்தேசித்திருக்கும் நாடகச் சட்டத்தைக் கைவிடுமாறு கேட்டுக் கொள்கிறேன்" என்றார். தோழர் கஜபதி நாயகர், "மதுரையில் ஏற்பட்ட கலவரத்திற்கு ஆர்.எஸ்.எஸ். இயக்கமே காரணம்.. நாடகம் பிடிக்காதவர்கள் நீதிமன்றத்தில் வழக்குப் போட்டுத் தடை செய்துகொள்வதைவிட்டு, வீணாக ஏன் குழப்பம் விளைவிக்க வேண்டும்?" என்று கேட்டார். 'விடுதலை'த் தலையங்கம் இந்தப் பிரச்சினை பற்றி இப்படிக் கேள்வி எழுப்புகிறது:-

"1) 'இராமனை அவதூறாகப் பேசுகிறவர்கள் என் எதிரில் நின்றால் அவர்களைக் கொன்றுவிடுவேன்!' என்று சகஜானந்தாசாமி சட்ட சபையில் பேசியிருக்கிறது. பாவம்! இராமனை அவதூறாக எழுதி வைத்திருக்கிற வால்மீகியைத்தான் அவர் கொல்ல வேண்டும். ஆனால் வால்மீகியைப் படித்திருக்காதே லட்சாதிபதியான இந்தச் சாமி! 2) மதுரை நிகழ்ச்சிக்குப் பெயர் சத்தியாக்கிரகமாம்!... அப்படியானால்

இதுபோன்ற 'சத்தியாக்கிரக'த்தில் புராண நாடகங்களுக்கு முன்பும், அக்கிரகாரத்து ஆரியர் வீடுகளுக்கு முன்பும் மற்றவர்கள் ஈடுபடலாமா? 3) புராண-இதிகாச ஆபாசக் கதைகளை நாடகமாகவும், சொற்பொழிவு களாகவும் பிரசாரஞ் செய்வதற்கு மத வெறியர்களுக்கு எவ்வளவு உரிமையுண்டோ, அதேபோல் இவைகளிலுள்ள ஆபாசங்களை எடுத்துக்காட்டிப் பகுத்தறிவு பிரசாரஞ் செய்வதற்கு மற்றவர்களுக்கும் உரிமையுண்டு. உயர்நீதிமன்றத்தில் பிள்ளையார் உருவ உடைப்புப் பற்றியும், ராதாவின் நாடகம் பற்றியும் அனுமதித் தீர்ப்பு கிடைத்து விட்டதனால், இனி, காலித்தனத்தைத் தவிர வேறுவழியில்லையென்ற முடிவுக்கு ஆரிய இனத்தார் வந்திருக்கிறார்கள் என்று கருதுகிறோம். காலித்தனம் என்பது ஒரு சாராருக்கு மட்டும் சொந்தமல்ல. 4) ஆர். எஸ்.எஸ்.காரர், வைத்தியநாதய்யர், மகாலிங்க அய்யர் போன்ற ஆரியர்களும், ஊருக்கு 4-5 கூலிகளும் (திராவிட இனத் துரோகிகள்) தவிர இந்த எதிர்ப்புக் கிளர்ச்சியில் யாராவது கலந்திருக்கிறார்களா என்று கேட்கிறோம். இன்றையத் தமிழர் ஆட்சியைக் கவிழ்ப்பதற்கான சதித்திட்டம் உருவாகிக் கொண்டிருக்கிறது, தியாகராய நகர் பஸ்லுல்லா ரோடில். அதன் சிறு புகைச்சல்தான் மதுரையில் நிகழ்ந்த காலித்தனம்" என்பதாக!

இதனைத் தொடர்ந்து டிசம்பர் 7 ஆம் தேதி அசெம்பிளிக் கூட்டத்தில், கேள்வி நேரத்திற்குப் பின், 'நாடகக் கட்டுப்பாடு மசோதா'வை நிதியமைச்சர் திரு சி. சுப்ரமணியம் பிரேரேபித்து, அதை ஒரு செலக்ட் கமிட்டிக்கு விடுவதாகவும், அக் கமிட்டி டிச. 13 க்குள் அறிக்கை அளித்துவிட வேண்டுமென்றும் கூறினார். இக் கூட்ட நடவடிக்கைகளைப் பார்க்க, பிரபல நடிகர்கள் திருவாளர்கள் டி.கே. சண்முகம், சிவாஜி கணேசன், சஹஸ்ரநாமம், எம்.ஜி. ராமச்சந்திரன், எஸ்.எஸ். ராஜேந்திரன், நாராயணபிள்ளை, டி.வி. நாராயணசாமி முதலியவர்கள் வந்திருந்தனர். சட்டமன்றக் கூட்ட நடவடிக்கைகளில் கலந்துகொண்டிருந்த பலரின் கருத்துகளும் இத் தொகுப்பில் ஆவணமாகியுள்ள நிலையில், இப்பொழுதும் மக்களுக்கு அறிமுகமாகி யிருக்கும் சிலரின் கருத்துகளை மட்டும் இங்குப் பார்க்கலாம். எதிர்க் கட்சித் தலைவர் திரு பி. ராமமூர்த்தி, ஒழுங்குப் பிரச்சனையைக் கிளப்பி, "சென்னை சர்க்கார் இதுபோன்ற மசோதாவை நிறைவேற்ற அரசியல் சட்டத்தின் 19 ஆவது ஷரத்தின்படி அதிகாரம் கிடையாது. மேற்படி ஷரத்தில் பேச்சுரிமை, கருத்துரிமை அளிக்கப்பட்டிருக்கிற தென்றும், ஒருவர் தனது நடிப்பின் மூலம் காட்ட உரிமை பெற்றிருக்கிறார் என்றும், அதை இம் மசோதா தடுக்கிறதென்றும்,

எனவே அரசியல் சட்டத்தின் இந்த ஷரத்து அமுலில் உள்ளவரையில், இது போன்ற நாடக மசோதா கொண்டு வர, இந்த சர்க்காருக்கோ, அசெம்பிளிக்கோ அதிகாரமில்லை. பார்லிமெண்டுக்குத்தான் அதிகாரமிருக்கிறது" என்றார். இதற்குப் பதிலளித்து நிதியமைச்சர் திரு சி.சுப்ரமணியம் பேசுகையில், "அரசியல் சட்டம் நிறைவேற்றப் பட்டபின், பத்திரிகைக் கட்டுப்பாடு சட்டம் நிறைவேற்றப் பட்டிருக்கிறதென்றும், அந்தச் சட்டத்தின் ஷரத்துகள் அரசியல் சட்டத்துக்கு முரணானவைகள் என்று எந்த உயர்நீதிமன்றமும் தீர்ப்பளிக்கவில்லை என்றும், நாடகங்கள் அரசியல் சட்டத்தின் ராஜ்ய பட்டியலில் சேர்க்கப்பட்டிருக்கின்றனவென்றும், எனவே ராஜ்ய சர்க்கார் இதுபற்றி நடவடிக்கை எடுக்க அதிகாரம் பெற்றிருக்கிறது" என்று கூறினார். சபாநாயகர் இக் கருத்தை ஆமோதித்து, 'ஒழுங்குப் பிரச்சனை எழுப்பியவர்களுக்குச் சந்தேகமிருந்தால் நீதிமன்றத்திற்குப் போகலாம்' என்றார்.

மேலும் நிதியமைச்சர் மசோதாவைக் குறித்துப் பேசுகையில், "1876-ம் ஆண்டு நாடகக் கட்டுப்பாடு சட்டப்படி, மாஜிஸ்திரேட் ஒரு வழக்கில் தீர்ப்பு சொல்லிவிட்டால், அதை ஆட்சேபித்து அப்பீல் செய்து கொள்ள இந்தச் சட்டத்தில் இடமில்லை. இம்மாதிரி இருப்பது, அரசியல் சட்டத்திற்குப் புறம்பானது என்று சர்க்கார் சட்ட ஆலோசகர்கள் தெரிவித்தனர். இதன் காரணமாகத்தான், 1876-ம் ஆண்டு நாடகக் கட்டுப்பாடு சட்டத்தின்படி, சென்னை உயர்நீதிமன்றத்தில் நடந்து வந்த வழக்குகளை சர்க்கார் பின்வாங்கிக் கொள்ள வேண்டியதாயிற்று. எனவே இவ்விதம் அமைந்துள்ள நாடகச் சட்டம், ஒன்று திருத்தப்பட வேண்டும் அல்லது வேறு சட்டம் செய்ய வேண்டும் என்ற நிலை ஏற்பட்டது. ஆகவே புதுச் சட்டம் செய்ய சர்க்கார் முடிவு செய்தனர். அதன்படி இந்த மசோதா கொண்டுவரப்பட்டிருக்கிறது. இம் மசோதாவில் புதிதாக எவ்வித அம்சமுமில்லை. பத்திரிகைகள் சம்பந்தமாக 'ஆட்சேபகரமான விஷயங்கள்' என்று எதைச் செய்திருக்கிறோமோ அதைத்தான் நாடகங்கள் பற்றியும் செய்திருக்கிறோம். பத்திரிகைகள் கட்டுப்பாடு பற்றி ஏற்கெனவே சட்டம் செய்யப் பட்டிருக்கிறது. இப்பொழுது இந்தச் சட்டத்தைச் செய்வதிலும் தவறில்லை. இம் மசோதா நியாயமானது; அவசியமானது; அவசர மானது; ஆகவே தேர்வுக் கமிட்டிக்கு ஒரு கால வரையறை குறிப்பிடப் பட்டிருக்கிறது" என்றார். இது, தானாய் உருவான சட்டமல்ல; எம்.ஆர். ராதா நாடகத்திற்கு, ஏற்கெனவே போடப்பட்ட, உளுத்துப் போன சட்ட நடவடிக்கையின் தொடர்ச்சி - திருத்தம் என்பது யாரும்

சொல்லாமலே விளங்கும். 'மசோதாவைப் பொதுமக்கள் கருத்தறிய அனுப்ப வேண்டு'மென்று திராவிடக் கட்சித் தலைவர் திரு என். சுயம்பிரகாசம் பிரேரேபித்தார். 'மசோதாவை ஒரு ஆண்டு கழித்து ஆலோசனைக்கு எடுத்துக் கொள்ளலா'மென்று திரு டி.சி. நாராயணன் நம்பியார் பிரேரேபித்தார்.

இதன் மீதான விவாதத்தில், தோழர் பி. ஜீவானந்தம் பேசுகையில் கூறியதாவது:- "இம் மசோதா இப்பொழுது கொண்டுவரப்பட்டிருப்பது மிகவும் 'துரதிருஷ்டம்' என்றே கருதுகிறேன். இம் மசோதாவை நான் பலமுறை படித்தேன். மந்திரியார் கூறிய அவசியம் என்ன என்பதை என்னால் புரிந்து கொள்ள முடியவில்லை. இம் மசோதா சட்டமானால், இதனால் பாதிக்கப்படுகின்ற நாடகக் கலைஞர்களின் கருத்துகளையும், மக்களின் நல்வாழ்வை விரும்புகிற சீர்திருத்தக்காரர்களின் கருத்து களையும் கேட்டேன். எல்லோரும் இதை ஆட்சேபிக்கின்றனர். மக்களின் நல்வாழ்வை உருவாக்குவதற்கு நாடகக்கலை ஒரு முக்கிய பிரசார சாதனமாகும்... இன்று கொண்டுவரப்பட்டுள்ள இம் மசோதா யாரைத் திருப்திப்படுத்தக் கூடியதாயிருக்கிறது? ஆளும் வர்க்கத்தாரைத் திருப்திப்படுத்தக் கூடியதாகவேயிருக்கிறது என்பது நன்கு விளங்கும். ஆட்சேபகரமானவைகள் நடிக்கப்பட்டால், அதைக் குறித்து யாரும் பயப்பட வேண்டியதில்லை. அதைத் தடுக்கப் பல சட்டங்களிருக்கின்றன... அதிகாரிகள் நினைத்தால் எதை வேண்டுமானாலும் ஆட்சேபகரமானதாகக் கூறலாம். உதாரணத்துக்கு ஒன்றை எடுத்துக் காட்டுகிறேன். அன்று காந்தியார் லூயி ஃபிஷருக்குப் பேட்டியளித்தபோது, 'நிலங்கள் விவசாயிகளுக்கே கொடுக்க வேண்டும்' என்பதைச் சித்தரிக்கும் நாடகம் ஒன்றை எழுதி நடித்தால், 'பற்பல பிரிவினரிடையே துவேஷத்தை வளர்க்கிறது' என்று இந்தச் சட்டத்தின் மூலம் தடுத்துவிடலாம். 'கள்வனின் காதலி' எனும் நாடகம் மடாதிபதிகளைப் புண்படுத்தக் கூடியதாயிருக்கிறது என்று ஆட்சேபணை கிளப்பலாம். எனவே, இந்தச் சட்டப்படி, உண்மையை-யதார்த்தத்தை எடுத்துக் காட்டுவதற்குக் கலைஞர்களுக்கு உரிமை இல்லை. செய்கையில், நடிப்பில் ஜாடை மாடையாகக்கூடக் காட்டக்கூடாது; எனவே, இத்தகையச் சட்டம் செய்யப்படுமுன், கலைஞர்கள், நாடகப் பேராசிரியர்களைக் கலந்து ஆலோசனை நடத்திச் செய்ய வேண்டும். இம் மசோதாவைக் கைவிடுவதென்பது சர்க்காருக்கு நல்லது" என்று கேட்டுக் கொண்டார்.

மசோதா சென்ற மாதம் 27 -ம் தேதியே பிரசுரிக்கப்பட்டது என்றும், மதுரைச் சம்பவத்திற்கும் இம் மசோதாவிற்கும் சம்பந்தமில்லையென்பது இதிலிருந்து தெரிய வருமென்றும், எனவே மதுரைச் சம்பவங்கள்

பற்றி மெம்பர்கள் பேச வேண்டியதில்லை என்றும், மசோதாவின் கொள்கையைப் பற்றிப் பேசலாம் என்றும் சபாநாயகர் கூறினார். 'குதிருக்குள் யாரும் ஒளித்து வைக்கப்படவில்லை' என்பதைச் சபாநாயகரின் கருத்து, சொல்லாமலே சொல்லிச் செல்கிறது. திரு வி.ஆர். கிருஷ்ணய்யர் பேசுகையில், 'மசோதா அனாவசியமான தென்றும், மக்கள் மனதை மாற்றும் செல்வாக்கு வாய்ந்ததாகக் கலையிருந்து வருகையில், அதைக் கட்டுப்படுத்தி, கழுத்தை நெறித்து, தன்னிஷ்டப்படி, கலை இருக்க வேண்டுமென்ற முயற்சியில் சர்க்கார் ஈடுபட முனைந்துள்ள'தென்று கண்டித்தார். 'ஆட்சேபகரமான நாடகம் என்ன என்பது பற்றி மசோதாவில் வியாக்கியானம் செய்யப்பட்டிருப்பது விரிவானதாக, எதையும் அதற்குள் கொண்டுவரக்கூடியதாக இருக்கிற'தென்றும் கூறினார். 'முற்போக்கு எண்ணங்களுக்கு இந்த மசோதா மிக மிகப் பாதகத்தை விளைவிக்கக்கூடியதாகும். எதையும் சர்க்கார் தங்கள் இஷ்டம்போல் தடுத்துவிடலாம். இந்த மசோதாவில் கூறப்படும் ஆட்சேபகரமானவைகள் யாவும், இதர பினல்கோடு சட்டங்களின் மூலம் தண்டனைக்குரியவைகளாக ஆக்கப்பட்டிருக்கின்றன. எனவே இந்த மசோதா கொண்டு வருவதற்கு எவ்வித நியாயமுமில்லை. கலையை ஒழித்துவிடும். கலாச்சாரப் பண்புகளை ஒழித்துக்கட்டக் கூடியதாகும். எல்லோராலும் கோர்ட்டுக்குப் போக முடியாது. எனவே இம் மசோதாவை சர்க்கார் கைவிட வேண்டுமென்று கேட்டுக் கொள்கிறேன்' என்றார்.

எதிர்க் கட்சித் தலைவர் தோழர் பி.ராமமூர்த்தி அடுத்துப் பேசுகையில், 'சேலத்தில் நடந்த சம்பவத்தை மந்திரியார் சுட்டிக் காட்டினார். உயர்நீதிமன்றத்தில் வழக்கு வாபஸ் பெற வேண்டிய நிலை ஏற்பட்டதை எடுத்துக் காட்டினார். 1951-ம் ஆண்டு பத்திரிகைக் கட்டுப்பாடு சட்டத்தை எடுத்துக் காட்டினார். அந்தச் சட்டத்தின் நோக்கம் வேறு; இந்தச் சட்டத்தின் நோக்கம் வேறு... சேலம் சம்பவத்திற்காக இம் மசோதா கொண்டுவரப்படுவதென்றால், அந்த அளவுக்குப் பழைய நாடகச் சட்டத்தைத் திருத்திக் கொள்ளலாம். அது அல்ல சர்க்காரின் நோக்கம். அதைச் சாக்காக வைத்து நாடகக் கலை வளர்ச்சிக்குத் தடை விதிப்பதுதான் நோக்கம்... இம் மசோதா கொண்டு வரப்படுவதற்கான காரணங்களை மந்திரி விளக்குவதற்குப் பதிலாக, வக்கீல்கள் கண்ணோட்டத்துடன் பார்க்க வேண்டும் என்று கூறுகிறார். மக்கள் தங்கள் நலன்களைக் கவனிக்க, பிரதிநிதிகளைத் தெரிந்தெடுத்தார்களேயல்லாது, பிரச்சனைகளை வக்கீல்கள் கண்ணோட்டத்துடன் பார்த்து முடிவு கூறும்படி, தெரிந்தெடுத்தனுப்பவில்லை என்றே

பதில்கூற ஆசைப்படுகிறேன்... ஆஸ்திகத்திற்கும் நாத்திகத்திற்கும் சண்டை இன்று நேற்று ஏற்பட்டதல்ல. பண்டுதொட்டே இருந்து வந்திருக்கிறது... சட்டம் மூலம், கடவுள் பக்தியை ஏற்படுத்திவிட முடியாது. ஆஸ்திகர்களிடம் எனக்கு விரோதமில்லை. இதற்காக, சர்க்கார் தனது அதிகாரத்தைப் பயன்படுத்துவது சரியல்ல. மதத்தின் பெயரால் மக்களைச் சுரண்டும் கூட்டத்தாரின் பாதுகாப்புக்காகவே இந்தச் சட்டம் செய்யப்படுகிறது. இந்தச் சட்டத்தில் சர்க்காரோ அதிகாரியோ கருதினால், எந்த நாடகத்தையும் தடை செய்துவிடலாம். அதுமட்டுமல்ல, நாடகம் நடிப்பவர்கள், உதவி செய்பவர்கள் எவரையும் தடுத்துவிடலாம். சில குறிப்பிட்டவர்கள் தங்களுக்குப் பிடிக்காவிட்டால் அவர்களைத் தடுத்துவிடலாம். அவர்களுக்குக் கொட்டகை கிடைக்காது செய்யலாம். வேறு உதவி செய்பவர் களையும் மிரட்டித் தடுக்கலாம்... ஒருவருக்கு ஆட்சேபகரமாகக் காணப்படுவது, மற்றொருவருக்குத் தேவையானதாகக் காணப்படலாம். இந்தச் சட்டம் மத உணர்ச்சியுடையவர்களுக்குப் பாதுகாப்பு அளிக்கிறதாக இருக்கிறதேயல்லாது, மத உணர்ச்சியற்றவர்களுக்குப் பாதுகாப்பளிக்கக் கூடியதாகவில்லை... மற்றும் அ.இ. நாடகக் கழகம் சம்பந்தமாக சர்க்கார் நடந்துகொண்ட போக்கும் இதனை விளக்கும். மிகப் பிரபல நடிகர்களைப் புறக்கணித்து, தங்கள் நம்பிக்கைக்குப் பாத்திரமானவர்களைத் தெரிந்தெடுத்து அனுப்பியிருக்கிறார்கள்... மதுரைச் சம்பவத்தைக் காட்டி, அவசரப்பட்டுச் செய்யக்கூடாது. நடிகர்களுக்கு மதிப்புக் கொடுக்க வேண்டும். சபையிலுள்ளவர் களுக்கும் இம் மசோதாவின் ஷரத்துகளைப் புரிந்து கொள்ள அவகாச மளிக்காமல், அவசர அவசரமாகக் கொண்டுவரப்படுகிறது. செலக்ட் கமிட்டிக்கு அனுப்புவதானால் என்ன பயன் ஏற்படப் போகிறது? 5 நாட்களில் என்ன பரிசீலனை செய்ய முடியும்? செலக்ட் கமிட்டியும் ஒரு நாடகமேயாகும். சபைக்கும் மக்களுக்கும் மதிப்புக் கொடுக்க வேண்டும்' என்று கூறினார்.

தோழர் ஏ. கோவிந்தசாமி பேசுகையில், 'எந்த ராஜ்யத்திலும் இல்லாத சட்டம், இந்த ராஜ்யத்தில் மட்டும் ஏன் கொண்டுவர வேண்டும். சாதி, மத வித்தியாசங்களை ஒழிப்பது பற்றி நடத்தப்படும் நாடகங்களுக்கு ஏன் தடை விதிப்பது? எந்த நாடகங்களைத் தடுப்பது? மத சம்பந்தமான நாடகங்களையல்லவா தடுக்க வேண்டும். மத நாடகங்கள் பகுத்தறிவுவாதிகளின் மனதைப் புண்படுத்தவில்லையா? புதிய கருத்துகளைக் கொண்ட நாடகங்களுக்குத் தடை விதிக்கலாகாது. இந்தச் சட்டம் கொண்டு வருவதன்மூலம் காமராசர் ஆட்சியைக்

கவிழ்க்கச் சூழ்ச்சி செய்யப்படுகின்றது. எனவே இதைக் கைவிடக் கோருகிறேன் என்றார். திரு மணலி கந்தசாமி பேசுகையில், 'இந்த மசோதா கொண்டுவரும் போக்கைப் பார்த்தால், சட்டசபையைக் கலைத்துவிட்டு, உத்தரவிடுவதுபோல இருக்கிறது. முத்தமிழில் ஒன்று நாடகக்கலை. நாடகக்கலை பொதுமக்கள் கலையாகும். இதை, சர்க்கார் தங்கள் கைக்குள் வைத்துக் கொள்ளக்கூடிய ஆபத்தும் என்ன வந்துவிட்டது? 2 மாதத்தில் என்ன சூழ்நிலை ஏற்பட்டுவிட்டது? தன்மானமுள்ள எந்தக் கலைஞனும் இதைச் சகித்துக் கொண்டிருக்க மாட்டான்... கலையில் கை வைக்கக்கூடிய ஆட்சி பலகீனமான ஆட்சி என்றுதான் பொருள்படும்' என்றார்.

06-12-54 இல் குடந்தை ரயில்வே ரோடில் இருக்கிற பூங்காவில் தோழர் டி. மாரிமுத்து தலைமையில் நடைபெற்ற கூட்டத்தில் நாடக ஆசிரியர் திரு கு.சா. கிருஷ்ணமூர்த்தி அவர்கள் நாடகத் தடைச் சட்டம் கொண்டுவருவதை எதிர்த்துப் பேசியிருக்கிறார். தோழர் டி.கே.ஷண்முகம் போன்ற நாடகமேடை நிபுணர்கள் இச் சட்டத்தை எதிர்த்துப் பேசியிருக்கின்றனர். 'விடுதலை' *08-12-1954* புதன்கிழமை, 'சட்டம் வருமா?' எனும் தலைப்பில் எழுதப்பட்டிருக்கிற 'தலையங்க'த்தில் இப்படிக் கேள்விகள் எழுப்பப்பட்டிருக்கின்றன:- 'இது வெறும் நாடகமேடைப் பிரச்சனை மட்டுமல்ல; உயிரைவிடச் சிறந்த பிரசார உரிமைப் பிரச்சனையாகும்... இம் மசோதா மூலம் ஜாதி-மத உணர்ச்சி களைப் புண்படுத்துவதைத் தடுக்கப் போகிறார்களாம். அப்படியானால் இந்தியன் பினல்கோடு 153-ஏ பிரிவு எதற்காக இருக்கிறது?... மேலும் ஆட்சேபகரமான நாடகத்தின் உரையாடலை, முன்கூட்டியே சர்க்காருக்கு எழுதித்தர வேண்டுமென்ற பிரிவும் இம் மசோதாவில் காணப்படுகிறது. அப்படியானால் மேடைப் பேச்சாளர்கள் மட்டும் எழுதித் தராமல் பேசலாமா? அவர்களுக்குள்ள உரிமையை நடிகர்களுக்கு மட்டும் மறுப்பது நீதியாகுமா? நடிகர்கள் பணம் வைத்து நாடகம் நடத்துகிறார்கள். யாரையும் வலுக்கட்டாயமாக அழைத்துக் கொண்டு போனதில்லை. 'மனம் புண்படுகிறவர்கள் யாரும் என் நாடகத்திற்கு வர வேண்டாம்' என்று பெரிய விளம்பரத் தட்டியில் எழுதி, முன் வாயிலில் வைத்துவிட்டுத்தான், நடிகவேள் ராதா தம் இராமாயண நாடகத்தை நடத்தி வருகிறார். மதுரையிலுங்கூட இப்படித்தான் செய்திருக்கிறார். ஆதலால் நாடகக் கொட்டகைக்கு வெளியிலிருக்கின்ற மத வெறியர்கள் காட்டுமிராண்டித்தனமாக நடக்க வேண்டிய அவசியம் என்ன?... இம் மசோதாவானது அவசரக் குப்பைத் தொட்டி... ஒன்று மட்டும் உறுதி. இம் மசோதா சட்டமான

மறுநாள் முதல் தமிழ்நாட்டில் ஒரு புராண இதிகாச நாடகங்கூட நடக்கவிடக்கூடாது' என்று!

ரெவின்யு போர்டு மெம்பர் திரு ட்புள்யு. ஆர்.எஸ். சத்தியநாதன், மதுரை கலெக்டர் ஆபீஸில் டிச. 14 ஆம் தேதி மதுரைச் சம்பவம் தொடர்பாக போலீசார் நடவடிக்கைகளை விசாரணை செய்வதால், மேற்படி விசாரணையின்போது சாட்சியமளிக்க விரும்பும் உத்தியோகப் பற்றற்றவர்கள், கலெக்டர், மதுரை என்ற முகவரிக்கு முன்னதாகத் தெரிவிக்கலாம் என்று மதுரை கலெக்டர் திரு ஆர். குஞ்சிதபாதம் டிச. 7ஆம் தேதி அறிவிக்கிறார். தொடர்ந்து, டிச. 7 ஆம் தேதி, சென்னை சர்க்கார் கொண்டுவந்துள்ள நாடகக் கட்டுப்பாடு மசோதாவைக் கைவிடுமாறு வற்புறுத்துவதற்காக, நாடகக் கலைஞர்கள் தூதுக் குழுவொன்று சென்னை முதலமைச்சர் திரு காமராசர் அவர்களைச் சந்திக்கின்றனர். அதில் தோழர் டி.கே.ஷண்முகம், எம்.ஜி. ராமச்சந்திரன், என்.எஸ் நாராயண பிள்ளை, சிவாஜி கணேசன், எஸ்.வி. சகஸ்ரநாமம் ஆகியோர் இருந்தனர். 'இந்தியாவில் எந்த ராஜ்யத்திலும் இதுபோன்ற மசோதா இல்லையென்றும், நாடகக்கலை ஏழை மக்களின் பொழுது போக்குக்கு ஒரு சாதனம் என்றும், வளர்ந்துவரும் நாடகக்கலை ஏற்கெனவே சினிமாப் போட்டியினால் பெரிதும் பாதிக்கப்பட்டிருக்கிற தென்றும் தூதுக் குழுவினர் முதலமைச்சரிடம் எடுத்துக் கூறினர். மசோதா சட்டமாக்கப்படுவதற்குமுன், இவர்களின் ஆட்சேபணைகளை எடுத்துக் கூற வாய்ப்பளிக்கப்படும் என்று முதலமைச்சர் உறுதி யளித்திருக்கிறார்.

நாடகக் கட்டுப்பாடு மசோதாவை 'செலக்ட் கமிட்டி'க்கு அனுப்புவது என்ற நிதியமைச்சரின் தீர்மானம், 08-12-54 புதன் பிற்பகலில் நடந்த சென்னை அசெம்பிளியில் ஏற்றுக்கொள்ளப்பட்டது. முதலில் கமிட்டியில் சேர்ந்து ஒத்துழைக்க மறுத்த எதிர்க்கட்சியினர், பின்னர் ஒத்துக் கொண்டனர் என்பதாக நிதியமைச்சர் அறிவித்தார். 'தனிக்கமிட்டி மெம்பர்கள் வருமாறு:- திருவாளர்கள் சி. சுப்ரம ணியன் (தலைவர்), மாணிக்கவேலு நாயக்கர், ராஜாராம நாயுடு, சி.ஆர். ராமசாமி, எம்.டி. தியாகராஜ பிள்ளை, கே. அரங்கநாதன், எஸ்.என். சோமயாஜுலு, அந்தோனி பீட்டர், பி.ஜி. மாணிக்கம், கே. விநாயகம், வி. கோவிந்தசாமி நாயுடு, சித்திக் சாகிப், எஸ். சுயம்பிரகாசம், ஏ. வேலு, கோல்கி பெயின், எம்.கல்யாணசுந்தரம், டி.சி. நாராயணன் நம்பியார் ஆகிய 17 பேர். தனிக் கமிட்டி 13- ந் தேதி திங்கட்கிழமை பிற்பகல் 4 மணிக்கு செக்ரடேரியட் கமிட்டி அறையில் கூடும். சம்பந்தப்பட்டவர்கள் கமிட்டியைச் சந்தித்துச் சொல்ல

வேண்டியதைச் சொல்லலாம்' என அறிவிக்கப்பட்டது. தனிக் கமிட்டி உறுப்பினர்களில் திரு சுயம்பிரகாசம், திரு எம். கல்யாணசுந்தரம் ஆகிய இருவரும், தாம் செலக்ட் கமிட்டியில் சேர ஒப்புக் கொண்டாலும், மசோதாவின் கொள்கைகளை ஏற்கவில்லை என்றனர். கழகத் தோழர்கள், நடிகர்கள் ஏராளமாகச் சென்று புதிய நாடக மசோதாவைக் கைவிட வேண்டிய காரணங்களை, டிச.13 இல் அக் கமிட்டியிடம் எடுத்துக் கூற, சென்னை நகரத் தோழர்களைத் திராவிட கழகப் பொதுச் செயலாளர் எஸ். குருசாமி அவர்கள் கேட்டுக் கொண்டிருந்தார்.

10-12-54 நாளிட்ட 'விடுதலை'த் தலையங்கம் இப்படி எழுதுகிறது:- 'நடிகர் ஒருவருக்காகவே தனிச் சட்டம் செய்யப்படுவது, இந்திய வரலாற்றிலேயே இதுதான் முதல்தடவை. இதன் அவசரத்தையும், நீதி இலாகா அமைச்சரின் பேச்சையும் கூர்ந்து கவனிப்போருக்கு, இம் மசோதா தோழர் ராதாவுக்காகவே வருகிறது என்ற உண்மை விளங்காமற் போகாது. மசோதா சட்டமானாலுஞ்சரி; கருவிலேயே கொல்லப்பட்டாலுஞ்சரி; ஆரியர் பித்தலாட்டத்தையும், பிரித்தாளும் தந்திரத்தையும் வெளிப்படுத்துகின்ற இராதா இராமாயண நாடகத்தை எல்லாத் திராவிடர்களும் அவரவர் சக்திக்கேற்ப நடித்துக் காட்ட வேண்டுமென்று ஆசைப்படுகிறோம். இதற்கு உதவியாக, இந்த நாடகத்தைப் புத்தக உருவாக்க வேண்டுமென்றும் கேட்டுக் கொள்கிறோம். இது நாடகமேடை உரிமைக்கான கிளர்ச்சி என்று மட்டும் நாம் கருதவில்லை. ஆரிய திராவிடப் போராட்டப் பிரசாரத்தைத் தடுப்பதை எதிர்த்து நிற்கின்ற அடிப்படை முயற்சி என்றே கருது கிறோம். நாளையும் நாளை மறுநாளும் (11/12-12-1954) திருச்சியில் நடக்கயிருக்கின்ற இந் நாடகத்தைத் தடைசெய்ய வேண்டுமென்று 21 ஆரிய வக்கீல்கள் கையெழுத்திட்டு விண்ணப்பம் கொடுத்திருக்கிறார் களாம். அப்படித் தடுத்தால், அதைமீறி நாடகம் நடத்தப் போகிறாராம் தோழர் ராதா! பெரியார் அவர்கள் வெளிநாடு சென்றிருக்கும் இவ் வேளையில் இம்மாதிரி நெருக்கடி ஏற்பட்டிருப்பது வருந்தக்கூடியது தான். இருந்தாலும் யாரும் பின்வாங்கக்கூடாது. ராதா நாடகம் நிறுத்தப்பட்டால் எல்லோரும் அதே நாடகத்தை நடத்த முன்வர வேண்டும்' என்று எழுதியிருந்தது.

திருச்சி ஆர்.டி.ஓ. லெஃப்டினண்ட் கர்னல் கே.ஜே. சோமசுந்தரம், டிச.10 அன்றே 15 நாட்களுக்கு இராமாயண நாடகத்திற்குத் தடைவிதிக்கிறார். 11-12-1954 'விடுதலை'யில் திருச்சியில் விதிக்கப் பட்டுள்ள 144 தடையுத்தரவை மீறுவதற்கான 10 காரணங்களை விளக்கி அறிக்கை வெளியிடுகிறார் ராதா! அதில் முக்கியமான கருத்தாக ராதா

வெளியிட்டிருப்பது, 'தியேட்டர் என்றால் வீடு மாதிரிதான். வாடகை கொடுத்துவிட்ட பிறகு, குறிப்பிட்ட நாட்களுக்கு அது எங்களுக்குச் சொந்தமானதுதான்; அதில் நாடகம் நடத்துவதோ அல்லது தூங்குவதோ அது எங்களிஷ்டம்; வாடகை கொடுத்துவிட்டால் அது எங்கள் வீடுதான். வீட்டுக்குள் நடத்தப்படும் நாடகத்தை, அதுவும் என் இனத்தவருக்கு மட்டும்தான் என்று பகிரங்கமாக விளம்பரப்படுத்தி நடக்கும் நாடகத்தை, ஒருசில பார்ப்பனர்களுக்காகத் தடை செய்கிறதென்றால் அது சட்டத்திற்கே புறம்பானது என்பதால் இந்தத் தடையை நான் மீறுகிறேன்' என்பதாகும். அதற்குமுன், 09-12-1954 'விடுதலை' இதழில் 'எதிர்க்கட்சியினர் ஆட்சேபணைகளுக்கு நிதியமைச்சர் மழுப்பல்' என்கிற செய்தியில் சட்டமன்ற உறுப்பினர் திரு டி. ஷண்முகம் என்பாரின் கேள்விக்கு நிதியமைச்சர் சட்ட மன்றத்தில் பதிலளிக்கையில், "திரு ஷண்முகம் விரும்பினால், நடிகர்களைத் தன் வீட்டுக்கு அழைத்துச் சென்று நடிக்கும்படிச் செய்யலாம். எவர் மனமும் புண்படாது. நான் விரும்புவதெல்லாம், மக்களின் உணர்ச்சி புண்படக்கூடாது என்பதேயாகும்" என்று பதிலளிக்கிறார். இப்படிச் சட்டமன்றத்தில் ஓர் அமைச்சர், அதுவும் பொறுப்புள்ள மூன்று பதவிகளைக் கைக்குள் வைத்திருக்கும் அமைச்சர், இப்படியான யோசனை சொல்லியிருப்பதை உண்மையாய்க் கருதி, அதற்கான எதிர்வினையாகத்தான், தடை உத்தரவை மீறுவதற்கான 10 காரணங்களில் ஒன்றாக அதையும் சேர்த்து, இப்படிக் கூறுகிறார் ராதா:- "தியேட்டர் என்றால் வீடுமாதிரிதான், என் இனத்துக்காரரர் களுக்கு மட்டுமே இந்த நாடகம் என்று, நாடகக் கொட்டகை வாயிலில் தட்டி எழுதி வைத்து, மனம் புண்படுமென்பவர்கள் என் வீட்டிற்குள் (தியேட்டரில்) நடத்தும் என் நாடகத்தைப் பார்க்க வரவேண்டாம். அவர்களின் காசும் எனக்கு வேண்டாம்" என்று துணிவுடன் அறிவித்தே நாடகம் நடத்துவதாய், நிதியமைச்சரின் வார்த்தைக்குப் புது விளக்கம் தந்து அடுக்குகிறார். இதற்கு எவரிடமிருந்தும் நியாயமான பதிலில்லை!

அன்று அவர்களின் கைகளைக் கட்டிப் போட்டிருந்த மிக முக்கியப் பிரச்சனை, "தமிழர்களின் அன்பிற்குரிய திரு காமராசர் அவர்களின் தலைமையைக் கொண்ட மந்திரிசபை மட்டும் இல்லாதி ருக்குமானால், இரண்டில் ஒன்று பார்த்து முடிவு கட்டிவிடலாம். நம் வீட்டுத் திருமணத்தின்போது கலவரம் நடந்தால், நம் பொறுப்பு எப்படியிருக்குமோ அதுபோன்ற நிலைமை இன்று திராவிட கழகத்தாருக்கு ஏற்பட்டுவிட்டது" என்பதாகும். பின் மற்றைய

"திராவிட கழகப் பெரியவர்களின் வேண்டுகோள்படியும், மத்திய திராவிட கழகச் செயலாளர் திரு சா. குருசாமி அவர்களின் 'ட்ரங்க் டெலிஃபோன்' செய்தியின்படியும், மறுக்க முடியாத அரசியல் பொறுப்புள்ள சிலர் கேட்டுக் கொண்டதற்கிணங்கவும், தலைவர் ஊரிலில்லாத சமயத்தில் நாம், அவர் இங்கு இருக்கும்போது இருந்ததைவிட அதிகமான கட்டுப்பாட்டுடனும், அமைதியுடனும் நடந்து கொள்ள வேண்டுமென்பதாலும், காமராசரின் ஆட்சியைக் கவிழ்க்கப் பார்ப்பனர்கள் பின்னி வைத்திருக்கும் வலையில் வீழ்ந்துவிடக்கூடாது என்பதை எடுத்துக் காட்டியதாலும், பெரும் சிக்கலான இந்தச் சூழ்நிலையில் தடையை மீறும் நோக்கத்தைத் தற்காலிகமாக நிறுத்திக் கொள்கிறேன். மீண்டும் கண்டிப்பாய் ராமாயணம் நடைபெறும்" என்று, திருச்சியில் தடையுத்தரவை மீறி நடக்கப் போகும் நாடகத்தைப் பார்க்கத் திரண்டிருந்த மக்கள் திரளிடம், உறுதிகூறி விடைபெறுகிறார் நடிகவேள்!

'விடுதலை' 13-12-54 நாளிட்ட தலையங்கத்தில், "கழகக் கட்டுப் பாட்டுக்கும், சட்ட திட்டங்களுக்கும் நடிகவேள் கட்டுப்பட்டவரல்ல என்றாலும், கழக அனுதாபியாகவும், பெரியாரவர்களின் ஆணைப்படி நடக்கின்ற ஒரு தொண்டராகவும் இருந்துகொண்டே, நாடக மேடை மூலம் தீவிரப் பகுத்தறிவுப் பிரசாரம் செய்து வருகின்றனர் என்றாலும், தனிப்பட்ட முறையில் நெருங்கிய நண்பர்களாயிருக்கும் கழகத் தோழர்களின் வேண்டுகோளுக்கு மதிப்புக் கொடுக்க வேண்டும் என்ற ஒரே எண்ணத்தினால்தான், தடையை மீறுவதற்குத் தயாராக 'இராமர் வேடந்தாங்கி' வந்தவர், திடீரென மாற்றிக்கொண்டு, தடையை மீறாமல் நிறுத்திவிட்டார். இந்தப் பெருந்தன்மைக்காக நடிகவேளைப் பாராட்டுவதுடன், தடையை மீறுவதை எதிர்பார்த்து ஆவலுடன் கூடியிருந்த ஆயிரக்கணக்கான திருச்சிப் பொதுமக்களுக்கும் நமது நன்றியைத் தெரிவித்துக் கொள்கிறோம். இவர்களுக்குப் பெரிய ஏமாற்றம் ஏற்பட்டிருக்கலாம் என்பதை வேதனையுடன் ஒப்புக் கொள்கிறோம்" என்பதாக எழுதப்பட்டிருந்தது.

மக்கள் நலன் பிரச்சனையில், கூர்ந்த நோக்கு, நீண்ட விவாதம், ஆழ்ந்த யோசனை ஆகியவற்றின் அடிப்படையில் நிறைவேற்றப்பட வேண்டிய பல சட்டங்கள், எந்தவித விவாதத்திற்கும் வாய்ப்புக் கொடுக்கப் படாமல், சட்டசபையிலோ, நாடாளுமன்றத்திலோ ஆள்பவர்களுக்குப் பெரும்பான்மை பலம் இருக்கிறது என்பதற்காக, மக்களை எப்போதும் அச்சத்திற்குள்ளேயே வைத்திருக்க வேண்டும், அதுவே தங்கள் ஆட்சிக்கு நல்லது எனும் கருத்தில், இந்திய அரசியல் சட்டம்

வகுத்தளித்திருக்கிற அடிப்படை முகப்புப் பண்புகளான, ‘இறையாண்மை மிக்க, சோசலிச, மதச்சார்பற்ற ஜனநாயகக் குடியரசு’ என்கிற பதத்தையே, எதன் பெயரால் உறுதிமொழியேற்றுப் பதவிக்கு வந்தார்களோ, அதையே, அவ்வப்போது அசைத்துப் பார்க்கிற தன்மையும் இப்போதுவரையுமே நடந்து கொண்டுதானிருக்கிறது. சம்பூகனின் தலையை வெட்டியெறிந்த வாளுக்கு, அதிகாரத்திலுள்ளவர்களால், தொடர்ந்து துண்டாடும் வேலைகள் கொடுக்கப்பட்டே வந்திருக்கின்றன.

ஒரு கதை அல்லது ஒரு சம்பவம், நாடகமாக்கப்படுகையில், அதன் உள் முரணிகள் ஒவ்வொருவரின் தத்துவவெளிக்கேற்ப, எவ்விதம் வியாக்கியானம் செய்யப்படுகின்றது என்பது முக்கியமானது. எம்.ஆர். ராதாவைப் பொருத்தவரை, அவரின் தத்துவவெளி, ‘ஒடுக்கப் பட்டிருக்கிற திராவிட-சூத்திர எழுச்சி’யில் பின்னிப் பிணைந்திருப் பதாகும். இதன் எதிர்முரணியாயிருப்பது, சிந்தனைத் தளத்தில், ‘திராவிட இனத்தை அல்லது தமிழினத்தை ஒடுக்கியிருக்கிற ஆரியம்’! இதுதான் அவரின் நாடகங்களின் பாடுபொருளாயிருக்கிறது; அப்படித் தான் இருக்க முடியும். பாடுபொருளை எப்படிப் படைப்பு அனுபவ மாக்கித் தருகிறாரோ அதைப் பொருத்தே அந் நாடகம் மக்களிடம் - அவரே குறிப்பிடும் ‘திராவிட இனத்துக்காரர்களிடம்கூட’- சிறப்புப் பெறும். இதற்கு அவர் எந்த மூல ஆதாரத்தையும் அல்லது முழுமையான கற்பனையையும் தனக்கான கருப்பொருளாய்க் கொள்ள முடியும். பல்வேறு இந்திய மொழிகளிலும், இந்தியாவிற்கு வெளியிலுள்ள இந்தியப் பண்பாட்டின் தாக்கம் பெற்ற ஆசிய நாடுகளில் வழங்கும் மொழிகளிலும் ‘இராமாயணம்’ நூலாக வெளி வந்திருக்கிறது. வால்மீகியும் நாரதரிடமிருந்தே இந்தக் கதைகளைப் பெற்றதாகத் தன் ‘இராமாயண’த்தில் பதிவு செய்திருக்கிறார். கம்பரும் வால்மீகியிடமிருந்தே இந்த இராம காதையைத் தமிழில் வேறு படுத்திப் படைத்தளித்திருக்கிறார். ‘இராம காதையும் இராமாயணங்களும்’ என்ற நூலில் பேராசிரியர் மணவாளன் அவர்கள் 48 வெவ்வேறு வகையான இராமாயண நூல்களை எடுத்து, அதன் மாறுபாடுகளை ஆய்வு செய்துள்ளார். வால்மீகி இராமாயணம் உருவாவதற்கு முன்பே பாலி மொழியில் பௌத்த இராமாயணங்களும் பிராகிருத மொழியில் சமண இராமாயணங்களும் தோன்றிவிட்டன. வால்மீகி இரமாயணத்தின் இன்றைய வடிவம் கி.பி. 2 அல்லது 3 ஆம் நூற்றாண்டில் இறுதியாக்கப் பட்டிருக்கலாம். இராமனைப் பற்றிய பல கதைகள் மக்கள் வழக்கில் தொன்மமாய் இருந்து வந்துள்ளன. சமணர்களும், பௌத்தர்களும் தத்தம் சமயக் கோட்பாட்டிற்கேற்ப இராமனுடைய கதையைப்

புனைந்துள்ளனர். இவை போக, அபப்பிரம்சம், சமஸ்கிருதம், மராத்தி, கன்னடம், இந்தி ஆகிய மொழிகளிலும் இராமாயணம் எழுதப்பட்டுள்ளது. வால்மீகி ராமாயணம், கம்ப ராமாயணம், துளசி ராமாயணம், வைசித ராமாயணம், அகத்திய ராமாயணம், ஆனந்த ராமாயணம், சமண, பௌத்த ராமாயணங்கள், குமார வால்மீகியின் கன்னட ராமாயணம், அத்புத ராமாயணம் என்று பலவகையான இராமாயணக் கதைகள் இங்கு உலவிக் கொண்டிருக்கையில், எதுவொன்றையும், இன்னொரு புதியதாக, படைப்பாளுமை மிக்க எவரும் நாடகத்திற்கான கருப்பொருளாகக் கொள்ள முடியும். அந்தக் கருப்பொருளின் முரணியை அவரவருக்கேற்ற தத்துவவெளியிலிருந்து கூர்மைப்படுத்தி, அழகிய புதுவிதப் படைப்பாய் மலரச் செய்யலாம். அப்பொழுதுதான் நூறு நூறு பூக்களாய் அது பெருகிப் புதுப்புது மணமூட்டும். கூர்மைப்படுத்தும் முரணின் எந்தப் பக்கம் படைப்பாளி நிற்கிறார் என்பதுதான் அவரின் தத்துவவெளி! ஒற்றைப் பண்பாடு, ஒற்றைக் கதை என்பதெல்லாம்தான் பித்தலாட்டம். ‘ஒற்றை’க்கு எதிரான ‘பன்மை’த்துவமே படைப்பு ஊற்று. அதுவே ஆறாய், வாய்க்காலாய், குளமாய், குட்டையாய்ப் பல்வேறு வடிவங்களைப் பெற்று, சமூகத்திற்குப் பயனைத் தரும்; புதுப்புது அழகுகளைத் தரும்! மனித வாழ்வை மேன்மைப்படுத்தும் கருத்து, வலிமையுடையது- அதன் அழகியல் அனுபவமானது, அற்புதமானது. இதைத்தான், நான், என் இத்தனை ஆண்டுக் கால நாடக, இலக்கிய அனுபவங்களிலிருந்து புரிந்து வைத்திருக்கிறேன். கற்பனைப் பாத்திரத்தைக் கடவுளாக்கிக் காட்ட ஒருவருக்கு உரிமையிருக்கையில், அப் பாத்திரத்தை, இன்னொரு வாசிப்பில் இன்னொருவராய்க் காட்ட, மற்றொருவருக்கும் உரிமை உண்டு தானே? அதுதானே, அந்தக் கதையே ஒவ்வொருவருக்கும் ஏற்படுத்தித்தரும் வியாக்யானிக்கும் - விரித்துப் பொருள் உரைக்கும் பண்பு. புதுப்புது வாசிப்பிற்குத் துணைநிற்கையில் தானே அந்தப் படைப்பும் புதுப்புது அனுபவங்களைத் தரும்? திருக்குறளுக்கு எப்படி இத்தனை உரை விளக்கங்கள்? அதுதானே படைப்பு வீச்சு! அதுதானே படைப்பு ஊற்று! எதுவொன்றும் உள் முரணின்றி, ஒற்றைக் கருத்தினால் மட்டும் இயங்கா; எதுவொன்றையும் இயக்கிக் கொண்டிருக்கும் முரண்தான் அவற்றிற்கிடையிலான இடைறாத போராட்டம்தான் இயங்கியல்! அதுவே வாழ்வியல்! அதுவே மார்க்சிய அழகியல்!

17-09-1954 இல்-செப்.17 இல், பெரியார் பிறந்த தினத்தன்று, இராதா நாடகத் தடை முயற்சியானது, சென்னை உயர்நீதிமன்றத்தில் திரும்பப் பெறப்பட்டதால், சட்ட வல்லுநர்களைக் கலந்தாலோசித்து, நவ 27 இல் இராதா நடத்தும் நாடகங்களைத் தடை செய்ய, மசோதா

கொண்டுவரும் அறிவிப்பை, அரசு பிரசுரிக்கிறது. ஐந்து நாட்களுக்குப் பின், டிச. 2 இல் மதுரையில் இராதா நாடகம் நடத்தும் நாடகக் கொட்டகைமுன் மறியல், கலவரம் ஏற்பாடு செய்யப்படுகிறது. 'திருச்சியில் பெரியார் கூட்டத்தில் காலித்தனம் செய்த அதே' மகாலிங்க அய்யரும், 'ஆச்சாரியாரின் வலது கை என்று கூறப்படுகின்ற மதுரை வக்கீல்' ஏ. வைத்தியநாதய்யரும், அவருடைய மகன் வி. சங்கரன் என்பவரும், காங்கிரஸ்காரர்கள் விபூதி வீரமுத்துவும், அணுகுண்டு அய்யாவு என்ற கிருஷ்ணகுமாரும் கலந்து கொண்டிருக்கிற கலவரம் இது! டிச.3 முதல் 15 நாட்களுக்கு மதுரையில் 144 தடையுத் தரவு! டிச. 3 இல் சென்னை அசெம்பிளியிலும் கவுன்சிலிலும் மதுரைக் கலவர அறிக்கை சமர்ப்பிக்கப்படுகிறது. டிச.7 இல் நாடகக் கட்டுப் பாட்டு மசோதாவை நிதியமைச்சர் சட்டமன்றத்தில் பிரேரேபித்து, "டிச.13 இல் 'செலக்ட் கமிட்டி' அதைப் பரிசீலனை செய்து அறிக்கை தரவேண்டும்" என்கின்றார். அதன்மேலான எதிர்ப்பிற்குப் பிறகு, டிச.13 இல், பொறுக்குக் கமிட்டி மாலை 4 மணிக்கு செயிண்ட் ஜார்ஜ் கோட்டையில் உள்ள கமிட்டி அறையில் கூடி, அக்கறையுள்ளவர்களின் கருத்துகளைக் கேட்பதாக முடிவு செய்யப்பட்டது. டிச. 11, 12 தேதிகளில் திருச்சியில் நடத்துவதாயிருந்த ராதாவின் நாடகம் 'இராமாயணம்', அங்குள்ள பார்ப்பன வக்கீல்கள், 'பெரிய கலவரம்' நிகழுமென்று மனுச் செய்து கொண்டதன் பேரில், சென்னை, கும்பகோணம், திருச்சி, மதுரை, பட்டுக்கோட்டை, அறந்தாங்கி, தஞ்சை, நாகை, ராயவேலூர் முதலிய இடங்களில் வெற்றிகரமாக நடிக்கப்பட்ட 'இராமாயணம்' நாடகம், டிச. 10 இல், மதுரையைத் தொடர்ந்து திருச்சியிலும் தடை செய்யப்பட்டு 15 நாட்களுக்குத் தடையுத்தரவும் பிறப்பிக்கப்பட்டது. டிச.12 முதல் கரூரிலும் 15 நாட்கள் தடையுத்தரவைப் பெற்றது, ராதாவின் 'இராமாயணம்' நாடகம்! டிச.19 இல் நாடக மசோதாவை எதிர்த்து, ஊர் தவறாமல் கண்டனக் கூட்டங்களும், பொதுக்கூட்டங்களும் நடத்த திராவிட கழகம் முடிவு செய்திருந்தது. தடையுத்தரவு உள்ள ஊர்களில் யாரும் தடையை மீற வேண்டாம் என்றும் அறிவிக்கப் பட்டிருந்தது. ஆக, மதுரை, திருச்சி, கரூரில் 144 தடையுத்தரவு, ராதாவின் இராமாயணம் நாடகத்தைக் காரணம்காட்டி!

டிச. 11, 12 இல் தடையை மீறி எதுவும் செய்துவிட வேண்டாம் என்று தனக்கு ஆறுதலும் அறிவுரையும் சொன்னவர்கள், டிச.19 இல் ஊரெங்கும் கண்டனக் கூட்டங்கள் நடத்துவது இருக்கட்டும், தான், அறச் சீற்றமாக ஏதாவது செய்தாக வேண்டும் என்கிற கட்டாயத்திற்கு ராதாவைக் கொண்டு வந்து சேர்க்கிறது. அது தடையை மீறும்

மந்திரத்தை அவருக்குச் சொல்லிக் கொடுக்கிறது. 'மத வெறி கொண்ட ஆச்சாரியாரின் சீடரான திரு சி.சுப்ரமணியம் அவர்கள் சட்ட அமைச்சராக உள்ள வரையில் இம் மாதிரித் தடைகள் நீடித்துக் கொண்டுதானிருக்கும்' என்கிற முடிவுக்கு வருகிற எம். ஆர். ராதா, தன் நாடகத்தைப் பார்க்க விரும்புகிற மக்களுக்காக ஒரு செய்தியை அழுத்தந்திருத்தமாக வெளியிடுகிறார். "நான் நடத்துவதுதான் ஒரிஜினல் (அசல்) இராமாயணம்; ஆரிய மொழிபெயர்ப்பாளர்களின் நூல்களிலிருந்து நாடகமாக்கப்பட்டது வால்மீகி இராமாயணம். இதை யாரும் மறுக்க முடியாது. பார்ப்பனரோ, மனம் புண்படுமென்று கருதுகின்ற மற்றவரோ என் நாடகத்துக்கு வரவேண்டியதில்லை. அவ்விதம் அறிக்கை வெளியிட்டுத்தான் நான் நாடகம் நடத்தி வருகிறேன் ...என் நாடகத்திற்குப் போட்டிருக்கிற தடை, திரு.காமராசரின் ஆட்சியைக் கவிழ்ப்பதற்கும், ஆரியர் இந்த ஆட்சியைக் கைப்பற்றுவதற்கும் செய்கின்ற சதியென்பதுதான் என் கருத்து. இதை மெய்ப்பித்துக் காட்டுவதற்காகவே இத் தடையுத்தரவை மீறுவதற்கு முடிவு செய்து விட்டேன். ஆட்சியின் உத்தரவை மீறுவதாகப் பொருளல்ல. என் உரிமையை நிலைநாட்டவே மீறப் போகின்றேன். தலைவர் பெரியார் ஊரிலில்லையே என்று யோசித்தேன். இருந்தாலும், அவர்கள் திரும்பும் வரையில் ஆரியர்களின் விஷமத்தனத்தைப் பொறுக்க என் மனம் இடம்தரவில்லை. மூன்று நாட்களாக இரவு பகலாகச் சிந்தித்துப் பார்த்து, பல தோழர் களைக் கலந்து, பிறகே இந்த முடிவிற்கு வந்திருக்கிறேன். அதாவது, சனிக்கிழமை 18 ந் தேதி மாலை திருச்சி முனிசிபல் தியேட்டர் முன்பு இராமனாகத் தோன்றி, தடையுத்தரவை மீறுவதாக முடிவு செய்து விட்டேன். இதில் என்னைத் தவிர வேறு யாரும் சம்பந்தப்படக்கூடாது என்று பணிவுடன் வற்புறுத்திக் கேட்டுக் கொள்கிறேன். கட்டுப் பாட்டையும் கண்ணியத்தையும் கடைப்பிடித்து, மற்றெல்லோரும் ஒதுங்கி நிற்க வேண்டுகிறேன்... நான் சிறையிலிடப்படுவேனானால், எப்போது வெளிவருவேனோ தெரியாது. பெரியார் அவர்கள் திரும்பி வரும் வரையில் சிறைவாசம் ஏற்பட்டால், அவர்கள் வந்து மற்றக் காரியங்களைப் பார்த்துக் கொள்வார்கள்... அடையாள எதிர்ப்பாகவே இக் காரியத்தில் ஈடுபடுகின்றேன். ஆட்சியாளர்களுக்குத் தொல்லை கொடுப்பதற்காக அல்லவே அல்ல என்பதை மீண்டும் தெரிவித்துக் கொண்டு, உங்களிடமிருந்து விடைபெற்றுக் கொள்கிறேன்"- என்ன வொரு ஆளுமையான அறிக்கை! இதுபோன்று, தன்னெஞ்சறியத் துணிவுடன் செயலாற்றும் இன்னொரு நடிகர் உருவாக எத்தனைக் காலம் தமிழகம் காத்திருக்க வேண்டுமோ தெரியவில்லை. நாடகக்

கலைஞனாகவும், நாடகக் கருத்தாளியாகவும் அவர் ஆற்றியிருக்கிற சுயமரியாதைப் பங்களிப்பு என்றுமே நினைக்கத் தகுந்தது! 18-12-54 காலை 9.15 மணிக்கு தோழர் ராதா அவர்களை, அவரின் வீட்டிலிருந்து, திருச்சி சப் டிவிஷனல் மாஜிஸ்திரேட், போலீஸ் டிபுடி சூப்ரண்டெண்ட், சர்க்கிள் இன்ஸ்பெக்டர் ஆகியவர்கள் டிபுடி சூப்ரண்டெண்ட் அலுவலகத்திற்கு அழைத்துச் சென்று வைத்து, 12.15 மணிக்கு சி.பி.சி.151 வது பிரிவின்கீழ் முன்னெச்சரிக்கை நடவடிக்கையாகக் கைது செய்து, சென்ட்ரல் ஜெயிலில் விஷேச வகுப்புக் கைதியாக வைக்கின்றனர். அன்றே, நாடகக் கட்டுப்பாடு மசோதாவை ஒத்திப் போட வேண்டுமென்று வற்புறுத்திக் கேட்டுக் கொள்ளும் ஒரு விண்ணப்பத்தை, சென்னை சட்டசபை கம்யூனிஸ்ட் கட்சியின் சார்பில் எம்.எல்.ஏ.க்கள் தோழர்கள் பி.ராமமூர்த்தி, எம். கல்யாணசுந்தரம், கே.டி. ராஜூ ஆகியவர்கள் முதலமைச்சரைச் சந்தித்துக் கொடுக்கின்றனர். ‘இதுபோன்ற நிரந்தர நாடக மசோதாவுக்கு என்ன அவசியம் என்பதை, சபையிலோ அல்லது பரிசீலனைக் கமிட்டியிலோ தெளிவுபடுத்தவில்லை’ என்றும் அதில் விளக்கியிருந்தனர்.

டிச.19 ஞாயிறன்று, சென்னை தியாகராயநகர் பேருந்து நிலையத்திலிருந்து சிந்தாதிரிப்பேட்டை நேப்பியர் பூங்கா வரையில், திரு சுயம்பிரகாசம் எம்.எல்.ஏ. தலைமையில் நாடக மசோதாவை எதிர்த்தும், ராதாவை விடுதலை செய்யக் கோரியும் இருபதினாயிரம் மக்கள் கொண்ட மாபெரும் கண்டன ஊர்வலம் நடைபெற்றது. அக்கூட்டத்தில் தோழர் கே.டி. சுப்ரமணியம் பேசுகையில், இராமாயண நாடகத்தைக் ‘கீமாயணம்’ என்று எழுதுகின்ற ‘தினத்தந்தி’யைக் கண்டிப்பதன் அறிகுறியாக, அதைக் கொளுத்தலாமா என்று கேட்டு, பொதுக்கூட்டத்தின் கைதட்டுதலான ஆதரவுக்கிடையே அது கொளுத்தப்பட்டது. அதே நாளில், தென்னிந்திய நடிகர் சங்கத்தின் சார்பில் திருவாளர்கள் டி.வி. சுந்தரம் (தலைவர்), எஸ்.வி. சகஸ்ரநாமம், எம்.ஜி.ராமச்சந்திரன், டி.என். சிவதாணு, டி.கே. ஷண்முகம், டி.வி. நாராயணசாமி முதலியவர்களடங்கிய தூதுக்குழு, முதலமைச்சர் காமராசர் அவர்களை அவர் இல்லத்தில் சந்தித்து, திரு எம்.ஆர். ராதா அவர்களை விடுதலை செய்யுமாறு கேட்டுக் கொண்டது. அதே நாள் மாலையில் சென்னை வண்ணாரப்பேட்டை பென்ஷனர் லைன் மைதானத்தில், இந்தியக் கம்யூனிஸ்ட் கட்சியின், சென்னைக் கிளையின் ஆதரவில் தோழர் எம்.ஆர். வெங்கட்ராமன் தலைமையில் ஒரு பொதுக்கூட்டம் நடைபெற்றிருக்கிறது. அதில் தோழர்கள் ப. ஜீவானந்தம், எம். கல்யாணசுந்தரம், கே.டி. ராஜூ ஆகியோர்,

'மக்களிடையே முற்போக்குக் கருத்துகள் பரவுவதையும், ஜனநாயக உணர்வு பெறுவதையும் தடுக்கவே இந்த நாடகக் கட்டுப்பாடு மசோதா கொண்டு வரப்படுவதாகவும், இதை எல்லா மக்களும், எல்லாக் கட்சியினரும் ஒன்று சேர்ந்து, தங்கள் கண்டனக் குரலை எழுப்ப வேண்டுமெ'ன்றும் விளக்கிப் பேசியிருக்கின்றனர்.

அதைப் போலவே, மறுநாள் திங்கட்கிழமை, புதிய நாடக மசோதா வாக்கெடுப்பிற்கு விடப்படுகையில், எதிர்க்கட்சி எம்.எல்.ஏ. தோழர்கள் அனைவரும் கட்டுப்பாடாக அவையைவிட்டு வெளியே றுவதன்மூலம் தங்கள் எதிர்ப்பைக் காட்டுவது சிறப்பாயிருக்குமென்று 'விடுதலை' ஆசிரியர் கேட்டுக் கொண்ட அறிவிப்பும் வெளிவருகிறது. 20-12-54 நாளிட்ட 'விடுதலை'த் தலையங்கம், 'சிறையில் ராதா' என்று தலைப்பிட்டு, அதில், 'ராதா செய்த தப்பு, உண்மையை நாடக மேடையில் பிரசாரஞ் செய்ததுதான்! நாடகத்தைத் தொழிலாகக் கொண்ட ஒருவர், தம் கொள்கைக்காகச் சிறை சென்றிருப்பது, இந்தியாவிலேயே இதுதான் முதல் தடவையென்று கூறலாம். காங்கிரஸ் இயக்கத்திலும் விஸ்வநாததாஸ் போன்ற இரண்டொரு நடிகர்கள் சிறை சென்றிருந்தாலும், அவர்கள் நாடக மேடையை அரசியலுக்காகப் பயன்படுத்தி அதன்மூலம் சிறை சென்றவர்கள். ராதா அவர்களோ தம் திறமை முழுவதையும் பகுத்தறிவு இயக்கக் கொள்கையைப் பிரசாரம் செய்வதற்காகவே செலவழித்து வருபவர். சிறை சென்றிருப்பது போலவே, ஒரு நடிகருக்காகவே ஒரு தனிச் சட்டம் இயற்றப்படுவதும், இந்திய வரலாற்றிலேயே இதுதான் முதல் தடவை!' என்று எழுதியிருந்தது.

20-12-54 அன்று சட்டமன்றத்தில், ராதா கைது செய்யப் பட்டிருப்பதைப் பற்றி விவாதிப்பதற்காக, சபையின் நடவடிக்கைகளை ஒத்திவைக்க வேண்டுமென்று கோரி, திரு பி. ரெங்கசாமி ரெட்டியார் அசெம்பிளியில் ஓர் ஒத்திவைப்புத் தீர்மானம் கொண்டுவருகிறார். விவாதத்திற்குப் பதிலளித்த நிதியமைச்சர், 'சட்ட சம்மதமின்றிப் பாதுகாப்பில் ஒருவர் வைக்கப்படின், கோர்ட்டில் பரிகாரம் கிடைக்கும். சட்ட சம்மதமாயின் இங்கு விவாதிக்க என்ன இருக்கிறது?' என்று ஆங்கிலத்தில் கூறியவர், பேச்சின் முடிவில், 'it is the rowdy elements that the Police are prosecuting and arresting now' (தமிழில், 'சட்ட ஒழுங்கீனர் மேல்தான் போலீசார் சட்ட நடவடிக்கை எடுத்து, இப்பொழுது கைது செய்திருக்கிறார்கள்' என்பதில், அதன் காரம் ரொம்பவே குறைந்துவிடுகிறது.) என்று கூறி விடுகிறார். எம். பழனியாண்டி என்கிற உறுப்பினர், 'ஒருவர் நாடகம் போட வந்தாலே,

அவர் நிதியமைச்சர் பார்வையில் ரௌடியாகி விடுவாரா?' என்று கேள்வி எழுப்புகிறார். நிதியமைச்சர், 'எனக்கு அதிலெந்த மயக்கமுமில்லை. மதிப்பிற்குரிய உறுப்பினருக்கு அதில் மயக்கமிருந்தால், அவர் தன்னைத் தெளிவாக்கிக் கொள்ளட்டும்' என்று பதிலிறுக்கிறார். தொடர்ந்து சபாநாயகர், 'இத் தீர்மானம் கோர்ட்டில் பரிகாரம் தேடத் தக்கதாயிருப்பதால், சபையை ஒத்திவைப்பது முறையானதல்ல' என்று அதை நிராகரித்துத் தீர்ப்பளிக்கிறார். தொடர்ந்து நடந்த விவாதத்தில், உறுப்பினர் ப. ரெங்கசாமி ரெட்டியார் தெரிவித்திருக்கிற இன்னொரு கருத்தும் முக்கியமாகப்படுகிறது. அதாவது, "எம்.ஆர். ராதா கரூரில் நாடகம் நடத்தியபோது, 144 பிரிவுப்படி பிறப்பித்திருந்த தடையுத்தரவை ஆட்சேபித்து திரு ராதா சென்னை உயர்நீதிமன்றத்தில் மனுச் செய்த போது, உயர்நீதிமன்றத்தார் வெளியிட்ட கருத்தை நான் நினைவூட்டுகிறேன். அத் தீர்ப்பில் குறிப்பிட்டுள்ள விஷயங்களை சர்க்கார் ஆராய்ந்து பார்க்க வேண்டும். சர்க்கார் தங்களை மதச் சார்பற்றவர்கள் என்று கூறிக் கொள்ளும்போது, மதத்தைப் பாதிப்பதாகக் கூறப்படும் விஷயங்களில் சர்க்கார் ஏன் தலையிட வேண்டும்? கடவுளைக் காப்பாற்ற சர்க்கார் விரும்புகின்றனர் என்று புலப்படுகிறது. மதத்துக்கும் மதக் கொள்கை களுக்கும் எதிராக ஏற்படும் இயக்கங்களுக்கு எதிர் நடவடிக்கை எடுத்துக் கொள்ளும் வேலையை மதப் பிரச்சாரகர்களுக்கே விட்டுவிட வேண்டும். இவ்வகையில் சர்க்கார் ஏதாவது நடவடிக்கை எடுத்துக் கொள்வதும் தலையிடுவதும் தொல்லைகளுக்குத்தான் ஊக்கம் தருவ தாகும்" என்பதாகும். நாடக மசோதா சட்டமானால், அதைத் தொடர்ந்து தமிழகத்தில் போராட்டங்கள் நடந்தால், சென்னை ஆவடியில் **10-01-1955** இல் நடக்கயிருக்கும் அகில இந்திய காங்கிரஸ் மாநாட்டில் கலந்து கொள்ள வருகைதரும் வட இந்தியத் தலைவர்களுக்கு, காமராசருக்கும் அவரைச் சேர்ந்த திராவிடர்களுக்கும் 'ஆளும் சக்தி கிடையாது' என்பதைக் காட்டுவதற்கும், அதன் உள்ளோடும் காரணமாக, அந்த நாடகத்தைத் தடை செய்வதற்கும் உகந்த சூழலாக இது உருவாகி யிருந்தது என்கிற கருத்து ஒன்றும் இருக்கிறது.

டிச. 19 இரவு 10 மணிக்கு, மவுண்ட் ரோடு, சென்னை சர்க்கார் மாளிகையிலுள்ள காங்கிரஸ் கட்சிக் காரியாலயத்தில் கூடிய சட்டசபை காங்கிரஸ் கட்சிக் கூட்டத்தில், 164 பேர்களில் 84 பேர்தான் கலந்து கொண்டிருந்தனர் என்றொரு செய்தி வெளியாகியிருந்ததால், 'கட்சிக்குள் தகராறு' என்கிற கருத்துப்பட ஒரு செய்தி, வெளியே கசிந்திருந்ததால், **20-12-54** இல் சட்டசபையில் நடந்த விவாதத்தின் ஒரு பகுதி இப்படிப் போகிறது:-..............................

"கே. விநாயகம்:- தலைவர் அவர்களே! இந்தச் சபையில் என்ன நடந்து கொண்டிருக்கிறது. இந்த மசோதாவை இச் சபையின் ஆலோசனைக்கு எடுத்துக் கொள்ளுமாறு மந்திரியார் பிரேரேபிக்கி றாரா அல்லது மந்திரிசபையில் பிளவு ஏற்பட்டுள்ளதாக எழுந்துள்ள சிலவகை வதந்திகளை மறுக்கிறாரா? இதில் எங்களுக்கு எவ்விதம் அக்கறையுள்ளது? இந்த மசோதா கொண்டுவரப்படும் விஷயத்தில் தான் இச் சபைக்கு அக்கறையுள்ளதே தவிர்த்து, மந்திரிசபையில் பிளவு ஏற்பட்டுள்ளதா இல்லையா என்பது பற்றி நாங்கள் கவனிக்கவில்லை. இந்தச் சபையில் என்ன நடக்கிறது என்பதைத்தான் நாங்கள் அறிய விரும்புகிறோம். அதைத் தெரிவிக்கட்டும் மந்திரியார்!

எஸ். சுயம்பிரகாசம் (திராவிட கட்சித் தலைவர்):- இந்தப் பிரச்னை (நாடக மசோதா) விஷயமாக மந்திரிசபையில் கருத்து வேற்றுமை ஏற்பட்டிருப்பதாக இச் சபையிலுள்ள எந்தப் பகுதியினரும் கூறக் கிடையாது; அப்படியிருக்க, மந்திரி ஏதோ சில வதந்திகளைப் பற்றிக் குறிப்பிடுவது நியாயமாகாது. இவைகள் எல்லாம் விஷயத்திற்குப் புறம்பானது.

மந்திரி சுப்ரமணியம்:- பார்லிமெண்டரி நடைமுறை பற்றி, கனம் அங்கத்தினர்களைவிட எனக்குக் கொஞ்சம் அதிகம் தெரியுமென்று நான் கூறிக் கொள்கிறேன். எனக்குரிய அதிகாரத்திற்குட்பட்டே நான் பேசுகிறேன் என்பதும் நானறிவேன்.

கே.விநாயகம்:- மந்திரியார் தெரிவித்தது, இந்தச் சபை அங்கத்தினருக்கு 'அவமானம்' விளைவித்ததாகும்.

சபாநாயகர்:- சட்டசபை நடைமுறைகளைப் பற்றி, தனக்கு அதிகம் தெரியுமென்று மந்திரி கூறிக் கொண்டதுபோல், அங்கத்தினர்களும் தங்களுக்கு மந்திரியைவிட அதிகம் தெரியுமென்று கூறிக் கொள்ளச் சுதந்திரமிருக்கிறது...

மந்திரி:- எனக்கு மதத்தில் நம்பிக்கை இல்லாதிருந்தாலுங்கூட, ராஜ்ய நிர்வாகி என்ற முறையில் எனக்குப் பொறுப்புள்ளது. மதத்தில் நம்பிக்கை இருக்கிறதா இல்லையா என்பது பற்றி நாங்கள் அக்கறை கொள்ளவில்லை. ஆனால் அமைதியான சமுதாயம் ஏற்பட வேண்டும். அரசியல் சட்டத்தில் தரப்பட்டுள்ள சுதந்திரங்கள், இந்த சர்க்காரால் ஒழுங்காகப் பாதுகாக்கப்பட வேண்டும் என்பதே எங்கள் கவனம். எந்த மதத்தையும் பாதுகாக்கும் நோக்கத்துடன் இந்த மசோதாவைக் கொண்டுவரவில்லை. பொதுமக்கள் மதத்திற்கு எதிர்ப்பாக இருந்தால், அந்த மதத்தை எந்த சர்க்காரும் பாதுகாக்க முடியாது. கடவுள்

விஷயமும் இப்படித்தான். ஒரு மந்திரியோ, ஒரு சர்க்காரோ அந்தக் கடவுளைக் காப்பாற்ற வேண்டிய அவசியமில்லை. எனவே இந்த விஷயமாக இந்த மசோதா கொண்டு வரப்பட்டுள்ளது என்பதாக மக்கள் கருத வேண்டியதில்லை... நாடகக் கழகம்* இப்போது இதற்கு ஆதரவு தந்துள்ளது.(நாடகக் கழகம் அனுப்பியதாக ஒரு கடிதத்தை, மந்திரி, சபையில் வாசித்தார்.)

நாராயண குரூப்:- சபை முன்னில்லாத ஒரு கடிதத்தை மந்திரி வாசிக்கிறாரே!

சபாநாயகர்:- அங்கத்தினர் விரும்பினால், இது அங்கத்தினர் களுக்கு அனுப்பி வைக்கப்படும்.

எஸ். ராமலிங்கம்:- கனம் சபாநாயகர் அவர்களே, மலபார் நாடக சமீதி# இந்த நாடக மசோதாவைக் கைவிட வேண்டுமென்று ஒரு தீர்மானம் நிறைவேற்றியிருக்கிறார்களா? அப்படியானால் அந்தத் தீர்மானத்தையும் கனம் நிதி மந்திரி அவர்கள் இந்தச் சபையில் படித்துக் காட்டுவார்களா?

சுயம்பிரகாசம்:- சில நாடகக்காரர்களைத் திருப்திப்படுத்து வதற்காகத்தான் இம் மசோதாவை செலக்ட் கமிட்டிக்கு அனுப்ப ஒப்பியதாகக் கூறி, மந்திரியார் அதற்கு ஆதரவான கடிதத்தையும் படித் துக் காட்டினார். நாடகக்காரர்களைத் திருப்திப்படுத்திவிட்டதாகவும், தன் நோக்கத்தை அடைந்து விட்டதாகவும் மந்திரி கூறிக் கொள்கிறார். இது விரும்பத்தகாதது என்றே எனக்குப் படுகிறது.

★ நாடகக் கழகம்- திருத்தப்பட்ட நாடக மசோதாவை நாடகக் கழகம் வரவேற்கிறது. நாடகக் கழக நிர்வாகஸ்தர்களின் கூட்டம் 1954 ளு டிசம்பர் மீ 19 உ காலை 9 மணிக்கு நடைபெற்றது.

வந்திருந்தவர்கள்;- திருவாளர்கள் என்.எஸ். கிருஷ்ணன், டி.கே.ஷண்முகம், டி.என். சிவதாணு, எஸ்.வி. சகஸ்ரநாமம், ஜி.கே.சேஷகிரி, டி. ஸ்ரீனிவாசராவ். நாரண துரைக்கண்ணன், ஜி. கோவிந்தராஜுலு நாயுடு முதலியவர்கள்.

விசேஷ அழைப்பாளர்கள் - டி.எஸ். துரைராஜ், எம்.ஜி. ராமச்சந்திரன். பரிசீலனைக் குழுவினரால் ஆராயப்பட்டு, திருத்தங்களுடன் வெளிவந்துள்ள நாடக மசோதாவைப் பற்றி, செயற்குழுவினர் நன்கு விவாதித்துக் கீழ்க்காணும் தீர்மானத்தை நிறைவேற்றினர்.

தீர்மானம்-

புதிய நாடக மசோதா சம்பந்தமாகப் பரிசீலனைக் குழுவினரின் முன்னிலையில் சாட்சியங் கொடுத்த நாடகக் கழகச் செயற்குழு உறுப்பினர்கள் எடுத்துக் கூறிய திருத்தங்களில் பெரும் பாலானவற்றை சர்க்கார் ஏற்றுக் கொண்டு திருத்தப்பட்ட மசோதாவை இப்போது வெளி யிட்டிருப்பதால், இம் மசோதாவை நாடகக் கழகம் வரவேற்கிறது.

(கையொப்பம்)

பொதுச் செயலாளர்

மலபார் மாவட்டம் சென்னை மாநிலத்தின்கீழ்தான் அப்போதிருந்தது.

மந்திரி:- நாடகத் தொழிலில் ஈடுபட்டுள்ளவர்கள் இம் மசோதாவை ஆட்சேபிப்பதாக எதிர்க்கட்சித் தலைவர் குறிப்பிட்டார். எனவே இதற்குப் பதிலளித்தேன்." இப்படிச் செல்கிறது அந்த விவாதம்.

இதிலிருக்கிற குழப்பமான ஒரு பகுதி:- அதாவது 18-12-54 காலை திருச்சியில் 9.15 மணிக்கு வீட்டிலிருந்து காவல் நிலையத்திற்கு அழைத்துச் செல்லப்பட்டு, 12.15 மணிக்கு, சி.பி.சி. 151 பிரிவின் கீழ், எம்.ஆர். ராதாவைக் கைது செய்கின்றனர். மறுநாள், 19-12-54 அன்று மாலை சென்னையில், நாடக மசோதாவை எதிர்த்தும், எம்.ஆர். ராதாவை விடுதலை செய்யக் கோரியும் திராவிடர் கழகம் சார்பில் பிருமாண்டப் பேரணி நடக்கிறது. 20-12-54 அன்று காலை சென்னை சட்டமன்றத்தில் நிதி மந்திரி, நாடக மசோதாவிற்கு, நாடகத் தொழிலில் ஈடுபட்டவர்கள் ஆதரவளித்துத் தந்திருக்கிற கடிதம் என்று, வாசித்துக் காட்டிய ஒரே கடிதம் நாடகக் கழகத்தினுடையது. அதன் செயற்குழு கூடியது, 19-12-54 காலை 9 மணிக்கு! நாடகக் கழகச் செயற்குழுக் கூட்டத்திற்கு வந்திருந்தவர்கள்;- திருவாளர்கள் என்.எஸ். கிருஷ்ணன், டி.கே.ஷண்முகம், டி.என். சிவதாணு, எஸ்.வி. சகஸ்ர நாமம், ஜி.கே. சேஷகிரி, டி. ஸ்ரீனிவாசராவ், நாரண துரைக்கண்ணன், ஜி. கோவிந்தராஜுலு நாயுடு முதலியவர்கள். விசேஷ அழைப்பாளர்கள் - டி.எஸ். துரைராஜ், எம்.ஜி. ராமச்சந்திரன் ஆகியோர். அதில் நிறைவேற்றப்பட்ட தீர்மானம், 'புதிய நாடக மசோதா சம்பந்தமாகப் பரிசீலனைக் குழுவினரின் முன்னிலையில் சாட்சியங் கொடுத்த நாடகக் கழகச் செயற்குழு உறுப்பினர்கள் எடுத்துக் கூறிய திருத்தங்களில் பெரும்பாலானவற்றை சர்க்கார் ஏற்றுக்கொண்டு திருத்தப்பட்ட மசோ தாவை இப்போது வெளியிட்டிருப்பதால், இம் மசோதாவை நாடகக் கழகம் வரவேற்கிறது' என்கிறது. செயற்குழு கூறிய திருத்தங்களில் பெரும்பாலானவற்றை சர்க்கார் ஏற்றுக் கொண்டதை நாம் ஒரு வகையாக ஏற்றுக் கொண்டாலும்கூட, இவர்கள் கூறிய திருத்தங்கள் என்னென்ன, சர்க்கார் ஏற்றுக் கொண்ட பெரும்பான்மைத் திருத்தங்கள் எவையெவை என்பதும் வெளிப்படையாக எங்கும் வைத்து விவாதிக்கப் படவில்லை. இரகசியமானதாகத்தானிருக்கிறது. நேர்மைப் பிசகு, எங் கேயோ நடந்திருக்கிறது என்பதைத்தான் மனசும் அறிவும் சொல்கிறது. இன்னொன்று, பரிசீலனைக் கமிட்டி கூடியது, 13-12-54 பிற்பகல் 4 மணி! திருத்தப்பட்ட மசோதா எப்போது வெளியிடப்பட்டது என்பதும் தெரியவில்லை. சட்டமன்றத்தில் வைத்துத்தானே, திருத்தப்பட்ட மசோதா ஓட்டெடுப்பிற்கு விடப்பட்டு, பின் சட்டமாகும். அது சட்டமாகிற

நாள் 20-12-54. அதற்கு முந்தைய நாளே, திருத்தங்களை வரவேற்றுக் கடிதம் கொடுப்பதென்றால், அது எப்படி? செயற்குழு உறுப்பினர்கள் யாருமே பரிசீலனைக் குழுவிலோ, சட்டமன்றத்தில் உறுப்பினராகவோ இருந்தார்களா? சபை உறுப்பினர்கள் வேறு யாருக்கும் தெரியாமல், மந்திரியிடம் மட்டும் இரகசியமாக, அது தானாகக் கொடுக்கப்பட்ட கடிதமா அல்லது நிர்பந்தத்தின் காரணமாகக் கொடுக்கப்பட்ட கடிதமா என்பதும் தெளிவின்றி இருக்கிறது.

இதனைத் தொடர்ந்து டிசம்பர் 7 ஆம் தேதி அசெம்பிளிக் கூட்டத்தில், கேள்வி நேரத்திற்குப் பின், 'நாடகக் கட்டுப்பாடு மசோதா'வை நிதியமைச்சர் திரு சி. சுப்ரமணியம் பிரேரேபித்து, அதை ஒரு செலக்ட் கமிட்டிக்கு விடுவதாகவும், அக் கமிட்டி டிச. 13க்குள் அறிக்கை அளித்துவிட வேண்டுமென்றும் கூறினார். இக் கூட்ட நடவடிக்கைகளைப் பார்க்க, பிரபல நடிகர்கள் திருவாளர்கள் டி.கே. சண்முகம், சிவாஜி கணேசன், சஹஸ்ரநாமம், எம்.ஜி. ராமச்சந்திரன், எஸ்.எஸ். ராஜேந்திரன், நாராயணபிள்ளை, டி. வி. நாராயணசாமி முதலியவர்கள் வந்திருந்தனர். சென்னை சர்க்கார் கொண்டுவந்துள்ள நாடகக் கட்டுப்பாடு மசோதாவைக் கைவிடுமாறு வற்புறுத்துவதற்காக, அன்றே, நாடகக் கலைஞர்கள் தூதுக் குழுவொன்று சென்னை முதலமைச்சர் திரு காமராசர் அவர்களைச் சந்திக்கின்றனர். அதில் தோழர் டி.கே.ஷண்முகம், எம்.ஜி. ராமச்சந்திரன், என்.எஸ் நாராயண பிள்ளை, சிவாஜி கணேசன், எஸ்.வி. சகஸ்ரநாமம் ஆகியோர் இருந்துள்ளனர். திரு எஸ்.எஸ். ராஜேந்திரன், திரு டி.வி. நாரயணசாமி ஆகியோர் பெயர்கள் இங்கு விடப்பட்டுள்ளது தற்செயலானதா என்று தெரியவில்லை. டிச.19 காலை 9 மணிக்கு 'நாடகக் கழக'ச் செயற்குழுக் கூட்டத்திற்கு வந்து நாடகத் திருத்த மசோதாவிற்கு ஆதரவளித்தவர் களாக, திருவாளர்கள் என். எஸ். கிருஷ்ணன், டி.கே. ஷண்முகம், டி.என். சிவதாணு, எஸ்.வி. சகஸ்ரநாமம், ஜி.கே. சேஷகிரி, டி. ஸ்ரீனிவாசராவ், நாரண துரைக்கண்ணன், ஜி. கோவிந்தராஜுலு நாயுடு முதலியவர்களிருந்தனர். அக் கூட்டத்தின் விசேஷ அழைப்பாளர் களாக, திருவாளர்கள் டி.எஸ். துரைராஜ், எம்.ஜி. ராமச்சந்திரன் ஆகியோர் இருந்துள்ளனர். இதில் என்.எஸ்.கிருஷ்ணன் சேர்ந்திருக்கிறார். அதே டிச.19 ஆம் தேதி, தென்னிந்திய நடிகர் சங்கத்தின் சார்பில் திருவாளர்கள் டி.வி. சுந்தரம் (தலைவர்), எஸ்.வி. சகஸ்ரநாமம், எம்.ஜி.ராமச்சந்திரன், டி.என். சிவதாணு, டி.கே. ஷண்முகம், டி.வி. நாராயணசாமி முதலியவர்களடங்கிய தூதுக்குழு, முதலமைச்சர் காமராசர் அவர்களை அவர் இல்லத்தில் சந்தித்து, திரு எம்.ஆர். ராதா

அவர்களை விடுதலை செய்யுமாறு கேட்டுக் கொண்டிருக்கிறது. இந்தப் பட்டியலிலும் திரு எஸ்.எஸ். ராஜேந்திரன் பெயர் காணப்படவில்லை. கூட்டத்தில் கலந்து கொண்டவர்கள், தூதுக் குழுவாய்ச் சென்றவர்கள் ஆகிய இவர்கள் எல்லோருமே பெரும்பாலும் ஒரே நபர்களாகவே இருக்கின்றனர். ஒருவர், எதிரும் புதிருமான இருவருக்கு ஒரே நேரத்தில் சேவகம் செய்ய முடியுமா? - இந்த இடமும் புரியாத புதிராகவே இருக்கிறது. இவர்களைப் பற்றி 21-12-54 நாளிட்ட விடுதலையில், 'பலசரக்கு மூட்டை'ப் பகுதியில் 'பாலுக்கும் காவல் பூனைக்கும் தோழன்' என்ற தலைப்பில் குத்தூசி ஒரு கட்டுரை எழுதியிருக்கிறார். அதில், 'தமிழ்நாட்டிலுள்ள நாடகக் கழகச் செயற்குழு உறுப்பினர், பலே பலே கெட்டிக்காரர்கள்! காரியவாதிகள்! அதாவது ரொம்ப நல்லவர்கள்! புதிய நாடக மசோதா அவசியந்தான் என்று நிதி மந்திரியிடம் கூறிவிட்டார்கள்! மத எதிர்ப்புப் பிரசார நாடகத்தைத் தடுக்க வேண்டியது அவசியந்தான் என்று விசாரணைக் குழுவிடம் சாட்சியும் சொல்லிவிட்டார்கள். பிறகு உங்களைப் போன்றவர்கள் மனம் நோகாதபடிக்கு, மற்றொரு அமைச்சரிடம் (முதலமைச்சர்) தூது சென்று, 'எம்.ஆர். ராதாவை விடுதலை செய்யுங்கள்' என்றும் விண்ணப்பம் கொடுத்துவிட்டர்கள்! சமரச சன்மார்க்கம்! மீன் குழம்பில் பசும்பாலைக் கலந்து ஊற்றுவதுபோல்! ஒரே நெற்றியில் பாதி விபூதியும் பாதி நாமமும் சாத்துவதுபோல்! எம். ஆர். ராதா, நடிகர் கழகத்தின் ஆயுள் உறுப்பினராம். அத்துடன் பெரியார் கட்சியின் அனுதாபியும் அல்லவா? அதற்காகத் தூதுக் கோஷ்டி!... ராதாவே உஷார்! சிறையிலிருந்து வெளிவந்ததும் மத எதிர்ப்புப் பிரசார நாடகம் நடத்தாதீர்! உமது நாடகக் கழகம் புது மசோதாவை வரவேற்றிருக்கிறது' என்பதாக எழுதப்பட்டிருந்தது.

22-12-54 புதன்கிழமை நாளிட்ட 'விடுதலை' இதழின் தலைப்புச் செய்தி இப்படியிருந்தது:- 'கட்சிப் பலத்தினால் நாடக மசோதா சட்டமாயிற்று - எதிர்க் கட்சியினர் பொறுப்பாளியாக இருக்க முடியா தென்று வெளியேறினர்' என்று எழுதியிருந்தது. கட்சிக் கொள்கைகள் பற்றி சர்க்கார் கட்சித் தலைவர் - நிதியமைச்சரின் பேச்சு, மசோதாவை எதிர்க்கிற திராவிட பார்லிமெண்டரி கட்சி - பொதுவுடைமைக் கட்சி ஆகியவற்றின் மசோதா எதிர்ப்பு நோக்கத்தைத் திசைதிருப்பும் தன்மைத்தாயிருந்தது. நாடகக் கட்டுப்பாடு மசோதாவை செலக்ட் கமிட்டி பரிசீலனை செய்தபடி, ஆலோசனைக்கு எடுத்துக் கொள்ள வேண்டுமென்று தோழர் எம். கல்யாணசுந்தரம் கொண்டுவந்த திருத்தம் தோற்கடிக்கப்பட்டது. இத் திருத்தத்திற்குச் சாதகமாக 48

பேர்களும் எதிராக 107 பேர்களும் வாக்களித்தனர். மசோதாவை, சபை ஆலோசனைக்கு எடுத்துக் கொள்ள வேண்டுமென்று கேட்டுக் கொள்வதற்குமுன், சர்க்கார் கட்சித் தலைவர் முதல்நாள் விவாதத்திற்குப் பதிலளித்தார். "கம்யூனிஸ்டுகள், பலாத்காரத்தைத் தூண்டக்கூடிய நாடகங்கள் சம்பந்தமான ஷரத்தை மட்டும் ஆட்சேபிக்கின்றனர்; மத சம்பந்தமான ஷரத்துகளை ஆட்சேபிக்கவில்லை என்றும் கூறிவிட்டு, கம்யூனிஸ்ட் கட்சிக்குப் பலாத்காரத்தில்தான் நம்பிக்கை இருப்பதாகக் கூறினார். ஆனால் பலாத்காரத்தைக் கொண்டு சமுதாயத்தை மாற்றியமைக்க வேண்டும் என்று தூண்டப்படுவதை அனுமதிக்க முடியாதென்றும்" கூறினார். திராவிட பார்லிமெண்டரி கட்சியினரின் கொள்கை, "திராவிட நாடு தனித்திருக்க வேண்டும்; வடநாட்டுடன் சேர்ந்திருக்கக்கூடாது" என்பதாகும். வடநாடு, திராவிட நாடு என்ற வித்தியாசமில்லாமல் இந்திய மக்கள் அனைவரும் சுமுகமாக வாழ வேண்டும் என்பதே காங்கிரஸின் கொள்கை... ஆகவே பிரிவினைக் கொள்கைக்குக் காங்கிரசார் இடம் தரமாட்டார்கள் என்று அமைச்சர் சம்பந்தமில்லாமல் பேசியதால், யாருக்கும் இந்தப் பேச்சு புரியவில்லை. 'மந்திரி இங்கு மசோதா பற்றிப் பேசுகிறாரா அல்லது அரசியல் வகுப்பு நடத்துகிறாரா' என்று தாம் தெரிந்து கொள்ள விரும்புவதாக திரு விநாயகம் கேட்டார். இதையொட்டி சிறிது நேரம் வாக்கு வாதம் நடந்தது. மசோதாவை ஒரு வருடம் கழித்து ஆலோசனைக்கு எடுத்துக் கொள்ளலாம் என்ற திரு எம். கலியாணசுந்தரத்தின் திருத்தம் பிரேரேபிக்கப்பட்டு ஓட்டுக்கு விடப்பட்டது. ஆதரவாக 48 ஓட்டுகளும் எதிராக 107 ஓட்டுகளும் பதிவாகின. இதர திருத்தங்கள் தோல்வியடைந்ததாகக் குரல் ஓட்டு மூலம் தெரிவிக்கப்பட்டு, எதிர்க் கட்சிகள் கொண்டுவந்த திருத்தங்கள் எதுவும் ஏற்றுக்கொள்ளப்படாமல், பொறுக்குக் கமிட்டி செய்திருந்த சிபாரிசுகளின்படி, அசல் மசோதாவை ஆலோசனைக்கு எடுத்துக் கொள்ளப்பட வேண்டுமென்ற பிரேரணை நிறைவேறி, மசோதா சட்டமானது! 22-12-54 நாளைய 'விடுதலை'த் தலையங்கம், இதை, "நாடகம் முடிந்தது!" என்று எழுதியிருந்தது. "சினிமாக் கொட்டகையில் பீடி - சிகரெட் குடிக்கக்கூடாது" என்ற சர்க்கார் உத்தரவு மாதிரி, இந்த நாடகச் சட்டமும் குப்பைத் தொட்டியில் கிடக்குமா? அல்லது உயிருடன் உலவிக் கொண்டிருக்குமா என்பதை இனி பார்க்க வேண்டும் என்று முடித்திருந்தது. ஆனால் வரலாறு அந்த வன்ம வடுக்களை எப்பொழுதும் நினைவுபடுத்திக் கொண்டே தானிருக்கும். இப்பொழுதும் நடந்துகொண்டிருக்கிற பல திருத்த மசோதாக்களின் உண்மை முகம் இப்படித்தான் உள்ளமுங்கிய குரூரத்தை வெளிக்காட்டிக் கொண்டேயிருக்கிறது என்பதுமட்டும்

உண்மை! 31-12-54 விடுதலை இதழில், இரண்டு வாரத் தடுப்புக் காவல் சிறைத் தண்டனைக்குப் பிறகு, "நடிகவேள் எம்.ஆர். ராதா நிபந்தனையின்றிக் காலை 10 மணிக்கு விடுதலை செய்யப்பட்டார். நாளை திருச்சியில் 'ரத்தக் கண்ணீர்' நாடகம்!" என்று எழுதியிருந்தது.

நான், 'திராவிட இயக்கமும் கலைத்துறையும்' நூலின் என்னுரையில் எழுதியிருந்த ஒருபகுதியை அப்படியே மேற்கோள் காட்டி இந்த என்னுரையை இப்படி முடிக்கலாம் என்று நினைக்கிறேன்:- "நாடகம் என்கிற படைப்பு நிலையே, அந் நேரப் படைப்பு மனமாய், நிகழ்கிற கணந்தோறும் தன்னைப் புதுப்பித்துக் கொண்டே இருப்பதுதான்! வெறும் பிரதியைக் கொண்டு மட்டுமே ஒரு நாடக நிகழ்வைக் கணித்து விட முடியாது. அது ஏமாற்றிவிடக்கூடும் என்கிற உண்மையையும், படைப்பாளுமை நிறைந்த ஒரு நாடகப் பிரதியை, அரங்கில் நிகழ்த்த அனுமதிக்கிற திறன், ஒவ்வொரு ஊரின் காவல்துறை அதிகாரிகளுக்கும் இருக்குமா என்கிற ஐயத்தையும் நீதிநாயகம் சந்துரு அவர்கள் காலஞ் சென்ற நண்பர் பரீக்ஷா ஞாநியின் வழக்கில், தன் தரப்பில் வெளிப் படுத்தி இருந்தபோதும், அத் தீர்ப்பின் முக்கியப் பிரச்சனை, 'காலந்தாழ்த்திக் காவல்துறை அனுமதி வழங்கியதற்கு எதிரானது மட்டுமே! ஆயின் பிரிட்டிஷ் காலத்திலிருந்து தன் முகச் சாயத்தை மட்டுமே அவ்வப் போது மாற்றிவரும் இச் சட்டத்தால், தேசிய இயக்கமும், திராவிட இயக்கமும் தன்னளவில் பாதிப்படைந்திருந்தபோதும், ஆட்சி அதிகாரங்களைத் தங்கள் கைகளில் அவர்கள் பொத்தி வைத்திருந்த காலங்களிலும், சிற்சில தடைகளை மட்டுமே விலக்கியது தவிர, இச் சட்டத்தின்மீது பாராமுகமாகவே அவர்கள் இருந்துள்ளனர் என்பது பதிவு செய்யப்பட வேண்டிய ஒன்றாகும்."

இப்பொழுது 2020 இன் தொடக்கத்தில் நாமிருக்கிறோம். மிக மிக நாகரீகமான சமூகத்தில் நாம் வாழ்ந்துகொண்டிருப்பதாய்க் கருதிக் கொண்டிருக்கிறோம். எண்ணிக்கையில் நாம் பெருகியிருக்கிறோம். உலக அரங்கில் நம் நாணயத்தின் மதிப்பு அதல பாதாளத்தில் இறங்கிக் கிடக்கின்றது. சனநாயகத்தின் குரல்வளை மதவெறி எதேச்சாதிகாரத்தில் இன்னும் இன்னும் இன்னுமே நெறிக்கப்பட்டுக் கொண்டே இருக்கின்றது. பகுத்தறிவுக்கு எதிரான வன்ம அறிவு அதிகாரத்தின் உச்ச மூர்க்கமாய் அமைதி வாழ்க்கையைக் கூறுபோட்டுக் கொண்டிருக்கிறது. மூர்க்கம் நிறைந்த ஒரு ஜாலியன் வாலாபாக்கிற்காக, நினைக்கும்போதெல்லாம் எப்படிக் கலங்கிக் குலுங்கினோம்? இன்று நிஜத்தில், தகவல் ஊடகத்தின் பலத்தால், தினம் தினம் புதிய புதிய கோத்ராக்கள் உருவாகிக் கொண்டே யிருக்கிறதே! எதற்கென்று கலங்குவது? நம்மைப் புதுப்புதுக் குரல்களில்

பிளவுபடுத்திப் பிளவுபடுத்தியே சனாதன எச்சங்கள் பூதாகரப் பிம்பங் களில் பிடிபட முடியா உயரங்களில் புன்னகை செய்துகொண்டிருக் கின்றன! எங்குபோய் இதை முட்டிக் கொள்வது? காந்தியைக் கொன்றவர்கள், அதே துப்பாக்கியை உயர்த்திப் பிடித்தபடி, தெருக்களில் அச்சமூட்டி நடக்கின்றனரே! எங்கோ தவறு நடந்திருக்கிறது! மனிதன் என்கிற சிந்தனை மரத்துப் போய்விட்டதா? எல்லாமே வரலாறாகும்! வரலாறு தன்னை விடுதலை செய்து எல்லா மூர்க்கங்களின் மூளைச் சுவர்களையும் அம்பலப்படுத்தும். அதற்குள் காலம் கடந்திருக்கும். ஆனாலும் வரலாற்றில் எனக்குரிய பாத்திரத்தை உணர்ந்து நான் எதையும் எதிர்கொண்டே வாழ வேண்டியதிருக்கிறது!

இப்படியாகவே
இந்த பூமியில்
எனக்கு வழங்கப்பட்ட காலத்தைக்
கழித்தேன்... கழித்துக் கொண்டிருக்கிறேன்.
இருண்ட காலத்தின் எழுத்து எதைப் பேசும்?
இருண்ட காலத்தைத்தான் பேசும்!

மதுரை   மு. இராமசுவாமி
29-02-2020

1954

ராதா நாடகத் தடையும் நாடகச் சட்டமும்

திராவிட நாடு திராவிடருக்கே!
விடுதலை
VIDUTHALAI
ESTD 1935
திராவிடர் தமிழர் தினசரி

மதுரையில் 'ஆஸ்திக' வெறியர்களின் காலித்தனம் தோல்வி

இராமாயண நாடகம் வெற்றிகரமாக நடந்தது

திலக்நகர் போராட்டம்

பர்மா தலைநகரில் பெரியாருக்கு மகத்தான வரவேற்பு

திராவிட நாடு திராவிடருக்கே!
விடுதலை
VIDUTHALAI
திராவிடர் தமிழர் தினசரி

இந்துமகாசபை, ஆர். எஸ். எஸ். காரர்கள் உட்பட 31 பேர் மீது வழக்கு

மதுரை கலவரத்தின் எதிரொலி

விவசாயிகளிடையே வேலையில்லாத் திண்டாட்டம்

விடுதலை

இராமாயண நாடகத்துக்குத் தடை

பெரியாரே திராவிடத்தின் பெருந்தலைவர்

என்?

சாதியின் உயர்வையும் சாதியின் தாழ்வையும் உடைத்தவர்

அவரே

குத்தூசி

விடுதலை

நாடகம் முடிந்தது!

நாட்டில் வேலையில்லாத் திண்டாட்டப் பெருக்கம்

பலசரக்கு மூட்டை

"குத்தூசி"

இராமாயண நாடகத்துக்குத் தடை

நடிகவேள் எம்.ஆர். ராதா அவர்களின் வால்மீகி இராமாயண நாடகத்துக்கு, சென்னை போலீஸ் அதிகாரிகள் திடீரென்று கடைசி நேரத்தில் தடை விதித்துவிட்டார்கள். இதுபற்றி நகரத்தில் ஒரே பரபரப்பாக இருக்கிறது.

ராதா அவர்களின் மற்ற 2-3 நாடகங்களுக்கும் பழைய காங்கிரஸ் சர்க்கார் தடை விதித்து, **அந்தத் தடையுத்தரவு பற்றிய வழக்கு சென்னை உயர்நீதிமன்றத்தில் விசாரணைக்கு வந்திருக்கிறது.**

'பிரஜா உரிமை' பற்றி வாய்கிழியப் பேசப்படும் இந்நாளில், சாதாரண சீர்திருத்த நாடகங்களுக்கே தடை விதிக்கிறார்கள் என்றால், இது ஆட்சியாளர் செய்கையா அல்லது ஆரிய போலீஸ் அதிகாரிகளின் விஷமத்தனமா என்பதை விரைவில் சோதனை செய்து பார்த்துவிட வேண்டியது அவசியம். இதற்கு, தோழர் ராதா அவர்கள் மட்டுமல்ல, எல்லா திராவிட கழகத்தாருமே தயாராயிருக்க வேண்டும்.

திருவாளர் நவாப் ராஜமாணிக்கம் போன்ற நாடகக் குழுவினர் பொய்க் கதைகளை அடிப்படையாக வைத்து நாடகங்களையும், புராணக் குப்பைகளைக் கொண்ட நாடகங்களையும், இதே சென்னை நகரில் கடந்த இரண்டாண்டுகளாக நடத்தி வருகிறார்கள். மேற்படி குழுவினர் இராமாயண நாடகத்தையே பலமாதங்கள் இங்குத் தொடர்ந்து நடத்தியிருக்கின்றனர். நவாப் ராஜமாணிக்கத்துக்குப் பாராட்டுவிழா நடத்துவதற்காக, 'பெரிய மனிதர்கள்' என்று கூறப்படுபவர்கள் முன்வந்து கமிட்டியமைத்துக் கொண்டு வேலை செய்து வருகின்றனர்.

இப்பேர்ப்பட்ட ஆபாசக் குப்பைக் கதைகளையும், ஆதாரமற்ற புளுகுக் கற்பனைகளையும் நாடகங்களாக நடத்தி வருவதற்கு திரு நவாப் இராஜமாணிக்கம் போன்றவருக்கு உரிமையிருக்கும்போது, சீர்திருத்தக் கருத்துகளையும், அன்றாட அரசியல் நிகழ்ச்சிகளையும் அடக்கிய நாடகங்களை நடத்தவும், வால்மீகி இராமாயணத்தை அடிப்படையாகக் கொண்ட நாடகத்தை நடத்தவும், தோழர் ராதா அவர்களுக்கு மட்டும் உரிமையில்லையா? என்பதுதான் நம் கேள்வி. ஆபாசப் புராண - இதிகாச நாடகங்களுக்குப் பார்ப்பன உயர் நீதி மன்ற நீதிபதிகள் தலைமை வகிக்கலாம்! ஆனால் தோழர் ராதா அவர்களின் நாடகத்துக்கு திராவிட ஹைகோர்ட் ஜட்ஜ் தலைமை வகிக்கக்கூடாதாம்!

இம்மாதிரி ஓரவஞ்சனைகளும் அக்கிரமமான உத்தரவுகளும் இன்றைய ஆட்சியிலாவது மாற வேண்டும் என்பதே நம் ஆசை. **'குட்டி குலைத்து தாய் தலை மீது வைத்தது'** என்ற பழமொழிப்படி, பார்ப்பன போலீஸ் அதிகாரிகளின் விஷமத்தனத்தினால், நல்ல முறையாகத் துவக்கப்பட்டிருக்கிற ஒரு தமிழரின் ஆட்சிக்குக் கெட்ட பெயர் வரக்கூடாது என்பது நம் விருப்பம். இன்றைய ஆட்சிக்கு ஒவ்வொரு ஆரியக் குஞ்சும் பரம எதிரியாக இருக்கிறது என்ற உண்மையை அறியாத தமிழனே கிடையாது. இந்நிலையில் பார்ப்பன போலீஸ் அதிகாரிகளின் விஷமத்துக்கும் வழி வகுத்துவிட்டால் அதன் முடிவு என்னவாயிருக்கும்? திரு ஆச்சாரியார் அவர்கள் திரைமறைவில் இருந்து கொண்டு செய்து வருகின்ற 'கிருஷ்ண லீலை'களில் இதுவு மொன்றாயிருக்கலாமோ என்று அய்யப்படுகிறோம். தோழர் ராதாவின் இராமாயண நாடகத்தைப் பார்க்கின்ற மக்கள் என்ன செய்து விடுவார்கள்? இராமன் கடவுள் அவதாரமல்ல என்பதையும், இராமாயணம் ஒரு கற்பனைக் கதை என்பதையும் தெரிந்து கொள்ளலாம். இதைத்தவிர வேறென்ன நிகழ்ந்துவிடப் போகிறது? இதைத்தான் விவேகானந்தர், வின்ஸெண்ட் ஸ்மித், சூரிய நாராயண சாஸ்திரியார், மறைமலையடிகள் - போன்ற எத்தனையோ அறிஞர்கள் எழுதி வைத்திருக்கிறார்களே!

வேறு எந்த சீர்திருத்த நாடகத்துக்கும், வேறு எந்த நடிகருக்கும் விதிக்காத தடையை ராதாவின் நாடகத்துக்கும் ராதாவுக்கும் மட்டும் விதிப்பது ஏன்? அவரது நாடகங்களை சர்.சி.வி.இராமன், திரு ஜி.டி.நாயுடு போன்ற விஞ்ஞானிகளெல்லாம் கண்டு களித்துப் பாராட்டியிருக்கிறார்களே! நடிகர் உலகின் நிபுணர்களெல்லோரும் இவரது நடிப்புத் திறமையை மெச்சியிருக்கிறார்களே! காங்கிரஸ் தலைவர்களில் எத்தனையோ பேர் பார்த்துப் பாராட்டியுள்ளார்களே! பல்லாயிரக்கணக்கில் வந்து பார்த்து ரசித்திருக்கிறார்களே!

எந்தவகையில் இவரது இராமாயண நாடகம் தடை செய்யப்படுவதற்கானது என்பதை அறிய விரும்புகிறோம். 10-15 நாடகங்கள் நடிக்கப்பட்ட பிறகு, அதன் விளைவாக நாட்டில், ஏதாவது கலவரம் அல்லது ரத்தக்களரி ஏற்படுமேயானால், அவர்மீது நீதிமன்றத்தில் வழக்குத் தொடர்ந்து தண்டிப்பதுதானே ஒழுங்கு? அதைவிட்டு, நாடகத்தைப் பார்க்காமலே நிறுத்துவதென்றால், போலீஸ் அதிகாரிகளின் விஷமத்தனமா என்றுதானே கேட்க வேண்டியதிருக்கிறது?

இந்தத் தடையுத்தரவை நாம் வன்மையாகக் கண்டிக்கிறோம். போலீஸ் சில்லறை தேவதைகள் இந்தத் தடையுத்தரவை உடனடியாகத் திரும்பப் பெறாவிடில் இதே நாடகத்தை மற்ற திராவிட கழகத் தோழர்கள் ஊருக்கு ஊர் நடத்த வேண்டியதைத் தவிர வேறுவழியில்லையென்று கருதுகிறோம். இதற்காக 10-15 ஆயிரம் பேர் சிறைசெல்ல நேர்ந்தாலும் பரவாயில்லை.

மற்றெதற்குத் தடையிருந்தாலும் நம்மால் சகித்துக் கொள்ள முடியும். ஆனால் சுயமரியாதைக் கொள்கை என்ற பகுத்தறிவுப் பிரச்சாரத்துக்கு மட்டும் தடையிருப்பதை நம்மால் சகிக்க முடியாது. ஏனெனில் பகுத்தறிவுக் கொள்கை, காங்கிரஸ்காரர் - கம்யூனிஸ்ட் - சோஷ்யலிஸ்ட் - ஆகிய எல்லாக் கட்சிக்காரர்களுக்கும் பொதுவான ஒரு கொள்கையாகும். இது உலகத்துக்கே பொதுவான ஒரு கொள்கையாகும். இது மனிதப் பிறவியின் லட்சியமுமாகும்.

ஆதலால் தலைவர் பெரியார் அவர்கள் இதற்கு ஒரு தகுந்த வழியைக் கூறுவார்களென்று எதிர்பார்க்கிறோம். இதை வளரவிட்டுக் கொண்டே போவது சரியல்ல. மற்றவர்கள் நடத்துகின்ற இராமாயண காலட்சேபங்கள், நாடகங்கள், சொற்பொழிவுகள் - ஆகியவை களையும் தடைசெய்கின்றவரையில் இதற்கு ஏதாவதொரு வழியை வகுத்தே தீர வேண்டும்.

நேர்மைக்கும், நீதிக்கும் மதிப்புத் தருகின்ற நம் முதலமைச்சர் அவர்கள் இந்த அநீதியைக் கவனித்து ஆவன செய்யத் தவறமாட்டார் களென்பது நம் நம்பிக்கை.

விடுதலை

திராவிடர் தமிழ்த் தினசரி

சென்னை - 31-8-54 - செவ்வாய்

(தலையங்கம்)

எம்.ஆர்.ராதா நாடகம் தடைபற்றி அய்க்கோர்ட்டில் வழக்கு

சென்னை, ஆக. 31 - சென்ற 28-8-54-ந் தேதியில் எம்.ஆர்.ராதா அவர்களால் வால்மீகி இராமாயணம் நடத்துவதாக விளம்பரம் செய்யப்பட்டிருந்தது. திடீரென்று நாடகத் தேதியன்று 'வால்மீகி ராமாயணம்' என்ற பெயரால் நாடகம் நடத்தக்கூடாது என்று அரசாங்கமே தடையுத்தரவு பிறப்பித்தது. இதனால் ஏராளமான நஷ்டம் ஏற்பட்டிருக்கிறது. நாடகச் சட்டமே செல்லாதென்றுகோரி ஏற்கெனவே வழக்கு அய்க்கோர்ட்டில் தாக்கல் செய்யப்பட்டிருக்கிறது. மீண்டும் மீண்டும் ராதா அவர்கள் நடத்தும் நாடகங்களுக்கு இது மாதிரித் தடையுத்தரவுகளைச் செய்வதால் ரொம்பவும் பாதிக்கப்படுகிறது. இதை உடனடியாகப் பரிசீலனை செய்யக்கோரி ராதா அவர்கள் சார்பில் இன்று அய்க்கோர்ட்டில் ஒரு மனு தாக்கல் செய்யப்பட்டுள்ளது. வழக்கு விசாரணை செப்டம்பர் 2-ந் தேதி நடைபெறும்.

எம்.ஆர்.ராதா மீதிருந்த வழக்கு 'வாபஸ்'

உயர்நீதி மன்றத்தில் சர்க்கார் தரப்பில் அறிவிப்பு

சென்னை, செப்.18 - சேலம் ஜில்லாவில் 1953,1954 ஆகிய இரு ஆண்டுகளில் பல்வேறு தேதிகளில் 'சுந்தர லீலா', 'பணக்காரன்' என்ற இரு தமிழ் நாடகங்களை நடத்தியது சம்பந்தமாக **நடிகவேள் எம்.ஆர்.ராதா** *அவர்கள் மீது போலீசாரால் தொடுக்கப்பட்டிருந்த வழக்கு வாபஸ் வாங்கிக் கொள்ளப்பட்டுவிட்டது.*

சேலம் ஜில்லா மாஜிஸ்திரேட் கோர்ட்டில் தம்மீது எடுக்கப் பட்டுள்ள நடவடிக்கைகளை நீக்குமாறு திரு எம்.ஆர்.ராதா சார்பில் செய்துகொண்ட மனு நேற்று சென்னை உயர்நீதிமன்றம் பிரதம நீதிபதி திரு ராஜமன்னார், நீதிபதி திரு ராஜகோபால் அய்யங்கார் ஆகியவர்கள் முன் விசாரணைக்கு எடுத்துக் கொள்ளப்பட்டபோது, அட்வகேட் ஜெனரலால் இத் தகவல் அறிவிக்கப்பட்டது. இதன்பேரில், மனுதாரரின் வக்கீல் தமது மனுவை விசாரணைக்கு எடுத்துக்கொள்ள வேண்டும் என வற்புறுத்தவில்லையெனத் தெரிவித்தார். அதற்கிணங்க உயர்நீதிமன்ற நீதிபதிகள் மனுவைத் தள்ளுபடி செய்தார்கள்.

வழக்கு விபரம்

தடைசெய்யப்பட்டிருந்த 'போர்வாள்' என்ற நாடகத்தின் பெயரை 'சுந்தரலீலா' என்று மாற்றியமைத்து அதை 1953 ஜூலை 7-ந் தேதி நடத்தியதாகவும், அதுபோலவே 'தூக்குமேடை' என்ற பெயரை மாற்றிப் 'பணக்காரன்' என்ற நாடகத்தை 1953 செப்டம்பர் 9-ந் தேதியிலும் 1954 ஃபிப்ரவரி 2-ந் தேதியிலும் நடித்ததாக சேலம் ஜில்லா மாஜிஸ்திரேட் கோர்ட்டில் வழக்குத் தொடரப்பட்டது.

விடுதலை

திராவிடர் தமிழ்த் தினசரி

சென்னை - ஜெய ளு புரட்டாசி மீ

2 உ (18-9-54) - சனி

நாடகத்தடை நீக்கம்

தோழர் எம்,ஆர்.ராதா அவர்களால் நடத்தப்பட்டுவந்த 'போர்வாள்', 'தூக்குமேடை' என்ற நாடகங்களை ஆட்சியாளர் தடை செய்திருந்தும், அவைகளை வேறு பெயர்களால் நடத்தினாரென்று அவர்மீது ஆட்சியாளர் வழக்குத் தொடர்ந்திருந்ததும் வாசகர்களுக்கு நினைவிருக்கலாம்.

இவ்வாறு தடை செய்ததே சட்ட விரோதம் என்றும், அந்தத் தடைச் சட்டமே புது அரசியல் சட்டத்தின்படி செல்லாது என்றும், தோழர் ராதா சென்னை உயர்நீதிமன்றத்தில் வழக்குத் தொடர்ந் திருந்தார். அந்த வழக்கு விசாரணைக்கு வந்தபோது 'இந்த வழக்கை வாபஸ் பெறுமாறு ஆட்சியாளர் உத்தரவு பிறப்பித்திருப்பதாக' அட்வகேட் ஜெனரல் கூறினார். எனவே தோழர் ராதா அவர்களின் வக்கீல் தமது எதிர்மனுவை வற்புறுத்தவில்லையென்று தெரிவித்து விட்டார்.

இவ் வழக்கு நடந்திருக்குமானால் நாடகத் தடைச் சட்டம் என்ற பத்தாம்பசலிச் சட்டம் குப்பைத் தொட்டிக்குச் சென்றிருக்கும். அதற்கு இன்னும் உயிர் இருக்கும்படி நேரிட்டது வருத்தப்பட வேண்டிய தாகும். இனி, இன்னொரு வாய்ப்புக் கிடைக்கும்போது யாராவது ஒருவர் மீண்டும் வழக்காடி, கிட்டத்தட்ட நூறாண்டு வயதான இந்தக் கிழட்டுச் சட்டத்தைச் சுடுகாட்டுக்கு அனுப்ப வேண்டியது இன்றியமையாத கடமையாகும்.

ஆனால் சட்டத்தின் நிலைமையை உணர்ந்தும், தமிழ் நாட்டிலுள்ள இன உணர்ச்சியைத் தெரிந்தும், அடிக்க அடிக்கப் பந்து எழுந்து கொண்டிருக்கும் என்ற இயற்கை விதியைக் கருதியும், 'வழக்கை' வாபஸ் பெற்றுக் கொண்ட ஆட்சியாளரை நாம் பாராட்டக் கடமைப்பட்டுள்ளோம்.

முதலமைச்சர் திரு காமராசர் அவர்கள் எந்தச் சங்கதியிலும் (திரு ஆச்சாரியாரைப்போல) வீண் பிடிவாதம் செய்யாதவர் என்பதும், மாற்றுக் கட்சிக்காரர்களின் மனோநிலையை உணர்ந்து அதற்கு மதிப்புத் தரக்கூடிய விரிந்த மனம் படைத்தவர் என்பதும், மாற்றார் மனம் புண்படும்படியாக அகம்பாவத்துடன் எதையும் செய்யமாட்டார் என்பதும், இவரோடு சிறிது பழகியவர்களுக்குக்கூடத் தெரியும்.

இந்த நற்பண்புகளுக்கு இந்தத் தடை நீக்க உத்தரவு மற்றொரு சிறந்த எடுத்துக்காட்டாகும். அதிகார பீடத்திலேறியவுடன் அகம்பாவப் பேச்சு, திமிர் பிடித்த நடத்தையுந்தான் சாதாரண நிகழ்ச்சியாக இதுவரையில் கண்டிருக்கிறோம். இதற்கு விதிவிலக்கான ஒருவர் உண்டென்றால், அவர்தாம் இன்றைய முதலமைச்சர். ஆதலால் தான் இன்று எதிர்க்கட்சிக்காரர்கள்கூட (யாரோ இரண்டொருவர், "ஆணா-பெண்ணா-அலியா" என்றெல்லாம் வசைபாடினாலும்) இவரது அடக்கத்தையும் பெருந்தன்மையையும் புகழாமலிருக்க முடியவில்லை.

ஆதலால் இந்தத் தடை நீக்கத்தை "ராதாவின் வெற்றி" என்று கூறுவதைவிட, "காமராசர் பெருந்தன்மை" என்று கூறுவது மிகப் பொருந்தும் என்பது நம் கருத்து. ஆட்சியாளருக்கு, தமிழ்ப் பெருங்குடி மக்கள் சார்பில் நன்றி செலுத்திக் கொள்கிறோம்.

இனி, தோழர் ராதா அவர்கள் இந் நாடகங்களை நடத்தலாம்; பொது மக்கள் கண்டுகளிக்கலாம். அவதூறாகவும், தனிப்பட்டவர்களைத் தாக்காதபடியும், ஆபாச காட்சிகளையும், பேச்சுக்களையும் கொண்டிராமலும் உள்ள சீர்திருத்த நாடகங்களை எல்லோரும் நடத்திக் காட்டலாம்.

வைதீகத் துறைப் பிரசாரம் நடப்பதற்கு எவ்வளவு உரிமையுண்டோ அதே உரிமை வைதீகத்தை எதிர்க்கின்ற பகுத்தறிவுப் பிரசாரத்துக்கும் இருக்க வேண்டும். இதுதான் கருத்து வளர்ச்சிக்கு அடையாளம்; ஜனநாயகத்துக்கு உரைகல். மனித சமுதாயத்தில் பார்ப்பனரைத் தவிர மற்றெல்லோரும் பகுத்தறிவுப் பிரசாரத்தைத் தடுக்க மாட்டார்கள். பார்ப்பனர்கூட தம் சுயநலத்துக்கு ஆதரவாயுள்ள வரையில் அதிதீவிர பகுத்தறிவாளர்களாகவே நடந்து கொள்வர். சுயநலத்தைப் பாதிக்கும்போதுதான் பழமையைத் தூக்கி முட்டுக் கட்டையாக வீசி எறிவர்.

ஆதலால் பகுத்தறிவு உணர்ச்சியை வளர்க்கக்கூடிய பிரசாரத்துக்குப் பொதுமக்களும் ஆட்சியாளரும் ஆதரவு தரவேண்டும்.

இனி, "இரணியன்" (தோழர் பாரதிதாசன் அவர்களால் எழுதி பல இடங்களில் நடிக்கப்பட்டது) போன்ற வேறுசில நாடகங்களுக்கு முந்தைய ஆட்சிகளில் ஏற்பட்ட தடையையும் விரைவில் நீக்குவார்களென்று எதிர்பார்க்கிறோம்.

தோழர் ராதா அவர்களின் விடாமுயற்சியைப் பாராட்டுகிறோம்.

(தலையங்கம்)

சென்னை - *18-9-54* - சனி

கீமாயணமா? ராமாயணமா?

இராமனின் கதையைக் கூறுவது இராமாயணம். இதில் பல்வேறு கதைகள் இருக்கின்றன என்பதை "விடுதலை" வாசகர்கள் நன்கறிவார்கள்; இராமாயணம் ஒரு கட்டுக்கதை என்பதையும் அறிவார்கள். கட்டுக் கதையிலுள்ள கதாபாத்திரங்களை ஆராய்வதும், குற்றங்குறைகளைக் கூறுவதும் அறிவுள்ள மக்கள் நிரம்பிய எல்லா நாடுகளிலும் இயற்கையாக நடந்துவரும் நிகழ்ச்சியாகும். கற்பனைக் கதைகளிலுள்ள பெயர்களையெல்லாம் வணங்குகின்ற மடமை இந்த நாட்டைத் தவிர வேறெந்த நாட்டிலுமில்லை. இதற்குக் காரணம், இந்த நாட்டைத் தவிர வேறெந்த நாட்டிலும் ஆரியர் இல்லை என்பதுதான்.

இதை எடுத்துக்காட்டவே திராவிட கழகத் தலைவர் பெரியார் அவர்களும், மற்றக் கருஞ்சட்டைத் தோழர்களும் இராமாயணப் பிரசாரம் என்ற பெயரால், எழுத்து, பேச்சு, நடிப்பு-ஆகிய முறைகளால் இராமன் கதையிலுள்ள ஆபாசங்களையும், தீய ஒழுக்கங்களையும் தமிழ்நாட்டுக் குடிமக்களுக்கு எடுத்துக்காட்டி வருகின்றனர். அதாவது, உண்மையான இராமாயணக் கதை எது என்பதை வால்மீகியில் உள்ளபடி ஆதாரத்தோடு விளக்கி வருகின்றனர்.

இதைக்கண்ட ஆரியருக்கும் அவருடைய அடிவருடிகளுக்கும் ஆத்திரம் வருகிறது. ஆரியர் (இராமர்) குடிகாரர், ஒழுக்கமற்றவர், நேர்மையற்றவர், கொலைகாரர்-என்பதை வால்மீகி எவ்வாறு தன் கதை மூலம் விளக்குகிறார் என்று எடுத்துக் காட்டும்போது, ஆரியர் களுக்கு உடம்பெரிச்சல் காணுவது இயற்கைதானே!

இதன் காரணமாக, திராவிட கழகத்தார் முயற்சியையும், தோழர் ராதா அவர்களின் நாடகத்தையும் **"கீமாயணம்"** என்றே ஆரிய ஏடுகள் குறிப்பிட்டு வருகின்றன. இவைகளில் **"தினத்தந்தி"** என்ற ஏடும் ஒன்று என்பதற்காகத் தமிழர் யாரும் வருந்த வேண்டியதில்லை. ஆரியர் களை ஆதரிப்பதற்காகவே இந்த ஏடு இருக்கிறது என்பதற்கு, இதன் நிர்வாகத்திலுள்ள ஆசிரியர், உதவி ஆசிரியர்கள், மானேஜர்கள் - ஆகிய அத்தனைப் பேரும் (கம்பாசிட்டர்கள், ப்யூன்கள் தவிர) ஆரியர் களாயிருப்பது ஒன்றே போதும்! திராவிட கழகத்துக்கு விரோதமான செய்திகளைத் திரட்டித் தந்து, கழகத்தின் துரோகிகள் - எதிரிகள் - ஆகியோருக்கு மட்டுமே தனிவிளம்பரம் தருவது ஒன்றே போதும். இதுபற்றி விரிவாக மற்றொரு சமயம் எழுதுவோம்.

இந்த விஷமப் பத்திரிகையைப் படித்துவிட்டு, "கீமாயணம் உங்களிடம் இருக்கிறதா?" என்றுகூட இரண்டொருவர் எழுதியிருக் கின்றனர்.

இராமாயணத்தைக் **"கீமாயணம்"** என்று குறிப்பிடுவதனால், திராவிட கழகத்தாருக்கு எவ்விதக் குறையும் ஏற்படாது. **கீழ்த்தரமான குணங்களைக் கொண்ட இராமன்** என்ற கருத்துக்குத்தான் இடம் தரும். ஆதலால் "கீமாயணம்" என்று அழைப்பதன் மூலம் வைதீக முறை இராமாயணத்துக்கு உயர்வு கற்பித்துவிட முடியாது.

தமிழ்நாட்டில் மானமுள்ள எந்தத் தமிழன் வீட்டிலும், தமிழச்சிக்குப் பிறந்த எந்தத் தமிழன் வீட்டிலும் இனிமேல் இராமன் படம் இருக்கப் போவதில்லை. வடநாட்டில் இராவணன் உருவம் கொளுத்தப்படுவது போல், தமிழ்நாட்டில் இராமன் படம் கொளுத்தும் காலம் நெருங்கிவிட்டது. இதற்காக ஆத்திரப்படுபவர்கள் வடநாட்டில் நடந்து வருவதை நிறுத்த வேண்டும்.

இராவணனைப் புகழ்ந்தும், இராமனை இகழ்ந்தும் சுமார் 30-40 ஆண்டுகளுக்கு முன்பு எழுதியுள்ள திரு பூர்ணலிங்கம் பிள்ளை, திரு மறைமலையடிகள், திரு வி.பி. சுப்ரமணிய முதலியார் - போன்ற ஆராய்ச்சியாளர்கள் நாஸ்திகர்களல்லர் என்பது மரமண்டைகளுக்கு நினைவிருந்தால்போதும்!

ஆரிய ஏடுகள் "கீமாயணம்" என்று எழுதுவதனால் வால்மீகியின் கதையைப் பழிப்பதாகத்தான் ஏற்படுமே தவிர, கருஞ்சட்டைக் காரருக்கு இதுபற்றிய கவலையே இல்லை.

ஆனால் இதைப் பற்றி ஏன் எழுதுகிறோமென்றால், தமிழ்நாட்டில் உண்மையைக் கூறினால் ஆரிய இனத்தாருக்கு எவ்வளவு கசப்பா யிருக்கிறது என்பதை எடுத்துக்காட்டுவதற்கேயாகும். அவர்கள் மட்டும் நம்மை "அரக்கர்" என்றும் "குரங்குகள்" என்றும் எழுதி வைத்தும், படித்தும், நடித்தும், பாட்டுப் பாடியும் கேவலப்படுத்தலாமாம்! ஆனால் **ஆரியர் குடிகாரர்-ஒழுக்கமற்றவர்** - என்ற வேத-ஸ்மிருதி- இதிகாச ஆதாரங்களை நாம் காட்டுவது மட்டும் குற்றமாம்.

ஆரியர்களை வெளியேற்றுவதற்கு, இம்மாதிரிச் செய்கைகள் இன்னும் மிகுந்த ஊக்கத்தைத் தரும் என்ற காரணம் பற்றி இவைகளை வரவேற்கிறோம்.

விடுதலை
திராவிடர் தமிழ்த் தினசரி
சென்னை - 15-11-54 - திங்கள் (தலையங்கம்)

இரத்தக்கண்ணீர்

"**நல்லதம்பி**" என்ற சினிமாப் படத்தைப் பற்றி முன்பு புகழ்ந்து எழுதிய நீர், "**இரத்தக்கண்ணீர்**" சினிமாப் படத்தைப் பற்றி மட்டும் எழுதவில்லையே ஏன்? - என்று ஒருவர் கேட்கிறார்.

"இரத்தக்கண்ணீர் படத்தில் திரு எம். ஆர். ராதா நடித்திருப்பது போல் இதுவரையில் இந்திய சினிமாப் படங்களில் எந்த நடிகருமே நடித்ததில்லை- என்றும் இவர் எழுதுகிறார். உண்மை! சந்தேகமில்லை.

"பர்லின் வீழ்ச்சி" (Fall of Berlin) போன்ற சரித்திரத் தொடர்பு கொண்ட படங்களைத் தவிர மற்றப் படங்களைப் பார்க்க விரும்பாதவர்களில் நானும் ஒருவன்! நமது பழங்கால, இக்கால நண்பர்கள் எழுதிய, நடித்த படங்கள் என்பதற்காக மட்டும் கடந்த 4-5 ஆண்டுகளில் 2-3 படங்கள் பார்த்திருக்கிறேன்!

சினிமாப் படங்களைப் பற்றிய பழைய கருத்தை மாற்றிக் கொள்ள வேண்டிய அவசியம் இன்னமும் ஏற்படவில்லை. இதற்காக வருந்தவில்லை, மகிழ்ச்சியே! (பணமும் மிச்சம்! நேரமும் மிச்சம்!)

சினிமா மூலம் கொள்கையைப் பரப்ப முடியாது என்பதற்கு "இரத்தக்கண்ணீர்" நூறாவது உதாரணம்! ஜாடை- மாடையாக, சு.ம. கருத்தைத் திணித்தால்கூட உடனே தணிக்கையாளர் கத்திரிக்கோல்! "இரத்தக் கண்ணீர்" படத்துக்கு 40-50 இடங்களில் இந்தக் கத்திரி வேலை நடைபெற்றிருக்கிறதாம்!

மண்டையில் நேர் அடியாக அடித்தாலே தமிழனைத் திருத்த முடியவில்லையே! ஜாடை-மாடையாகச் சொல்லியா திருத்த முடியும்? அப்படியானால் சினிமா மூலம் ஒரு பயனுமே கிடையாதா? - என்று கேட்கலாம்.

வடநாட்டு ஆதிக்கம் ஒழிந்து, தனிநாடு பெற்ற பிறகு, சினிமாத் தொழிலைத் திராவிட சர்க்காரே சொந்தமாக்கிக் கொண்டு, எல்லா மக்களுக்கும் இலவசமாகப் பிரசாரப் படங்களைக் காட்டினால் நல்ல பலன் கிட்டும்!

அதுவரையில்? - அதுவரையில், இன்று நடப்பதுதான்! அதாவது, ஏதோ இரண்டொருவர் பணம் திரட்டலாம்! மற்றவர்கள் தங்களை "ரசிகர்கள்" என்று கூறிக் கொள்ளலாம்.

எல்லாக் கட்சிகளும் இனி, சினிமாப் பிரசாரத்தில் இறங்கினால் எப்படியிருக்கும்? என்று கேட்கலாம்.

அவ்வளவுதான்! சட்ட திட்டங்களுக்கோ, போலீஸ்காரருக்கோ, நீதிமன்றங்களுக்கோ வேலையிருக்காது!

திரைப்படத்தைக் கண்டுவிட்டு, நிலப்பிரபுக்கள் தங்கள் நிலங்களை ஏழை உழவர்களுக்குப் பங்கிட்டுக் கொடுத்து விடுவார்கள்! மதத் தலைவர்கள் சினிமாப் படத்தைப் பார்த்துவிட்டு, கோயில்களை யெல்லாம் ஆஸ்பத்திரிகளாக்கி விடுவார்கள்! வருமான வரி ஏப்பம் போடுகிறவர்களும், "பிக் பாக்கெட்"களும் தங்களுக்குக் கிடைத்த செல்வத்தை சர்க்காரிடம் வலுவில் கொண்டு வந்து கொடுத்து விடுவார்கள்! முதலாளிகள் தங்கள் சொத்துக்களை ஏழைகளுக்குப் பங்கிட்டுத் தந்துவிடுவார்கள்!

இன்று நெற்றியில் சாம்பல் அடித்திருப்பவர்களெல்லாம் **"திருநீலகண்டர்"** படத்தைப் பார்த்த பிறகு சைவர்களானவர்கள் தானே! அதற்கு முன்பு இவர்களெல்லாம் முஸ்லிம்களாகத்தானே இருந்தார்கள்?

இன்று நெற்றியில் 111 போட்டிருப்பவர்களெல்லாம் **"பக்த ராமதாஸ்"** சினிமாப் படத்தைப் பார்த்த பிறகு, விஷ்ணு பக்தர்களாக மாறியவர்கள்தானே! அதற்கு முன்பு இவர்களெல்லாம் கிருஸ்துவர் களாக இருந்தவர்கள்தானே

சினிமா மூலம் கொள்கையைப் பரப்புகின்ற முயற்சியைக் காட்டிலும், பரத நாட்டியத்தின் மூலம் கற்புநெறியைப் பரப்பலாம்! அல்லது சரஸ்வதி பூஜை மூலம் கல்வியைப் பரப்பலாம்! அல்லது வேப்பிலைக் குழையடிப்பதன் மூலம் நோய்களைத் தீர்க்கலாம்!

"ஊய்! ஊய்!" என்று பதறாதே தம்பீ! முயன்று கொண்டிரு! முதற் சங்கதியில் வெற்றியில்லாவிடினும், இரண்டாவது சங்கதியில் வெற்றி நிச்சயம்!

விடுதலை - குத்தூசி

சென்னை - 15-11-54 - திங்கள்

சீர்திருத்த நாடகங்களுக்குத் தடைவிதிக்கத் தீவிரம்

மதச்சார்பற்ற சர்க்காரில் மத நம்பிக்கையைக் காக்கத் துடிப்பு சென்னை சர்க்காரின் புதிய மசோதா

சென்னை, நவ.28 - பொதுமேடைகளில் நடிக்கப்படும் நாடகங்களை நல்லமுறையில் கட்டுப்படுத்தும் நோக்கம் என்ற பெயரால் சீர்திருத்தக் கொள்கையை ஒழித்துக் கட்டக்கூடிய வகையில், அந் நாடகங்களைத் தடை செய்யும் நோக்கத்துடன் சென்னை சர்க்கார், புதிய நாடகச் சட்டமொன்றை நேற்று வெளியான சர்க்கார் விசேஷ கெஜட்டில் பிரசுரித்திருக்கின்றனர்.

இப்போது அமுலிலுள்ள 1876 ம் ஆண்டின் நாடகச் சட்டத்தை நீக்கிவிட்டு, அதற்குப் பதிலாக இப் புதிய சட்டத்தை அமுலுக்குக் கொண்டு வர, இம் மசோதா சென்னை சட்டசபையில் கொண்டு வரப்படும் என அறிவிக்கப்பட்டிருக்கிறது.

இம் மசோதாவின் நோக்கங்கள், காரணங்கள் பற்றி, அந்த விசேஷ கெஜட்டில் விளக்கியிருப்பதில் குறிப்பிடப்பட்டிருப்பதாவது:

1876-ம் ஆண்டு நாடகச் சட்டம் கிட்டத்தட்ட 80 ஆண்டுகளுக்கு முன் இயற்றப்பட்டது. அதிலிருந்தும், அதிலும் குறிப்பாக அரசியல் சட்டம் அமுலுக்கு வந்ததிலிருந்தும் நிலைமையில் எவ்வளவோ மாற்றங்கள் ஏற்பட்டிருக்கின்றன.

காரணம்

அந்தச் சட்டத்தில் பல பகுதிகள் திருப்தியளிக்கக்கூடியவைகளாயில்லை; உதாரணத்திற்கு, பாதிக்கப்பட்ட கட்சிக்காரர்கள் தங்கள் ஆட்சேபணைகளைத் தெரிவிக்கவோ அல்லது அப்பீல் செய்யவோ இதில் வாய்ப்பில்லை. எனவே, 1876-ம் ஆண்டு சட்டத்தை மாற்றி விட்டு, புதிய சட்டத்தை இயற்ற சர்க்கார் முடிவு செய்தனர். பாதிக்கப் பட்டவர்களைப் பற்றிய ஷரத்துகளைத் தளர்த்தி - விளக்கமாக இம் மசோதா பிரசுரிக்கப்பட்டிருக்கிறது.

இம் மசோதா, 1954-ம் ஆண்டு "சென்னை நாடகச் சட்டம்" என்பதாக அழைக்கப்படும்.

இம் மசோதாவில் ஆட்சேபகரமான நாடகங்கள் என்றால் என்ன என்று விளக்கப்பட்டிருக்கிறது.

சீர்திருத்தம் மத உணர்ச்சியைப் பாதிக்கிறதா?

அதாவது பல பிரிவுகளைக் கொண்ட மக்களுக்குள் பகையையோ அல்லது விரோத உணர்ச்சியையோ தூண்டக் கூடியதும்; மத உணர்ச்சியையோ அல்லது மத நம்பிக்கையையோ பாதிக்கக்கூடியதும்; ஆபாசமானதும் ஆகிய எந்த நாடகமும், நடிப்பும் ஆட்சேபகரமானதாகக் கருதப்படும்.

இந்த ஆட்சேபகரமான நாடகங்களில் கலந்துகொண்டு நடிப்பவர்கள் அல்லது இதுபோன்ற நாடகம் நடத்துவதற்கு எந்த வகையிலாவது உதவி செய்பவர்கள் அல்லது இதுபோன்ற நாடகங்கள் நடிப்பதற்கான பொது இடத்தை அனுமதிக்கும் அந்த இடத்தின் உரிமையாளர் ஆகியவர்கள் ஆறு மாதங்கள்வரை சிறைத் தண்டனை பெறவும் அல்லது அபராதம் விதிக்கப்படவும் அல்லது இரண்டும் சேர்ந்து விதிக்கப்படவும் ஆவார்கள்.

தடை விதிக்கும் அதிகாரம்

எந்த ஒரு நாடகமோ, நடிப்போ ஆட்சேபகரமானவை என்று ராஜ்ய சர்க்கார் கருதுமானால், அத்தகைய நாடகம், நடிப்பு, பொது இடங்களில் நடந்து கொண்டிருந்தாலும் சரி, அல்லது நடக்க இருந்தாலும் சரி, அதை நடக்கவிடாமல் தடை விதிக்கலாம். மற்றும் ஒரு நாடகத்தினால் சமாதானத்திற்குக் கேடு விளையுமென சர்க்கார் கருதுமானாலும் அத்தகைய நாடகத்தையும் சர்க்கார் தடை செய்யலாம்.

தடை விதிக்கப்பட்டபின், எவர் ஒருவர் அதற்குக் கீழ்ப்படியாமல், தடை விதிக்கப்பட்ட நாடகத்தையோ, நடிப்பையோ வேண்டுமென்றே நடத்தினாலும், நடத்த அனுமதித்தாலும், அத்தகையவருக்கு 6 மாதங்கள் வரை சிறைத்தண்டனையோ, அபராதமோ அல்லது இரண்டும் சேர்த்தோ விதிக்கப்படுவர்.

சர்க்கார் அவசியம் எனக் கருதினால், எந்த நாடகத்தின் ஆசிரியரையோ அல்லது அதை அச்சிடுபவரையோ அல்லது அந்த நாடகம் நடக்க இருக்கும் இடத்தின் உரிமையாளரையோ அல்லது அந்த நாடகத்தில் கலந்துகொண்டு நடிக்கயிருக்கும் முக்கிய

ஆட்களையோ அந்த நாடகத்தைப் பற்றிய தகவல்களைக் கொடுக்குமாறு உத்திரவிடலாம்.

தன்மீது பிறப்பிக்கப்பட்ட தடை உத்தரவை, பாதிக்கப்பட்ட கட்சிக்காரர் உயர்நீதிமன்றத்திற்கு அப்பீல் செய்து கொள்ள மசோதாவில் ஷரத்து சேர்க்கப்பட்டுள்ளது.

விடுதலை
திராவிடர் தமிழ்த் தினசரி
ஜெய ஸ்ரீ கார்த்திகை மீ 13உ
(28-11-54) - ஞாயிறு

மந்திரி சுப்ரமணியத்தின் மீது வழக்குத் தொடர முடிவு!

எம்.ஆர்.இராதா பேச்சு

பட்டுக்கோட்டை, நவ.26 - 24-11-54-ந் தேதி பட்டுக்கோட்டை முருகையா தியேட்டரில் எம்.ஆர். இராதாவின் இராமாயண நாடகம் நடைபெற்றபோது, மக்கள் திரள் கொட்டகை பூராவும் நிரம்பியிருந்தது. ஏராளமான மக்கள் இடமின்றி வீடு திரும்பினார்கள்.

பல கழகங்களின் சார்பில் ராதா அவர்களுக்கு மலர்மாலைகள் சூட்டப்பட்டது. நன்றி கூறுமுகத்தான் ராதா அவர்கள் பேசியதாவது:-

தோழர்களே, இராமாயணம் நாடகம் நாடெங்கும் வெற்றிகரமான முறையில், மக்களின் அமோக ஆதரவுடன் நடந்து கொண்டு வருகிறது. சென்ற 19-ம் தேதியன்று நண்பர் ராஜமாணிக்கம் அவர்கள் நாடகத்துக்குத் தலைமை வகித்த நிதி மந்திரி திரு சுப்ரமணியம் அவர்கள் வந்தவேலையை விட்டுவிட்டு வாய்க்கு வந்தபடியெல்லாம் பேசியிருக்கிறார். நான் நடத்துவது **"கீமாயணம்"** என்றும் **"கீழ்த் தரமான நாடகம்"** என்றும் இந்த நாடகத்தைப் பார்க்க மக்கள் கூசினார்கள் என்றும் பேசியிருக்கிறார்.

ஒரு பொறுப்புள்ளவர், தமிழக மக்களுக்கெல்லாம் எவ்விதப் பாகுபாடுமின்றி, உண்மையாகச் சேவை செய்வேன் என்று விசுவாசப் பிரமாணம் எடுத்துக் கொண்ட மந்திரியார் இப்படிப் பேசியிருக்கிறார் என்றால் அது வருந்தும் நிலையல்லவா?

எது கீழ்த்தரமான நாடகம்?

நான் நடத்தும் நாடகம் கீழ்த்தரமாம்! இவர் தலைமை வகிக்கச் சென்ற நாடகம் மட்டும் உயர்தரமோ? நான் நடத்தி வந்த நாடகங் களெல்லாம் மக்களின் அமோக ஆதரவைப் பெற்றுத்தான் பட்டி தொட்டிகளெங்கும் நடந்து வருகிறது. இது சி.அய்.டி. நண்பர்கள் மூலம் அரசாங்கத்தாருக்கும் தெரியும். தெரிந்தும் ஒருசில நாடகங்களை எல்லாம் தடை செய்தார்கள். வழக்கும் தொடர்ந்தார்கள். நாடக சட்டமும் உடைந்தது. அத்துடன் அரசாங்கமும் வழக்குகளையெல்லாம் வாபஸ் வாங்கியிருக்கிறார்கள். தடையையும் நீக்கியிருக்கிறார்கள். அரசாங்கம் வழக்கை வாபஸ் வாங்கியிருக்கிறது. இது கீழ்த்தரமான நாடகம் அல்ல; மக்கள் ஏராளமாகப் பார்த்துப் பாராட்டுகிற நாடகம். இப்படியிருக்கும்போது, இந்த மந்திரியார் கூறுகிறார். இது கீழ்த்தர

மான நாடகம் என்று! இது எவ்வளவு மட்டரகமான பேச்சு என்பதை நீங்கள் உணர வேண்டும். (கரகோஷம்)

மேலும் என் நாடகத்தைப் பார்க்கக் கூசுவார்கள் என்று பேசியிருக்கிறார் இந்தப் பக்திமான்! நான் இங்கென்ன கும்பமேளாக் காட்சியா நடத்திக் காட்டுகிறேன், பக்தியின் பேரால்? இல்லையே. நன்கு உடை உடுத்தித்தானே வருகிறோம் நாடகத்தில்?

கும்பமேளாக் காட்சியைத் தரிசிக்கச் சென்றவர்களைத் தலைமையாகக் கொண்டு ஆட்சி நடத்தும் இவர் கூறுகிறார், நான் நடத்தும் நாடகத்தைப் பார்க்கக் கூசினார்கள் என்று!

நான் நடத்துவது அசல் இராமாயணம். "கீமாயணம்" அல்ல. அரசாங்கத்தாரும், எனக்கு ராமாயணம் நாடகம் நடத்தத்தான் அனுமதி கொடுத்திருக்கிறார்கள். இது இந்த மந்திரியார்க்குத் தெரிந்திருந்தும், இந்த மாதிரிப் பொய்ப் பிரசாரத்தில் இறங்கியிருப்பது பொறுப்பற்ற செய்கையல்லவா? ஒரு நாடகம் பார்க்க அழைக்கிறார்களென்றால் அவர்களைப் பற்றிப் புகழ்ந்து பேசிவிட்டு வந்துவிட வேண்டும். அதுதான் நியாயம். அதைவிட்டு வேறு மேடையில் நின்றுகொண்டு, நாடகத்தைப் பாராமலேயே குறை கூறுவது என்றால் அது சரியா? வந்து பார்த்துவிட்டுப் பேசட்டும். உதாரணமாக... கிராமங்களிலெல்லாம் நீங்கள் பார்த்திருப்பீர்கள். ரோடிலே கார் போகும். ரோடிலே போகின்ற காரைப் பார்த்து ஒரு நாய் குலைக்கும். உடனே ஊருக்குள் இருக்கிற நாயெல்லாம் குலைக்கத் துவங்கிவிடும். ஊருக்குள்ளே குலைக்கின்ற நாய்க்குத் தெரியுமோ ரோட்லே கார் போவது? எதையும், பார்க்காமலேயே பிறர் சொல் கேட்டு ஒரு பொறுப்புள்ளவர் பேசுவது பெரும் தவறு.

ஆகவே நான் அவர்மீது வழக்குத் தொடர்வது என்ற முடிவுக்கு வந்துவிட்டேன்.(கரகோஷம்) "கீமாயணம்" என்று என் நாடகத்தைப் பேசியது பெருந்தவறு. ஆனால் இவரிடம் நியாயம் கிடைக்குமா? என்பதில்தான் சந்தேகம். ஒருவருக்கு மூன்று பொறுப்பையளித்திருக் கிறார்கள் (கல்வி, சட்டம், நீதி). சட்டமும் கோர்ட்டும் நிர்வகிக்கின்ற இவர் மேலேயே வழக்குத் தொடர்ந்தால் நியாயம் கிடைக்குமா என்பதுதான் என் சந்தேகம். பதவியைக் கையிலே வைத்திருக்கும் உரத்தால்தான் அவர் இப்படியெல்லாம் பேசுகிறார்போலத் தெரிகிறது? இதுமாதிரி எதேச்ச திகாரப் பேச்சுகளுக்கு இடம் தரலாகாதென்று பணிவுடன் தெரியப்படுத்திக் கொள்கிறேன். இருந்தாலும் சென்னைக் குச் செல்கின்றேன். பிரபல வழக்கறிஞர்களைக் கலந்து, தாறுமாறாகப் பேசிய இவர்மீது கண்டிப்பாக வழக்குத் தொடருவேன் என்பதை உங்களிடத்தில் கூறிக்கொண்டு விடைபெற்றுக் கொள்கிறேன்.

குறும்புத்தனமான மசோதா

சென்னை ராஜ்யத்தில், நாடக நிகழ்ச்சிகளைக் கட்டுப்பாடு செய்து ஒழுங்குபடுத்துவதற்கான மசோதா ஒன்றை, சென்னை சர்க்கார் வெளியிட்டிருக்கின்றனர்.

ஆட்சேபகரமான நாடகங்களைத் தடுப்பதற்காக இந்த முயற்சி என்றும் கூறப்பட்டிருக்கிறது.

இம் மசோதாவில் திராவிட கழகம்-சுயமரியாதை இயக்கம்- செய்து வருகின்ற பகுத்தறிவுப் பிரசாரத்தைப் பாதிக்கின்ற பகுதியை மட்டும் கீழே தருகிறோம்:-

பாரத நாட்டு மக்களின் பல்வேறு வகுப்பினர்களிடையே துவேஷ உணர்ச்சியை ஊட்டும் தன்மையுடையது.

பாரத நாட்டு மக்களில் எந்த ஒரு வகுப்பினருடைய மதம் அல்லது மத உணர்ச்சியைப் புண்படுத்தக்கூடியது.

இத்தகைய நாடகம் என்று ஒன்றை ஆட்சியாளர் கருதுவாரே யானால், காரணங்காட்டி அந் நாடகத்துக்குத் தடை விதிக்க இம் மசோதா அரசாங்கத்திற்கு அதிகாரம் தருகிறது.

பிரம்மசாரி ஓடம் கவிழ்த்த கதை நமது வாசகர்களுக்குத் தெரியுமல்லவா? அதுபோல மந்திரிமார்களில் இரண்டொருவர் ஏதாவதொரு குறும்பு செய்துகொண்டிருக்க வேண்டுமென்பதற் காகவே மந்திரி பதவியில் வீற்றிருக்கின்றனர்.

கல்வித்துறையிலும், கிராம வளர்ச்சித்துறையிலும், சமுதாய முன்னேற்றத்துறையிலும் அவசரமாகச் செய்ய வேண்டிய மாறுதல்கள் ஆயிரக்கணக்கிலிருக்கும்போது, நாடகமேடையைத் திருத்துவது என்ற பெயரால் புதுவம்பை விலைக்கு வாங்கப் புறப்பட்டிருக்கிறார்கள் இரண்டொரு மந்திரிகள். முதலமைச்சரின் அனுமதி பெற்று இம் மசோதா வரப் போகிறதா என்பது நமக்குத் தெரியாது.

கடந்த முப்பது ஆண்டுகளாகவே தமிழ்நாட்டில் பார்ப்பன வெறுப்புப் (துவேஷ) பிரசாரமும், ஜாதி-மத எதிர்ப்புப் பிரசாரமும், புராண இதிகாசக் கண்டன பிரசாரமும், மூட நம்பிக்கை ஒழிப்புப்

பிரசாரமும் நடைபெற்று வருகின்றன. புத்தர் முதல் சித்தர்கள் வரையில், பிரும்ம சமாஜம் முதல் ஆரிய சமாஜம் வரையில், எத்தனையோ புதுப்புது மதங்கள் சிலை வணக்கத்தைக் கண்டித்துப் பிரசாரம் செய்து வருகின்றன. எத்தனையோ சரித்திர ஆசிரியர்களும், ஆராய்ச்சியாளர்களும், புலவர்களும், அறிஞர்களும், புராண-இதிகாச ஆபாசங்களைக் கண்டித்து எழுதி வைத்திருக்கின்றனர்.

"கல்லின் (சிலையின்) தலையில் ஊற்றுகின்ற பாலையும் பழச்சாற்றையும் ஏழைக் குழந்தையின் வாயில் ஊற்றக் கூடாதா?" என்று கேட்டால், புது மசோதாவின்படி, "மத உணர்ச்சியைப் புண்படுத்துவதாக" ஆகி விடும்! அதாவது சமுதாயச் சீர்திருத்தத்திற்கே முற்றுப்புள்ளி வைக்கப் பார்க்கிறது, இப் புது மசோதா!

தியாகராயநகர் பஸ்லுல்லா ரோடிலிருந்து மறைமுகமாக நடைபெற்றுவரும் குறும்புத்தனத்தின் ஒரு சிறு சாயல்தான் இந்த மசோதா. நிதி இலாகா மந்திரியின் கைவிரலைத் தூக்கி, சு.ம.காரர்களின் கண்ணைக் குத்துகின்ற இந்த விஷமத்தனத்தை நாம் வன்மையாகக் கண்டிக்கிறோம். திராவிட கழகங்கள் யாவும் இதைக் கண்டித்து-எதிர்த்து- தீர்மானம் நிறைவேற்றி- உடனே முதலமைச்சர் அவர்களுக்கு அனுப்பிவைக்க வேண்டுமென்று கேட்டுக் கொள்கிறோம். **லட்சக்கணக்கில் தந்திகளும் கடிதங்களும் குவியட்டும்!**

காங்கிரஸ் எம்.எல்.ஏ.க்கள் இம் மசோதாவுக்கு இடம் தரக்கூடாது. இதன் விளைவாக நிதி இலாகா அமைச்சர் விலக வேண்டி ஏற்பட்டாலுங்கூட மகிழ்ச்சியுடன் அவருக்குப் பிரிவுபசாரப் பத்திரம் வாசித்தளித்து, வீட்டுக்கு அனுப்பி வைக்கச் சித்தமாயிருக்க வேண்டும்.

இல்லையேல், புயல், புயல், மாபெரும் புயல் வீசும் என்பது நிச்சயம்! பெரியார் முதல் கடைசித் தொண்டர் வரையிலுள்ள சமுதாயப் புரட்சித் தோழர்கள் யாவரும், கட்சி வேற்றுமை பாராட்டாமல், தடுக்கப்படும் நாடகத்தை நடத்த வேண்டிய நிலைமை ஏற்பட்டுவிடும் என்று அஞ்சுகிறோம். இதனால் சிறைக்கூடங்கள் நிரம்பி வழிவதைத் தவிர, வேறு பலன் ஏற்படப் போவதில்லை. ஓரளவு ஒழுங்காக நடந்து வருகின்ற இன்றைய ஆட்சியில், குழப்பத்தை உண்டாக்கிவிட்டோம் என்று ஆரியச் சேரிகளில் மிட்டாய் வழங்கிக் (காந்தியாரைப் பார்ப்பான் சுட்டுக் கொன்றபோது நடந்தது போல்) கொண்டாடலாம்!

ஆதலால் இம் மசோதாவைக் குப்பைத் தொட்டியில் கிழித்துப் போடச் செய்ய வேண்டியது, தமிழ் மக்களின் முதற் கடமையாகும்.

பார்ப்பான் ஜாதி வெறியனாக நடந்து கொள்வது மட்டும் சரி; அதைக் கண்டித்துக் கூறி அவனை வெளியேற்ற வேண்டுமென்று கூறுவது மட்டும் "வகுப்பு துவேஷக் குற்றம்" என்றால், பார்ப்பானுக்குப் பிறக்காத தமிழர்களுக்கெல்லாம் இருப்பிடம் இனிச் சிறைக்கூடமாகத் தானே இருக்க வேண்டும்? கழகத் தோழர்களே! தயாராயிருங்கள்!

விடுதலை
திராவிடர் தமிழ்த் தினசரி
சென்னை - 30-11-54 - செவ்வாய்
(தலையங்கம்)

மறியல் செய்யலாமா?

"குமார விஜயம்" என்னும் பெயரால், குமரனைப் பற்றிய ஆபாசப் பிறப்புக்களையெல்லாம் மறைத்து, சென்னை ஒற்றைவாடை தியேட்டரில் நடந்து வருகின்ற மூடநம்பிக்கைப் பிரசார நாடகத்தை, திராவிட கழகத்தார் மறியல் செய்தாலென்ன? ராதாவின் வால்மீகி இராமாயண நாடகத்தை, மதுரையில் செய்வதாகச் சில ஆரியக் கூலிகள் புறப்பட்டிருக்கும்போது, நாமும் இப்படிச் செய்தாலென்ன?" என்று சைதாப்பேட்டைத் தோழர் ஒருவர் கேட்கிறார்.

"கூர்ந்து நாய் கவ்விக் கொளக் கண்டும் பேர்த்து நாய் கவ்வினார் ஈங்கில்லை"

மதுரையிலோ மற்ற இடங்களிலோ, யாரோ இரண்டொரு திராவிடத் தோழர்கள் ஆரியர் கைப்பாவையாக இருந்து கொண்டு நம்முடன் மோத வருவதைக் கண்டு நாம் ஆத்திரப்படக்கூடாது; ஆரியன் பணத்தைக் காலி செய்யும்படி இவர்களுக்கு ஊக்கமூட்ட வேண்டும்! இவர்களில்லாவிட்டால், ஆரியன் வேறு எந்தத் திராவிடனுக்கும் பணம் தரமாட்டானல்லவா? அவன் வீட்டுப் புரோகிதன், மோட்டார் டிரைவர், சமையற்காரன், கிளார்க் முதலிய எல்லோரும் அவன் இனத்தாராகவே இருக்கிறார்களே! கலகஞ் செய்ய வருகிறவர்களாவது நம் இனத்தாராயிருந்து ஏதோ 10-20 கிடைத்ததைப் பெறட்டுமே, பாவம்! நம்மவர்கள்தானே!

ஆனால் ஆரியனே எதிர்த்து, மறியலுக்கோ, கலகத்துக்கோ வந்தால் (அதுதானே நடக்காது!) ஒரு கை பார்த்துக் கொள்ளலாம்!

ஆதலால், சென்னையில் நடக்கும் புராணப் பிரசார நாடகத்துக்கு முன்பு, மறியலோ கிறியலோ தேவையில்லை.

அநேகமாக மதுரை மறியல் நடக்காது. அங்குள்ள போலீசார் தூண்டி விட்டால்தான் நடக்கும்! அப்படி நடந்தால் மறியல் வீரர்களைத் திராவிட கழகத்தார் தொடவே கூடாது. திராவிட இன உணர்ச்சியுள்ள பொதுமக்கள் எப்படியும் சும்மாயிருக்க மாட்டார்கள்! "வேண்டாம்! அவர்களும் நம் இனத்தார்தானே!" என்று நான் சொன்னால் கேட்கவா போகிறார்கள்?

புராண நாடகங்கள் நடக்கின்ற வரையில் அதை எதிர்க்கின்ற நாடகங்களும் நடந்து கொண்டுதானிருக்கும்! தடுத்தால் புதுப் பெயரோடு புறப்படும்! அன்று "இரணியன்" நாடகத்தைத் தடுத்தார்கள். இன்று "இராமாயண" நாடகம் பிறந்தது! இதற்கு இடையூறு செய்தால் "பூணூல் அறுப்பு" நாடகம் நடக்கும்.

புத்தரை வெளியேற்றினார்கள், அன்று! பெரியார் புறப்பட்டார் இன்று!

ஆரியனே! நீ மரியாதையாக வெளியேறமாட்டாய் போலத் தோன்றுகிறது! பிரிட்டிஷ்காரனுக்கும், ஃப்ரெஞ்சுக்காரனுக்கும் இறுதிக் காலத்தில் தோன்றிய விபரீதப் புத்திதான் உனக்கு இன்று தோன்றியிருக்கிறது!

கருத்துரை:- ஆரியனை வெளியேற்ற விரும்பாத திராவிடன் அவனுடைய பச்சைக் கூலியே!

விடுதலை - குத்தூசி
சென்னை - 30-11-54 -செவ்வாய்

* நாடகத் தடை மசோதாவுக்குக் கல்லறை கட்டுங்கள்! *

மசோதா சட்டமாகிவிட்டால்?

நாடகத் தடை மசோதா இன்றைய அசெம்பிளிக் கூட்டத்தில் கொண்டுவரப்படுமென்று பத்திரிகைச் செய்தி கூறுகிறது. அவ்வாறு கொண்டு வரப்பட்டாலும் இதற்குத் திராவிட அங்கத்தினர்களின் ஆதரவு இருக்காது என்பது நம் நம்பிக்கை. அப்படி ஆதரவு ஏற்பட்டு, கோட்சே இனத்தாரின் விருப்பப்படி சட்டமாக்கப்படுமேயானால், "வகுப்பு துவேஷம்"- 'மத உணர்ச்சி" ஆகிய இரண்டு விதிகளையும் (இவைகளைப் பற்றி நேற்றையத் தலையங்கத்தில் குறிப்பிட்டிருந்தோம்) விலக்கிவிட்டுச் சட்டமியற்றப்படலாம் என்று நம்புவதற்கு இட மிருக்கிறது.

ஒருக்கால் பஸ்லுல்லா ரோடின் ஏகப்பிரதிநிதியாகவுள்ள நீதி இலாகா அமைச்சர் இம் மசோதாவை அப்படியே சட்டமாக்க முயன்று வெற்றி பெற்றுவிடுவாரானால், அதன்பொருட்டு திராவிட கழகத்தார் வருந்த வேண்டியதில்லை. மசோதா சட்டமாகின்ற வரையில், அதை எதிர்த்துத் தந்திகளும், கண்டனக் கடிதங்களும் முதலமைச்சருக்குக் குவிந்து கொண்டிருக்க வேண்டுமென்று கழகத் தோழர்களைக் கேட்டுக் கொள்கிறேன்.

மசோதா சட்டமாகுமானால், "அதுவும் நன்மைக்கே" என்று கருதி வரவேற்க வேண்டும். ஏனெனில், அதற்குப் பிறகு பார்ப்பன துவேஷ நாடகங்களாகவே நடிக்க வேண்டியதைத் தவிர திராவிட கழகத்தாருக்கு வேறு வேலையிருக்காது. இந்தக் கருத்தைக் கொண்ட சிறுசிறு நாடகங்கள் "விடுதலை" இதழிலேயே வெளியிடப்படும் என்றாலும், இதற்காகக்கூட மக்கள் காத்திருக்க வேண்டியதில்லை. தெருவில் போகின்ற பார்ப்பனப் புரோகிதனிடமிருந்து, அவன் மூடர்களை ஏமாற்றிப் பறித்துச் செல்லுகின்ற, அரிசி, காய்கறி போன்ற சாமான்களைப் பிடுங்கிக் கொண்டு அடித்துத் துரத்துகின்ற மாதிரியும், காந்தியாரை ஒரு பார்ப்பான் சுட்டுக் கொன்ற காட்சியையும், ஆரியனின் பூணூலை அறுத்து நாட்டைவிட்டுத் துரத்துகின்ற மாதிரியும் நாடக மேடைகளில் நடித்துக் காட்டலாம். புதிய சட்டத்தின்கீழ் இம்மாதிரி நாடகங்களைத் தடை செய்வார்கள், போலீஸ் அதிகாரிகள். அத் தடையை மீறலாம்.

இப்படியே செய்து கொண்டிருந்தால் அடுத்த ஆண்டுக்குள்ளாக சகல ஆரியனும் பட்டப்பகலில் வீட்டுக்கு வெளியே நடமாடுவதற்குக் கூட நடுங்க வேண்டிய நிலைமை ஏற்பட்டுவிடும்.

ஆரியனை வெளியேற்றுவது என்ற திராவிட கழக லட்சியத்துக்கு இது ஓர் அடிப்படையாக வாய்க்கும். ஆதலால் எக் காரணங்கொண்டும் மந்திரிசபை மீதோ, காங்கிரஸ் திராவிடர்கள் மீதோ ஆத்திரப்படாத படி, இவ்வளவு விஷமத்தனங்களுக்கும் காரணமாகவுள்ள **ஆரியர் மீது தமிழர்களின் வெறுப்புணர்ச்சி வளர வேண்டும்.** இந்த வளர்ச்சிக்கு இப் புதிய மசோதா நல்ல வகையில் உதவி செய்யுமென்று நம்புகிறோம்.

எந்தச் சிறு காரியத்தையும் தன் இறுதி லட்சியத்துக்கு ஆதரவாகப் பயன்படுத்திக் கொள்வதே பொதுத் தொண்டுக்குத் தகுதியுடையவனின் செய்கையாயிருக்க வேண்டும்.

ஆச்சாரியார் ஆட்சி ஒழிந்தபிறகு ஆரிய வெறுப்புணர்ச்சி சிறிது மங்கிவிட்டது. இதனால் ஆரியர் "அண்டர் கிரவுண்டு" வேலையில் இறங்கியிருக்கின்றனர். நீதி இலாகா அமைச்சரிடம் தூது சென்று, இம் மசோதாவைக் கொண்டுவர ஏற்பாடு செய்திருக்கின்றனர். இன்றைய மந்திரிசபைக்குப் பொறுக்கமுடியாத தலைவலியாக வந்து வாய்த்திருக்கின்ற இவர், பாவம் அக்கிரகாரத்தின் கைப்பாவையாக இருந்து ஆடிக் கொண்டிருக்கிறார். இவர்மீது நமக்கு ஆத்திரமில்லை, இரக்கப்படுகிறோம்.

திராவிட கழகத் தோழர்கள் அனைவரும் தயாராக அணிவகுத்து நிற்க வேண்டும். தலைவர் பெரியார் அவர்கள் ஒரே மாதத்தில் திரும்பிவிடுவார். மசோதா சட்டமாகுமானால், விரைவில் திரும்பினாலும் திரும்பலாம். திரும்பியவுடனே, "இச் சட்டத்தை மீறிச் சிறை செல்ல எத்தனைப் பேர் தயார்?" என்று கேட்பார்! குறைந்த பட்சம் பத்தாயிரம் பேராவது தயாராயிருக்க வேண்டும். அதுமட்டும் போதாது. பத்தாயிரம் ஆரியக் குடும்பங்களாவது தமிழ்நாட்டைவிட்டு வெளியேற வேண்டிய அவசியத்தை உண்டாக்கி வைத்துவிட்டுத்தான் சிறை புக வேண்டும்.

"மற்ற நாடுகளில் பார்ப்பனரில்லை; அதுபோல் எங்கள் செந்தமிழ் நாட்டிலும் பார்ப்பனரேயில்லாதபடி விரட்டியடித்து விட்டோம்" என்று தமிழனாகப் பிறந்த, தமிழச்சிக்குப் பிறந்த ஒவ்வொரு வரும் மார்தட்டிக் கூறிக் கொள்ள வேண்டும். எனவே, ஆரியரையும், அவர்களது புராண-இதிகாச ஆபாச ஒழுக்கக்கேடுகளையும்

பாதுகாப்பதற்கான எந்தச் சட்டதிட்டம் வந்தாலும், திராவிட கழகத்தார் - சுயமரியாதைக்காரர்-புன்முறுவலுடன் வரவேற்க வேண்டும்.

மேலும் ஜனவரி மாதத்தில் ஆவடியில் அகில இந்திய காங்கிரஸ் மாநாடு நடக்கப் போகிறது. இதற்கு அகில இந்திய காங்கிரஸ் தலைவர்கள் பலர் வருவர். அதுசமயம் இந்தப் புதுச் சட்டத்தின் விளைவாக 4000 -5000 பேராவது சிறைக்குள் இருக்க நேரிட்டால், சுயமரியாதை இயக்கத்தின் பகுத்தறிவுப் பிரசாரக் கொள்கைகளுக்கு இதைவிடச் சிறந்த விளம்பரம் என்ன? பார்ப்பானையும் அவனுடைய ஆபாச இராமாயணத்தையும் எதிர்த்து இவ்வளவு பெரிய கிளர்ச்சி ஏன் நடக்க வேண்டும் என்பதையாவது வடநாட்டுத் தலைவர்கள் அறிந்து கொள்வதற்கு ஒரு நல்வாய்ப்பு ஏற்படுகிறதல்லவா?

ஆதலால் மசோதா சட்டமாவதைப் பற்றி யாரும் அஞ்ச வேண்டாம். தந்திகளாலும் கடிதங்களாலும் மசோதா நிற்கவில்லையென்றால், சட்டத்தைக் குப்பைத் தொட்டிக்கு அனுப்பும் சக்தி தமிழ்ப் பெருமக்களுக்கு உண்டு.

பெரியார் வருகையை எதிர்பார்த்து அணிவகுத்து நிற்போம். ஆரிய வெறுப்புணர்ச்சியை வீடு வீடாகப் பரப்பிக் கொண்டிருப்போம்! "வெறுப்புணர்ச்சி" என்ற பெட்ரோல் தயாராயிருந்தால் "கிளர்ச்சி" என்னும் தீப்பந்தத்துடன் பெரியார் வந்திறங்குவார்! உடனே **ஆரிய ஒழிப்புப் புரட்சி என்**னும் பெருந்தீ கொளுந்துவிட்டு எரிவதைக் காணலாம்! இராமன் இனம் ஒழிந்து, இராவணன் இனம் தனியாட்சி புரிகின்ற காட்சியையும் கண்டு மகிழலாம்.

தயார்! தயார்! ஆரிய ஒழிப்புப் போராட்டத்துக்குத் தயாராயிருங்கள்!

விடுதலை

சென்னை - *1-12-54* - புதன்

(தலையங்கம்)

புராண ஆபாசங்களை எதிர்க்க நாங்களும் தயார்!

எம்.ஆர்.ராதா அறிக்கை

சென்னை, நவ. 29 - நாம் நடத்தும் இராமாயணம் இந்துக்களின் மனதைப் புண்படுத்துவதாகவும், ஆகவே அதை எதிர்த்துப் பலர் மறியல் செய்யப் போவதாகவும் அறிந்தேன். எங்களையும் இந்துக்கள் என்பதாகத் தான் ஆட்சியாளர் குறித்து வைத்திருக்கிறார்கள் என்பதை மறியல் செய்யும் தோழர்கள் அறிய வேண்டும்.

திருவாளர்கள் அனந்தாச்சாரி கடலங்குடி நடேச சாஸ்திரி, சி.ஆர். சீனிவாச அய்யங்கார், சூரிய நாராயண சாஸ்திரி, நீலகண்ட சாஸ்திரி, பயங்கரம் அண்ணங்கராச்சாரியார், ஆர்.வி. நரசிம்மாச்சாரியார், கோவிந்த ராஜர், மகேஸ்வர தீர்த்தர், குடந்தை வெங்கடேஸ்வர சர்மா, ராஜாஜி, காந்தி, நேரு, பெரியார் ஈ.வெ.ரா, சி.என். அண்ணாதுரை, எஸ். குருசாமி, சுவாமி விவேகானந்தா, மறைமலையடிகள், சுவாமி கைவல்யம், பி.டி. சீனிவாச அய்யங்கார், ஹென்ரி ஸ்மித், என். சிதம்பரம் பிள்ளை, R.C. டட் I.C.S., E.P.ஹாவெல், C.J. வர்க்கி M.A., G.H. ராபின்ஸ்ன் C.I.E., சந்திரசேகர பாவலர் மற்றும் பலர் ஆராய்ச்சியையும், சமஸ்கிருத (மூலக்கதை) மொழிபெயர்ப்பையும் ஆதாரமாகக் கொண்டு எழுந்ததுதான் எனது இராமாயணம்.

எண்ண, எழுத, பேச, எடுத்துச் சொல்ல அரசியல் சட்டத்தின் மூலம் மக்களுக்கு பிரஜா உரிமை வழங்கப்பட்டிருக்கிறது. அதன்படி, என்னுடைய கருத்தை எடுத்துச் சொல்ல எனக்கும் உரிமை இருகிறது. தக்க ஆதாரத்தோடும், அரசாங்கத்தின் உத்தரவும் பெற்றுத்தான் **"இராமாயணம்"** நாடெங்கும் நடைபெறுகிறது. ஆகவே, இதைப் புரிந்து கொள்ளாமல், எதிர்த்து மறியல் செய்ய முனைவார்களே யானால், அதை அரசாங்கமும் அனுமதித்தால், இதன் எதிரொலியாக நாங்களும் அடியிற்கண்ட முறைகளில் மறியல் செய்ய நேரும் என்பதை மக்களுக்கும் அரசாங்கத்துக்கும் அறிவித்துக் கொள்கிறேன்.

இதிகாசம், புராணங்கள் நடக்கின்ற இடங்களிலெல்லாம் மறியல் செய்வது,

திதி, திவசம், திருமணம் முதலிய இடங்களில் பார்ப்பனர்கள் அனுமதிக்கப்படுவதை எதிர்த்து மறியல் செய்வது,

புராண நாடகங்கள் எந்தப் பகுதியில் நடந்தாலும், அதையும் எதிர்த்து மறியல் செய்வது,

இதிகாசம், புராணம் இவைகளைக் குறித்து நடத்தப்படுகின்ற கதா காலட்சேபங்களை (அது அக்ரகாரமாயிருந்தாலும் சரி) எதிர்த்து மறியல் செய்வது.

"இந்த மறியல் சாத்வீக முறையில் அமைதியாக நடைபெறும்"

இராமாயணக் கதை, ஆரியன் - சூத்திரன் என்ற பேதத்தை - ஏற்றத்தாழ்வை - உண்டாக்குகிறது. ஊழல்கள் எல்லாம் புனிதமாக்கப்பட்டு கடவுளின் காதையாகிவிட்டது என்பதைப் பல அறிஞர்களும் ஒப்புக் கொண்டிருக்கிறார்கள். குறிப்பாக, திராவிடர்களின் மனதைப் புண்படுத்துகிறது என்ற காரணத்திற்காகத்தான், இராமாயணத்தின் ஊழல்களை எடுத்துச் சொல்லுகிறோம். திராவிட சமுதாயத்தின் உயர்வுக்காக மட்டும்தான் இந்த நாடகத்தை நடத்துகிறேன்.

ஆகவே, இந்த நாடகம் இந்துக்களின் மனதைப் புண்படுத்துகிறது என்று கருதுகிறவர்கள், எந்த மதத்தவராக இருந்தாலும் என் நாடகத்திற்கு வர வேண்டாம். அவர்கள் காசும் எனக்கு வேண்டாம். மீறிவந்து பார்த்தால், அவர்கள் மனம் புண்பட்டால் அதற்கு நாங்கள் ஜவாப்தாரியல்ல என்பதை இதன்மூலம் அறிவிக்கிறேன்.

எனது இறுதியான விருப்பம்!

உடனடியாக எல்லோரும் சேர்ந்து நான் நடத்தும் இராமாயணத்தைத் தடைசெய்ய ஏற்பாடு செய்யும் நாளை எதிர்பார்க்கிறேன். தடை செய்யப்பட்டால்தான், தற்பொழுது வந்திருக்கும் நாடகப் புதுச் சட்டத் தின் மூலம் 'இராமாயணம்', உயர்நீதிமன்றத்தில் விவாதிக்க மூடியும். அப்பொழுதுதான், இராமன் குடிகாரன்; கடவுளல்ல; அயோக்கியன் என்பதை விவாதித்துச் சட்டத்தின் மூலம் இராமாயணம் புனிதமான கதை தானா? மக்களுக்குத் தேவையானதா? என்பதை முடிவு செய்ய முடியும். புராணங்களில் உள்ள ஆபாசங்களையெல்லாம் கோர்ட்டில் விவாதிக்கலாம். அப்பொழுதுதான் சட்டப்படி குடிகாரக் கடவுளான இராமன் கோர்ட்டின்மூலம் நாட்டில் தடுக்கப்படுவான்.

கோர்ட் ஏறட்டும் குடிகாரக் கடவுள் இராமன்!

எம்.ஆர்.ராதா

நாடகத் தடை மசோதா குப்பைத் தொட்டிக்குப் போகட்டும்!

மதுரையில் 'ஆஸ்திக' வெறியர்களின் காலித்தனம் தோல்வி போலி ஆர்ப்பாட்டத்தைப் பொதுமக்கள் மதிக்கவில்லை

இராதா ராமாயண நாடகம் வெற்றிகரமாக நடந்தது
கலகம் செய்தவர்கள்மீது போலீஸ் தடியடி

மதுரையில் தோழர் எம்.ஆர்.ராதா அவர்களின் 'ராமாயண' நாடகத்தை நடைபெறாமல் செய்வதற்காகப் பார்ப்பனர்கள், 'ஆஸ்திகர்கள்', 'நாஸ்தீக ஒழிப்புச் சங்கத்தார்' என்ற போர்வைகளில் செய்த கிளர்ச்சிகள், ஆர்ப்பாட்டங்கள் எதுவும் பலிக்காமல் போகவே, கலகம் செய்ய முயற்சித்தும், அதுவும் போலீசாரின் முன்னெச்சரிக்கையான நடவடிக்கையினால் தடுக்கப்பட்டது.

நேற்று ராமாயண நாடகம் வெற்றிகரமாக மிக அமைதியுடன் நடத்தப்பட்டது. இவ்வளவு தூரம் ஆர்ப்பாட்டங்கள் செய்தும், ஏராளமான மக்கள் வந்து நாடகத்தைக் கண்டு களித்தனர். நேற்றைய நாடகத்திற்கு ரூ.3000/- வரை வசூலாயிற்று என்று அறிவிக்கப்படுகிறது.

நேற்று இரவு நடந்த நிகழ்ச்சியின் காரணமாக, இன்று முதல் 15 நாட்களுக்கு நகரில் 144 தடையுத்தரவு பிறப்பிக்கப்பட்டிருப்பதனால், தடை நீங்கியதும் ராதா அவர்களின் ராமாயண நாடகம் தொடர்ந்து நடைபெறும் என்று அறிவிக்கப்படுகிறது.

மதுரை, டிச.3 - மதுரையில் நேற்று நடிகவேள் எம்.ஆர். ராதா அவர்களால் நடத்தப்பட்ட ராமாயண நாடகத்தை நடைபெறாமல் தடுக்க, ஆஸ்திகர்கள் என்ற பெயரால் பார்ப்பனர்கள் எடுத்துக் கொண்ட முயற்சிகள் தடியடியுடன் தோல்வி அடைந்தன.

ராமாயணத்தைப் பார்க்கச் சென்ற பொதுமக்களையும், ஒழுங்கையும் அமைதியையும் நிலைநிறுத்தவும் எவ்வித அசம்பாவிதமும் நடைபெறாமல் பார்த்துக் கொள்ளவும் அங்கு நிறுத்தப்பட்டிருந்த போலீசாரையும், ஆர்ப்பாட்டம் செய்தவர்கள் தாக்க ஆரம்பிக்கவே, போலீசார் தடிகொண்டு தாக்க நேர்ந்தது என்றும், அதனால் முப்பது

பேர்கள் காயமடைந்தனர் என்றும், அய்ந்து பேர்களுக்குப் பலத்த காயம் ஏற்பட்டதென்றும் தெரியவருகிறது.

நேற்று இரவு, இங்கு பழநி கொட்டகையில், ராமாயண நாடகம் தோழர் எம்.ஆர்.ராதா அவர்களால் நடத்தப்பட்டது. மேற்படி நாடகம், ராமாயண இதிகாசத்தை இழிவுபடுத்தக்கூடியதாக இருக்கிறதென்றும், எனவே அதை நடத்தக்கூடாது என்றும் மேற்படி கொட்டகையின்முன் ஆர்ப்பாட்டம் செய்தனர். இந்த நாடகம், இந்துக்களில் ஒருசிலரின் மத உணர்ச்சியைப் புண்படுத்தக்கூடும் என்று அவர்கள் கூறி, கிளர்ச்சியைத் துவக்கினார்கள் என்று கூறப்படுகிறது.

இதனால் நாடகம் பார்க்க வரும் மக்களுக்கும், நாடகம் நடிக்கும் ஆட்களுக்கும் எவ்விதக் கேடும் நேரிடாதவாறும், எவ்வித அசம்பாவிதமும் ஏற்படாமல் பார்த்துக் கொள்ளவும், கொட்டகைக் குள்ளும், வெளியிலும் போலீஸ் காவல் பலமாகச் செய்யப் பட்டிருந்தது. போலீஸ் லாரிகள் தெருக்களைச் சுற்றி வந்தவண்ண மிருந்தன.

மனு நிராகரிக்கப்பட்டது

நாஸ்திக ஒழிப்புச் சங்கக் காரியதரிசி திரு கிருஷ்ணகுமார், ராதாவின் நாடகத்தைத் தடை செய்ய வேண்டுமென்று கோரிச் செய்திருந்த மனுவை நகர மாஜிஸ்திரேட் திரு ஏ. துரைராஜ் நிராகரித்தார்.

நேற்று மாலை நாடகம் துவக்கப்படுவதற்கு நான்கு மணி நேரத்துக்கு முன்னிருந்தே உள்ளூர் இந்து மகா சபையைச் சேர்ந்த தொண்டர்கள் என்பவர்கள் 90 பேர் கொட்டகைக்குமுன் கூடி விட்டனர். ‘ராமாயண நாடகம் ஒழிக’, ‘இந்த தெய்வ தூஷணையான நாடகத்தைப் பார்க்காதீர்கள்’ என்பன போன்ற ஒலிகளை ஒலித்துக் கொண்டிருந்தனர். பின்னர், சிறிதுநேரத்திற்கெல்லாம் இவர்களுடன் நாஸ்திக ஒழிப்புக் கழகத்தினரும் கலந்து கொண்டனர். போலீசார் அவர்களை நாடகக் கொட்டகைக்குப் போகும் பாதைக்கு 100 கெஜத்திற்கப்பால் நிற்குமாறு சொன்னார்கள். அதன்படி அவர்கள் நின்று ஆர்ப்பாட்டம் செய்து கொண்டிருந்தார்கள்.

ஏராளமான மக்கள்

வடக்கு மாசி வீதியும் மேற்கு மாசி வீதியும் சேருமிடத்தில், மேற்படி கொட்டகை இருந்துவருவதால், மாலையிலிருந்தே இந்த ஆர்ப்பாட்டங்களைப் பார்க்க ஏராளமான மக்கள் கூடிவிட்டனர். நாடகம் துவங்குவதற்கான நேரம் நெருங்க நெருங்க, நாடகம் பார்க்க

வரும் மக்களின் தொகை அதிகரிக்க அதிகரிக்க, தங்களின் வறட்டுக் கூச்சல் களைத்துப் போவதைக் கண்ட ஆர்ப்பாட்டக்காரர்கள், இரவு 8.15 மணிக்கெல்லாம் கொட்டகைக்குப் போகும் பாதையை நெருங்க ஆரம்பித்தனர்; கூட்டமும் நெருங்கியது. அதன்பின்தான் நிலைமை மோசமாக ஆரம்பித்தது. சாதாரண மக்கள் நாடகம் பார்க்கப் போவதும் கஷ்டமாயிற்று. இந்தக் கூட்டத்தைச் சமாளிப்பது, போலீசாருக்குக் கஷ்டமான பிரச்சனையாயிற்று. கொட்டகையின்மீதும், டிக்கட் வாங்குவதற்காக 'க்யூ' வரிசையில் நின்று கொண்டிருந்த பொதுமக்கள் மீதும் கற்கள் வீசப்பட்டன. இதனால், டிக்கட் வாங்க நின்று கொண்டிருந்த ஒரு பையன் தலையிலிருந்து இரத்தம் வழிந்தது.

தீப்பந்தமேந்தியவர்கள்

இதற்கிடையில், கையில் தீவிட்டிகளுடனும், பட்டாசுகளை வெடித்துக் கொண்டும் ஒரு தொண்டர் கோஷ்டியினர், ஏற்கெனவே ஆர்ப்பாட்டம் செய்து கொண்டிருந்தவர்களுடன் வந்து சேர்ந்து கொண்டனர். அவர்கள் திராவிட கழகக் கொடிகளைக் கையில் கொண்டுவந்து கொட்டகைக்குமுன் கொளுத்தினர்.

மீண்டும் கூட்டத்திலிருந்து - ஆர்ப்பாட்டக்காரர்களிடமிருந்து கற்கள் வீசப்பட்டன. உள்ளூர் பத்திரிகை நிருபர் ஒருவர் தலையின்மீது ஒரு கல் விழுந்ததால், அவரது தலையிலிருந்தும் இரத்தம் வழிந்தது. நிலைமை வரவர மோசமடைந்தது. ராமாயண நாடகத்தைக் கண்டித்தும், திராவிட கழகத்தைக் கண்டித்தும் வாயில் வந்தவாறு ஆர்ப்பாட்டக்காரர்கள் கூச்சல் போட்டார்கள். போலீஸ் காவலையும் தகர்த்துக் கொண்டு உள்ளே நுழைய ஆரம்பித்தனர், அந்த ஆர்ப்பாட்டக் காரர்கள்.

போலீசார் எச்சரிக்கை

மேற்படி இடத்திலிருந்த ஜில்லா போலீஸ் சூப்ரிண்டெண்டு திரு டி.கே. வெங்கட்ராமன் அவர்களும், டிபுடி சூப்ரிண்டெண்டு திரு ஆதித்தன் அவர்களும், இரு தொண்டர் படைகளின் தலைவர்களான திருச்சி ஹிந்து மிஷின் சங்கத்தைச் சேர்ந்த திரு மகாலிங்க அய்யர், திரு ஏ.வி. கிருஷ்ணகுமார் ஆகியவர்களை அழைத்து, கலைந்து போகுமாறு அறிவுறுத்தினார்கள். இதற்கு அவர்கள் இணங்கவில்லை.

கையில் தீப்பந்தங்களுடன் தொண்டர்களை அழைத்து வந்து ஏற்கெனவே ஆர்ப்பாட்டக்காரர்களுடன் சேர்ந்திருந்த விபூதி வீரமுத்து என்பவர் கூட்டத்திலிருந்து வெளிவந்து, “ நகர மாஜிஸ்திரேட்

அவர்கள் இந்த நாடகத்தைத் தடையுத்தரவின்மூலம் தடுக்காவிட்டால் ஆர்ப்பாட்டக்காரர்கள் பலாத்காரத்திலிறங்க நேரிடும்" என்று கூறினார். அதன்பின் கூட்டம் முன்னேறித் தள்ளிக்கொண்டு வந்தது. சில தொண்டர்கள் என்பவர்கள் கொட்டகை வாயிலின்முன் படுத்துக் கொண்டார்கள். கூட்டம் சமாளிக்க முடியாத அளவுக்குப் போய்விட்டது. ஆகவே நகர மாஜிஸ்திரேட் தடியால் அடித்துக் கூட்டத்தைக் கலைக்குமாறு உத்தரவிட்டார்.

போலீஸ் தடியடி

சுமார் 25 நிமிஷம் வரையில் போலீசார் தடிகொண்டு விரட்டிய பின்புதான், கூட்டம் கலைந்தது. மொத்தத்தில் 30 பேர்கள் காயமடைந்தனர் எனத் தெரிகிறது.

ஆர்ப்பாட்டக்காரர்களுடன் கூடி நின்ற மதுரை காங்கிரஸ் தலைவர் திரு ஏ. வைத்தியநாத அய்யரின் மகன் திரு வை. சங்கரன் என்பவரும் பலத்த காயமடைந்ததாகக் கூறப்படுகிறது.

கூட்டத்திலிருந்த ஒருவரிடமிருந்து ஒரு அரிவாளும், பிச்சுவாவும் போலீசாரால் கைப்பற்றப்பட்டது. பின்னர் நாடகம் பார்க்க டிக்கட் வாங்கிக் கொண்டு வந்தவர்களையும் போலீசார் சோதனையிட்டே அனுமதித்து வந்தனர்.

வேஷம் அம்பலம்

இவ்வாறு சோதனையிட்டதில், டிக்கட் வாங்கியிருந்த ஒருவரிடமும், மஞ்சள் காகிதம் வைத்திருந்த மற்றொருவரிடமும் பிச்சுவாக்கள் இருந்தது கண்டுபிடிக்கப்பட்டு, அவைகளை போலீசார் கைப்பற்றினர். பிச்சுவாக்கள் வைத்திருந்த மேற்படி இரு நபர்களையும் போலீசார் காவலில் வைத்தனர்.

கூட்டத்தை விரட்டியடித்தபின் மேற்படி இடத்தில் ஒரு நீண்ட கத்தியும் ஒரு பிச்சுவாவும் தரையிலிருந்து போலீசார் கண்டெடுத்தார்கள்.

போலீசார் தடியடிக்குப்பின், கலைந்து சென்ற கூட்டம், சிறுசிறு கூட்டமாக அருகிலுள்ள சாக்கடை ஓரங்களிலும், சந்துகளிலும் நின்று கொண்டு கற்களை வீசினர். அதன்மீது போலீசார் அவர்களை மேலும் துரத்திச் செல்ல வேண்டியதாயிற்று. சந்துபொந்துகளில் மறைந்து கொண்டு போலீசாருக்குப் பெருந்தொல்லை தந்தனர் எனத் தெரிகிறது. கொட்டகைக்குப் பக்கத்திலிருக்கும் தெருக்களின் குறுக்கே முனிசிபாலிட்டியின் தார் 'டிரம்'களும் கைவண்டிகளும் நிறுத்தி வைக்கப்பட்டிருந்தன என்று கூறப்படுகிறது.

போலீஸ் லாரி ஒன்றின்மீது மேற்படி ஆர்ப்பாட்டக்காரர்கள் கற்களைப் பொழிந்தார்கள் என்றும் கூறப்படுகிறது. இதனால் போலீஸ் லாரிக்கும் சேதம் ஏற்பட்டதாகத் தெரிகிறது.

திரு வைத்தியநாத அய்யர் கூற்று

இவ்வளவு சம்பவங்களும் நடந்தபின் மேற்படி இடத்திற்கு வந்த திரு வைத்தியநாத அய்யர் போலீசார் எடுத்துக் கொண்ட நடவடிக்கைகளை ஆட்சேபித்தார். "தங்கள் மத உணர்ச்சியைப் புண்படுத்தக்கூடிய வகையில் சீதையையும் ராமனையும் இழிவு படுத்தும் ஒரு நாடகத்தை அனுமதித்ததனால் புண்பட்ட மனத்தினரான மக்கள் விஷயத்தில் போலீசார் இவ்வளவு மோசமாக நடந்திருக்கக் கூடாது" என்றார். இது (நாடகம்) தடுக்கப்பட்டிருந்தால் இத் துக்ககரமான சம்பவம் நடந்திருக்காது என்றார்.

நாடகக் கொட்டகைமுன், ஆர்ப்பாட்டம் நடப்பதற்குமுன், மேற்கு மாசி வீதியில் பள்ளிவாசலுக்குமுன் நிறுத்தி வைக்கப்பட்டிருந்த கைவண்டி ஒன்றையும் இந்த ஆர்ப்பாட்டக்காரர்கள் கொளுத்தி விட்டார்கள்.

நேற்று இரவு வெகுநேரத்திற்குப்பின், ஒருவர் கத்தியால் குத்தப்பட்டதாகவும், சைக்கிளில் சென்று கொண்டிருந்த ஒரு போலீஸ்காரர் தாக்கப்பட்டதாகவும் கூறப்படுகிறது.

அம்மன் சன்னதித் தெருவில் வெற்றிலை, பாக்குக் கடை வைத்து வியாபாரம் செய்துவரும் மாணிக்கம் - திராவிட இயக்கத்தினர் என்பார் கத்தியால் குத்தப்பட்டார் எனக் கூறப்படுகிறது.

வடக்கு மாசி வீதியிலும் அதை ஒட்டிய தெருக்களிலும் ஆர்ப்பாட்டக்காரர்களைத் துரத்திச் சென்றபோது, ஒரு சப் இன்ஸ்பெக்டர், ஒரு சார்ஜண்ட் உட்பட 24 போலீஸ்காரர்கள் கற்களால் தாக்கப்பட்டனர் எனத் தெரிகிறது. சம்பவம் நடந்த இடத்திலிருந்த அடிஷனல் சப் மாஜிஸ்திரேட்டும் கல்லடிபட்டார் எனக் கூறப் படுகிறது.

கம்பெனி வீட்டின்மீது படையெடுப்பு

வடக்கு ஆவணி மூலத் தெருவில் ராதா அவர்களின் நாடகக் கம்பெனியாட்கள் தங்கியிருந்த வீட்டைச் சில வீணர்கள் படை யெடுத்துத் தாக்கினார்கள் என்றும், வீட்டிலிருந்த சில பாத்திரங்களை அவர்கள் கொள்ளையடித்துச் சென்றனர் என்றும் தெரிகிறது.

போலீசாரின் நடவடிக்கையைத் தெருக்களின் ஓரமாக இருந்த வீடுகளின் மாடிகளில் நின்றுகொண்டு மக்கள் வேடிக்கை பார்த்துக் கொண்டிருந்தனர் என்றும், அவர்கள்மீதும் ஆர்ப்பாட்டக்காரர்கள் கற்களை வீசினர் என்றும் தெரிகிறது.

நாடகம் முடிந்து மக்கள் வீடுகளுக்குத் திரும்பும்போது, அவர்கள் தாக்கப்பட்டனர் என்றும் அவர்களுக்குப் போலீஸ் காவல் அளிக்கப்பட்டதென்றும் கூறப்படுகிறது.

18 பேர் சர்க்கார் எர்ஸ்கின் ஆஸ்பத்திரியில் சிகிட்சைக்குச் சேர்ந்தார் என்றும், அந்த அன்பர்கள் ஆஸ்பத்திரியிலேயே இருந்து சிகிட்சை பெறுமாறு சேர்த்துக் கொள்ளப்பட்டனர் என்றும் தெரிகிறது.

விடுதலை
திராவிடர் தமிழ்த் தினசரி
ஜெய ஞ கார்த்திகை மீ 18 உ
(3-12-54) வெள்ளி

மதுரை நிகழ்ச்சியின் இரகசியம்

மதுரையில் நேற்று நடைபெற்ற தோழர் ராதா அவர்களின் இராமாயணம் நாடகத்தின்போது, கொட்டகைக்கு வெளியில் நிகழ்ந்த காலித்தனத்தின் முழுவிவரத்தையும் இன்று வெளியிட்டிருக்கிறோம். இது ஆரிய ஏடுகளில் வந்துள்ள செய்தி. மேலும் புதிதான விவரங்கள் நம் நிருபர் மூலம் கிடைக்குமானால் அவைகளை நாளை அல்லது மறுநாள் வெளியிடுவோம்.

இந் நிகழ்ச்சியை நம் வாசகர்களும், மற்றத் திராவிட மக்களும் ஊன்றிப் படிக்க வேண்டியது அவசியம்.

இராமாயண ஆபாசத்தை விளக்கிப் பெரியார் அவர்களும் அவரைச் சேர்ந்தவர்களும் - இன்று நேற்றல்ல - கடந்த முப்பது ஆண்டுகளாக - பிரசாரம் செய்து வருகின்றனர். மேடைப் பேச்சு மட்டுமல்ல, பத்திரிகைக் கட்டுரைகள், புத்தக வெளியீடுகள் முதலிய வற்றாலும் பிரசாரம் செய்து வருகின்றனர் என்பதைத் தமிழ்நாடு நன்கறியும்.

இச் சமயத்தில், ஒருசிலர் திராவிட கழகத்தைவிட்டுப் பிரிந்து சென்றதுடன், சுயமரியாதை இயக்கப் பிரசாரத்தைக் கைவிட்டு தேர்தல் பித்துப் பிடித்து, ஆரியர் ஆதரவையும் தேடி அலைய வேண்டிய பரிதாப நிலை ஏற்பட்டபடியால், ஆரியரின் ஆதிக்கம் - ஆரிய மதத்தின் ஆதிக்கம், தலைதூக்கிவிட்டது. இந்தச் சமயத்தில் திரு ஆச்சாரியார் அவர்களும் பதவிக்கு வந்தார். ஆரியரின் மதப் பிரசாரம் வளர்ந்தது. திரு ஆச்சாரியார் அவர்கள், தம் பதவியைப் பயன்படுத்திக் கொண்டு வானொலி மூலமும், பத்திரிகை மூலமும், சொற்பொழிவு மூலமும் இராம பக்திப் பிரசாரம் செய்யத் துவங்கினார். வானொலி மூலம் வால்மீகி இராமாயண ஆராய்ச்சிச் சொற்பொழிவு நிகழ்த்த வேண்டு மென்று திராவிட கழகப் பொதுச் செயலாளர் கேட்டதற்கு, சென்னை வானொலி டைரெக்டரான ஆரியர் மறுத்துவிட்டார்.

இவற்றின் விளைவாக, பெரியார் அவர்களின் சூறாவளிப் பிரசாரம் - இராமாயண ஆபாசத்தை விளக்கி - ஆரம்பமாயிற்று. இதற்கிடையில், நடிகவேள் ராதா அவர்களின் (தோழர் தங்கராசு அவர்களால் எழுதப்பட்ட) ஆதாரபூர்வமான இராமாயண நாடகத்தை அதிகார வர்க்கத்தார் தடை செய்து, பிறகு அனுமதி தந்தனர்.

இதுதான் இன்று நடைபெறும் இராமாயண நாடகத்தின் அடிப்படை வரலாறு.

இன்று இந் நாடகத்திற்கு ஏதோ பிரமாதமான எதிர்ப்பு இருப்பதாகப் பிரசாரம் செய்வதும், மானமற்ற ஈனப் பத்திரிகைகள் ("ஹிந்து" தவிர) யாவும் "கீமாயணம்" என்று இந் நாடகத்துக்குப் பெயரிட்டுச் செய்தி வெளியிட்டும் வருகின்றன.

இனி, மதுரை நிகழ்ச்சியிலிருந்து வாசகர்கள் அறியவேண்டிய உண்மையென்ன?

இந்த எதிர்ப்புக் கிளர்ச்சியானது, ஆச்சாரியாரின் மறைமுகத் தூண்டுதலாலும், ஆரியரின் விஷமத்தனத்தாலும் நடப்பதென்பதும், திரு காமராசர் அவர்களின் ஆட்சிக்குத் தொல்லை கொடுத்து, அகில இந்திய காங்கிரஸ் மாநாடு நடக்கும்போது, மாபெரும் கொந்தளிப்பை இங்கு உண்டாக்கி, "காமராசருக்கும் அவரைச் சேர்ந்த திராவிடர் களுக்கும் ஆளும் சக்தி கிடையாது" என்று விளம்பரப்படுத்திக் காட்டுவதற்காகவுமே இந்தக் காலித்தனம் நடந்து கொண்டிருக்கிறது. இதை நீதிமன்றத்தில்கூட எம்மால் மெய்ப்பித்துக் காட்ட முடியும்; அந்தளவு ஆதாரங்கள் நம்மிடமிருக்கின்றன.

உதாரணமாக, மதுரை நிகழ்ச்சியைக் கவனிப்போம். திருச்சியில் நடந்த பெரியார் கூட்டத்தில் காலித்தனஞ் செய்த அதே **மகாலிங்க அய்யர்** என்பவர் மதுரையில் நடந்த காலித்தனத்திலும் முக்கியப் பங்கெடுத்துக் கொண்டிருக்கிறார். ஆச்சாரியாரின் வலது கை என்று கூறப்படுகின்ற **மதுரை வக்கீல் ஏ. வைத்தியநாதய்யர்** என்பவரும் அந்த இடத்துக்குச் சென்றிருக்கிறார். அவருடைய மகனான **வி. சங்கரய்யர்** என்பவரும் காலிக்கூட்டத்துக்குத் தலைமை தாங்கி போலிசாரிடம் அடிபட்டிருக்கிறார்.

ஆரியக் கூலிகளும் சிலர் இந்தக் காலித்தனத்தில் கலந்து கொண்டிருக்கின்றனர் என்பதை வெட்கத்துடன் தலை குனிந்து ஒப்புக் கொள்கிறோம். இத்தகைய துரோக உணர்ச்சியிலிருந்து திராவிட மக்களை மீட்க வேண்டும் என்பதற்காகவே, விபீஷணத்துவமும், சுக்ரீவத்துவமும் இருக்கக்கூடாது என்பதற்காகவே, ராதாவின் இராமாயண நாடகமும், பெரியாரவர்களின் இராமாயணப் பிரசாரமும் நடந்து வருகின்றன. தமிழர் மந்திரிசபையை மாற்றுக் கட்சித் தமிழர்கள் எதிர்க்கக்கூடாது; முதலமைச்சரை, "ஆணோ, பெண்ணோ, அலியோ" என்றெல்லாம் கீழ்த்தரமாகப் பேசக்கூடாது; ஆரிய முதலைகளுக்கு இம் மந்திரிசபையைக் காட்டிக் கொடுத்துவிடக்கூடாது - என்ற நோக்கத்துடன்தான் இந்த இராமாயண நாடகம் நடந்து வருகிறது.

திராவிடர்களில் முக்கியமான காங்கிரஸ்காரர் எவரும் இந் நாடகத்தை எதிர்க்கவில்லையென்பதையும், ஆச்சாரியாரின் கூலிகளும், ஒரு சில காலிகளுமே இந்த எதிர்ப்பில் ஈடுபட்டிருக்கின்றனர் என்பதையும் பொதுமக்கள் உணர வேண்டும்.

இராமனையும், சீதையையும் வால்மீகியின் ஆதாரத்தைக் கொண்டு கண்டித்தால் ஆத்திரம் வருவது ஏன்? பக்தர்கள் மட்டும் இராமாயண நாடகம் நடத்தலாமா? அதில் திராவிடர்களை "குரங்குகள்" என்றும், "அரக்கர்கள்" என்றும் நடித்துக் காட்டி அவமானப்படுத்தலாமா?

எனவே, திராவிட இனத்தின் மானத்தைக் காக்கவும், ஆச்சாரியார் இனத்துக்கு அனுமார் ஆகாதீர்கள் என்று அறிவுரை கூறவும் நடத்தப் பட்டு வருகின்ற இந்த இராமாயண நாடகத்தை ஆரியர் எதிர்ப்பதில் பொருளுண்டு, ஆனால் திராவிட இனத்தாரில் எவராவது இந்தக் காலித்தனத்தில் கலந்து கொள்ளலாமா? இது இனத்துரோகமல்லவா?

இந்த எதிர்ப்பு முயற்சியின்மூலம் இன்றைய மந்திரிசபையுடன் திராவிட கழகத்தை மோதவிட வேண்டும் என்பதுதான் கோட்சே கூட்டத்தின் ஆசை. கழகத் தோழர்கள் இதற்கு இடந்தரலாகாது. இந் நாடகத்தை ஊர்தோறும் நடத்த வேண்டும். தோழர் ராதா அவர்களின் பிரசாரத்துக்குத் தமிழ் மக்கள் அனைவரும் பேராதரவு தர வேண்டுமென்று கேட்டுக் கொள்கிறோம்.

காங்கிரஸ் திராவிடர்களுக்கும் ஒரு முக்கியமான வேண்டுகோள். இந் நாடகத்துக்கு நீங்கள் தருகின்ற ஆதரவு, காமராசர் ஆட்சிக்குத் தருகின்ற ஆதரவு என்பதை மறந்துவிடக்கூடாது. மதுரை நிகழ்ச்சியின் முன்னணி வீரர்கள் யார் யார் என்பதை உணர்ந்த பிறகேனும், காங்கிரஸ் திராவிடர்களும் திராவிட கழகத்தாரும் ஒன்றுபட்டு நிற்க வேண்டாமா? திராவிட இனத்துக்கே இது ஒரு சோதனை வேளை. எச்சரிக்கையாயிருங்கள். பொது எதிரியான ஆரியனை எதிர்த்து நில்லுங்கள்! காமராசர் ஆட்சியை "இராவண ஆட்சி" என்று பிரசாரம் செய்து வருகின்ற ஆரியனுக்குத் தக்கவாறு புத்தி கற்பியுங்கள்!

விடுதலை
திராவிடர் தமிழ்த் தினசரி
சென்னை - 3-12-54 - வெள்ளி
(தலையங்கம்)

நடிகவேள் எம்.ஆர். ராதாவுக்குப் பாராட்டு

சென்னை, டிச.2 -டிசம்பர் மாத இறுதி வாரத்தில், நடிகவேள் எம்.ஆர். ராதா அவர்களுக்கு அவரது நடிப்புத் திறமைக்காகவும், நமது கழகத்தின் பிரதான பிரசாரக் கருவியாக இருப்பதாலும், அவர் தமிழகத்தில் மண்டிக் கிடக்கும் மூட நம்பிக்கையை ஒழிக்க, பெரியார் ஈ.வெ.ரா. அவர்களுக்கு உறுதுணையாகத் தனது நாடகங்களைப் பயன்படுத்தித் தீவிர பிரசாரம் செய்து வருவதற்காகவும் பாராட்ட, சென்னை நகரத்தில் ஒரு விழா நடத்த முடிவு செய்துள்ளோம்; தமிழகத்தின் தலைசிறந்த டைரெக்டர்கள், நடிகர்கள், கட்சிப் பிரமுகர்கள் அவ் விழாவில் கலந்துகொள்ள இசைந்துள்ளார்கள்; பிற விபரங்கள் பின்னர்.

- எம்.கே.டி. சுப்ரமணியம்
திருவாரூர் வி.எஸ்.பி. யாகூப்

அறந்தாங்கியில் இராதா - இராமாயண நாடகம்

அறந்தாங்கி, டிச.1- அறந்தாங்கி நகர எலெக்ட்ரிக் தியேட்டரில் *30-11-54* இரவு *10.30* மணிக்கு எம்.ஆர். ராதா அவர்களின் 'ராமாயண' நாடகம் நடைபெற்றது. நடிகவேள் எம்.ஆர். ராதா அவர்களுக்கு, நகர திராவிட கழகம், தாலுக்கா திராவிட கழகம், கண்ணீர்த்துளிக் கட்சியார், அறிவு வளர்ச்சி மன்றம் முதலியவைகளால் மலர் மாலைகளும், மக்கள் மன்றத்தாரால் வாழ்த்து மடலும் அளிக்கப்பட்டன.

தாலுக்கா திராவிட கழகத்தின் சார்பில் மாலையணிவித்த செயலாளர் ஏ.டி.மாரியப்பன், 'இந் நாடகம் உண்மையான ராமாயணம் என்றும் இதை ராதா நடத்துவது வைதீகர்களுக்கும் பார்ப்பனர் களுக்கும் வயிற்றெரிச்சலை மூட்டிவிட்டதால், இதைத் தடை செய்ய வேண்டுமென்று அரசாங்கத்தார்களுக்கு அறிக்கைகள் விட்டும் அச்சுறுத்தியும் வருகின்ற நிலையில், சர்க்காரும் சட்டத்தைத் துருவி ஆராய்ந்து, எப்படித் தடை செய்வதென்று ஆலோசனை செய்து வருகின்றனரென்றும், இந்நிலையில் மக்கள் மத்தியில் வெகு தீவிர மாக ராதா அவர்கள் ராமாயண நாடகம் நடத்திவருவது மிக மிகப் பாராட்ட வேண்டியது என்றும், இதை நகர மக்கள் மட்டும் பார்த்தால் போதாது; அறந்தாங்கி தாலுக்கா பூராவும் உள்ள கிராம மக்கள் எல்லோரும் பார்த்து, ராமாயணத்தில் ராமன் எப்படி இருந்தான் என்ற உண்மையை அறியும்படி, திறந்தவெளி தியேட்டரில் ராதா அவர்கள் நடத்திக் காட்ட வேண்டும்' என்றும் கேட்டுக் கொண்டார்.

அதற்கு ராதா அவர்கள் நன்றி கூறிப் பேசியதாவது:- "இந்த உண்மையான ராமாயண நாடகத்தை இனி தடை செய்ய முடியாது. வேண்டுமானால் நீதிபதிகள் தடை செய்யலாம். நான், கீழ்க் கோர்ட்டில் பாதகமான தீர்ப்புக் கிடைத்தால் உயர்நீதிமன்றத்தில் வழக்குத் தொடருவேன். அங்கு, ராமன் குடிகாரன், மாமிசம் புசிப்பவன் என்பதற்கான ஆதாரங்களை வால்மீகி ராமாயணத்திலிருந்தும் மற்றும் அய்யர்கள், அய்யங்கார்கள், சர்மாக்கள் முதலியவர்கள் எழுதியவை களிலிருந்தும் ஆதாரத்தைக் காட்டி, வழக்கைத் தள்ளுபடி செய்ய முடியும். அந்த நன்னாளைத்தான் நான் எதிர்பார்க்கிறேன். என் ராமாயணத்தைக் "கீமாயணம்" என்று கிண்டல் செய்யும் ஏடுகள் அனைத்தும், இதுவரை ஒன்றுகூட, ராதா இந்தமாதிரி இன்ன இடத்தில் நடத்தும் ராமாயணப் பாத்திரம் தவறு என்று சொல்லவில்லை.

படித்தவர்கள் எவ்வளவோ பேர் பார்த்துக் கொண்டுதானிருக்கிறார்கள். இதில் உள்ள குறைகளைச் சரியான ஆதாரத்துடன் சொன்னால், நான் இன்றே இந்த நாடகத்தை நிறுத்திவிடுகிறேன்" என்றார். "யாரோ அப்பாவி மகாலிங்கய்யர் என்பவர் மதுரையில் நாடகத்தன்று மறியல் செய்யப் போவதாகச் சொல்லியுள்ளார். அதுமாதிரி நிலைமை ஏற்பட்டால், நாமும் வைதீக முறையில் நடைபெறும் நாடகத்திலும் மற்றும் நிகழ்ச்சிகளிலும் தீவிரமாகச் சாத்வீக மறியல் செய்ய வேண்டி ஏற்படும். இதே ராமாயணத்தை, தோழர்கள் கேட்டுக் கொண்டது போல, தமிழ்நாடு பூராவிலும் உள்ள மக்கள் அனைவரும் பார்க்கிற மாதிரியில் திறந்தவெளி தியேட்டரில் நடத்தத்தான் நானும் ஆசைப்படுகிறேன்" என்றும் கூறி, புராண இதிகாசப் புரட்டுகளையும், ஆரிய திராவிடப் போராட்டங்களைப் பற்றியும் விரிவாகப் பேசினார். இரவு 1.30க்கு நாடகம் முடிவுற்றது.

நடக்க இருப்பவை

சென்னை - வண்ணையம்பதி

வடசென்னை, திராவிட கிளைக் கழகத் தோழர்கள், சென்னை சர்க்கார் கொண்டுவர இருக்கும் நாடகத் தடைச் சட்டத்தை எதிர்க்கும் தீர்மானங்கள் நிறைவேற்றவும், பொதுக்கூட்டம் நடத்தவும் செயற்கமிட்டி அமைக்க வேண்டியிருப்பதால், கழகத் தோழர்களும், அனுதாபிகளும் 3-12-54 வெள்ளிக்கிழமை இரவு 7 மணிக்கு வருகைதர வேண்டப்படுகின்றனர். இடம்:14, சிமெட்டி ரோட், வண்ணையம்பதி.

ஆரிய சூழ்ச்சியான

புது நாடக மசோதாவை எதிர்த்து முதலமைச்சருக்குத் தந்தி அனுப்பிவிட்டீர்களா?

இன்றே செய்யுங்கள்!

-எஸ். குருசாமி
பொதுச் செயலாளர், திராவிட கழகம்

இந்துமகாசபை, ஆர்.எஸ்.எஸ்.காரர்கள் உட்பட 31 பேர் மீது வழக்கு!

மதுரை கலவரத்தின் எதிரொலி

மதுரை சம்பவம் பற்றி சட்டசபைகளில் சர்க்கார் அறிக்கை

மதுரை, டிச.4 - வியாழனன்று இரவு இங்கு நடைபெற்ற தோழர் எம்.ஆர். ராதா அவர்களின் ராமாயண நாடகத்தை நடைபெறக் கூடாதென்று தடுப்பதற்காக இந்து மகாசபைக்காரர்களும், ஆர்.எஸ்.எஸ். காரர்களும், நாஸ்திக ஒழிப்புக் கழகம், ஆஸ்திகர் சங்கம் என்ற பெயர் களால் நடத்திய காலித்தனத்தின் விளைவாக அன்று நடந்த கலவரத்திற்குக் காரணமானவர்கள் என்று சொல்லப்படும் 31 பேர்கள் மீது போலீசார் வழக்குத் தொடர்ந்திருக்கின்றனர்.

இந்த 31 பேர்களில், அன்று இரவு போலீசார் காலிகளைத் துரத்தியடித்த பின், டிக்கட் வாங்கிக் கொண்டு கொட்டகைக்குள் நுழைகிறவர்களைப் போலீசார் சோதனையிட்டு அனுமதித்து வந்த போது, பிச்சுவாக்கள் வைத்திருந்ததாகக் கைதுசெய்யப்பட்ட இருவரும் சேர்ந்திருக்கின்றனர். இவ்விருவர்களில் ஒருவர் மனோ ஹரன் என்பவர் இந்து மகாசபையைச் சேர்ந்தவர் என்றும், கணேசன் என்ற மற்றொருவர் ஆர்.எஸ்.எஸ். சைச் சேர்ந்தவரென்றும் தெரிய வருகிறது.

மற்றும் இந்த 31 பேர்களில், இந் நகர பிரபல காங்கிரஸ் தலைவரான திரு ஏ. வைத்தியநாதய்யரின் மகன் திரு வி. சங்கரன் (அட்வகேட்) என்பவரும், விபூதி வீரமுத்துவும் சேர்ந்திருக்கின்றனர் எனத் தெரிகிறது.

இவர்கள்மீது, சட்ட விரோதமாகக்கூடியதாகவும், ஆயுதங்கள் வைத்திருந்ததாகவும், உத்தரவுக்குக் கீழ்ப்படியவில்லை என்றும், பிறருக்குக் காயம் ஏற்படுத்தியதாகவும், இ.பி.கோ.147, 148, 143 வது பிரிவுகளின்கீழ் வழக்குத் தொடர்ந்திருக்கின்றனர்.

இப்போது கைது செய்யப்பட்டுள்ள இருவர்களைத் தவிர, மற்ற 29 பேர்களும் கைது செய்யப்படவிருக்கின்றனர்.

தடையுத்தரவு

மதுரை நகர எல்லைக்குள் 5 பேருக்கு மேல் கூடக்கூடாது என்று நகர மாஜிஸ்திரேட் 144 தடை உத்தரவு பிறப்பித்திருக்கிறார். அதில் அவர் கூறியிருப்பதாவது:- "மதுரை நகரில் பழநி கொட்டகையில் திரு எம்.ஆர். ராதா அவர்களாலும், அவரது கோஷ்டியினராலும் நடத்தப்படும் ராமாயண நாடகத்தை, நேற்றிரவு நடந்த சம்பவங்களை உத்தேசித்து, மேற்கொண்டு நடத்துவதை உடனடியாகத் தடை செய்யப் போதுமான காரணங்கள் இருக்கின்றன என்று நான் கருதுகிறேன்.

நேற்றிரவு நடந்த சம்பவங்களின் விளைவாக, ஆட்களுக்குக் காயமேற்பட்டு மதுரையின் பல்வேறு வீதிகளில் சொத்து நாசம் ஏற்பட்டது; நகரின் அமைதியும் குலைந்தது. எனவே ராதாவின் ராமாயண நாடகத்தை பழநி டாக்கீசிலோ அல்லது வேறு எந்தத் தியேட்டரிலோ, சினிமாக் கொட்டகையிலோ, மதுரையின் வேறு எந்தப் பொது இடத்திலோ, மதுரை நகர எல்லைக்குள் 15 நாட்கள் வரை நடத்தக் கூடாதென்று திரு எம். ஆர். ராதா, திரு குருசாமி செட்டியார் (கொட்டகையைக் குத்தகைக்கு எடுத்து நடத்துபவர்), திரு எஸ். பழநிவேலு (நாடகக் கண்ட்ராக்டர்) ஆகியோருக்கு உத்தரவு பிறப்பிக்கிறேன்".

3-12-54 முதல் 15 நாட்கள் வரை மதுரை நகர எல்லைக்குள் 5 பேர்களுக்குமேல் கூடக்கூடாது என்றும், ஊர்வலங்களோ, பொதுக் கூட்டங்களோ நடத்தக்கூடாதென்றும் தடைவிதிப்பதாக மாஜிஸ்திரேட் தனது உத்தரவில் குறிப்பிட்டிருக்கிறார். திருமணங்கள், மத சம்பந்தமான ஊர்வலங்கள் முதலியனவற்றிற்கு விதி விலக்களிக்கப்பட்டிருக்கிறது.

மேற்படி உத்தரவு, அவசர நிலைமையை முன்னிட்டு 'எக்ஸ்பார்ட்டி'யாகப் பிறப்பிக்கப்பட்டுள்ளது.

விடுதலை
ஜெய ஞ கார்த்திகை மீ 19 உ (4-12-54) சனி

சர்க்கார் விசாரணை

சென்னை, டிச.4 - மதுரையில் 2 ந் தேதி இரவு நடந்த நிகழ்ச்சிகளைக் குறித்து, விசாரணை நடத்த ரெவின்யூ போர்டு மெம்பர் திரு சத்தியநாதன் சர்க்காரால் நியமிக்கப்பட்டிருக்கிறார். திரு சத்யநாதன் ஞாயிறன்று மதுரைக்குச் செல்லுகிறார்.

போலீஸ் அய்.ஜி. விரைவு

நிலைமையை நேரில் கண்டறிய போலீஸ் இன்ஸ்பெக்டர் ஜெனரல் திரு.வி.ஆர். ராஜரத்தினம் நேற்றே மதுரைக்குச் சென்றிருக்கிறார்.

சட்டசபைகளில் சர்க்கார் அறிக்கை

சென்னை, டிச.4 - மதுரையில் 2 ந் தேதி இரவு நடந்த சம்பவங் களைக் குறித்து நேற்று சென்னை அசெம்பிளியிலும், கவுன்சிலிலும் சர்க்கார் ஒரே மாதிரியான அறிக்கையை வெளியிட்டனர்.

அசெம்பிளியில் நிதியமைச்சர் திரு.சுப்ரமணியம், மதுரையில் நடந்த சம்பவங்களை விளக்கினார். அதுசமயம் அவர் கூறியதாவது:- "மதுரையில் நேற்றிரவு நிகழ்ந்த சம்பவங்கள் குறித்து நான் தெரிவிக்க விரும்புகிறேன். தல அதிகாரியிடமிருந்து அதிகாரப்பூர்வமான அறிக்கை எதுவும் இதுவரை சர்க்காருக்குக் கிடைக்கவில்லை. இருந்தபோதிலும், போலீஸ் இன்ஸ்பெக்டர் ஜெனரலுக்குக் கிடைத்த 'ரேடியோ' செய்தி சர்க்காரிடம் இருக்கிறது. டெலிபோன்மூலம் செய்திகளை விசாரித்தறிந்தோம்.

திரு.எம்.ஆர். ராதா அவர்களால் நடத்தப்படும் நாடகம் சம்பந்தமாகவே இந்த நிகழ்ச்சி நடந்ததாகத் தெரிகிறது. நாடகம் நடத்துவதைப் பல மக்களில் ஒருசிலர் விரும்பவில்லையென்றும் நாடகம் போடுவதை எதிர்த்து மறியல் செய்ததாகவும் தெரிகிறது".

பலாத்காரத்தில் இறங்கினர்:

ஆர்ப்பாட்டம் செய்தவர்கள் கட்டுக்கடங்காமல் போய், பலாத்காரத்தில் இறங்கினர். இதனால் பல போலீசார் காயமடைந்தனர். ஒரு சார்ஜெண்ட், ஒரு போலீஸ் சப் இன்ஸ்பெக்டர், ஒரு அடிஷனல் மாஜிஸ்திரேட், 24 நகர போலீஸ் கான்ஸ்டேபிள்கள், 25 ரிசர்வ் போலீசார் ஆகியவர்கள் காயமடைந்தனர். இதன் விளைவாக, போலீசார் தடியடியால் கூட்டத்தைக் கலைக்க வேண்டியதாயிற்று. எட்டுப் பேர் பலத்த காயமடைந்ததாகவும், அவர்கள் ஆஸ்பத்திரியில் சேர்க்கப்பட்டுள்ளனர் என்றும், 16 நபர் சிரசு பாகங்கள் உடைந்து மருத்துவ சிகிட்சை அளிக்கப்பட்டிருக்கிறதென்றும் தெரிய வருகிறது.

விரைவில் அமைதி நிலைநாட்டப்பட்டது. நகரில் போலீஸ் காவல் ஏற்படுத்தப்பட்டுள்ளது. ஆயுதப் போலீசார் நகரில் ரோந்து சுற்றி வருகின்றனர். நேற்றிரவு 1 மணியிலிருந்து எவ்விதச் சம்பவமும் நடக்கவில்லை. நகரில் இப்பொழுது அமைதி நிலவி வருகிறது.

போலீசாரின் யோசனையின்மீது நகர மாஜிஸ்திரேட் தடையுத்தரவு பிறப்பித்திருக்கிறார். போலீஸ் இன்ஸ்பெக்டர் - ஜெனரல் தலத்திற்குப் புறப்பட்டுச் சென்றிருக்கிறார். ரெவின்யூ போர்டு மெம்பர் ஒருவர் சென்று நடந்த சம்பவங்களை விசாரித்து ஒரு அறிக்கையளிக்குமாறு உத்திரவிடப்பட்டிருக்கிறார்.

கவுன்சிலில் அறிக்கை

நேற்று நடைபெற்ற சென்னை லெஜிஸ்லேடிவ் கவுன்சிலில், சர்க்கார் அறிக்கையை விவசாய மந்திரியும், சர்க்கார் கட்சித் தலைவருமான திரு எம். பக்தவச்சலம் அவர்கள் வெளியிட்டார். கேள்வி நேரம் முடிந்ததும் இந்த அறிக்கை வெளியிடப்பட்டது. அசெம்பிளியில் நிதியமைச்சர் வெளியிட்ட அறிக்கையை ஒத்திருந்தது இதுவும்.

அசெம்பிளியில் விவாதம்

சென்னை அசெம்பிளியில் நேற்று எம்.ஆர். ராதா அவர்கள் நடிக்கும் ராமாயண நாடகம் பற்றி ஒரு காங்கிரஸ் மெம்பர் குறிப்பிட்டார்.

திரு சகஜானந்தா என்ற மேற்படி மெம்பர் பேசுகையில், ராமாயணம் அல்லது கீமாயணம் என்று சொல்லப்படும் நாடகம் எம்.ஆர். ராதாவால் நடத்தப்பட்டு வருவது நம்மைப் போன்ற.......... [தொடர்ந்து வரும் இதன் பகுதிகள் கிழிபட்டுள்ளன. ஆயினும், தொடர்ந்துவரும் தோழர் ஏ. கோவிந்தசாமியின் பேச்சும், இந்த நாளின் விடுதலைத் தலையங்கமும், அதில் உள்ள குத்தூசியின் கட்டுரையும் திரு சகஜானந்தாவின் பேச்சுக்கான எதிர்வினைகளாகவே உள்ளன.]

தோழர் ஏ. கோவிந்தசாமி பேசுகையில், "மதுரையில் 2 ந் தேதி இரவு நடந்த சம்பவங்களுக்கு ஆர்.எஸ்.எஸ். காரர்கள்தான் பொறுப்பாளிகள்" என்று எடுத்துக் காட்டினார். மேலும் தோழர் கோவிந்தசாமி பேசுகையில் குறிப்பிட்டதாவது:- "காலையிலே சுவாமி சகஜானந்தா பேசுகையில், ராமனைக் குறித்துக் குறை கூறுகிற வர்களைக் கொன்றுவிடப் போவதாகக் கூறினார். அவர் கொலைக் குற்றத்திற்கு ஆளாகக்கூடாது என்ற காரணத்துக்காக இதைக் குறிப்பிட விரும்புகிறேன்.

சிறையிலடையுங்கள்

சென்னையிலும் மற்றும் இதர இடங்களிலும் ராதாவின் நாடகம் நடிக்கப்பட்டது. எங்கும் யாதொரு கலாட்டாவும் ஏற்படவில்லை. மதுரையில் மட்டும் இந் நிலைமை ஏற்பட யார் காரணம்? ஆர்.எஸ்.எஸ்., இந்து மகாசபையினரே காரணம். அவர்களைத் தடை செய்ய வேண்டும்; சிறையிலடைக்க வேண்டும்.

துரைத்தனத்தார் நாடகக் கதையை ஏற்கெனவே சர்க்கார் பரிசீலனை செய்து அனுமதி கொடுத்திருக்கிறார்கள். அவ்வாறு இருக்கும் போது கலவரம் ஏற்படுத்துவானேன்? அமைதியைக் கெடுத்துக் கொண்டு, தீப்பந்தம், பட்டாசுகளோடு கலவரம் செய்ய வந்தது கொடுமையானதாகும்.

இம்மாதிரி கலவரம் செய்வதை சர்க்கார் தடுக்க வேண்டும்" என்றார்.

சர்க்கார் கொண்டுவர உத்தேசித்திருக்கும் நாடகச் சட்டத்தைக் கைவிடுமாறு கேட்டுக் கொள்கிறேன்.

தோழர் கஜபதி நாயகர்

தோழர் கஜபதி நாயகர் பேசுகையில், "தோழர் ராதாவின் ராமாயண நாடகத்திற்கு எதிராக, மதுரையில் ஏற்பட்ட கலவரத்திற்கு ஆர்.எஸ்.எஸ். இயக்கமே காரணம்" என்று கூறினார்.

மேலும் அவர் பேசுகையில், **"நாடகம் பிடிக்காதவர்கள் நீதிமன்றத்தில் வழக்குப் போட்டுத் தடை செய்து கொள்வதை விட்டு, வீணாக ஏன் குழப்பம் விளைவிக்க வேண்டும்?"** என்று கேட்டார். வீண் கலவரம் விளைவிக்க வேண்டாமென்று அவர் கேட்டுக் கொண்டார்.

ஆரிய சூழ்ச்சியான

புது நாடக மசோதாவை எதிர்த்து
முதலமைச்சருக்குத் தந்தி அனுப்பிவிட்டீர்களா?

இன்றே செய்யுங்கள்!

-எஸ். குருசாமி
பொதுச் செயலாளர்,
திராவிட கழகம்

காலித்தனமா? சத்யாக்கிரகமா?

மதுரையில் 144 தடையுத்தரவு பிறப்பிக்கப்பட்டுவிட்டது. இராமாயண நாடகம் நிறுத்தப்பட்டுவிட்டது. அதாவது, ஆரிய இனம் தற்காலிக வெற்றி பெற்றுவிட்டது. இது வெறும் வெற்றியா, அல்லது அழிவு காலத்துக்கு முன்னே தோன்றுகின்ற விபரீத புத்தியின் விளைவா, என்பதற்குத் திராவிட மக்களே பதில் கூற வேண்டும்.

சாதாரண ஒரு ஆபாசக் கற்பனைக் கதைக்காக இவ்வளவு தடபுடல் நடக்கிறதென்றால், ஆரியர்களின் மண்டைக் கர்வமும், மதவெறியும் எந்த அளவுக்கு வளர்ந்திருக்கிறது என்பதை மெய்ப்படுத்த இது ஒன்றே போதும்.

சட்டசபையில் இதுபற்றிக் கேள்வி கேட்கப்பட்டிருக்கிறது. **"இராமனை அவதூறாகப் பேசுகிறவர்கள் என் எதிரில் நின்றால் அவர்களைக் கொன்றுவிடுவேன்!"** என்று சகஜானந்தாசாமி சட்ட சபையில் பேசியிருக்கிறது, பாவம்! இராமனை அவதூறாக எழுதி வைத்திருக்கிற வால்மீகியைத்தான் கொல்ல வேண்டும், இந்த எம்.எல்.ஏ. சாமி! ஆனால் வால்மீகி இராமாயணத்தைப் படித்திருக்காதே லட்சாதிபதியான இந்தச் சாமி! சாமி மட்டுமல்ல, இன்று ராதா நாடகத்தைக் "கீமாயணம்" என்று குறிப்பிடுகின்ற ஈனப் பிறவிகளில், எத்தனைப் பிறவி வால்மீகி இராமாயணத்தைப் படித்திருக்குமோ நமக்குத் தெரியாது.

மதுரை நிகழ்ச்சிக்குப் பெயர் சத்யாக்கிரகமாம்! போலீசார்மீது கல்லெறிவதுதான் சத்யாக்கிரகமா? பிச்சுவாவும், கத்தியும், அரிவாளும் இடுப்பில் சொருகிக் கொண்டு வருவதுதான் சத்யாக்கிரகமா? அப்படி யானால், இதுபோன்ற "சத்யாக்கிரகத்தில்", புராண நாடகங்களுக்கு முன்பும், அக்கிரகாரத்து ஆரியர் வீடுகளுக்கு முன்பும் மற்றவர்கள் ஈடுபடலாமா?

நடிகர் ராசமாணிக்கம் பிள்ளை திராவிடர்களைக் குரங்கு களாகவும், அரக்கர்களாகவும் நடித்துக் காட்டி அவமானப்படுத்தா திருந்தால், பெரியாரவர்களின் வால்மீகி ராமாயணச் சொற்பொழிவு களுக்கு அவசியம் ஏற்பட்டிருக்காது.

புராண-இதிகாச ஆபாசக் கதைகளை நாடகமாகவும், சொற் பொழிவுகளாகவும் பிரசாரஞ் செய்வதற்கு மத வெறியர்களுக்கு

எவ்வளவு உரிமையுண்டோ, அதேபோல் இவைகளிலுள்ள ஆபாசங் களை எடுத்துக்காட்டிப் பகுத்தறிவுப் பிரசாரம் செய்வதற்கு மற்றவர் களுக்கும் உரிமையுண்டு. உயர்நீதிமன்றத்தில் பிள்ளையார் உருவ உடைப்புப் பற்றியும், ராதாவின் நாடகம் பற்றியும் அனுமதித் தீர்ப்பு கிடைத்துவிட்டதனால், இனி, காலித்தனத்தைத் தவிர வேறுவழியில்லை யென்ற முடிவுக்கு ஆரிய இனத்தார் வந்திருக்கிறார்கள் என்று கருதுகிறோம்.

காலித்தனம் என்பது ஒருசாராருக்கு மட்டும் சொந்தமல்ல. ஆர்.எஸ்.எஸ்.காரர், வைத்தியநாதய்யர், மகாலிங்க அய்யர் போன்ற ஆரியர்களும், ஊருக்கு 4-5 கூலிகளும் (திராவிட இனத் துரோகிகள்) தவிர, இந்த எதிர்ப்புக் கிளர்ச்சியில் யாராவது கலந்திருக்கிறார்களா என்று கேட்கிறோம்.

இன்றைய தமிழர் ஆட்சியைக் கவிழ்ப்பதற்கான சதித் திட்டம் உருவாகிக் கொண்டிருக்கிறது, தியாகராய நகர் பஸ்லுல்லா ரோடில். அதன் சிறு புகைச்சல்தான், மதுரையில் நிகழ்ந்த காலித்தனம்.

இதைக்கண்டு திராவிடர்கள் அஞ்சப் போவதில்லை; இதற்காக மந்திரிசபைமீது திராவிட கழகத்தார் மோதப் போவதுமில்லை. இரண்டு ஆடுகளை மோதவிட்டு, நரி இரத்தங் குடிக்கின்ற கதை, இனி தமிழ் நாட்டில் நடவாது; நடக்கக்கூடாது. இனிமேல் எந்தக் கிளர்ச்சி அல்லது கலவரம் நிகழ்ந்தாலும், இறுதியில் ஆரியச் சேரியின்மீதுதான் பொது மக்கள் மோதுவார்கள். தூத்துக்குடியே இதற்குப் போதிய சான்றாகும். அந்த அளவுக்கு ஆரியர்மீது ஆத்திரம் பொங்கியெழுந்திருக்கிறது.

இராமாயண ஆபாசத்தை விளக்கிப் பிரசாரஞ் செய்து வருகின்ற தலைவர் பெரியாரோ, நடிகர் ராதாவோ, மற்றத் திராவிட கழகத் தோழர்களோ காலிகளால் அடிக்கப்பட்டாலோ அல்லது அதிகார வர்க்கத்தினரால் சிறைக்குள் தள்ளப்பட்டாலோ, முதலமைச்சர்மீது யாரும் ஆத்திரப்படமாட்டார்கள். ஆத்திரம் முழுவதும் மலைபோலத் திரண்டு அக்கிரகாரத்தின் பக்கமேதான் திரும்பும் என்று எச்சரிக் கின்றோம். மதுரை நிகழ்ச்சியானது, ஆரிய அழிவுக்கு அடிப்படையாகி விடலாம் என்று அபாய அறிவிப்பு விடுக்கின்றோம்!

விடுதலை
சென்னை - 4-12-54 -சனி
(தலையங்கம்)

"கொன்று விடுவேன்"

"இராமனை இகழ்ந்து பேசுகிறவனைக் கொன்று விடுவேன்", என்று சிதம்பரம் லட்சாதிபதியான துறவி (சாமி) சட்டசபையிலேயே சபதங்கூறிவிட்டது! கருஞ்சட்டைக்காரர்களே உஷார்! ஆரியக் கடவுள்களை வணங்குகின்ற ச.சாமியும், தன் கடவுள்களைப் போலவே, கொலைத் தொழிலில் இறங்க முடிவு செய்து விட்டது! (ஆரியக் கடவுள்கள் அத்தனையும் கோட்சேக்கள் என்பது புராண - இதிகாசக் கதைகளைப் படித்தவர்களுக்கு நன்கு தெரியும்.)

இனி, சு.ம.காரன் எங்கேயாவது கொலை செய்யப்பட்டால், நிச்சயம் அக் கொலைக்கும் சகஜானந்தாசாமிக்கும் தொடர்பு இருக்க வேண்டும் என்று யூகிக்கலாமல்லவா? சு.ம.காரர்களே! உஷார்! சகஜானந்தாசாமிக்கு எதிரே செல்லாதீர்கள்! தவறிச் சென்றால், அவ்வளவுதான்! உடனே தலைக்கு மேலே உள்ளதை வெட்டிவிடும்! சாமியிடம் லட்சக்கணக்கில் பணமிருக்கிறபடியால், பெரிய வக்கீல்களை வைத்து வாதாடி, "கிராப்" குற்றத்திலிருந்து தப்பினாலும் தப்பிவிடும்.

சட்டசபையில் ஒரு சாமியோ, மனிதனோ இவ்வாறு பேசலாமா? இதற்கு எவ்வித நடவடிக்கையுமே இல்லையா? மதுவிலக்குச் சட்டம் நடைமுறையில் உள்ளபோதே, சட்டசபையில் இப்படிப் பேசுவதென்றால் ஏதோ மூளைக் கோளாறு தவிர, வேறு காரணம் இருக்க முடியுமா? சாமி இப்படி ஆவேசமாகப் பேசும் போது, அதன் உடம்பே ஆடிற்றாம்! இதைக் கண்டு சில எம்.எல்.ஏ.க்கள் நகைத்தார்களாம்.

"**ஆறுவது சினம்**" என்ற ஆரம்பப் பாடத்தை எனது மதிப்பிற்குரிய முன்னாள் நீதிக்கட்சி எம்.எல்.ஏ.யான சகஜானந்தசாமி மீண்டும் ஒருமுறை படிப்பதும், உணர்வதும், அதன்படி நடப்பதும் நல்லது!

இராமன் எப்படியோ தொலையட்டும்! அவதாரமெடுத்த மகாவிஷ்ணு அதைப் பற்றிக் கவனித்துக் கொள்வார்! ஆனால் நம் லட்சாதிபதி இதற்காக இரத்தக் கொதிப்படைந்து சிவலோகப் பிராப்தியடைந்துவிடப் போகிறது, பாவம்! இந்தக் காலத்தில் இரத்தக் கொதிப்பும், மாரடைப்பும் மிகுதியாகிவிட்டன! விஷின்ஸ்கி முதல் கித்லாங் வரையில் எல்லாப் பெருந்தலைவர்களும் மாரடைப்பினால் சாகிறார்கள்! திடீர் திடீரென்று.

கத்தோலிக்க மதத் தலைவரான போப்பாண்டவருக்குக்கூட ஒரு வாரமாக மாரடைப்பு (heart attack) நோயாம்! புனித மேரி மாதாவை மட்டுமே நம்பாமல், பல டாக்டர்களின் உதவியை நாடியிருக்கிறாராம்.

சகஜானந்தசாமி இராமனுக்காக வேண்டி, இவ்வளவு பொங்கியெழ வேண்டாம்!

"ஸ்திரீயர் புருஷ விக்ரஹம்" ("நீ உருவத்தில் மட்டுந்தான் ஆணேயொழிய செய்கையில் பெண்தான்") என்று இராமனின் மனைவியான சீதையே அவதூறாகப் பேசியிருப்பதாக வால்மீகி கூறுகிறார்! இரவிலும் பகலிலும் இணைபிரியாதிருந்த சீதைக்கே இராமன்மீது வெறுப்பு ஏற்பட்டிருக்கும்போது, சிதம்பரம் சாமிக்கு மட்டும் இராமன்மீது இவ்வளவு காதல் ஏன்? இராமனைப் பற்றி, மறைமலையடிகளும், பூர்ணலிங்கம் பிள்ளையும், பேராசிரியர் சவரிராயனும், புலவர் வி.பி. சிப்ரமணிய முதலியாரும் - மற்ற பேரறிஞர்களும் எழுதியுள்ளவற்றையெல்லாம் எம்.எல்.ஏ.சாமி படித்திருக்குமோ என்னவோ? படிக்காதிருந்தால், இனியாவது படிப்பது உடம்புக்கு நல்லது! உள்ளத்துக்கும் நல்லது!

ஆனால் அதுவரையில், இந்தச் சாமி தன் எதிரிகளைக் கொலை செய்வதற்காக எந்தக் கருவி வைத்துக் கொண்டிருக்கிறது என்பதைப் போலீசார் அறிந்து கொள்வது அவசியம். சாமியிடம் ரிவால்வர் லைசென்ஸ் இருக்கிறதா? அல்லது எதிரியின் மேலே விழுந்து நசுக்கியே கொன்று விடலாமென்று திட்டம் போட்டிருக்கிறதா?

இராவணனைப் போற்றும் தமிழர்களே உஷார்! "கொலைகாரச்" சாமி கட்டவிழ்த்துக் கொண்டு நடமாடுகிறது! எந்தச் சமயத்தில் என்ன நடக்குமோ, தெரியாது!

அன்பே சிவமென்றால், ஏமி? அதோபார் சகஜானந்தா சாமி!

விடுதலை - குத்தூசி

சென்னை - 4-12-54 -சனி

நாடகத் தடை மசோதாவிற்கு நாடெங்கும் கண்டனங்கள் கடிதங்களும் தந்திகளும் குவிகின்றன

சென்னை வன்னிய தேனாம்பேட்டை

5-12-54 அன்று காலை 9 மணியளவில் பொது அங்கத்தினர் கூட்டம் பு.ச.மல்லிகேசுவரன் அவர்கள் தலைமையில் வன்னிய தேனாம்பேட்டை, திராவிடர் கழகக் கட்டிடத்தில் நடைபெற்றது.

அதுசமயம் புதிய நாடக மசோதாவை சர்க்கார் கொண்டு வருவதற்கு, இக் கூட்டத்தில் கண்டனம் தெரிவித்து, இம் மசோதாவை சர்க்கார் சட்டமாக்காதபடி, சென்னை முதலமைச்சருக்குக் கண்டனக் கடிதம் அனுப்பப் பட்டது.

இந்து மகாசபைக்குக் கண்டனம்

மற்றும் மதுரையில் தோழர் எம்.ஆர். ராதா அவர்களின் ராமாயண நாடகம் நடைபெறும்போது, ஆர்.எஸ். எஸ்., இந்து மகாசபை போன்ற ஆரியர்கள், பொதுமக்களுக்கும் சர்க்கார் அதிகாரிகளுக்கும் போலீசாருக் கும் தொந்தரவு கொடுத்துக் கலவரம் செய்த மகாலிங்க அய்யர், விபூதி வீரமுத்து போன்றவர்களின் தீவட்டிச் செய்கையை இக் கூட்டம் வன்மையாகக் கண்டிப்பதோடு, காலித்தனத்திற்கு உறுதுணையாயிருந்தவர் களுக்கு உடனடியாகத் தக்க தண்டனை கொடுக்குமாறு இக் கூட்டம் சர்க்காரைக் கேட்டுக் கொள்கிறது என்று தீர்மானிக்கப்பட்டது.

அரையபுரம்

2-12-54 -ந் தேதி மாயவரம் தாலுக்கா அரையபுரம் திராவிட கழக கமிட்டி கூடி,"சென்னை ராஜ்ய சர்க்கார் இப்பொழுது நடந்துவரும் அசெம்பிளி கூட்டத்தில் கொண்டுவரயிருக்கும் நாடகத் தடை மசோதா நிறைவேற்றப்பட்டு சட்டமாக்கப்பட்டால், அது நமக்குள்ள சுதந்திரத்தைப் பறிப்பதுடன், மூடத்தனத்திலிருந்து மக்களைத் திருத்தி, நம்மினத்தினரை முன்னேற வழிவகுக்கும் நாடகங்களைத் தடை செய்வதானதுடன் இப்பொழுது நடந்துவரும் தமிழர் ஆட்சிக்கும் தொந்தரவளிக்கும் நிலையை உண்டாக்கிவிடுமோவென வருந்த வேண்டிய நிலையிலிருப்பதால், இம் மசோதா சட்டமாகாமலிருக்க

வேண்டுமென இக் கழகம் சர்க்காரை வற்புறுத்தி வேண்டிக் கொள்கிறது" என எல்லா உறுப்பினர்களாலும் ஏகமனதாகத் தீர்மானிக்கப் பட்டது.

இதன் நகல் ஒன்று, முதன்மந்திரி அவர்களுக்கு 18 அங்கத்தினர்களின் கையெழுத்துடன் அனுப்பப்பட்டுள்ளது.

பொன்மலை

2-12-54 வியாழன் மாலை 6.30 மணிக்கு கழக மாடியில் திராவிட வாலிபர் கழகத் தலைவர் எஸ். வடிவேல் அவர்கள் தலைமையில் ஓர் அவசரச் செயற்குழுக் கூட்டம் நடைபெற்றது. அதுசமயம் கீழ்க்கண்ட இரு தீர்மானங்கள் ஏகமனதாக நிறைவேற்றப்பட்டன.

சென்னை அரசியலாரால் நிறைவேற்றப்படவிருக்கும் நாடகத் தடை மசோதாவானது, இந்திய அரசியல் சட்டத்தால் இந் நாட்டு மக்கட்கு வழங்கப்பட்டிருக்கும் அதிமுக்கியமான உரிமையும் சுதந்திரமும் பாதிக்கப்படுகிறதென இக் கூட்டம் கருதுவதால், அதை வன்மையாகக் கண்டிப்பதுடன், இம் மசோதாவை வாபஸ் பெற வேண்டுமென இக் கூட்டம் சென்னை அரசியலாரைக் கேட்டுக் கொள்கிறது. இந்தத் தீர்மானத்தைத் தந்திமூலம் சென்னை அரசியலாருக்குத் தெரிவிப்பதெனவும் தீர்மானிக்கிறது.

சீரங்கம்

புத்தர் நாடகக் கலாமன்றத்தில் 2-12-54 வியாழன் இரவு 8 மணிக்கு, திரு.பட்டு நாயுடு அவர்கள் தலைமையில் கமிட்டிக் கூட்டம் நடைபெற்றது. கட்சி வேற்றுமை பாராட்டாது, பல கட்சித் தோழர்களும் கலந்து கொண்டார்கள்.

கூட்டத்தில் சென்னை சர்க்கார் கொண்டுவரவிருக்கும் நாடகத் தடை மசோதாவை ரத்து செய்யும்படித் தீர்மானம் நிறைவேற்றப் பட்டது. நாடகத் தடை மசோதாவைப் பற்றி விளக்கமாகப் பலர் பேசினார்கள். மசோதாவின் தீமைகளைக் குறித்து, திரு.நந்தவனம் கோவிந்தராஜ், சி.ப. மாரியப்பன், எஸ்.ஏ. நடராஜன் ஆகியோர் விரிவாகப் பேசினார்கள்.

சென்னை மாநில முதல் அமைச்சர் கனம் காமராஜர் அவர் களுக்குத் தீர்மானத்தைத் தந்திமூலம் அறிவிக்க, கமிட்டி குறிப்பிட்ட படி, தந்தியும் அனுப்பப்பட்டிருக்கிறது. கூட்டத்தில், திரு சி.ப. மாரியப்பன் தீட்டிய 'எது பாசம்?', 'தென்றலும் புயலும்' என்ற நாடகங்களை நடிப்பதாக அறிவிக்கப்பட்டது.

சென்னை – கிருஷ்ணாம்பேட்டை

4-12-54 சனிக்கிழமை மாலை 6.30 மணிக்கு நடைபெற்ற திராவிட கழக நிர்வாகக் கூட்டத்தில் ஏகமனதாக நிறைவேற்றப்பட்ட தீர்மானம் வருமாறு:-

"இன்றைய அரசாங்கம் கொண்டு வந்துள்ள நாடகத் தடை மசோதாவை இக் குழு வன்மையாகக் கண்டிக்கிறது. அதை வாபஸ் பெறும்படிக் கேட்டுக் கொள்கிறது".

ராதா ராமாயண நாடகம்

"நடிகவேள் எம்.ஆர். ராதா அவர்கள் ராமாயண நாடகத்துக்கு எதிராக ஆஸ்திகர்கள் செய்யும் கலவரங்களை இக் கழகம் வன்மையாகக் கண்டிப்பதுடன், நாமும் புராண நாடகங்கள், காலட்சேபங்களை மறியல் செய்யும் முறையைக் கையாள நேரிடும் என்றும் எச்சரிக்கிறது".

கல்லக்குறிச்சி

3-12-54 தேதிய விடுதலை இதழில் கண்ட விவரப்படி, சென்னை முதலமைச்சருக்கு புது நாடக மசோதாவைக் கண்டித்து, வாபஸ் வாங்கும்படி ஒரு தந்தி அனுப்பப்பட்டது. (தந்தி நெ.3) என கல்லக்குறிச்சி விவசாய சங்கத் தலைவர் அறிவிக்கிறார்.

காரப்பிடாகை

காரப்பிடாகை, திராவிட கழக உறுப்பினர்கள் கூட்டம், 24-11-54ல் நடைபெற்றது. ஆர். அந்தோணிசாமி அவர்களை தாலுக்கா கழகத்துக்கு ஏகமனதாக தேர்ந்தெடுக்கப்பட்டது.

நாடகத் தடை மசோதாவைக் கண்டித்து, மக்கள் உரிமையைப் பறிப்பதால், இந்த மசோதாவை வாபஸ் பெற வேண்டுமென சர்க்காரைக் கண்டித்துத் தீர்மானம் நிறைவேற்றப்பட்டது.

சென்னை

சென்னை சர்க்கார் கொண்டுவர இருக்கும் நாடகச் சட்டத்தைக் கைவிடுமாறு கேட்டுக் கொண்டு, சென்னை முதலமைச்சருக்கு சென்னை முதல்வட்டம், 4வது வட்டம் திராவிட கழகங்களின் சார்பில் தந்திகள் கொடுக்கப்பட்டிருக்கின்றன.

விடுதலை
சென்னை - 7-12-54 - செவ்வாய்

ஆரிய சூழ்ச்சியான
புது நாடக மசோதாவை எதிர்த்து
முதலமைச்சருக்குத் தந்தி அனுப்பிவிட்டீர்களா?
இன்றே செய்யுங்கள்!

எஸ். குருசாமி
பொதுச் செயலாளர், திராவிட கழகம்

நாடகத் தடைச் சட்டத்திற்கு அசெம்பிளியில் கண்டனமாரி

முற்போக்குக் கருத்துக்களை ஒழித்துக்கட்டும் என வற்புறுத்தப்பட்டது. நாடகப் புரட்சி நடைபெறும் என எச்சரிக்கை!

சென்னை, டிச.8 - நேற்று நடைபெற்ற சென்னை அசெம்பிளிக் கூட்ட நடவடிக்கையைப் பார்க்க ஏராளமான மக்கள் வந்திருந்தனர். நாடகக் கலைஞர்கள் பலர் வந்திருந்தனர். பிரபல நடிகர் டி.கே. சண்முகம், சிவாஜி கணேசன், சஹஸ்ரநாமம், எம்.ஜி.ராமச்சந்திரன், எஸ்.எஸ். ராஜேந்திரன், நாராயண பிள்ளை, டி.வி. நாராயணசாமி முதலியவர்கள் வந்திருந்தார்கள். இதற்கு முக்கிய காரணம், நேற்றைய கூட்டத்தில் நாடகக் கட்டுப்பாடு மசோதா கொண்டு வரப்பட்டதுதான் என்பது பின்னர் அன்றைய நடவடிக்கைகளில் இருந்து தெரியவந்தது.

கேள்வி நேரத்திற்குப் பின், 1954 ம் ஆண்டு நாடகக் கட்டுப்பாடு மசோதாவை, நிதியமைச்சர் திரு சி. சுப்ரமணியம் பிரேரேபித்து, இதை ஒரு செலக்ட் கமிட்டிக்கு விடவேண்டுமென்றும், இம் மசோதா விரைவில் நிறைவேற்றப்பட இருப்பதாக டிசம்பர் 13 ம் தேதிக்குள் செலக்ட் கமிட்டி அறிக்கையளித்துவிட வேண்டும் என்றும் கூறினார்.

எதிர்க்கட்சித் தலைவர் திரு பி. ராமமூர்த்தி ஒழுங்குப் பிரச்சனையைக் கிளப்பி, சென்னை சர்க்கார் இதுபோன்ற மசோதாவை நிறைவேற்ற அரசியல் சட்டத்தின் 19வது ஷரத்தின்படி அதிகாரம் கிடையாது என்றார். மேற்படி ஷரத்தில் பேச்சுரிமை, கருத்துரிமை அளிக்கப்பட்டிருக்கிறதென்றும், ஒருவர் தமது கருத்தை நடிப்பின் மூலம் காட்ட உரிமை பெற்றிருக்கிறார் என்றும், அதை இம் மசோதா தடுக்கிறதென்றும், எனவே, அரசியல் சட்டத்தின் இந்த ஷரத்து அமுலில் உள்ள வரையில், இதுபோன்ற நாடக மசோதா கொண்டுவர, இந்த சர்க்காருக்கோ அசெம்பிளிக்கோ அதிகாரமில்லையென்றார்.

பார்லிமெண்டுக்கே அதிகாரம்

திரு நாராயண குருப் இதை ஆதரித்து வலியுறுத்திப் பேசினார். இதுபோன்ற மசோதா கொண்டுவர பார்லிமெண்டுக்குத்தான் அதிகாரமிருக்கிறதென்றார்.

ஒழுங்குப் பிரச்னைமீது சபாநாயகர் தீர்ப்பு அளிக்குமுன், மந்திரியின் கருத்தையறிவிக்குமாறு அழைத்தார்.

அரசியல் சட்டம் நிறைவேற்றப்பட்டபின், பத்திரிகைக் கட்டுப்பாடு சட்டம் நிறைவேற்றப்பட்டிருக்கிறதென்றும், அந்த சட்டத்தின் ஷரத்துக்கள் அரசியல் சட்டத்துக்கு முரணானவைகள் என்று எந்த உயர்நீதிமன்றமும் தீர்ப்பளிக்கவில்லையென்றும், நாடகங்கள் அரசியல் சட்டத்தின் ராஜ்யப் பட்டியலில் சேர்க்கப்பட்டிருக்கின்றன என்றும், எனவே, ராஜ்ய சர்க்கார் இதுபற்றி நடவடிக்கை எடுக்க அதிகாரம் பெற்றிருக்கிறது என்றும் நிதியமைச்சர் கூறினார்.

சபாநாயகர் இதன்மீது தமது தீர்ப்பையளித்தார்.

"இந்த விஷயம் ராஜ்யப் பட்டியலில் சேர்க்கப்பட்டுள்ளது. எனவே அரசியல் சட்டத்திற்கு முரணல்ல என்பது என் கருத்து. ஒழுங்குப் பிரச்னைகளை எழுப்பியவர்களுக்குச் சந்தேகம் இருந்தால் நீதிமன்றத்திற்குப் போகலாம்" என்றார்.

நிதியமைச்சர் மசோதாவைக் குறித்துப் பேசுகையில் கூறியதாவது;-

1876-ம் ஆண்டு நாடகக் கட்டுப்பாடு சட்டப்படி மாஜிஸ்திரேட் ஒரு வழக்கில் தீர்ப்பு சொல்லிவிட்டால், அதை ஆட்சேபித்து அப்பீல் செய்து கொள்ள இந்தச் சட்டத்தில் இடமில்லை. இம்மாதிரி இருப்பது அரசியல் சட்டத்திற்குப் புறம்பானது என்று சர்க்கார் சட்ட ஆலோசகர்கள் தெரிவித்தனர். இதன் காரணமாகத் தான் 1876-ம் ஆண்டு நாடகக் கட்டுப்பாடு சட்டத்தின்படி சென்னை உயர்நீதிமன்றத்தில் நடந்துவந்த வழக்குகளை சர்க்கார் பின்வாங்கிக் கொள்ள வேண்டியதாயிற்று. எனவே இவ்விதம் அமைந்துள்ள நாடகச் சட்டம் ஒன்று திருத்தப்பட வேண்டும் அல்லது வேறு சட்டம் செய்யவேண்டும் என்ற நிலை ஏற்பட்டது. ஆகவே புதுச் சட்டம் செய்ய சர்க்கார் முடிவு செய்தனர். அதன்படி இந்த மசோதா கொண்டுவரப்பட்டிருக்கிறது.

புதிய அம்சம் இல்லை

இந்த மசோதாவில் புதிதாக எவ்வித அம்சமுமில்லை. பத்திரிகைகள் சம்பந்தமாக "ஆட்சேபகரமான விஷயங்கள்" என்று எதைச் செய்திருக்கிறோமோ அதைத்தான் நாடகங்கள் பற்றியும் செய்திருக்கிறோம். பத்திரிகைகள் கட்டுப்பாடு பற்றி ஏற்கெனவே சட்டம் செய்யப்பட்டிருக்கிறது; இப்பொழுது இந்தச் சட்டத்தைச் செய்வதிலும் தவறில்லை.

இந்த மசோதா நியாயமானது; அவசியமானது; அவசரமானது; ஆகையால் தேர்வுக் கமிட்டிக்கு ஒரு கால வரை குறிப்பிடப் பட்டிருக்கிறது.

மசோதாவைப் பொதுமக்கள் கருத்தறிய அனுப்ப வேண்டு மென்று திரு என் சுயம்பிரகாசம் பிரேரேபித்தார். மசோதாவை ஒரு ஆண்டு கழித்து ஆலோசனைக்கு எடுத்துக் கொள்ளலாமென்று திரு டி.சி. நாராயணன் நம்பியார் பிரேரேபித்தார். இதன்மீது பின்னர் விவாதம் தொடங்கியது.

தோழர் பி.ஜீவானந்தம் பேசுகையில் கூறியதாவது:-

இந்த மசோதா இப்பொழுது கொண்டுவரப்படிருப்பது மிகவும் 'துரதிருஷ்டம்' என்றே கருதுகிறேன். இந்த மசோதாவை நான் பலமுறை படித்தேன். மந்திரியார் கூறிய அவசியம் என்ன என்பதை என்னால் புரிந்து கொள்ள முடியவில்லை. இம் மசோதா சட்டமானால், இதனால் பாதிக்கப்படுகிற நாடகக் கலைஞர்களின் கருத்துகளையும், மக்களின் நல்வாழ்வை விரும்புகிற சீர்திருத்தக்காரர்களின் கருத்துக் களையும் கேட்டேன். எல்லோரும் இதை ஆட்சேபிக்கின்றனர்.

மக்களின் நல்வாழ்வை உருவாக்குவதற்கு நாடகக்கலை ஒரு முக்கிய பிரசார சாதனமாகும். இப்பொழுதுள்ள நாடகச் சட்டம் 80 ஆண்டுகளுக்குமுன் செய்யப்பட்டது. கடந்த 80 ஆண்டுகளில் நாடு எத்தகைய மாறுதல்களை அடைந்திருக்கிறது என்பதை மனதில் கொண்டு இந்தச் சட்டத்தை மாற்ற வேண்டும். ஆனால் இன்று கொண்டு வரப்பட்டுள்ள இம் மசோதா யாரை திருப்திப்படுத்தக்கூடியதாக விருக்கிறது? ஆளும் வர்க்கத்தாரை திருப்திப்படுத்தக்கூடியதாகவே யிருக்கிறது என்பது நன்கு விளங்கும்.

ஆட்சேபகரமானவைகள் நடிக்கப்பட்டால் அதைக் குறித்து யாரும் பயப்பட வேண்டியதில்லை. அதைத் தடுக்க, பல சட்டங்களிருக் கின்றன.

80 ஆண்டுகளாக வளர்ந்து வந்த கதை

தமிழகத்தில் கடந்த 80 ஆண்டுகளாக நாடகம் எப்படி வளர்ந்து வந்திருக்கிறது? சுந்தரம் பிள்ளை நாடகம், தேசபக்தி நாடகங்கள் மக்களின் நல்வாழ்வைப் பிரதிபலிக்கக்கூடியவைகளாக அமைந்திருந்தன. அன்றைய ஆட்சியாளர்கள் இவைகளைத் தடுத்துத்தான் வந்திருக் கிறார்கள். இதனால் அந்த நாடகங்கள் - முற்போக்குக் கருத்துக்கள் ஒழிக்கப்பட்டுப் போயினவா? இல்லை; மாறாக, வளர்ந்தே வந்திருக்கின்றன.

சர்க்காரைக் கவிழ்த்தல், நாசவேலை செய்யத் தூண்டுதல், இந்திய மக்களின் மத உணர்ச்சியைப் புண்படுத்தல் போன்றவைகள் ஆட்சேபகரமானதாகக் கூறப்படுகிறது. அதிகாரிகள் நினைத்தால், எதை வேண்டுமானாலும் ஆட்சேபகரமானதாகக் கூறலாம்.

உதாரணத்துக்கு ஒன்றை எடுத்துக் காட்டுகிறேன். அன்று காந்தியார் லூயிஃபிஷாருக்குப் பேட்டியளித்த போது, 'நிலங்கள் விவசாயிகளுக்கே கொடுக்க வேண்டும்' என்றார்; இதை மனதில் கொண்டு நிலத்தை விவசாயிகளுக்கே கொடுக்க வேண்டும் என்பதைச் சித்தரிக்கும் நாடகம் ஒன்றை எழுதி நடித்தால், 'பற்பல பிரிவினர் களிடையே துவேஷத்தை வளர்க்கிறது' என்று இந்தச் சட்டத்தின் மூலம் தடுத்துவிடலாம்.

'கள்வனின் காதலி' என்னும் நாடகம் மடாதிபதிகளைப் புண்படுத்தக்கூடியதாயிருக்கிறது என்று ஆட்சேபனை கிளப்பலாம்.

எனவே இந்தச் சட்டப்படி, உண்மையை-யதார்த்தத்தை எடுத்துக் காட்டுவதற்குக் கலைஞர்களுக்கு உரிமை இல்லை; செய்கையில், நடிப்பில் ஜாடைமாடையாகக்கூடக் காட்டக்கூடாது; எனவே இத்தகைய சட்டம் செய்யப்படுமுன், கலைஞர்கள், நாடகப் பேராசிரியர்களைக் கலந்து ஆலோசனை நடத்திச் செய்ய வேண்டும் என்று கேட்டுக் கொண்டார்.

இந்த மசோதாவைக் கைவிடுவதுதான் சர்க்காருக்கு நல்லதென்று இறுதியாகக் கேட்டுக் கொண்டார்.

திரு டி. சண்முகம் இம் மசோதாவை எதிர்த்துப் பேசுகையில் கூறியதாவது:-

இந்த நாடகச் சட்டம் நிறைவேற்றப்பட்டால் சர்க்காருக்குச் சங்கடம்தான் விளையும். ஒரே ஒரு ராதா நாடகந் தான் சர்க்காரை இந்தச் சட்டம் கொண்டுவரச் செய்திருக்கிறது. துரதிஷ்டவசமாக இந்த நாளில் இப்பேர்ப்பட்ட சர்க்கார் அமைந்திருப்பது பற்றி வருந்து கிறேன். விஞ்ஞானம் வளர வேண்டும், அறிவு வளர வேண்டும் என்பதற்காக நாம் பாடுபடும்போது, முற்போக்கு நாடகத்தை ஏன் தடுக்க வேண்டும்? இந்த சர்க்கார் ஏன் அமைதியாக நடக்கிறது என்று கருதியே இந்தச் சட்டம் கொண்டுவரப்படுகிறது.

பகுத்தறிவு நாடகங்களைத் தடுக்க வேண்டும் என்று எண்ணினால், புராணக் கதைகளையும், புராண நாடகங்களையும், காலட்சேபங் களையும் தடுக்க முடியாதா? அதை நாங்கள் விரும்புகிறோமா?

ராதா நடிப்பது என்ன? வால்மீகி ராமாயணத்தைத்தான் ராதா நடத்துகிறார்; வால்மீகி ராமாயணத்தை சர்க்கார் படித்துப் பார்க்க வேண்டும். வால்மீகி ராமாயணத்தில் சீதையை ராவணன் சிகையைப் பிடித்து, தோளில் ஒரு கையும், தொடையில் ஒரு கையும் வைத்துத் தூக்கிச் சென்றான் என்று கூறப்பட்டிருக்கிறது. ஆனால், கம்ப ராமாயணத்திலோ பூமியைப் பெயர்த்துத் தூக்கிப் போனான் என்று கூறப்பட்டிருக்கிறது. இது பொருந்தக்கூடிய கூற்றா? பூமி அவ்வளவு சிறியதா? பந்துபோல் தூக்கிச் செல்வதற்கு? இருதரப்பான கருத்துக் களையும் பார்க்க மக்களுக்கு உரிமையுண்டு.

மக்கள் பார்த்துத் தீர்ப்புக் கூறட்டுமே?

சர்க்காருக்குக் கஷ்டம் வரும்

எனவே, இம் மசோதாவினால், சர்க்காருக்கு மிகுந்த கஷ்டம் வரும்; நாட்டில் குழப்பம் ஏற்படும் என்று எச்சரிக்கை செய்ய விரும்புகிறேன். சாமி சகஜானந்தா, விபூதி வீரமுத்து இருக்கும்போது ராதாவை ஒரு நாளில், கொன்றுவிடலாமே. ஏன், அன்று இந்தச் சபையிலேயே சாமி சகஜானந்தா கூறினார், என்னெதிரே யாராவது ராமனை இழிவுபடுத்திப் பேசினால் கொன்றுவிடுவேன்' என்று. அப்படியிருக்கையில் ஏன் இந்தச் சட்டம்? என்று கேட்டார்.

இத்துடன் சபை இடைவேளைக்குக் கலைந்தது. இடை வேளைக்குப் பின்னர் சபை கூடியதும், நாடக மசோதாமீது விவாதம் தொடர்ந்து நடந்தது.

மசோதா சென்ற மாதம் 27-ம் தேதியே பிரசுரிக்கப்பட்டது என்றும், மதுரைச் சம்பவத்திற்கும் இம் மசோதாவிற்கும் சம்பந்தமில்லை யென்பது இதிலிருந்து தெரியவருமென்றும், எனவே, மதுரைச் சம்பவங்கள் பற்றி மெம்பர்கள் பேசவேண்டியதில்லை என்றும், மசோதாவின் கொள்கையைப் பற்றிப் பேசலாம் என்றும் சபாநாயகர் கூறினார்.

திரு வி.ஆர். கிருஷ்ணய்யர் பேசுகையில், மசோதா அனாவசியமான தென்றும், மக்கள் மனதை மாற்றும் செல்வாக்கு வாய்ந்ததாகக் கலையிருந்து வருகையில், அதைக் கட்டுப்படுத்தி, கழுத்தை நெறித்து, தன்னிஷ்டப்படி கலை இருக்க வேண்டுமென்ற முயற்சியில் சர்க்கார் ஈடுபட முனைந்துள்ளதென்று கண்டித்தார். ஆட்சேபகரமான நாடகம் என்ன என்பது பற்றி மசோதாவில் வியாக்கியானம் செய்யப்பட்டிருப்பது விரிவானதாக, எதையும் அதற்குள் கொண்டு வரக்கூடியதாக இருக்கிற

தென்றும் கூறினார். முற்போக்கு எண்ணங்களுக்கு இந்த மசோதா மிகமிகப் பாதகத்தை விளைவிக்கக்கூடியதாகும். எதையும் சர்க்கார் தங்கள் இஷ்டம் போல் தடுத்துவிடலாம். இந்த மசோதாவில் கூறப்படும் ஆட்சேபகரமானவைகள் யாவும் இதர பினல் கோடு சட்டங்களின் மூலம் தண்டனைக்குரியவைகளாக ஆக்கப்பட்டிருக் கின்றன. எனவே, இந்த மசோதா கொண்டுவருவதற்கு எவ்வித நியாயமுமில்லை.

கலையை ஒழித்துவிடும்

இம் மசோதா வளர்ந்துவரும் கலை, கலாச்சாரப் பண்புகளை ஒழித்துக் கட்டக்கூடியதாகும். எல்லோராலும் கோர்ட்டுக்குப் போக முடியாது. எனவே, இம் மசோதாவை சர்க்கார் கைவிட வேண்டு மென்று கேட்டுக் கொள்கிறேன்.

திரு எஸ். சுயம்பிரகாசம் பேசுகையில் கூறியதாவது:-

சர்க்கார் இப்பொழுது ஏன் இந்தச் சட்டத்தைக் கொண்டு வருகிறார்களென்பது தெரியவில்லை. இப்பொழுது நாட்டில் என்ன நடந்துவிட்டது. புதிய புதிய கருத்துக்களை நாடகத்தில் புகுத்துவது, நாடகக்கலையில் நெடுநாட்களாக இருந்து வருவதாகும். புதிய கருத்துகளைக் கண்டுகளிக்கும் உரிமையை மக்கள் பெற்றிருக் கின்றனர்.

ஆட்சேபகரமானவைகளைத் தடுக்கவே இம் மசோதா கொண்டுவரப்பட்டிருக்கிறது என்று கூறப்படுவதற்கு எவ்வித நியாயமுமில்லை. ஏற்கெனவே கிரிமினல் பினல்கோடு சட்டங் களிருக்கின்றன. பினல்கோடு சட்டத்தின் அடிப்படைத் தத்துவத்திற்கே இம் மசோதா முரணானதாகவிருக்கிறது. மக்களின் சுதந்திரத்தைப் பறிக்கிறது. இந்த மசோதா சட்டமானால், இதன்கீழ் எந்த நாடகத்தையும் தடுத்துவிடலாம். இதுவரை தடுக்கப்படாமல் நடந்து கொண்டிருக்கும் நாடகங்கள் யாவும் இதனால் தடுக்கப்படும். எனவே, இம் மசோதாவை, சபை நிறைவேற்றக்கூடாதென்று கேட்டுக் கொள்கிறேன் என்றார்.

எதிர்க்கட்சித் தலைவர் தோழர் பி.ராமமூர்த்தி அடுத்துப் பேசுகையில் கூறியதாவது:-

மந்திரியார் இம் மசோதாவைக் கொண்டுவந்து பேசியதைப் பார்த்தால், சபையையோ மக்களையோ மதிப்பதில்லை என்றே தெரிகிறது. மக்களின் ஜீவாதாரத்தையே பாதிக்கக்கூடியதாக இது இருக்கிறது. நாடகத்துறையிலீடுபட்டுள்ள மக்களையும், நாடகங்களைக்

கண்டுகளிக்கும் லட்சக்கணக்கான மக்களையும் பாதிக்கக்கூடியதாக விருக்கிறது. இம் மசோதா கொண்டு வருவதற்காக, சர்க்கார் கூறும் சமாதானம் ஒப்புக்கொள்ளக்கூடியதாகவில்லை. சேலத்தில் நடந்த சம்பவத்தை மந்திரியார் சுட்டிக் காட்டினார். உயர்நீதிமன்றத்தில் வழக்கு வாபஸ் பெற வேண்டிய நிலை ஏற்பட்டதை எடுத்துக் காட்டினார். 1951-ம் ஆண்டு பத்திரிகைக் கட்டுப்பாடு சட்டத்தை எடுத்துக் காட்டினார். அந்தச் சட்டத்தின் நோக்கம் வேறு; இந்தச் சட்டத்தின் நோக்கம் வேறு.

பொதுமக்களுக்காகவா இந்தச் சட்டம்?

இந்த சர்க்கார் எந்த இலட்சியத்திற்காக, எவர்களுடைய பாதுகாப்புக்காக இருக்கிறார்களோ அவர்களுக்காக, அந்த நோக்கத்திற்காக, இந்த மசோதா கொண்டு வரப்படுகிறது. பொது மக்களுக்காக இந்தச் சட்டம் இயற்றப்படுவதாகத் தெரியவில்லை. பாதிக்கப்படுகிறவர்களைப் பற்றிக் கவலை எடுத்துக் கொள்ள வில்லை.

சேலம் சம்பவத்திற்காக இந்த மசோதா கொண்டு வரப் படுவதென்றால், அந்த அளவுக்குப் பழைய நாடகச் சட்டத்தைத் திருத்திக் கொள்ளலாம். அது அல்ல சர்க்காரின் நோக்கம். அதைச் சாக்காக வைத்து நாடகக் கலை வளர்ச்சிக்குத் தடை விதிப்பதுதான் நோக்கம். இந்தச் சட்டம் ஒரு சர்வவியாபியான சட்டம். ஏற்கெனவே இதுபோன்ற சட்டம் இயற்றப்பட்டுள்ளதென்று நிதியமைச்சர் கூறினார். அவ்வாறு ஒரு சட்டமிருக்கும்போது, இப்போது ஏன் இந்தச் சட்டம் கொண்டுவரப்பட வேண்டும்? இந்த மசோதா கொண்டு வருவ தற்கான காரணங்களை மந்திரி விளக்குவதற்குப் பதிலாக, வக்கீல்கள் கண்ணோட்டத்துடன் பார்க்க வேண்டும் என்று கூறுகிறார்.

மக்கள் தங்கள் நலன்களைக் கவனிக்க, பிரதிநிதிகளைத் தெரிந்தெடுத்தார்களேயல்லாது, பிரச்சனைகளை வக்கீல்கள் கண்ணோட்டத்துடன் பார்த்து முடிவு கூறும்படி, தெரிந்தெடுத்தனுப்ப வில்லை என்றே பதில் கூற ஆசைப்படுகிறேன்.

நாட்டில் வளர்ந்துவரும் முற்போக்குச் சக்திகளைத் தடுக்கவே சர்க்கார் முயலுகிறார்கள். 20 ஆண்டுகளுக்கு முன், தென்னிந்தியாவில் புராணக் கதைகளுக்கும், புராண நாடகங்களுக்கும் மக்கள் ஆதரவு இருந்து வந்தது. இன்று அத்தகைய நாடகங்களுக்கும் படங்களுக்கும் ஆதரவில்லை. புராணப் படங்களுக்கு நாதியில்லை. இதற்குக் காரணம் என்ன என்பதை மெம்பர்கள் எண்ணிப் பார்க்க வேண்டும்; ஆச்சாரியார், நிதியமைச்சர் போன்றவர்களின் முழு ஆதரவு இருந்தும், தீவிரப்

பிரசாரமிருந்தும் அவைகளுக்கு மக்களின் ஆதரவில்லை; இதற்குக் காரணம் என்ன?

ஆஸ்திகத்திற்கும் நாத்திகத்திற்கும் சண்டை இன்று நேற்று ஏற்பட்டதல்ல. பண்டு தொட்டே இருந்து வந்திருக்கிறது. ஆயிரக் கணக்கான ஆண்டுகளாக இந்தப் போராட்டம் இருந்து வந்திருக்கிறது.

சட்டம் மூலம், கடவுள் பக்தியை ஏற்படுத்திவிட முடியாது. ஆஸ்திகர்களிடம் எனக்கு விரோதமில்லை. இதற்காக, சர்க்கார் தனது அதிகாரத்தைப் பயன்படுத்துவது சரியல்ல. மதத்தின் பெயரால் மக்களைச் சுரண்டும் கூட்டத்தாரின் பாதுகாப்புக்காகவே இந்தச் சட்டம் செய்யப்படுகிறது.

இந்தச் சட்டத்தில் சர்க்காரோ அதிகாரியோ கருதினால், எந்த நாடகத்தையும் தடை செய்துவிடலாம். அது மட்டுமல்ல, நாடகம் நடிப்பவர்கள், உதவிசெய்பவர்கள் எவரையும் தடுத்துவிடலாம். சில குறிப்பிட்டவர்களைத் தங்களுக்குப் பிடிக்காவிட்டால் அவர்களைத் தடுத்துவிடலாம்; அவர்களுக்குக் கொட்டகை கிடைக்காது செய்யலாம். வேறு உதவி செய்பவர்களையும் மிரட்டித் தடுக்கலாம்.

பத்திரிகைச் சட்டம் செய்யப்பட்டது குறித்து நிதியமைச்சர் கூறினார். அந்தச் சட்டத்தை எந்தப் பத்திரிகையும் இந்த நாட்டில் ஏற்றுக் கொள்ளவில்லை. எதிர்க்கட்சிகள் எதிர்த்தன. மத்திய சர்க்கார் தங்களுக்கிருக்கிற மெஜாரிட்டி பலத்தினால் நிறைவேற்றி விட்டார்கள். அதனால் நாமும் அப்படிச் செய்ய வேண்டுமா?

மத்திய சட்டசபையில்

மத்திய சட்டசபையில் டாக்டர் கட்ஜு மேற்படி சட்டம் கொண்டு வருவதற்கு ஏதோ பல காரணங்களைக் கூறினார்; ஆனால் நமது நிதிமந்திரி எந்தக் காரணமும் கூறவில்லை.

இந்தச் சட்டத்தின்மூலம் முற்போக்கு எண்ணங்களைத் தடுக்க வேண்டும் என்பதுதான் சர்க்காரின் நோக்கம் என்பது இந்த மசோதா கொண்டு வரப்பட்டதிலிருந்து நன்கு விளங்கும்.

ஒருவருக்கு ஆட்சேபகரமானதாகக் காணப்படுவது, மற்றொரு வருக்குத் தேவையானதாகக் காணப்படலாம்.

இந்தச் சட்டம் மத உணர்ச்சியுடையவர்களுக்குப் பாதுகாப்பு அளிக்கிறதாகவிருக்கிறதேயல்லாது மத உணர்ச்சியற்றவர்களுக்குப் பாதுகாப்பளிக்கக் கூடியதாகவில்லை.

மதத்தின் பேரால் மக்களை இன்னும் அடிமைத்தனத்தில் ஆழ்த்தி வைக்கப்படும் காரியங்களை எதிர்த்து நாடகம் நடத்தினால் அதற்குத் தடைவிதிப்பதா?

மற்றும் இந்தச் சட்டம் ஒரு தனிக் கட்சியை மட்டுமல்ல; தனிப்பட்டவர்களையும் தடுக்கலாம்; அவர்களுடைய ஜீவாதார உரிமைகளைத் தடுக்கலாம். இதிலிருந்து நாடகக்கலை சம்பந்தமான சர்க்கார் மனோபாவம் என்ன என்பது விளங்கும். மற்றும் அ.இ. நாடகக் கழகம் சம்பந்தமாக, சர்க்கார் நடந்து கொண்ட போக்கும் இதனை விளக்கும். மிகப் பிரபல நடிகர்களைப் புறக்கணித்து, தங்கள் நம்பிக்கைக்குப் பாத்திரமானவர்களைத் தெரிந்தெடுத்தனுப்பியிருக் கிறார்கள்.

நோக்கம்

எனவே இத்தகைய சட்டம் கொண்டுவருவதன் நோக்கம், ஆதிக்கம் வகிப்பவர்கள் மனோபாவத்திற்கு எதிராக நடைபெறும் நாடகங்களைத் தடுக்க வேண்டும் என்பதாகும். நான் கேட்டுக் கொள்வதெல்லாம், இந்த மசோதாவை நிறைவேற்றுவதற்கு முன், அவசரப்படாமல் பாதிக்கப்படுபவர்களைக் கலந்து செய்ய வேண்டும் என்பதாகும். அவர்களுக்கு அவகாசம் கொடுக்க வேண்டும். மதுரைச் சம்பவத்தைக் காட்டி, அவசரப்பட்டுச் செய்யக்கூடாது. நடிகர்களுக்கு மதிப்புக் கொடுக்கப்பட வேண்டும். சபையிலுள்ளவர்களுக்கும் இம் மசோதாவின் ஷரத்துகளைப் புரிந்து கொள்ள அவகாசமளிக்காமல், அவசர அவசரமாகக் கொண்டு வரப்படுகிறது. செலக்ட் கமிட்டிக்கு அனுப்புவதானால் என்ன பயன் ஏற்படப் போகிறது? 5 நாட்களில் என்ன பரிசீலனை செய்ய முடியும்? செலக்ட் கமிட்டியும் ஒரு நாடகமேயாகும். சபைக்கும் மக்களுக்கும் மதிப்புக் கொடுக்க வேண்டுமே. அவசியமான பகுதி மட்டும் திருத்தம் செய்து கொள்ளலாம்.

பின்னர் திரு எஸ். டி. ஆதித்தன் பேசுகையில், இன்றுள்ள நிலையில் இந்தச் சட்டத்தினால் தரப்படும் அதிகாரம் ராஜ்ய நோக்கில் துஷ்பிரயோகம் செய்யப்பட மாட்டாது என்று சர்க்கார் உத்திரவாதம் செய்வது அவசியமென்று கூறினார்.

திரு நாராயண குருப் மசோதாவை எதிர்த்தார். இது, தனிநபர் சுதந்திரத்தைப் பறிப்பதாகும் என்றார்.

திரு டி.சி. நாராயண நம்பியார் பேசுகையில், ஜனநாயகக் கலை வளர்ச்சியைக் குலைக்க இரு பக்கங்களிலும் தொகுக்கப்படும்

சட்டம்... [பகுதி எழுத்துகள் உடைந்திருக்கின்றன] இது என்றுகூறி மசோதாவை எதிர்த்தார். மக்களின் பொருளாதார விழிப்புக்கு, பாடல்கள், வசனங்கள், நாடகங்களில் சேர்க்கப்படலாம் என்றும், அப்போது அவற்றை இம் மசோதாவின்கீழ் தடுக்கலாம் என்று கூறினார்.

திரு வி.எஸ்.ராகவ முதலியார் மசோதாவை எதிர்த்துப் பேசினார். மதவுணர்ச்சியுள்ளவர்களும் மதவுணர்ச்சியற்றவர்களும் பாதிக்கப்படக் கூடாது. இருவரும் பாதிக்கப்படாத வகையில் சட்டமிருக்க வேண்டும் என்றும், பல சட்டங்களிருக்கையில் இந்தச் சட்டம் எதற்கு என்றும் கேட்டார்.

திரு எ. ரத்தினம் பேசுகையில், மக்களின் மடமைகளைப் போக்க, நாடகங்கள் இன்று பயன்படுத்தப்படுவதைத் தடுக்கவே இந்த மசோதா கொண்டு வரப்படுகிறதென்றார். அறிவு வளர்ச்சிக்குத் தடை செய்யும் சட்டம் இப்போது தேவையா? எனவே இந்த மசோதாவை ஒத்தி வைக்குமாறு கேட்டுக் கொள்கிறேன் என்றார்.

யார் மனம் புண்படுகிறது?

தோழர் கே.டி.ராஜு மசோதாவை எதிர்த்துப் பேசினார். இந்தச் சட்டம் நிறைவேற்றப்பட்டால் இனிமேல் எந்த நாடகங்களும் நடத்த முடியாது. மதத்தை இழிவுபடுத்தக்கூடிய வகையில் நாடகம் நடத்தப்படுகின்றது. அதனால் அவைகளைத் தடுக்க இந்தச் சட்டம் தேவையா? 78 வருடங்களாக வளர்ந்திருக்கும் கலையை, முற்போக்குக் கருத்துக்களைத் தடுத்து நிறுத்த இன்று சர்க்கார் முன்வந்திருக்கிறார்கள். இனி, முற்போக்கான கருத்துக்கள் கொண்ட நாடகங்கள் நடத்த இடமிருக்காது. தவறான நாடகத்தை நடத்தினால், அதை மக்கள் முடிவுக்கு விட்டால் என்ன? சட்டம் எதற்கு? அதிகாரம் கையில் இருப்பதனால் எதை வேண்டுமானாலும் செய்வதா? எவ்வளவு காலத்திற்கு ஏமாற்றி வருவது? மனம் புண்படுகிறதென்றால் நீயும் எதிர்த்துச் சொல்லு. அதைத் தடுக்க ஏன் சட்டம் வேண்டும்? உங்களுக்குத் தான் பிரசார பலம் இருக்கிறதே. உங்களுக்குத்தான் அதிகாரம் இருக்கிறதே. இரண்டொரு நாடகங்களைத் தடுக்கவா இந்தச் சட்டம்?

அடுத்து, கரூர் ரத்தினம், திரு தெய்வசிகாமணி, திரு கோவிந்தசாமி முதலியவர்கள் பேசினார்கள். தோழர் ஏ. கோவிந்தசாமி பேசுகையில், எந்த ராஜ்யத்திலும் இல்லாத சட்டம், இந்த ராஜ்யத்தில் மட்டும் ஏன் கொண்டுவர வேண்டும் என்று கேட்டார். சாதி, மத வித்தியாசங்களை ஒழிப்பது பற்றி நடத்தப்படும்யல்லவா தடுக்க

வேண்டும். மத நாடகங்கள் பகுத்தறிவுவாதிகளின் மனதைப் புண்படுத்தவில்லையா? புதிய கருத்துக்களைக் கொண்ட நாடகங்களுக்குத் தடை விதிக்கலாகாது. இந்தச் சட்டம் கொண்டு வருவதன்மூலம் காமராசர் ஆட்சியைக் கவிழ்க்கச் சூழ்ச்சி செய்யப்படுகிறது. எனவே இதைக் கைவிடக் கோருகிறேன்.

என்ன சூழ்நிலை ஏற்பட்டுவிட்டது?

திரு.மணலி கந்தசாமி பேசுகையில் கூறியதாவது:-

இந்த மசோதா கொண்டுவரும் போக்கைப் பார்த்தால், சட்ட சபையைக் கலைத்துவிட்டு, உத்தரவிடுவது போல இருக்கிறது.

முத்தமிழில் ஒன்று நாடகக்கலை. நாடகக்கலை பொதுமக்கள் கலையாகும். இதை, சர்க்கார் தங்கள் கையில் வைத்துக் கொள்ளக் கூடிய ஆபத்தும் என்ன வந்துவிட்டது? 2 மாதத்தில் என்ன சூழ்நிலை ஏற்பட்டுவிட்டது? தன்மானமுள்ள எந்தக் கலைஞனும் இதைச் சகித்துக் கொண்டிருக்க மாட்டான். கலை வளர்ச்சியிருக்காது. கடந்த... [இங்கும் எழுத்துகள் நொறுங்கியிருக்கின்றன] 87 ஆண்டுகளில் எத்தனை நாடகங்கள் தடுக்கப்பட்டிருகின்றன. கலையில் கைவைக்கக்கூடிய ஆட்சி பலஹீனமான ஆட்சி என்று தான் பொருள்படும். ஆபாசமான நாடகம் என்றால் அதைத் தடுக்க வேண்டுமேயல்லாது எல்லா முற்போக்கு நாடகங்களையும் தடுப்பதா?

யதார்த்தத்தை விளக்கும் நாடகக் கருத்துக்களை - வளர்ந்துவரும் முற்போக்குக் கருத்துகளைக் கொண்ட நாடகங்களைத் தடுப்பதா?

இந்தச் சட்டம் நிறைவேறினால் கலாச்சாரப் போராட்டம் நடைபெறும். நாடகத்துறையில் புரட்சி நடக்கப் போகிறது.

பின்னர் தோழர் சுப்ரமணியன், மேனன் ஆகியவர்கள் மசோதாவை எதிர்த்துப் பேசினார்கள். தோழர் சுப்ரமணியன் பேசுகையில், இன்று நாடகம் மக்களைத் திருத்தக்கூடிய கருவியாக இருந்துவருகிற தென்றும், அதன்மூலம் அறிவுப் பணி செய்து வருகிறார்கள் என்றும், அதை இதுபோன்ற சட்டத்தினால் அழித்துவிட முடியாதென்றும் கூறினார். சமுதாயப் புரட்சிக்குத் தடை விதிக்கலாகாதென்று கேட்டுக் கொண்டார்.

விடுதலை
கார்த்திகை மீ 23 உ- 8-12-54 -புதன்

வால்மீகியின் அசல் இராமாயணத்தைக்
"கீமாயணம்" என்பவைகளை
"ஈனப் பிறவிகள்" என்று அழையுங்கள்

அசல் இராமாயணத்தைக் "கீமாயணம்" என்று எழுதுகின்ற
ஈனப் பத்திரிகைகளை வாங்காதீர்கள்.
பொதுக்கூட்டத்தில் அதற்குத் தீயிடுங்கள்.

-எஸ். குருசாமி

ஆரிய சூழ்ச்சியான

புது நாடக மசோதாவை எதிர்த்து
முதலமைச்சருக்குத் தந்தி அனுப்பிவிட்டீர்களா?

இன்றே செய்யுங்கள்

எஸ். குருசாமி
பொதுச் செயலாளர், திராவிட கழகம்

தோழர்களுக்கு அறிவிப்பு

1. சென்னையில் இராமாயண ஆபாசத்தை விளக்கியும், புது மசோதாவை (சட்டத்தை) எதிர்த்தும், பல கூட்டங்கள் நடத்த வேண்டியிருப்பதனால், இம் மாத இறுதிவரையில் வெளியூர் நிகழ்ச்சிகளை ஒப்புக்கொள்ள முடியாமைக்கு வருந்துகிறேன்.

2. "விடுதலை" தலையங்கம், - "குத்தூசி" முதலியவற்றைத் துண்டு விளம்பரமாக அச்சிட்டு வழங்குவதற்கு அனுமதி தேவையில்லை என்று தெரிவித்துக் கொள்கிறேன்.

எஸ்.குருசாமி
ஆசிரியர், விடுதலை

சட்டம் வருமா?

நாடகத் தடை மசோதா, நேற்றைய சட்டசபைக் கூட்டத்தில் விவாதிக்கப்பட்டிருக்கிறது; இன்றும் விவாதிக்கப்படுகிறது. இதை ஒரு செலக்ட் கமிட்டியின் ஆலோசனைக்கு விடவேண்டுமென்றும், இக் கமிட்டி டிசம்பர் 13-ந் தேதிக்குள்ளாகத் தன் முடிவைத் தெரிவிக்க வேண்டுமென்றும், சர்க்கார் சார்பில் நீதி இலாகா அமைச்சர் தீர்மானம் கொண்டு வந்திருந்தார். இச் சட்டத்... [தொடர்ந்துவரும் பகுதிகள் - மூன்று வரிகள் கிழிந்து போயுள்ளன]... மந்திரியார் வற்புறுத்திப் பேசியிருக்கிறார். நல்ல மெஜாரிட்டியிருப்பதனால் எதிர்க்கட்சித் தலைவர்களும் மற்றவர்களும் இச் சட்டம் தேவையில்லையென்று, அருமையான காரணங்களுடன் எடுத்துக் காட்டிய எதிர்ப்பைப் பொருட்படுத்தாமல் தீர்மானத்தை நிறைவேற்றி விடுவார்களென்பதில் அய்யமில்லை.

இம் மசோதா சட்டமாகிவிட்டால், தமிழ்நாட்டில் மாபெரும் கொந்தளிப்பு ஏற்படுவது நிச்சயம். குறிப்பாக, வால்மீகி இராமாயணக் கதையைக் காட்டுகின்ற நாடகம் தடை செய்யப்படுமானால், நாடெங்கும் இராமன் படம் பொதுக்கூட்டங்களில் கொளுத்தப்படும் என்பதை ஆரிய வட்டாரத்துக்கு இப்போதே எச்சரிக்கையாகக் கூறுகின்றோம்; ‘ஆரியனை உதைத்துப் பூணூலை அறுத்து நாட்டை விட்டு விரட்டு’ என்ற காட்சி நாடக மேடையில் நடித்துக் காட்டப்படும் என்பதையும் இப்போதே கூறிவிடுகிறோம்.

ஏனெனில், இம் மசோதாவானது இன்றைய மந்திரிசபையின் மனப்பூர்வமான ஆசையினால் வருவதல்ல என்பதையும், தமிழ்நாட்டு ஆரியர்கள் டில்லிக்கு அனுப்பிய ஆயிரக்கணக்கான தந்திகளின் விளைவாக, அங்கிருந்து பிறப்பிக்கப்பட்ட கட்டளையின் விளைவு தான் என்பதையும், நாம் இனியும் இரகசியமாக வைக்க விரும்பவில்லை. ஆனால் இச் சட்டத்தின் விளைவை - கொந்தளிப்பை - ஆரியர்களும், வடநாட்டு சர்க்காரும் அனுபவிக்கத் தயாராயிருக்கட்டும்; இச் சட்டத்தின் விளைவாக ஆரியத் தலைவனான இராமன் படம் தெருக்கள் தோறும் பட்டப் பகலில் கொளுத்தப்படுவதும், ஆரியர் பூணூல்கள் அறுக்கப்படுவதுமான நிலைமை ஏற்பட்டு விடுமேயானால் அதற்கு நாம் பொறுப்பாளியல்ல.

மீண்டும் கூறுகிறோம், தலைவர் வேதாசலம் அவர்கள் கண்டனக் கூட்ட அறிக்கை விடுத்துள்ளார். சென்னையிலும், திருச்சியிலும் மாபெரும் கண்டனக் கிளர்ச்சி ஆரம்பமாகிவிட்டது. இதுபோல, எல்லா நகரங் களிலும், பட்டிதொட்டிகளிலும் கண்டன ஊர்வலங்கள், பொதுக்கூட்டங்கள், சுவரொட்டி விளம்பரங்கள் முதலிய பிரசார முறைகள் **உடனடியாக நாள்தோறும்** நடைபெறவேண்டுமென்று ஆசைப்படுகிறோம். தோழர் டி.கே.ஷண்முகம் போன்ற நாடகமேடை நிபுணர்கள் இம் மசோதாவை எதிர்த்துப் போர்முரசு கொட்டிவிட்டனர்.

இது வெறும் நாடகமேடைப் பிரச்சனை மட்டுமல்ல; உயிரை விடச் சிறந்த பிரசார உரிமைப் பிரச்சனையாகும். ஆகையால் ஜனநாயகத்தில் நம்பிக்கையுள்ள காங்கிரஸ்காரர் உட்பட எல்லா மக்களும் இம் மசோதாவை ஒழித்துக் கட்ட முனைந்து நிற்க வேண்டும். டில்லி சர்க்கார் செய்கின்ற விஷமத்தனத்துக்குச் சரியான சவுக்கடி தரவேண்டும். ஆரிய இனத்தாருக்கும் நல்ல பாடம் கற்பிக்க வேண்டும்.

இம் மசோதா மூலம் ஜாதி - மத - உணர்ச்சிகளைப் புண்படுத்து வதைத் தடுக்கப் போகிறார்களாம். அப்படியானால் இந்தியன் பினல்கோடு153-ஏ பிரிவு எதற்காக இருக்கிறது? இந்த விதி இருக்கும் போதுதானே **'ஆரியனே வெளியேறு'** என்று முழங்குகிறார்கள், லட்சக்கணக்கான தமிழர்கள்! இவர்களை என்ன செய்ய முடிந்தது? இனிதான் என்ன செய்ய முடியும்?

மேலும் ஆட்சேபகரமான நாடகத்தின் உரையாடலை, முன் கூட்டியே சர்க்காருக்கு எழுதித்தர வேண்டுமென்ற பிரிவும் இம் மசோதாவில் காணப்படுகிறது. அப்படியானால் மேடைப் பேச்சாளர்கள் மட்டும் எழுதித்தராமல் பேசலாமா? அவர்களுக்குள்ள உரிமையை நடிகர்களுக்கு மட்டும் மறுப்பது நீதியாகுமா?

நடிகர்கள் பணம் வைத்து நாடகம் நடத்துகிறார்கள். யாரையும் வலுக்கட்டாயமாக அழைத்துக்கொண்டு போனதில்லை. **'மனம் புண்படுகிறவர்கள் யாரும் என் நாடகத்திற்கு வர வேண்டாம்'** என்று பெரிய விளம்பரத் தட்டியில் எழுதி, முன்வாயிலில் வைத்து விட்டுத் தான், **நடிகவேள் ராதா** தம் இராமாயண நாடகத்தை நடத்தி வருகிறார்.

மதுரையிலுங்கூட இப்படித்தான் செய்திருக்கிறார். ஆதலால் நாடகக் கொட்டகைக்கு வெளியிலிருக்கின்ற மதவெறியர்கள் காட்டு மிராண்டித்தனமாக நடக்க வேண்டிய அவசியமென்ன? **3-4 மணி**

நேரம் தொடர்ந்து போலீஸ் அதிகாரிகளை "செங்காங்கடை" அகராதியில் திட்ட வேண்டிய அவசியமென்ன? ஆரிய மாணவர்களைக் கூட்டமாகச் சேர்த்துக் கொண்டு வந்து காலித்தனஞ் செய்ய வேண்டிய அவசியமென்ன?

இனி, மசோதாவைப் பற்றி இன்னொரு வார்த்தை - "மத உணர்ச்சியைப் புண்படுத்துவதும், வகுப்பு துவேஷத்தை உண்டாக்குவதும்", "குற்றம்" என்றால், தமிழர்கள் மனம் புண்படும் படியாக - பல லட்சக்கணக்கான தமிழர்கள் மனம் பதறும்படியாக - தமிழர்களை "அரக்கர்கள்" என்றும் "குரங்குகள்" என்றும் நடித்துக் காட்டும் நாடகங்களையும் தடை செய்ய வேண்டாமா? இதற்கான விதிகளையும் இம் மசோதாவில் சேர்க்க வேண்டாமா?

இம் மசோதாவானது அவசரக் குப்பைத்தொட்டி! ஆரிய இனத்தைத் திருப்தி செய்வதற்காகத் தேக்கப்பட்டுள்ள சாக்கடைக் குழம்பு! மண்வெட்டிப் போட்டு இம் மசோதாவை மூடிவிட வேண்டும்.

இதற்கான மாபெரும் கிளர்ச்சி தமிழ்நாடெங்கும் காட்டுத் தீ போல வளர்ந்து வானோக்கி எரிய வேண்டும்.

பெரியார் திரும்பி வரும்போது, திராவிட கழகத் தோழர்கள் தங்கள் சாதனையை - மசோதாவுக்குக் கட்டிய கல்லறையை அவரிடம் காட்ட வேண்டும். அல்லது போராட்டப் படையை அணிவகுத்து நிறுத்திக் காட்ட வேண்டும்.

ஒன்று மட்டும் உறுதி. இம் மசோதா சட்டமான **மறுநாள் முதல் தமிழ்நாட்டில் ஒரு புராண - இதிகாச நாடகங்கூட நடக்கவிடக் கூடாது. முதல் கிளர்ச்சி, ஒற்றைவாடை தியேட்டர் முன்புதான்.** மதுரை சங்கரய்யர் தனம், திருச்சி மகாலிங்கய்யர் தனம் செய்தாவது புராண - இதிகாச நாடகங்களை அடியோடு நிறுத்தியாக வேண்டும்.

பகுத்தறிவுப் பிரசாரத்துக்குக் கேடு செய்கின்ற இந்தப் பிற்போக்கு முயற்சியை மண்டையிலடித்து ஒழிக்க வேண்டும். தமிழர்களே! ஒன்று திரளுங்கள்!

- விடுதலை
சென்னை - 8-12-54 - புதன்
(தலையங்கம்)

புதிய நாடக மசோதாவுக்குத் தீ மூட்டுங்கள்!

நடக்க இருப்பவை

வடசென்னை: அய்ந்தாவது வட்ட திராவிட கழகத்தின் சார்பில் ஒரு அவசரக்கூட்டம் 9-12-54 இரவு 8 மணி க்கு, 27, ஆரணி செங்கன் தெரு இல்லத்தில் நடைபெறும். அதுசமயம் 'நாடகத் தடை மசோதாவை'ப் பற்றித் தீர்மானம் முடிவு செய்யப்பட வேண்டி இருப்பதால், எல்லாத் தோழர்களும் அவசியம் கலந்து கொள்ளுமாறு கேட்டுக் கொள்ளப்படுகின்றனர்.

இராமாயண நாடகமும் பார்ப்பனர் எதிர்ப்பும்

(தோழர் தி.பொ. வேதாசலம்)

திருச்சி, டிச.7- மத்திய திராவிட கழகச் செயற்குழுத் தலைவர் திரு.தி.பொ. வேதாசலம் அவர்கள் விடுத்துள்ள அறிக்கை வருமாறு:-

தோழர் எம்.ஆர். ராதாவும் அவரது குழுவினரும் "ராமாயண" நாடகம் நடத்துவதை எதிர்த்து, மதுரையில் மூன்று பார்ப்பனர்களான திரு வைத்தியநாதய்யர், அவர் மகன் திரு வி. சங்கரன், நம் பழைய நண்பர் திரு மகாலிங்க அய்யர், இவர்கள் செய்யும் கிளர்ச்சிகள், திரு விபூதி வீரமுத்து, திரு கிருஷ்ணகுமார் போன்றவர்களின் கூட்டுறவி லிருந்தே இவற்றின் தன்மை எப்படிப்பட்டதென்று விளங்கிவிடும்.

இராமன் இந்துக்களின் ஒரு கடவுளென்றும், இராமனைக் குடிகாரனாகவும், மோழையாகவும் நாடகத்தில் சித்திரித்துக் காட்டுவதே எதிர்ப்புக்குக் காரணமாகச் சொல்லப்படுகின்றது.

வால்மீகி ராமாயணக் கதையில், இராமன் மற்றவர்களுடன் சேர்ந்து கொண்டு சோமரசம் என்ற மதுவைக் குடித்தானென்பது நன்கு விளங்குகின்றது. இராமன், போர் விதிகளுக்கு மாறாக வாலியுடன் எதிர்த்து நின்று போரிடாது, மறைந்து இருந்து கொன்றானென்பதும், அதுவும் வாலி தன் சகோதரனுடன் போரில் முனைந்திருக்கையில், பின்புறமிருந்து இராமனால் தாக்கப்பட்டிருக்கிறான் என்றும் தெரிகிறது. இராமன், தெய்வீகப் புருஷனல்லவென்பதற்குப் பல சான்றுகளான நிகழ்ச்சிகள் ராமாயணத்தில் காணக் கிடைக்கின்றன. இராமன் ஒரு கடவுள் அவதாரமல்லயென்பதும், இராமாயணமே ஓர் புனைகதையென்பதும் சந்தேகத்திற்கிடமின்றி அறியக் கிடைக்கிறது.

புராண காலங்களில் பார்ப்பனர்களின் செல்வாக்கு மிகவும் உயர்ந்திருந்தபடியால், தென்னாட்டார் வணங்கிய முழுமுதற் கடவுளாம், அன்பின் சொரூபமான சிவன் தாழ்த்தப்பட்டு, பல்வேறு இழிவான கற்பனைக் கதைகளைச் சிவன் செய்ததாக எழுதிவைத்துப் புராணமாக்கிவிட்டனர்.

இராமாயணத்தில் திராவிடர்களைக் குரங்குகளாகவும், அரக்கர் களாகவும் வெளிப்படையாகவே சித்தரித்துக் காட்டி, உலகத்தினர் முழுவதும் இழித்துக் கூறத்தக்க வகையில், பழிக்கப்பட்டிருக்கும்

போது, அத் திராவிட மக்கள் மட்டும், இராமாயணத்தின் பொய்ப் புனைந்துரைகளையும், பாத்திரங்களின் ஆபாச நடத்தைகளையும் உலகினருக்கு எடுத்துக் காட்ட உரிமை பெற்றிருக்கவில்லையா?

இந்துக்களின் எந்தப் பிரிவினர் இராமனைக் கடவுளென மதிக்கின்றனர் என்பதையும், அப்படி மதிப்பதாயிருந்தாலும் புராணங்களில் இந்துக் கடவுளர்க்குக் காட்டப்பட்டிருக்கும் ஆபாச ஒழுக்கங்களைப் பற்றியும், அவைகளை அவர்கள் ஒப்புக் கொள் கின்றனரா என்பது பற்றியும் சிந்திக்கத் தருணம் வந்துள்ளது. இந்தப் புராணங்களை வைதீகர்களான ஒரு சிறிய பிரிவினரே படித்து அனுபவித்து வருகின்றனர். இந்தப் புராணங்களில் காட்டியுள்ளவைகள் அவர்கள் மனதைப் புண்படுத்துவதாயின், இதுவரை ஏன் அவைகளை அவர்கள் எடுத்துச் சொல்லவில்லை? எதிர்க்கவில்லை? மாறாக, புராணங்களை அவர்களே வணங்கி வருகின்றனரே, ஏன்?

நீண்ட காலமாகவே அவர்களின் கடவுள்களிடம் ஒழுக்கக்குறைவு ஏற்பட்டிருப்பதைக் கண்டு, வைதீகர்கள், இவற்றையெல்லாம் இயற்கையாகவே ஏற்கும் பண்பினராய் விட்டனர்.

இது, பகுத்தறிவுக் காலம்; எதற்கும் காரணம் கண்டறிந்து, நன்மையை மட்டும் ஏற்கும் காலமாகவும் ஆகி வருகிறது. மனிதரின் எவ்வகை நடவடிக்கைகளும் ஆராய்ந்து பார்த்தபின்பே நடத்து வதாயுள்ளது. மதத் துறையில்கூட, மூட நம்பிக்கைகள் ஒழிக்கப்பட்டு, எதற்கும் கேள்விகள் எழுப்பும் பண்பு வளர்ந்துவரும் காலமாகி யுள்ளது. பகுத்தறிவுப் பாதையில் செல்லும் மனித எண்ணங்களுக்குக் கதவடைப்பு செய்வதென்பது முடியாத காரியமாகும்.

ஏசுநாதர் பிறப்பைப் பற்றிக்கூட சந்தேகங்கள் பல எழுப்பப்பட்டு விவாதிக்கப்படவில்லையா?

சூத்திரர்களென்றும், ஆதி திராவிடர்களென்றும் பலகோடி மக்களை மதத்துறை, சமூகத்துறை, பொருளாதாரத்துறை முதலிய எல்லாத் துறைகளிலும் தாழ்த்தி வைத்து இருப்பதையும், இதற்கெல்லாம் பார்ப்பனர்கள்தான் மூல காரணம் என்பதையும் திரு வைத்தியநாதய்யர் மறந்துவிட்டார் போலும்! இந்தப் பார்ப்பன சமூகத்தினர் - திரு வைத்தியநாதய்யரை முதல்வராகக் கொண்ட அனைவரும் - அவர்கள் மூதாதையர்கள் திராவிடர்களுக்கு இழைத் திருக்கும் தீங்குகளுக்கும், பழிச் சொற்களுக்கும், பலகோடி மக்களை மிருகங்களுக்கும் கேடான வகையில் நடத்தி, தங்களினத்தினர் மட்டும், நாட்டின் எல்லாச் சமூகத்தினராலும் விளைவிக்கப்படும் நன்மைகளை,

சுகபோகங்களை அனுபவித்துக் கொண்டிருக்கும் நியாயமற்ற செய்கை களுக்கும் மனம் வருந்தி, இரத்தக் கண்ணீர் சொரிய வேண்டும்.

இந்த ஆஸ்தீகர்கள் பேரால் நடத்தப்பெறும் கிளர்ச்சிகள் யாவும், திராவிட கழகத்துக்கு இழுக்கு கற்பிக்கவும், திராவிட கழகத்தின் வளர்ச்சியைக் கண்டு திகிலடைந்து, கழகப் பிரசார நடவடிக்கைகளை ஓரளவுக்குத் தடை செய்ய வேண்டுமென்ற எண்ணத்தினால் செய்யும் அந்த முயற்சியேயாகும்.

சென்னை - 8-12-1954 - புதன்

நாடகத் தடைச்சட்டம் நிறைவேறினால் சிறைகள் நிரம்பி வழிய வேண்டும்

நாடகத் தடை மசோதாவிற்கு நாடெங்கும் கண்டனங்கள் கடிதங்களும் தந்திகளும் குவிகின்றன

சென்னை 1 வது வட்டம் திராவிட கழகம்

சென்னை முதன்மந்திரி அவர்களுக்கு வேண்டுகோள்: 'ஜனநாயகம், விடுதலை இவைகளுக்கு விரோதமாயுள்ள புது நாடகச் சட்டம் கொண்டு வருவதை எதிர்க்கிறோம். அதைக் கைவிடும்படியாய்க் கேட்டுக் கொள்கிறோம்.'

மேலகற்கண்டார் கோட்டை

நாகம்மையார் படிப்பக உறுப்பினர் கூட்டம் 4-12-54 இரவு 8 மணிக்கு கமலாம்பிகா சிற்றுண்டி விடுதியில் தலைவர் கே. ராஜரத்தினம் தலைமையில் நடைபெற்றது. அதுசமயம் கீழ்க்கண்ட தீர்மானம் செய்யப்பட்டது.

'தற்போது வரவிருக்கும் நாடகத் தடை மசோதாவைக் கண்டிப்பதோடு, அம் மசோதாவை அமுலுக்குக் கொண்டுவர வேண்டாமென கனம் முதல் அமைச்சர் அவர்களைக் கேட்டுக் கொள்கிறோம்'. படிப்பகத்தின் சார்பாகப் பொதுமக்களிடம் கையெழுத்து வாங்கி, கனம் முதல் அமைச்சர் அவர்களுக்கு அனுப்புவதெனத் தீர்மானிக்கப் பட்டது.

குடந்தை

குடந்தை திராவிட கழகத்தின் சார்பில் ரயில்வே ரோடு தோழர் எஸ்.கே. சாமி அவர்கள் இருக்கும் பூங்காவில் ஓர் பொதுக்கூட்டம் 6-12-54 தோழர் டி. மாரிமுத்து அவர்கள் தலைமையில் நடைபெற்றது.

தலைவர் முன்னுரைக்குப்பின், தோழர்கள் எஸ்.கே. சாமி, இளவழகன், கு.சா. கிருட்டினமூர்த்தி ஆகியோர் பேசினர்.

கூட்டத்தில் கீழ்க்கண்ட தீர்மானங்கள் ஏகமனதாக நிறைவேற்றப் பட்டன.

'அண்மையில் சென்னை அரசியலாரால் கொண்டு வர இருக்கின்ற, புது நாடக மசோதா'வானது, திராவிடப் பொதுமக்களின்

கருத்துரிமையைப் பறிப்பதாகவும், சீர்திருத்தக் கருத்துக்கள் பரவுவதைத் தடை செய்வதாகவும் இருக்கிறபடியால் மேற்படி நாடக மசோதாவைக் கைவிடும்படி அரசாங்கத்தை இக்கூட்டம் கேட்டுக் கொள்கிறது.

2-12-54 ல் மதுரையில் நடிகவேள் எம்.ஆர். ராதா அவர்களால், வால்மீகி, விவேகானந்தர், இந்தியத் துணைக்கண்ட பிரதமர் நேரு, சீனிவாச அய்யங்கார் போன்றவர்களின் கருத்துப்படியே நடிக்கப்பட்ட உண்மையான ராமாயண நாடகத்தில், பொறுப்பற்ற முறையில் காலித்தனமாக நடந்து கொண்டவர்களின் செயலுக்கு வருந்துவதுடன், அந் நிகழ்ச்சிக்குக் காரணமாக இருந்தவர்கள்மீது தக்க நடவடிக்கை எடுத்துத் தண்டிக்கும்படி, அரசாங்கத்தை இக் கூட்டம் கேட்டுக் கொள்கிறது.

தலைவர் முடிவுரைக்குப் பின், இளவழகன் நன்றிகூற கூட்டம் முடிவுற்றது.

புது நாடக மசோதாவைக் கைவிடும்படி முதல் அமைச்சர் அவர்களுக்கும், சட்ட அமைச்சர் அவர்களுக்கும் குடந்தை திராவிட கழகம் சார்பில் தந்திகள் 3-12-54 ல் கொடுக்கப்பட்டன.

சிக்கல்

பெரியார் வாசகசாலையில் 5-12-54 திராவிட கழக கமிட்டிக் கூட்டம் தலைவர் திரு நா. நாகப்பா அவர்கள் தலைமையில் கூடி, சென்னை சர்க்காரால் கொண்டுவரவிருக்கும் புது நாடக மசோதாவைக் கண்டிப்பதாகத் தீர்மானிக்கப்பட்டது. வாபஸ் பெறும்படிக் கோரி சென்னை முதலமைச்சருக்குத் தந்தி அனுப்புவதென்று தீர்மானித்தது.

தந்தி அனுப்பப்பட்டுள்ளது.

புதுக்கோட்டை

நமது இயக்க ஏட்டில் கண்டுள்ளபடி, 7-12-54 ல் சென்னை முதலமைச்சருக்குக் கீழ்க்கண்ட தந்தியைக் கழக சார்பில் கொடுத்து உள்ளோம் என்பதைத் தெரிவித்துக் கொள்கிறோம்.

வர இருக்கும் நாடகத் தடை மசோதா ஜனநாயக உரிமைகளைப் பாதிப்பதாகவிருக்கிறது. மசோதாவைத் திரும்பப் பெற வேண்டுமாய்க் கோருகிறேன்.

முத்துப்பேட்டை

6-12-54-ந் தேதி இவ்விடம் இருந்து பேட்டை திரு மா. தருமலிங்கம் அவர்களின் சார்பாகவும், செயலாளர், திராவிடர் கழகம்,

முத்துப்பேட்டை சார்பாகவும் முதல் மந்திரி திரு காமராஜர் அவர்களுக்குக் கீழ்க்கண்ட தந்தி கொடுக்கப்பட்டது. நாடக சட்டம் அதிகமான தீங்கையும், அதிகமான அபாயத்தையும் விளைவிக்கு மாகையால், மேற்படிச் சட்டத்தை வாபஸ் பெறும்படி, மக்கள் சார்பில் கேட்டுக் கொள்கிறேன்.

பள்ளிபாளையம்

பள்ளிபாளையம் தி.க. செயற்குழு அவசரக் கூட்டம் 4-12-54 ல் என் இல்லத்தில், திரு ப. இராசு தலைமையில் கூடி, நாடக மசோதாவைக் கண்டித்துத் தீர்மானம் நிறைவேற்றியது. 2-12-54 ல் மதுரையில் ராதா ராமாயண நாடகத்தின் முன் கலவரம் செய்ய உடந்தையாக இருந்த ஆர்.எஸ்.எஸ்.காரர்களையும் மற்றும் பலாத்காரத்தைத் தூண்டியவர்கள் மீதும் கடும் நடவடிக்கை எடுக்க வேண்டுமாய் அரசாங்கத்தைக் கேட்டுக் கொண்டு, தீர்மானம் நிறைவேற்றப்பட்டது. ஷை தீர்மானத்தை ரிஜிஸ்டர் தபால்மூலம் அனுப்புவதென்றும் மற்றும் இயக்க அனுதாபிகள் தந்திகளும் தபால்களும் உடனே அனுப்பும்படிக் கேட்டுக் கொண்டும் தீர்மானம் செய்தபின், கூட்டம் இரவு 10 மணிக்கு முடிவுற்றது.

பாளையங்கோட்டை (சிதம்பரம் மாவட்டம்)

5-12-54 ல் நடைபெற்ற திராவிட கழகக் கூட்டத்தில், புது நாடக மசோதா சர்க்காரால் சட்டமானதை எதிர்த்துக் கழகத்தின் சார்பில் முதலமைச்சருக்குத் தந்தி மூலம் கண்டனம் தெரிவித்துக் கொள்ளத் தீர்மானிக்கப்பட்டது.

கீவளூர் - ஆழியூர்

கீழ்க்காணும் தீர்மானங்கள் திராவிட கழகங்களால் 6-12-54 ல் நிறைவேற்றப்பட்டு, தந்திகளும் சென்னை அரசியலாருக்கு அனுப்பப் பட்டுள்ளன.

அரசினர்களால் கொண்டு வரப்படும் புதிய நாடகத் தடைச் சட்ட மானது, மக்கள் பகுத்தறிவு வளர்ச்சிக்குத் தடை ஏற்படுத்துமென்று கருதுவதனாலும், தமிழர்களுடைய கலை, இசை, பண்பாட்டிற்கு ஊறு தேடவே சில சுயநலமிகளின் தூண்டுதலால் கொண்டு வரப் படுகிறதென்ற நம்பிக்கையாலும் ஜனநாயகமே உகந்ததென்ற கொள்கையையுடைய சென்னை முதலமைச்சர் உயர்திரு கே. காமராசர் அவர்களிடம், மேற்படி மசோதாவை வாபஸ் பெறும்படிக் கேட்டுக் கொள்வதுடன், நமது வேண்டுகோளைப் புறக்கணித்தால்,

தமிழனுடைய பண்பாட்டிற்குக் குந்தகமில்லாமல், உயிரைக் கொடுத்தேனும் மேற்படி மசோதாவை முறியடிப்பதென்று இவ் வட்டாரத்திலுள்ள பொதுமக்களும், திராவிட இயக்கத் தொண்டர்களும் தயாராய் இருக்கின்றோம் என்பதைத் தந்திமூலம் திரு முதலமைச்சருக்கு அறிவித்துக் கொள்கிறோம்.

கோயமுத்தூர்

கோவை திராவிட கழகம் அரசியலாருக்கு அனுப்பியுள்ள வேண்டுகோள் வருமாறு:-

தற்பொழுது நடைபெற்றுக் கொண்டிருக்கும் சட்டசபையில் கனம் நிதியமைச்சர் கொண்டுவர இருக்கும் நாடகச் சட்ட திருத்த மசோதா, இன்றைய ஜனநாயக ஆட்சியில் பெரிதும் கருத்துரிமையை எடுத்துரைக்கவும், சமுதாயச் சீரழிவுகளை நாடகம் மூலம் பிரசாரம் செய்யப் பெரிதும் தடையாக இருக்குமென எங்கள் கழகம் கருதுவதால், தாங்கள் அருள்கூர்ந்து மேற்படி நாடகச் சட்டத்தை அமுலாக்காது இருக்கும் வழிவகை செய்யுமாறு தங்களைப் பணிவன்புடன் வேண்டிக் கொள்கிறோம்.

சென்னை மாவட்ட திராவிட கழக நிர்வாகக் குழு

சென்னை மாவட்ட திராவிட கழக நிர்வாகக் குழுவின் மாதாந்திரக் **கூட்டம் 13-ந் தேதி திங்கட்கிழமை இரவு 6.30 மணிக்கு மீரான் சாகிபுத் தெரு, பெரியார் இல்லத்தில்** நடைபெறும். மாநாட்டு டிக்கெட் பணம் பாக்கி வைத்திருப்பவர்களும், மாதாந்திர சந்தாப் பணம் பாக்கி வைத்திருப்பவர்களும் ஒரு மணி நேரம் முன்னதாகவே வந்து கணக்குத் தீர்த்துவிடக் கோருகிறேன். கூட்டத்தில் புதிய நாடக மசோதா, இராமாயணப் பிரசாரம் முதலியவை பற்றி முடிவு செய்யப்படும்.

டி.எம். ஷண்முகம்
செயலாளர்

தோழர்கள் எம்.ஆர். ராதா

கே. தங்கராசு

ஆகியோருக்குப்

பாராட்டுக் கூட்டம்

காலம்: 12 - 12 - 54 ஞாயிறு மாலை 6 மணி

இடம்: டவுண்ஹால் மைதானம்

பாராட்டப்படுபவர்கள்:

நடிகவேள் எம்.ஆர். ராதா
திருவாரூர் கே. தங்கராசு

மாலை 5 மணிக்கு பீமநகர் மாரியப்பன் கோயில் அருகிலிருந்து ஊர்வலம் புறப்படும்.

2-12-54 அன்று மதுரையில் தோழர் எம்.ஆர். ராதா அவர்களின் நாடகத்தை எதிர்த்துக் காலித்தனம் செய்ததைக் கண்டித்தும், சட்டசபையில் கொண்டுவரயிருக்கும் நாடகத் தடை மசோதாவைக் கண்டித்தும்,

திரு தி.பொ. வேதாசலம்
திருவாரூர் கே. தங்கராசு
ஆகியோர் பேசுவார்கள்.

- திருச்சி நகர திராவிட கழகம்

மறுப்பு

சின்னாளபட்டி, டிச.6- வெளியூர் 5-12-54-ந் தேதி "விடுதலையில்" முதல் பக்கத்தில் (இந்துமகா சபை, ஆர்.எஸ்.எஸ்.காரர்கள் உட்பட 31 பேர் மீது வழக்கு என்ற தலைப்பில்) டிக்கட் வாங்கிக் கொண்டு நாடகக் கொட்டகைக்குள் போகிறவர்களைச் சோதனையிட்டதில், பிச்சுவா வைத்திருந்ததாக இருவர் கைது செய்யப்பட்டதாகவும், அதில் மனோகரன் என்பவர் இந்துமகா சபையைச் சேர்ந்தவரென்றும் போட்டிருக்கிறது. மனோகரன் என்பவர் சின்னாளபட்டி, திராவிட கழக முன்னாள் உபதலைவரும், தற்சமயம் கழகக் கமிட்டி அங்கத்தினராகவும் இருந்தவர். தந்தை பெரியாரின் கட்டளைப்படி, சட்டத்திற்குட்பட்ட கத்தி வைத்திருந்தார் என்பதைத் தெரியப்படுத்திக் கொள்கிறேன் என்று சின்னாளபட்டி, திராவிட கழகத் தலைவர் அறிவிக்கிறார்.

இரண்டு நாட்கள் மட்டும்

திருச்சி தேவர் மன்றத்தில்

11-12-54 சனி இரவு 10 மணிக்கு

வழக்கறிஞர் திரு தி.பொ. வேதாசலம்

அவர்கள் தலைமையிலும் 12-12-54 ஞாயிறு இரவு 10 மணிக்கு

திரு ஈ.வெ.கி. சம்பத்

அவர்கள் தலைமையிலும்

நடிகவேள் **M.R.** ராதா

ராமனாக நடிக்கும்

ராமாயணம் (நாடகம்) நடைபெறும்.

கட்டணம்: ரூ.5,3,2,1,0-8-0

டிக்கட்டுகள் திருச்சியில் கீழ்க்கண்ட இடங்களில் விற்கப்படும்:

1. காஸ்மோபோலிட்டன் எவரெஸ்ட் ஹோட்டல், தெப்பக்குளம்
2. சண்முகம், சைக்கிள் மார்ட், (புத்தூர் பிஷப் ஹீபர் ஹைஸ்கூல் எதிரில்)
3. ராயல் மராட்டா ஹோட்டல், பாலக்கரை
4. டவுண் மராட்டா ஹோட்டல், மார்க்கெட் (காந்திசிலை அருகில்)
5. சாரி பிரஸ், பெரிய கடை வீதி
6. T.D. வீரப்பா, படக்கடை, பெரிய கடை வீதி.

எதிர்க்கட்சியினர் ஆட்சேபனைகட்கு நிதியமைச்சர் மழுப்பல்

சில பிரிவுகள் விரிவாகயிருப்பதை ஒப்புக் கொள்கிறார் பகுத்தறிவு நாடகங்கள் பற்றி அமைச்சரின் விபரீதக் கூற்று

சென்னை, டிச.9 - நாடகக் கட்டுப்பாடு மசோதாவை 'செலக்ட் கமிட்டி'க்கு அனுப்புவது என்ற நிதியமைச்சரின் தீர்மானம், நேற்று பிற்பகல் நடந்த சென்னை அசெம்பிளியில் ஏற்றுக்கொள்ளப்பட்டது. 'செலக்ட் கமிட்டி' தனது அறிக்கையை 13 ம் தேதிக்குள் அளிக்கப்பட வேண்டும் என்ற அரசு யோசனை கைவிடப்பட்டது; அறிக்கை விரைவில் முடிக்க வேண்டியது அவசியமென்று சர்க்கார் கட்சித் தலைவர் திரு சுப்ரமணியம் அறிவித்தார். முதலில் கமிட்டியில் சேர்ந்து ஒத்துழைக்க மறுத்த எதிர்க்கட்சியினர், பின்னர் ஒத்துக் கொண்டனர் என்று மந்திரியார் அறிவித்தார்.

தனிக் கமிட்டி மெம்பர்கள் வருமாறு: திருவாளர்கள்: சி. சுப்ரமணியம் (தலைவர்), மாணிக்கவேலு நாயக்கர், ராஜா ராமநாயுடு, சி.ஆர்.ராமசாமி, எம்.டி. தியாகராஜ பிள்ளை, கே. அரங்கநாதன், எஸ்.என். சோமயாஜுலு, அந்தோனி பீட்டர், பி.ஜி. மாணிக்கம், கே. விநாயகம், வி. கோவிந்தசாமி நாயுடு, சித்திக் சாகிப், சுயம்பிரகாசம், ஏ. வேலு, கோல்கிபெயின், எம். கல்யாண சுந்தரம், டி.சி. நாராயணன் நம்பியார் ஆகிய பதினேழு பேர்.

தனிக்கமிட்டி, திங்கட்கிழமை பிற்பகல் 4 மணிக்கு செக்ரடேரியட் கமிட்டி அறையில் கூடும். சம்பந்தப்பட்டவர்கள் கமிட்டியைச் சந்தித்துச் சொல்ல வேண்டியதைச் சொல்லலாம் என அறிவிக்கப்பட்டது.

மந்திரியாரின் பதில்

நாடக மசோதா மீது அசெம்பிளியில் நடைபெற்ற விவாதத்திற்கு நேற்று நிதியமைச்சர் பதிலளிக்கையில் குறிப்பிட்டதாவது:-

நாடகக் கலையைக் கழுத்தை நெறித்துக் கொல்ல வேண்டும் என்பதுதான் சர்க்காரின் நோக்கமென்பதாக திரு பி. ஜீவானந்தம் முதல் எல்லா எதிர்க்கட்சியினரும் குற்றஞ் சாட்டினர். நாடகக் கலையில்

ஈடுபட்டுள்ள பலரைப் பாதிக்கவே இம் மசோதாவை சர்க்கார் கொண்டு வருகிறதென்று பலர் கூறினர்.

நாடகக் கலை முன்னேற்றத்திலும் அதில் ஈடுபட்டுள்ளவர்களின் வளர்ச்சியிலும் மற்றவர்களைவிட சர்க்காருக்கு அதிக அக்கறை யிருக்கிறது; நாடகக் கலை வளர்ச்சியடைய எங்களால் ஆனதை யெல்லாம் செய்வோம் என்று உறுதியளிக்கிறேன்.

டில்லியில் நடக்கும் நாடக விழாவுக்கான நாடகம் பொறுக்கப் பட்டது பற்றி எதிர்க்கட்சித் தலைவர் குறிப்பிட்டார்.

நாடகக் கழகத்தினரை அவமதித்து நடக்க வேண்டுமென்ற எண்ணம் சர்க்காருக்குக் கடுகளவும் கிடையாது; நடந்துபோன சம்பவத்தை மறந்துவிடக் கோருகிறேன்" என்று கூறிவிட்டு, சீனக் கலாச்சாரத் தூதுக் குழு, ரஷ்யக் கலாச்சாரத் தூதுக் குழு முதலியவைகள் வரும்போதெல்லாம் வரவேற்புக் கமிட்டிகள் நியமிக்கப்படுவது குறித்து எதிர்க்கட்சித் தலைவர் கூறிய குற்றச்சாட்டுகளுக்குச் சமாதானம் கூறிவிட்டு மேலும் குறிப்பிட்டதாவது:-

நோக்கம்

1876 ம் ஆண்டுச் சட்டத்திலிருந்த கெடுபிடிகளை நீக்கி, விதிகளைத் தளர்த்துவதே இப்போதைய ஷரத்துக்களின் நோக்கமாகும். 1876-ம் ஆண்டுச் சட்டத்தின் மூன்று ஷரத்துக்களையும் மெம்பர்கள் பார்க்கட்டும். அந்த ஷரத்துக்களின்படி, சர்க்கார் எந்த நாடகத்தையும் தடுத்துவிடலாம். ஆனால் சர்க்கார் நடவடிக்கை எடுக்கவில்லை. கண்டனங்களை ஏற்றுக்கொள்ள சர்க்கார் தயாராக விருக்கிறது - எதிர்க்கட்சியினர் பழைய சட்டமே அமுலிலிருக்க வேண்டுமென்று விரும்புகின்றனரா? அதில் திருத்தம் செய்தால் போதும் என்று கருதுகின்றனரா?

பழைய சட்டங்களை நன்கு பரிசீலனை செய்து பார்த்த பின்னர்தான், அது சட்டப் புத்தகத்திலிருக்கக் கூடாது என்று முடிவு செய்யப்பட்டது. பழைய சட்டம் வெறுக்கத்தக்கதாகக் காணப் பட்டதால், அதை நீக்கிவிட்டுப் புதியதொரு சட்டம் கொண்டு வந்தோம் என்று கூறிவிட்டு, புதிய மசோதாவின் ஷரத்துகளை ஒன்றன்பின் ஒன்றாக விளக்கினார்.

முதல் இரண்டு ஷரத்துக்களை விளக்கி, நாடகக் கலை வளர்வது என்றால், பலாத்காரத்தைத் தூண்டுவதன் மூலம்தானா வளர வேண்டும் என்று கேட்டார்.

மூன்றாவது ஷரத்து, உணவுப் பொருள் சப்ளை, வினியோகம் ஆகியவைகளைத் தடுப்பது பற்றியது என்றும், இந்த ஷரத்தைப் பொறுத்தமட்டில் வேண்டுமா - வேண்டாமா என்பதை செலக்ட் கமிட்டி பரிசீலனை செய்யும் என்றார். அவசியமில்லையென்று கமிட்டி கருதினால், அதை நீக்கிவிடலாம் என்றார்.

அந்த இரண்டு ஷரத்துக்கள்

5வது 6வது ஷரத்துக்கள், இந்திய மக்களில் பல்வேறு பிரிவினர்க் கிடையில் துவேஷமூட்டுவது, மத உணர்ச்சிகளைப் புண்படுத்துவது என்பதாகும்.

இந்த இரண்டு பிரிவுகளும் மிக விரிவானதென்றும், உண்மையிலே சமூகத்தைத் திருத்த வேண்டும், அறிவுள்ள மக்களாக ஆக்க வேண்டும் என்று பாடுபடுகிற உண்மையான, கண்யமானவர்களையும் பாதிக்கும் என்று ஆட்சேபணை கூறப்பட்டதென்றும் இவை இரண்டும் மிக விரிவாக இருக்கிறதென்பதையும், அவைகளைச் சிறிது மாற்ற வேண்டியது அவசியம்தான் என்பதையும் மந்திரியார் ஒப்புக் கொண்டார்.

கண்யமான, உண்மையான கருத்துக்களுக்கும், அதற்கு எதிரான கருத்துக்களுக்கும் வித்தியாசம் காட்ட வேண்டும் என்று நான் விரும்புகிறேன்; ஒருவர் தனக்கு மதத்தில் நம்பிக்கையில்லையென்று கூற உரிமை பெற்றிருக்கிறார்.

'மதம் மக்களுக்கு அபின் என்று நாஸ்திகப் பிரசாரம் செய்ய ஒருவருக்கு உரிமையிருக்க வேண்டும் என்பதை நான் ஒப்புக் கொள்கிறேன்'.

இதற்காக நீங்கள் மக்களை அவதூறு செய்ய வேண்டுமா? என்று கேட்கிறேன்.

ராமன் ஒரு அவதாரம் என்று நீங்கள் நம்பவில்லையானால், ராமாயணம், ஒரு கட்டுக் கதை, ஒரு கதை என்பதற்காக ராமனும் சீதையும் இழிவாக்கப்பட வேண்டுமா?

நியாயமான விமர்சனம் - கண்டனம் என்பதற்கும், அவதூறு செய்வதற்கும் வித்தியாசமிருக்கிறது.

ரஷ்யாவில்...

ரஷ்யாவில் கடவுள் நம்பிக்கையை ஆதரிப்பதில்லை; அப்படியிருந்தும், கடவுளை துவேஷித்துப் பிரசாரம் செய்ய அனுமதிப்பதில்லை என்று

ரஷ்யா சென்று திரும்பிய முக்கியமான ஒருவர் கூறினார். உங்கள் கருத்தைப் பிரசாரம் செய்யலாம். ஆனால் அவதூறு செய்யக்கூடாது.

இந்த அடிப்படையை நாம் ஒப்புக் கொண்டால், சர்க்கார் தலையிடாது. இன்று மட்டுமல்ல; பண்டைய நாள் தொட்டுக் கொள்கைப் போராட்டங்கள் இருந்து வந்திருக்கின்றன; கடவுள் உயர்ந்தவன் என்பதையோ, ராமன் உயர்ந்தவன் என்பதையோ நிலைநாட்ட சர்க்கார் விரும்பவில்லை.

அல்லது ராமனைச் சிலர் பிரசங்கத்தின் மூலமாகவோ, நாடகத்தின் மூலமாகவோ இழிவுபடுத்துவதால், ராமனின் தன்மை போய்விடும் என்பதாக சர்க்கார் பயப்படவில்லை. ஆனால் மக்களில் சிலர் ராமனையும் சீதையையும் உயர்ந்தவர்களாகக் கருதுகின்றனர்; அத்தகையவர்களின் மனதைப் புண்படுத்தலாமா? என்பதுதான் ஆலோசிக்க வேண்டியதாகும்.

இந்த அம்சத்தை மெம்பர்கள் ஆலோசித்துப் பார்க்க வேண்டுகிறேன்.

ராமாயணம் வெறும் கதை. கம்பனுடைய கற்பனை என்று பிரசாரம் செய்வதில் எனக்கு ஆட்சேபணை இல்லை. ஆனால் மக்களில் ஒரு பகுதியினர் அவரைத் தங்களின் தலைவனாக எண்ணும்போது, அவர்களின் மனம் புண்பட, ஏன் அவனை இழிவுபடுத்த வேண்டும் என்று கேட்டுக் கொள்கிறேன். மாறுபட்ட கருத்துடையவர்கள் இதைச் சிந்தித்துப் பார்க்க வேண்டுமென்று கோருகிறேன்.

பழைய காப்பியங்களை இழிவுபடுத்துவதனால், நாம் அதிகமான தன்மானத்தைப் பெற்றுவிட முடியாது. நம்மைத்தான் இழிவுபடுத்திக் கொள்கிறோம். அந்தப் புத்தகங்களின் கருத்துக்கள் உங்களுக்கு ஒவ்வாதவைகளாயிருக்கலாம். ஆனால் நமது மூதாதைகளுக்கும், காப்பியங்களுக்கும் மதிப்புக் கொடுக்க வேண்டாமா? இதைத்தான் சிந்தித்துப் பார்க்கக் கோருகிறேன்.

திரு டி. ஷண்முகம் ஒழுங்குப் பிரச்சனையைக் கிளப்பி, ராம பக்தர்கள் இதுபோன்ற நாடகங்களை பகிஷ்காரம் செய்யட்டும். அதை நம்பாதவர்கள், அந்த நாடகத்தைப் போய்ப் பார்க்கட்டும். அதனால் என்ன... மெம்பர் ஒழுங்குப் பிரச்சனை கிளப்பவில்லையென்றும் பேசத்தான் விரும்புகிறார் என்றும் மந்திரியார் கூறினார்:

சபாநாயகர்: அது ஒழுங்குப் பிரச்சனையல்ல.

திரு ஷண்முகம்: அது ஒழுங்குப் பிரச்சனையல்ல வென்றால் அதை விட்டுவிடுங்கள்.

மந்திரியார் தொடர்ந்து பேசுகையில், நாடகங்கள் பொதுவாக நடத்தப்படுகின்றன என்றும், யார் வேண்டுமானாலும் சென்று பார்க்கக்கூடிய வகையில் நடத்தப்படுகின்றனவென்றும், ஆகவே நடவடிக்கை எடுக்க வேண்டியது அவசியமாகிறதென்றும் கூறினார். மேலும் தொடர்ந்து பேசுகையில் கூறியதாவது:-

திரு ஷண்முகம் விரும்பினால், நடிகர்களைத் தன் வீட்டுக்கு அழைத்துச் சென்று நடிக்கும்படிச் செய்யலாம். எவர் மனமும் புண்படாது. நான் விரும்புவதெல்லாம், மக்களின் உணர்ச்சி புண்படக் கூடாது என்பதேயாகும். சட்டத்தில் 5வது, 6வது ஷரத்துக்களைத் திருத்தியமைக்க நான் தயாராக இருக்கிறேன். நாம் கூடி ஆலோசித்து ஒரு முடிவுக்கு வரலாம். எதிர்க்கட்சியினர் இதற்கு இணங்கவில்லை என்றால், இந்த நிலைமையை அரசியல் நோக்கத்திற்குச் சாதகமாக்கிக் கொள்கிறார்கள் என்பதுதான் பொருள்படும். ஏதோ ஒரு நாடகம் நடப்பதினாலோ அல்லது ஏதோ ஒரு பிரசங்கம் நடைபெறுவதாலோ நான் அதிகம் கவலைப்பட வில்லை. மக்கள் உண்மையைத் தெரிந்து கொள்வார்கள். சமாதானத்துக்குக் கேடு விளையக்கூடாது. அவதூறு இல்லையானால் சர்க்கார் தலையிடப் போவதில்லை. தகராறு ஏற்பட்டால் சர்க்கார் தலையிட்டு இரு சாராருக்கும் அமைதி ஏற்படச் செய்ய வேண்டியதாகிறது. இந்த நோக்கத்தின் மீதுதான் சர்க்கார் இந்த மசோதாவைக் கொண்டு வந்திருக்கின்றனர். இந்த மசோதாவை மேலும் பரிசீலனை செய்து, எவ்வளவு தூரம் குறைத்துக் கொள்ளவும் நான் தயாராகயிருக்கிறேன். இம் மசோதாவில் கண்டுள்ள நடைமுறையை மாற்றிக் கொள்ளும் ஆலோசனைகளையும் ஏற்கத் தயாராயிருக்கிறேன். எனவே, எதிர்க்கட்சியினர் செலக்ட் கமிட்டியில் ஒத்துழைக்குமாறு கேட்டுக் கொள்கிறேன். அக் கமிட்டி அறிக்கை அளிக்க வேண்டிய கால வரம்பை வேண்டுமானால் மாற்றிக் கொள்ளலாம். இதனால் காலவரம்பு எதிர்க்கட்சியினரின் ஒத்துழைப்புக்கு முட்டுக்கட்டையாக இருக்க வேண்டியதில்லை.

சம்பந்தப்பட்ட கட்சியினர், அதாவது இந்தச் சட்டத்தினால் பாதிக்கப்படுகிறவர்களுக்குத் தங்கள் கருத்தையறிவிக்க சந்தர்ப்ப மளிக்கவில்லை என்று ஆட்சேபணை கூறப்பட்டது. செலக்ட் கமிட்டியிடம் அவர்கள் தங்கள் கருத்தைத் தெரிவிக்கலாம் என்பதை நான் ஒப்புக் கொள்கிறேன்.

செலக்ட் கமிட்டி திங்கட்கிழமை மாலை 4 மணிக்குக் கூட வேண்டும் என்பதாகப் பல கட்சித் தலைவர்களுடன் கலந்து பேசி முடிவு செய்யப்பட்டுள்ளது. செலக்ட் கமிட்டியின் காலவரம்பு டிச.13 என்றது, தளர்த்தப்பட்டிருக்கிறதென்றாலும் விரைவில் தனது வேலையை முடிக்க விரும்புகிறேன்.

இத்துடன் சபை இடைவேளைக்கு ஒத்திவைக்கப்பட்டது.

திரு கே. விநாயகம் சாட்சியம் திங்கட்கிழமை முடியாவிட்டால், மறுநாளும் கேட்க அனுமதிக்கப்பட வேண்டும்.

மந்திரியார்: நாடகம் சம்பந்தப்பட்ட விஷயமாதலால் இரவு 12-2 வரைகூட உட்காரலாம்.

பின்னர் மசோதாவை ஒரு வருடத்திற்கு ஒத்தி வைப்பதென்ற திரு நாராயண நம்பியார் பிரேரணையை சபை நிராகரித்தது.

பொதுமக்கள் கருத்துக்கு மசோதாவை விட வேண்டுமென்ற தனது பிரேரணையை, திரு சுயம்பிரகாசம், பின் வாங்கிக் கொண்டார். தாம் செலக்ட் கமிட்டியில் சேர ஒப்புக் கொண்டாலும், மசோதாவின் கொள்கைகளை ஏற்கவில்லை என்றார்.

திரு கல்யாணசுந்தரம் பேசுகையில், தான் கமிட்டியில் இருக்க ஒப்புக் கொண்டது, மசோதாவின் கொள்கைகளை ஏற்றதாகாது என்பதை விளக்கினார்.

மதுரை சம்பவம்

டிசம்பர் 14 ந் தேதி விசாரணை துவங்கும்

மதுரை, டிச. 8 - மதுரையில் சென்ற வியாழனன்று இரவு நடிகவேள் எம்.ஆர். ராதா அவர்களால் நடத்தப்பட்ட ராமாயண நாடகம் சம்பந்தமாக நடைபெற்ற ஆர்ப்பாட்டத்தில் போலீசார் எடுத்துக் கொண்ட நடவடிக்கைகள் குறித்து விசாரணை நடத்த சென்னை சர்க்காரால் நியமிக்கப்பட்டிருக்கும் ரெவின்யு போர்டு மெம்பர் திரு டபுள்யு.ஆர்.எஸ். சத்தியநாதன் அவர்கள், இங்கு டிச. 14 ந் தேதி வருகிறார் என எதிர்பார்க்கப்படுகிறது. விசாரணை மூன்று நாட்கள்வரை நடைபெறலாமென்றும், அவசியம் ஏற்பட்டால் இக் கால அளவு நீட்டிக்கப்படலாம் என்றும் எதிர்பார்க்கப்படுகிறது.

விசாரணை, மதுரை கலெக்டர் ஆஃபீசில் நடைபெறும் என்றும், மேற்படி விசாரணையின்போது சாட்சியமளிக்க விரும்பும் உத்யோகப் பற்றற்றவர்கள், கலெக்டர், மதுரை என்ற முகவரிக்கு முன்னதாகத் தெரிவிக்கலாம் என்றும், மதுரை கலெக்டர் திரு ஆர். குஞ்சிதபாதம் நேற்று அறிவித்தார்.

நாடகக் கட்டுப்பாடு தடை மசோதா
கைவிடுமாறு முதன்மந்திரியிடம் கோரிக்கை

சென்னை, டிச.8 - சென்னை சர்க்கார் கொண்டுவந்துள்ள நாடகக் கட்டுப்பாடு மசோதாவைக் கைவிடுமாறு வற்புறுத்துவதற்காக நேற்று நாடகக் கலைஞர்கள் தூதுக் குழுவொன்று சென்னை முதலமைச்சர் திரு காமராசர் அவர்களைப் பேட்டி கண்டது. மேற்படி, தூதுக்குழுவின் தோழர்கள் டி.கே.ஷண்முகம், எம்.ஜி. ராமச்சந்திரன், என்.எஸ். நாராயணபிள்ளை, சிவாஜி கணேசன், எஸ்.வி. சகஸ்ரநாமம் ஆகியவர்கள் கலந்து கொண்டனர். இப்போது சர்க்கார் கொண்டுவர உத்தேசித்திருக்கும் நாடகக் கட்டுப்பாடு மசோதா, உண்மையிலேயே வளர்ந்துவரும் நாடகக் கலையை அழித்துவிடும் என்பதைத் தூதுக் குழுவினர் எடுத்து விளக்கினர். இந்தியாவில் எந்த ராஜ்யத்திலும் இதுபோன்ற மசோதா இல்லை என்பதை எடுத்துக் காட்டினர். ஏற்கெனவே நாடகக்கலை, சினிமா போட்டியினால் பெரிதும் பாதிக்கப்பட்டிருக்கிறதென்றும், நாடகக் கலை ஏழை மக்களின் பொழுதுபோக்குக்கு ஒரு சாதனம் என்றும், இதைத் தடுப்பது நியாயமல்லவென்றும் எடுத்துக்காட்டினர். மசோதா சட்டமாக்கப் படுவதற்கு முன், இவர்கள் தங்கள் ஆட்சேபணைகளை எடுத்துக் காட்ட வாய்ப்பளிக்கப்படும் என்று முதன்மந்திரியார் உறுதியளித்தார்.

சென்னையில் போலீஸ் தடையுத்தரவு

சென்னை, டிச.9 - டிச.7 ந் தேதியிலிருந்து 10 நாட்களுக்கு போலீஸ் அனுமதியின்றி எந்தக் கூட்டமும், ஊர்வலமும் நடத்தக் கூடாது என்று போலீஸ் கமிஷனர் தடையுத்தரவு, நகர போலீஸ் சட்டம் 41 வது பிரிவின்கீழ் பிறப்பித்திருக்கின்றார்.

சென்னைத் தோழர்களுக்கு வேண்டுகோள்

சென்னை செக்ரட்ரியேட் கமிட்டி அறையில் கூடுகின்ற செலக்ட் கமிட்டி முன்பு 13 ந் தேதியன்று பிற்பகல் 4 மணிக்குக் கழகத் தோழர்கள் - நடிகர்கள் - ஏராளமாகச் சென்று, புதிய நாடக மசோதாவைக் கைவிட வேண்டிய காரணங்களை எடுத்துக் கூறுமாறு கேட்டுக் கொள்கிறேன்.

எஸ். குருசாமி
(பொதுச் செயலாளர், திராவிட கழகம்)

நாடகத் தடைச்சட்டம் நிறைவேறினால்
சிறைகள் நிரம்பி வழிய வேண்டும்

புதிய நாடக மசோதாவுக்குத் தீ மூட்டுங்கள்!

ஆரிய சூழ்ச்சியான

புது நாடக மசோதாவை எதிர்த்து முதலமைச்சருக்குத் தந்தி அனுப்பிவிட்டீர்களா?

இன்றே செய்யுங்கள்

எஸ். குருசாமி
பொதுச் செயலாளர், திராவிட கழகம்

தோழர்களுக்கு அறிவிப்பு

1. சென்னையில் இராமாயண ஆபாசத்தை விளக்கியும், புது மசோதாவை (சட்டத்தை) எதிர்த்தும், பல கூட்டங்கள் நடத்த வேண்டியிருப்பதனால், இம் மாத இறுதிவரையில் வெளியூர் நிகழ்ச்சிகளை ஒப்புக்கொள்ள முடியாமைக்கு வருந்துகிறேன்.
2. ”விடுதலை” தலையங்கம்,-”குத்தூசி” முதலியவற்றைத் துண்டு விளம்பரமாக அச்சிட்டு வழங்குவதற்கு அனுமதி தேவையில்லை என்று தெரிவித்துக் கொள்கிறேன்.

எஸ்.குருசாமி
ஆசிரியர், விடுதலை

"இந்தப் பூணூலை அறுத்து விடுகிறேன்!"

பாம்பய்யர் : ஓய்! தவளைப் பிள்ளையே! பார்த்தீரா, என் வேலையை! ஓர் அற்ப சங்கதியை எவ்வளவு பெரிதாக்கி இந்தியா முழுவதும் ஒரே தடபுடலாகும்படிச் செய்திருக்கிறேன்.

தவளைப் பிள்ளை : மதுரைச் சங்கதிதானே, அய்யர்வாள்! இவ்வளவு பிரமாதமாக விளம்பரமாகி விட்டதே!

இதென்ன நாயக்கர் பிரசாரத்தை மட்டும் ஒன்றும் செய்யாமல் விட்டுவிட்டு, டிக்கெட் கொடுத்துப் பார்க்கின்ற நாடகத்தை இவ்வளவு கடுமையாக எதிர்க்க ஆரம்பித்திருக்கிறீர்களே!

பாம்பய்யர் : உமக்கென்னய்யா தெரியும், எங்கள் சதிவேலை? திட்டம் போட்டு வேலை செய்கிறோம். எப்படியாவது இந்த ஆட்சியை ஒழித்துக் கட்டியே தீரவேண்டும்.

தவளைப் பிள்ளை : ஆட்சியா? எந்த ஆட்சி? காங்கிரஸ் ஆட்சியையா? நீங்கள்தான் காங்கிரஸ் கட்சி ஆச்சே?

பாம்பய்யர் : அது வேற சங்கதி! காங்கிரஸ் கட்சியென்றால் உம்மைப் போன்ற சூத்திராளிடத்தில் அதிகாரத்தைக் கொடுத்துவிட்டு வேடிக்கை பார்த்துக் கொண்டிருப்பதா? அதுவும் எங்கள் கண் போன்ற ராஜாஜியை விரட்டிவிட்டு, அந்த இடத்தைப் பிடித்துக் கொண்ட ஆசாமியை நாங்கள் பழிக்குப் பழி வாங்காவிட்டால், ஓய்! (ஷர்ட்டுக்குள்ளே கிடக்கிற பூணூலை இழுத்துக் காட்டுகிறார்) இந்தப் பூணூலை அறுத்துச் சாக்கடையிலே போடுகிறேன்! பந்தயம் கட்டிச் சொல்கிறேன், ஓய்!

தவளைப் பிள்ளை : உங்கள் அத்திம்பேருக்கு நல்ல அடியாமே மதுரையிலே! பாவம்! ராம-ராமாண்ணு வீட்டிலே இருக்காமல், அவர் ஏன் கலாட்டா

செய்யப் போகணும்! காலமோ கெட்டுப் போயிருக்கு! போலீஸ்காரன்களெல்லாம் பிராமண துவேஷிகளாகி விட்டான்கள்!

பாம்பய்யர் : அத்திம்பேருக்கு நல்ல அடிதான்! ஆனால் இதை இத்துடன் விடப் போவதில்லை. ஓய்! 15 வருஷங்களுக்கு முன்பு எங்கள் பாஷ்யமய்யங் காரை சென்னை போலீஸார் ஒரே ஒரு அடி அடித்தபோது என்ன செய்தோம், கவனமிருக் கிறதா? பிரிட்டிஷ் பார்லிமெண்டில் கேள்வி! டில்லி அசெம்பிளியில் கண்டனத் தீர்மானம்! சென்னை சட்டசபையில் ஒத்திவைப்புத் தீர்மானம்! "ஹிந்து" பத்திரிகையில் கண்டனத் தலையங்கம்! காங்கிரஸ் கமிட்டிகளிலெல்லாம் கண்டனத் தீர்மானங்கள்! வைஸ்ராய்க்கு மகாத்மா காந்தியின் கண்டனக் கடிதம்! ஆனால் அதற்கு அடுத்த வாரம் பக்தவச்சலமும், முத்து ரங்கமும் செம்மையான தடியடிபட்டார்களே! கேட்பதற்கு ஒரு நாதியுண்டா, ஓய்! நாங்கள் நினைத்தால் அண்டத்தை அணுவாக்குவோம்! அணுவை அண்டமாக்குவோம்! தெரியுமா?

தவளைப் பிள்ளை : அப்படியானால் இராமாயணத்தைப் பற்றி உண்மையாக உங்களுக்கெல்லாம் கவலை யில்லையா?

பாம்பய்யர் : இராமாயணமாவது, கீமாயணமாவது? எங்களின் வீட்டுக்கு வீடுதான் தினந்தோறும் இராமாயணம் நடந்து கொண்டிருக்கிறதே! இராமன் யுத்த களத்தில் சீதையிடம் சொன்னது போலத்தானே நாங்கள் நடந்து கொண்டிருக்கிறோம்? (வால் மீகியைப் பார்க்கவும்) இந்தச் சாக்கை வைத்து ஏதாவது ஒரு கலாட்டா செய்து இந்த ஆட்சியை ஒழிக்க வேண்டுமென்பதுதான் எங்கள் திட்டம்! ஓய்! இது ரகசியமாக இருக்கட்டும்! நீர் ஒரு பிராமண பக்தரல்லவா?

அதனால்தான் உம்மிடம் உண்மையைச் சொல்கிறேன்.

தவளைப் பிள்ளை : அப்படியானால் நாடகத் தடை மசோதாகூட உங்கள் ஏற்பாடுதானோ?

பாம்பய்யர் : சந்தேகமென்ன? டில்லிக்கு அடித்த தந்திகளுக்கு மட்டும் இதுவரையில் மூவாயிரம் ரூபாய்க்கு மேல் ஆகியிருக்குமே! டில்லி சர்க்காரை ஒரே வாரத்தில் ஆட்டி அசைத்து நடுங்க வெச்சுட் டோமே!

தவளைப் பிள்ளை : நாடார் மீது உங்களுக்கு ஏன் இவ்வளவு ஆத்திரம்?

பாம்பய்யர் : ஆத்திரம் ஏனா? ஒன்றா, பத்தா? ஆயிரம் காரணங்கள்! 10 நாளைக்கு முன்னே மதுரை காங்கிரஸ் ஊழியர் கூட்டத்தில் அவர் பேசி யிருப்பதைப் பற்றி உமக்கென்ன தெரியும்? நினைக்க நினைக்க இரத்தம் கொதிக்கிறது, ஓய்! எங்களுக்காச்சு, அவருக்காச்சு! இராம-இராவண யுத்தமே நடத்தப் போகிறோம், ஓய்!

தவளைப் பிள்ளை : அப்படியானால் என்னை விபீஷணராக ஏற்றுக் கொள்ளுங்கள், ஸ்வாமி! *(காலில் விழுந்து தூத்துக்குடி துரைச்சாமி நாடார் ஆச்சாரியாரைச் செய்ததுபோல அய்யர் செருப்புக்கு முத்தம் கொடுக்கிறார்!)*

விடுதலை - குத்தூசி
சென்னை -9-12-54 - வியாழன்

ராதா மசோதா

நடிகர் ஒருவருக்காகவே தனிச் சட்டம் செய்யப்படுவது இந்திய வரலாற்றிலேயே இதுதான் முதல் தடவை. சென்னை சட்டசபையில் கொண்டு வரப்பட்டிருக்கின்ற புதிய நாடகத் தடை மசோதாவின் நோக்கத்தைப் பற்றி யார்-என்ன சொன்ன போதிலும், இதன் அவசரத்தையும், நீதி இலாகா அமைச்சரின் பேச்சையும் கூர்ந்து கவனிப்போருக்கு இம் மசோதா தோழர் ராதாவுக்காகவே வருகிறது என்ற உண்மை விளங்காமற் போகாது. "இராமனையும் சீதையையும் அவதூறாக நடித்துக் காட்டுவதை நம்மால் சகிக்க முடியாது" என்று அமைச்சரே வாய்விட்டுக் கூறிவிட்டார். ஆகவே, ராதாவின் இராமாயண நாடகத்தைத் தடுப்பதற்காகவே இந்தச் சட்டம் உருவாக்கப்படுகிறது என்பது முழு மூடனுக்கும் விளங்கும்.

நாடகமேடையில் பகுத்தறிவுப் பிரசாரம் செய்வதாக எத்தனையோ பேர் சொல்லிக் கொண்டாலும், அவர்களெல்லோரும் வெறும் பண வருவாயை மட்டுமே கருதி, இலைமறைக் காயாகப் புரட்சிக் கருத்துக்களை இரண்டொரு இடங்களில் புகுத்துகிற போலிகள் என்பதே நம் கருத்து. ஏனெனில் இவருடைய நாடகங் களை எவரும் எதிர்ப்பதில்லை; சர்க்காரும் தடுப்பதில்லை. ஆனால் ராதா அவர்களின் நாடகங்கள் மட்டும் அடிக்கடித் தடை செய்யப் பட்டிருக்கின்றன; காரசாரமாகப் பிரசாரம் செய்வதுதான் காரணம். இந்தத் தடை முயற்சிகளுக்கெல்லாம் சிகரம் வைத்ததுபோல், இராமாயண நாடகத்தைத் தடை செய்வதற்காகப் புது மசோதா ஒன்றே தயாராகிவிட்டது.

ஆச்சாரியார் பதவியிலிருந்த காலத்திலும், அதற்கு முன்பும், காங்கிரஸ்காரர்களையும் தஞ்சை மாவட்டப் பெருநிலப் பிரபு ஒருவரையும் பரிகசித்து, இதே ராதா, எத்தனையோ நாடகங்களை எல்லா ஊர்களிலும் நடத்தி வந்தார். அப்போது கிளம்பாத ஆத்திரம், இன்று இராமாயண நாடகத்துக்கு மட்டும் கிளம்ப வேண்டிய அவசியமென்ன? இந் நாடகத்தில் ஆரிய-திராவிட வேற்றுமை காட்டப் படுகிறது என்பதும், ஆரியர் சூழ்ச்சி விளக்கப்படுகிறது என்பதும் தானே?

திராவிடர்களுக்கு இது நல்ல வாய்ப்பு. மசோதா சட்ட மானாலுஞ்சரி; கருவிலேயே கொல்லப்பட்டாலுஞ்சரி; ஆரியர்

பித்தலாட்டத்தையும் பிரித்தாளும் தந்திரத்தையும் வெளிப்படுத்துகின்ற இராதா இராமாயண நாடகத்தை எல்லாத் திராவிடர்களும் அவரவர் சக்திக்கேற்ப நடித்துக் காட்ட வேண்டுமென்று ஆசைப்படுகிறோம். இதற்கு உதவியாக இந் நாடகத்தைப் புத்தக உருவாக்க வேண்டு மென்றும் கேட்டுக் கொள்கிறோம்.

ஒரு நாடகத்துக்காக இவ்வளவு பெரிய கிளர்ச்சி எதற்காக என்று கேட்கலாம். இது நாடகமேடை உரிமைக்கான கிளர்ச்சியென்று மட்டும் நாம் கருதவில்லை. ஆரிய-திராவிடப் போராட்டப் பிரசாரத்தைத் தடுப்பதை எதிர்த்து நிற்கின்ற அடிப்படை முயற்சி என்றே கருதுகிறோம்.

ஆரிய-திராவிடப் போராட்டமே இராமாயணக் கதை என்பதைக் கூறுகின்ற ஆதாரங்கள் வண்டிவண்டியாக - மலை மலையாக - நம்மிடமிருக்கும்போது, ஒருசில அயோக்கிய ஆரியர்களும், ஒருசில அய்ந்தாம் படைத் திராவிடக் கூலிகளும் காலிகளும் எதிர்ப்பதற்காக, இந்த நாடகத்தை, ஆதாரபூர்வமான பிரசாரத்தை விட்டுவிடுவதா என்பதே நம் கேள்வி.

இனி, நாளையும் மறுநாளும் திருச்சியில் நடக்கயிருக்கின்ற இந் நாடகத்தைத் தடை செய்ய வேண்டுமென்று 21 ஆரிய வக்கீல்கள் கையெழுத்திட்டு விண்ணப்பம் கொடுத்திருக்கிறார்களாம். இதை வைத்துக் கொண்டு இந் நாடகத்தை 144 தடையுத்தரவு மூலம் நிறுத்தப் போகிறார்களாம். அப்படித் தடுத்தால், அதை மீறி நாடகம் நடத்தப் போகிறாராம், தோழர் ராதா. பெரியார் அவர்கள் வெளிநாடு சென்றிருக்கும் இவ் வேளையில் இம்மாதிரி நெருக்கடி ஏற்பட்டிருப்பது வருந்தக்கூடியதுதான், இருந்தாலும் யாரும் பின்வாங்கக்கூடாது. ராதா நாடகம் நிறுத்தப்பட்டால் எல்லோரும் அதே நாடகத்தை நடத்த முன்வரவேண்டும். இதற்காகப் பெருஞ்செலவு வேண்டாம்; நாடகம் **முழுவதையும்** நடிக்கவும் வேண்டாம். ஒரே ஒரு திரை; ஒரே ஒரு காட்சி - இராமன் மது அருந்தும் காட்சியும், சீதையை அவதூறாகப் பேசும் காட்சியும் மட்டும் இருந்தால் போதும்.

ஆனால் ஒன்றுமட்டும் உறுதியாக உணர்ந்து கொள்ள வேண்டும். எது நடந்தாலும் பலாத்காரமில்லாதபடி, அமைதியாக நடைபெற வேண்டும். காங்கிரஸ்காரர்களையோ மற்றத் திராவிடர்களையோ யாரும் தாக்கிப் பேசக்கூடாது. தொடவும் கூடாது, போலீஸ் தடியடி கிடைத்தாலும்கூட! "தமிழர் மந்திரிசபை வாழ்க! காமராசர் ஆட்சி வாழ்க! அவர் எதிரிகள் ஒழிக! ஆரியர் ஒழிக! இராமன் ஒழிக! ஆரியனே

வெளியேறு" என்ற முழக்கங்கள்தாம் திராவிடர்கள் வாயிலிருந்து வெளிவர வேண்டும். போலீசாரிடமோ, ஆட்சியாளரிடமோ பகைமை கூடவே கூடாது. அறவே கூடாது, நினைப்பிலும் கூடாது.

இன்று நடைபெறுகின்ற இராமாயண நாடக எதிர்ப்பு, ஆரிய-டில்லி அச்சு (Aryan-Delhi Axis) என்ற அடிப்படையில், இம் மந்திரி சபையை ஒழித்துக் கட்டிவிட்டு மீண்டும் ஆச்சாரியார் மந்திரி சபையைக் கொண்டுவர வேண்டும் என்ற இரகசியத் திட்டத்துடன் நடந்து கொண்டிருக்கிறது என்பதைக் காங்கிரஸ்காரரும் மறக்கக் கூடாது; மற்றத் திராவிடர்களும் மறக்கக்கூடாது. எல்லா இரகசியங்களும் நமக்கு நேரிடையாகத் தெரிந்திருக்கிறபடியால்தான் இவ்வளவு துணிச்சலாக எழுதுகிறோம்.

திராவிடனையும் திராவிடனையும் மோதவிட்டு ஆரிய நரிகள் இரத்தங் குடிக்கத் திட்டமிட்டிருக்கின்றன. திராவிடரே! ஏமாறாதீர்கள்! ஆரியனை வெளியேற்றுவதற்கு இது ஒரு நல்ல வாய்ப்பு. ஆட்சியாளருடன் மோத வேண்டாம்! டாங்கிப் படைபோல ஆரியர் தாக்குதலை முழுமூச்சுடன் எதிர்த்துத் தாக்குங்கள். பலாத்காரம் மட்டும் வேண்டாம். புதிய மசோதாவுக்குக் கல்லறை கட்டுங்கள்!

இராமாயண நாடகத்தை ஊர்தோறும் நடியுங்கள்!

விடுதலை
சென்னை - *10-12-54* - வெள்ளி
(தலையங்கம்)

சென்னையில் கிளர்ச்சியா?

ராதாவின் ராமாயண நாடகம் ஊர் ஊராகத் தடுக்கப்படுமானால், சென்னை ஒற்றைவாடைத் தியேட்டரில் நடைபெற்றுவரும் புராண நாடகத்தைத் தடுப்பதற்கான முயற்சியில் ஈடுபடலாமா, என்று சென்னைத் தோழர்கள் கேட்கின்றனர். இந் நாடகத்தில் திராவிட மன்னர்களை ‘அரக்கர்’ என்றும் ‘இராட்சதர்’ என்றும் நடித்துக் காட்டித் திராவிட இனத்தாரைக் கேவலப்படுத்துவதனால், திராவிடப் பெருங்குடி மக்களின் மனம் புண்படுகிறதென்றும், இதனால் பெரும் கலவரம் விளையுமென்றும், இதை உடனே தடை செய்ய வேண்டு மென்றும் கோரி, ஒரு நீண்ட விண்ணப்பம் தயராகிவிட்டதாகவும், இதுவரையில் சுமார் 1200 பேர் இதில் கையொப்பமிட்டிருப்பதாகவும் நமக்குச் செய்தி கிடைத்திருக்கிறது. மேலும் பல கையெழுத்துக்கள் பெற்ற பிறகு இவ் விண்ணப்பம் முதலமைச்சரிடம் நேரில் கொடுக்கப் படுமாம். இந்த முயற்சியை நாம் ஆதரிக்கிறோம்.

ஆனால், மறியல் நிகழ்ச்சியை மட்டும் பெரியார் அவர்கள் வருகிற வரையில் தள்ளிப் போடுமாறு கழகத் தோழர்களைக் கேட்டுக் கொள்கிறோம். விண்ணப்பத்தைக் கொடுத்த பிறகு ஒரே ஒரு வாரம் காத்திருக்கலாம். அநேகமாக, விண்ணப்பத்தின் லட்சியம் வெற்றி பெறலாம். இல்லாவிடில், பெரியார் வந்த பிறகு மறியல் பற்றி ஆலோசித்து முடிவு செய்யலாம் என்று தெரிவித்துக் கொள்கிறோம். ஆனால், கையெழுத்து வாங்கும் முயற்சி மட்டும் விரைவில் முடியட்டும்.

சென்னைத் தோழர்களுக்கு வேண்டுகோள்

சென்னை செக்ரட்ரியேட் கமிட்டி அறையில் கூடுகின்ற செலக்ட் கமிட்டி முன்பு 13 ந் தேதியன்று பிற்பகல் 4 மணிக்குக் கழகத் தோழர்கள் - நடிகர்கள் ஏராளமாகச் சென்று, புதிய நாடக மசோதாவைக் கைவிட வேண்டிய காரணங்களை எடுத்துக் கூறுமாறு கேட்டுக் கொள்கிறேன்.

எஸ். குருசாமி
(பொதுச் செயலாளர், திராவிட கழகம்)

நாடகத் தடைச் சட்டம் நிறைவேறினால்
சிறைகள் நிரம்பி வழிய வேண்டும்

ஆரிய சூழ்ச்சியான புது நாடக மசோதாவை எதிர்த்து முதலமைச்சருக்குத் தந்தி அனுப்பிவிட்டீர்களா?

இன்றே செய்யுங்கள்

எஸ். குருசாமி
பொதுச் செயலாளர், திராவிட கழகம்

நாடக மசோதா
"மெயில்" பத்திரிகை ஆட்சேபணை

சென்னை, டிச. 9 - சென்னை 'மெயில்' பத்திரிகை 8-12-54 துணைத் தலையங்கத்தில் நாடக மசோதாவைப் பற்றித் தோற்றுவித்துள்ள கருத்து:-

நாடக மசோதாவைப் பொறுக்குக் குழுவின் ஆலோசனைக்கு அனுப்ப வேண்டுமென்று கேட்டுக் கொண்டு படிப்பமைச்சர் திரு சி.சுப்ரமணியம் அவர்கள் அளித்த பதிலில், இந் நடவடிக்கை விளைவிக்கும் விஷயத்தைக் குறைவாக மதிப்பிட்டுள்ளார்.

1876-ம் ஆண்டு நாடகச் சட்டத்துக்குப் பதிலாகக் கொண்டு வரப்பட்டிருக்கும் இந்தப் புதிய சட்டத்தால் அந்தப் பழைய சட்டத்தின் விதிகளைத் தாராளமாக்க சர்க்கார் விரும்புகிறது என்றார். இந்தப் புதிய மசோதா முன்னதைவிடக் கடுமையானது. பல புதிய குற்றங்களைச் சிருஷ்டிக்கிறது.

இந்த மசோதாவிலுள்ள சில விதிகள் மிகவும் தாராளமாக வுள்ளன. இவைகள் சட்டமானால் அதிகாரிகள் எவ்விதம் வேண்டு மானாலும் கருத்துக் கொள்ள இடமளிக்கிறது.

நாடக ஆசிரியர்களும் நாடக அரங்கினர்களும் அதிகாரிகளின் கண்களை மறைக்கக்கூடிய கருத்துக்கள் அமைந்த நாடகங்கள் அமைக்க முடியும் என்று எதிர்பார்ப்பது வீணாகும். இன்று மக்களிடையே அதிக செல்வாக்கு பெற்றுள்ளதும், ஆனால் ஒருசில குழுவினரால் ஆட்சேபிக்கப்படுவதுமான நாடகங்களையும் ஆட்சேபணைச் சட்டத்தில் சேர்க்கக்கூடியபடி, புதிய மசோதாவின் விதிகள் விரிவாக இருக்கின்றன. உதாரணமாக, இந்தியாவில் வசிக்கும் பல்வேறு வகுப்பு மக்களுக்குள் விரோதமோ வெறுப்போ ஏற்படுத்துவதாக இருந்தாலும் அல்லது ஒரு பகுதியினர் மதத்தையோ, மத நம்பிக்கையையோ குறைகூறி அவர்களுடைய மனதைப் புண்படுத்தினாலோ இத்தகைய நாடகமும் புதிய மசோதாவின்படி குற்றமானதேயாகின்றது.

இந்த விதிகள் இருந்தால் சில ஹிந்துப் பிரிவினர் அல்லது ஜாதி யினரின் மத சம்பந்தமான நாடகங்கள் மற்ற மதத்தினர் மனதைப் பாதிப்பதாகலாம். அப்போது அந்த நாடகங்களையும் தடைப்படுத்த வேண்டியதாகும்.

காளிதாசரின் 'விக்ரம ஊர்வசி நாடகம்' இந்திரசபை நாட்டியக் காரியின் காதல் வசீகர நடவடிக்கைகளைப் படம் பிடித்துக் காட்டுகிறது. ஜெயதேவரின் கீத கோவிந்தத்தை அடிப்படையாகக் கொண்ட நாடகங்களும் இந்தக் காளிதாசரின் நாடகமும் புதிய மசோதாவின்படி தடைப்படுத்தக் கூடியனவாகும். மற்றும் ரவீந்திர நாத் தாகூர் போன்ற மாபெரும் கலைஞர்கள் எழுதிய நாடகங்கள் உட்பட பல சமுதாய சீர்திருத்த நாடகங்களையும் ஆட்சேபிக்க வேண்டியதாகும்.

கேடான நாடகங்களை சர்க்கார் தடுப்பதே சர்க்கார் நோக்கம் என்பது உண்மையாகவிருந்தாலும் தவறான நாடகங்களைப் பற்றி, தீர்ப்பு செய்யும் பொறுப்பைப் பொதுமக்களுக்கே விட்டுவிடலாம். ஏனென்றால் கெட்ட நாடகங்கள் அதிக காலம் பொதுமக்களின் ஆதரவைப் பெறமுடியாது. மற்றும் தவறான கருத்துக் கொண்டவற்றை எதிர்க்கவும் ஒடுக்கவும் எழுத்தாளர்கள் பல்லோரும் உள்ளனர்.

எனவே புதிய நாடக மசோதாவில் சேர்க்கப்படுவதாக உள்ள இத்தகைய விதிகளுக்கு அவசியமே கிடையாது. எனவே புதிய சட்டம் நல்ல பலன் தருமாறு, இத்தகைய விதிகளை செலக்ட் கமிட்டியார் நீக்கி விடுவார்களென்று நம்புகிறோம்.

☼எம்.ஆர். ராதா தடையுத்தரவை மீறுவாராம்!☼

திருச்சியில் ஒரே பரபரப்பு: 144 தடையுத்தரவு பிறப்பித்ததன் விளைவு

சென்னை, டிச. 10 - இராமாயண நாடகத்துக்குத் திருச்சியில் விதிக்கப்பட்டுள்ள 144 தடையுத்தரவை மீறுவதற்கான காரணங்களை விளக்கி நடிகவேள் எம்.ஆர்.ராதா தம் அறிக்கையில் கூறுவதாவது:-

என் நாடகத்தால் அமைதி குலைவதாகக் காரணங்காட்டி, அரசாங்கம் எனது "ஒரிஜினல் ராமாயண நாடகத்தை"த் தடை செய்துவிட்டது.

1. அமைதி கலைவதற்குக் காரணமாக இருப்பவர்கள், மகாலிங்க அய்யரும் மற்றும் ஒருசில காலிகளுந்தான்.
2. மறியல் கமிட்டி என்பது எவ்வித அமைப்புரீதியிலும் கிடையாது. கூலிக்கு ஆள் பிடித்தும், காலிகளைச் சேர்த்துக் கொண்டும் ஏற்பாடு செய்யப்பட்டது.
3. நான் நடத்தும் நாடகத்தால் மனது புண்படுமென்று கருது கிறவர்கள் நாடகத்திற்கு வரவேண்டாம்; இந்த நாடகம் திராவிட இன உயர்வுக்காக மட்டும்தான் என்று பல சுவரொட்டிகள் மூலம் விளம்பரம் செய்தும், கொட்டை எழுத்திலே போர்டு ஒன்றும் எழுதப்பட்டு, நாடகம் நடக்கும் தியேட்டர் முகப்பிலே வைக்கப்பட்ட பின்னும்தான் நாடகம் நடத்தப்படும்.
4. மறியல் செய்பவர்கள் 30 பேர் இருந்தால், அமைப்புரீதியில் 3000க்கு மேற்பட்ட திராவிட இயக்கத்தவர்களும், மற்றும் என் நாடகத்தை வரவேற்க ஆர்வம் கொண்டுள்ள திராவிட இனத்தவர்கள் பல்லாயிரக் கணக்கிலே இருக்கிறார்கள் என்பது அரசாங்கத்துக்குத் தெரியும்.

'ஒரிஜினல்' ராமாயணம்

5. என் நாடகம் ஆதாரத்தோடுகூடிய, உண்மையான, ஒரிஜினல் ராமாயணம். கதையில் உள்ளதைத்தான் சொல்லுகிறேன்; நான் சொல்லும் கருத்தைக் கற்பனையென்றோ, ஆதாரமற்றது என்றோ எவரும் மறுத்தது கிடையாது; மறுக்கவும் முடியாது.

6. பார்ப்பனர்களோ, மனம் புண்படுமென்று கருதுகிறவர்களோ நாடகத்துக்கு வரக்கூடாது என்ற கண்டிப்பான அறிக்கை விடுத்த பின்புதான், திராவிடர்களுக்கு, என் இனத்தவர் களுக்கு, இந்த நாடகத்தால் மனம் புண்படாதவர்களுக்கு மட்டுமே நாடகம் நடத்திக் காட்டப்படுகிறது.

'தியேட்டர்' என்பது வீடே!

7. தியேட்டர் என்றால் வீடுமாதிரிதான். வாடகை கொடுத்து விட்ட பிறகு, குறிப்பிட்ட நாட்களுக்கு அது எங்களுக்குச் சொந்தமானதுதான்; அதில் நாடகம் நடத்துவதோ அல்லது தூங்குவதோ அது எங்களிஷ்டம்; வாடகை கொடுத்து விட்டால் அது எங்கள் வீடுதான்.

8. வீட்டிற்குள் நடத்தப்படும் நாடகத்தை - அதுவும் என் இனத்தவருக்கு மட்டும்தான் என்று பகிரங்கமாக விளம்பரப் படுத்தி நடக்கும் நாடகத்தை, ஒருசில பார்ப்பனர்களுக்காகத் தடை செய்கிறதென்றால் அது சட்டத்திற்கே புறம்பானது.

9. காலிகள் கூலிக்குக் கையெழுத்து வாங்கி மகஜர் அனுப்பி யுள்ளார்கள்; அரசாங்கம் உண்மையை விசாரித்திருக்கலாம்; அல்லது இந் நாடகத்தை வேண்டாமென்று சொல்பவர்களின் எண்ணிக்கையையும், இந் நாடகத்தை வரவேற்பவர் களையும் கணக்கெடுத்து ஒரு முடிவு செய்யலாம்.

நானா குறை கூறுகிறேன்?

10. இதைவிடுத்து, கடவுளாகப் போற்றுகிற ராமனையும் சீதையையும் நான் குறை கூறுவதாகவும், அது பலரின் மனதைப் புண்படுத்துகிறது என்றும் கூறி, தடை செய்திருப்பது பெருந்தவறு.

11. இந்தத் தடை அவசியமில்லாததும், உரிமைக்கும், சட்டத் திற்கும் புறம்பானது என்று நான் கருதுவதாலும், ராமா யணத்துக்குப் போட்ட தடை ஆரியர்களின் உயர்வுக்காகவும், பல்லாயிரக்கணக்கான திராவிடர்களை மதிக்காது போடப் பட்டிருப்பதாலும், 'இந்தத் தடையை நான் மீறுகிறேன்'. உண்மையைக் கூற நாட்டில் தடையா?

144 வது பிரிவு தடையுத்தரவு

திருச்சி, டிச.11 - நடிகவேள் எம்.ஆர். ராதா அவர்களாலும் அவரது ஆட்களாலும் நடிக்கப்பட இருக்கும் "ராமாயண" நாடத்தைத் தடை செய்து இ.பி.கோ. 144 வது பிரிவின் கீழ், ஆர்.டி.ஓ. லெஃப்டினண்ட் கர்னல் கே.ஜே. சோமசுந்தரம் நேற்று தடையுத்தரவு பிறப்பித்திருக்கிறார். நேற்று முதல் 15 நாட்கள்வரை, மேற்படி நாடகத்தை போலீஸ் எல்லைக்குட்பட்ட திருச்சி நகரம், பொன்மலை, சீரங்கம் ஆகிய இடங்களில் நடிக்கக்கூடாதென்றும், ஊர்வலமோ கூட்டமோ நடத்தக்கூடாதென்றும் தடை விதித்திருக்கிறார்.

டிச.11,12 தேதிகள் இவ்வூர் முனிசிபல் பப்ளிக் ஹாலில் நடைபெற இருந்த நாடகத்தைத் தடை செய்ய வேண்டுமெனக் கேட்டு, உள்ளூர் அறநெறிக் கழகம், ஆஸ்திக சங்கம், ஹிந்து கமிஷன் சொசைட்டி, நாஸ்திக ஒழிப்புக் கமிட்டி, காங்கிரஸ் சங்கங்கள் நகர மாஜிஸ்திரேட் திரு எம். நமச்சிவாயத்தினிடம் கூட்டு மனு ஒன்றைக் கொடுத்திருந்தனர் என்று கூறப்படுகிறது. மேற்படி மனுவில், சட்டசபையில் மந்திரிகள் திரு சுப்ரமணியம், திரு பக்தவச்சலம், திரு ராமசாமி ஆகியோர், ராதா நாடகம் பற்றிக் குறிப்பிட்டதை எடுத்துக்காட்டி, அது மத உணர்ச்சியைப் பாதிக்கக்கூடியதென்று குறிப்பிட்டிருந்தார்கள் என்று சொல்லப்படுகிறது.

ராதா நாடகத்துக்கு மீண்டும் தடை

நாம் நேற்று எதிர்பார்த்தபடியே, திருச்சியிலும் இராமாயண நாடகம் தடை செய்யப்பட்டுவிட்டது. ஒருசில வக்கீல் பார்ப்பனர் சேர்ந்து பல லட்சம் பேர் ஆதரிக்கின்ற ஒரு நாடகத்தைத் தடை செய்யுமாறு செய்து விட்டார்களென்றால் இந்த நாட்டில் ஜனநாயகம் எங்கேயிருக்கிறது? **பார்ப்பன நாயகம்**தான் தாண்டவமாடுகிறது. இதை யாராவது மறுக்க முடியுமா?

இன்று தமிழரின் மந்திரிசபை - அதுவும் தமிழர்களின் அன்பிற்குரிய திரு காமராசர் அவர்களின் தலைமையைக் கொண்ட மந்திரிசபை மட்டும் இல்லாதிருக்குமானால், இரண்டில் ஒன்று பார்த்து முடிவு கட்டி விடலாம். நம் வீட்டுத் திருமணத்தின்போது கலவரம் நடந்தால் நம் பொறுப்பு எப்படியிருக்குமோ அதுபோன்ற நிலைமை இன்று திராவிட கழகத்தாருக்கு ஏற்பட்டுவிட்டது! பணம் கொடுத்து டிக்கெட் வாங்கி நாடகம் பார்க்கச் செல்லுகின்ற ஆயிரக்கணக்கானவர்களுக்கு எதிராக, யாரோ ஒருசில ஆரியர்களும், கூலிகளும் ஒன்று சேர்ந்து தடுத்து நிறுத்துவதென்றால், இனிமேல் புராண - இதிகாசக் காலட்சேபங்களையும் சொற்பொழிவுகளையும் இதே முறையில் தடுப்பதைத் தவிர வேறு வழியென்ன?

தலைவர் டி.பி. வேதாசலம் அவர்களின் அறிக்கையை ஊன்றிப் படிக்க வேண்டுகிறோம். ராதா அவர்கள் தடையுத்தரவை மீறித் தண்டிக்கப்படுவாரேயானால் அதன் விளைவு அதிதீவிரக் கிளர்ச்சியாகத் தானிருக்கும். இக் கிளர்ச்சியின் பயனாக, காங்கிரஸ் திராவிடர்கள் உள்ளிட்ட எல்லாத் திராவிடர்களும், ஆரியர்களோடு மோத நேரிட்டு விடும் என்பது நிச்சயம். எது நடந்தாலும் பலாத்காரமில்லாதபடி, திராவிடரும் திராவிடரும் மோதாதபடி அமைதியாக நடக்க வேண்டுமென்பதே நம் ஆசை.

பெரியார் அவர்கள் வெளிநாடு சென்றிருக்கும் சமயம் பார்த்து, சில ஆரியக் காலிகளும், வக்கீல்களும் இந்த விஷமத்தனத்தில் இறங்கியிருக்கின்றனர். இவர்களுக்குத் தக்க பாடம் கற்பிக்கத் தவறக் கூடாது. மந்திரி சபையைக் கவிழ்ப்பதற்கான சதிவேலையின் ஆரம்பக் கட்டமே இது என்பதை, காங்கிரஸ் திராவிடர்கள் மறந்துவிடக்கூடாது.

ராதா நாடகத்தைத் தடை செய்ய பார்ப்பனர் தூண்டுதல்

திருச்சி பார்ப்பன வக்கீல்கள் சலசலப்பு

திருச்சி, டிச.10 - நடிகவேள் எம்.ஆர். ராதா அவர்களின் 'ராமாயண' நாடகத்தைத் தடைசெய்ய வேண்டுமென்று கோரி திருச்சி அடிஷனல் ஜில்லா மாஜிஸ்திரேட்டுக்குக் கீழ்க்கண்ட பார்ப்பன வக்கீல்கள் ஒரு 'மகஜர்' அனுப்பியிருப்பதாகத் தெரிகிறது. அவர்கள் வருமாறு:-

வக்கீல் கே.ஆர். அவதானி, அட்வகேட்டுகள் ஆர். ரெங்காச்சாரி, டி.எம். சுப்ரமணியம், வி. பாலகிருஷ்ணன் அய்யர், எம். வெங்கட்ராமன், சி.ஆர். கோபாலராவ், ஏ.பி. பீஷ்மாச்சாரி (இவர் ஒருவர் மட்டும் சவுராஷ்டிரர்), ஆர்.வெங்கட்ராமன், டி.என்.ஹரிகரன், வி.எஸ். ஆனந்த சினம், பி.ஸ்ரீனிவாச அய்யங்கார், ஏ. பத்மநாபன், ஜி.ரங்கசாமி, எம்.எஸ். சுந்தரராஜன், ஏ.வி. நடராஜன், கே. சீனிவாச அய்யங்கார், சி. ராமநாதன், எஸ். ராமச்சந்திர அய்யர், ஆர். கோபாலரத்னம், எம். சுப்பையா, வக்கீல்கள் பி. ஜம்புநாதன், என். ஜெகதீச அய்யர்.

மேற்கண்ட 22 பேர்கள் விடுத்துள்ள மகஜரில் கூறியிருப்பதாவது:- அண்மையில் மதுரை நகரில் நடந்த சம்பவம், ஒருவரின் தனிஉரிமையில் சர்க்கார் எவ்வளவு தூரம் தலையிட வேண்டும் என்பதைப் பொதுமக்களுக்கு எடுத்துக் காட்டிவிட்டது.

உரிமை பற்றி 'வியாக்யானம்'

ஒவ்வொரு நாகரீகமடைந்துள்ள சமூகத்தில் ஒவ்வொரு பிரஜைக்கும் அவரவர் இஷ்டப்படி நடந்துகொள்ள உரிமையுண்டு. ஆனால் அதே சமயத்தில், மற்றொருவர் தான் விரும்புகிறபடி நடந்துகொள்ள அனுமதிக்கப்பட வேண்டும்.

ஆனால் பழக்கத்தில், பொதுஜன ஷேமத்திற்கும் பழக்கவழக்கத் திற்கும் ஏற்றாற்போல் அந்த உரிமை உபயோகிப்பது கட்டுப்படுத்தப் பட்டுள்ளது. இப்பொழுதுள்ள சட்டங்களும், ஒவ்வொரு பிரஜைக்கும் உள்ள இந்த இயற்கையான உரிமைகள், பொதுஜனஷேமத்துக்கு முரணாக இல்லாதிருக்குமானால் பாதுகாப்பு அளிக்கக் கூடியதாகவே யிருக்கின்றன.

கட்டுப்பாடாம்

இவ்வாறு கட்டுப்படுத்தப்பட்டுள்ள விதிகளில் ஒன்று, மற்றப் பிரஜைகளுக்கு ஆத்திரமூட்டக் கூடியதாக ஒருவர் தனது உரிமையை உபயோகிக்கக்கூடாது என்பதாகும். ஒரு நாடகத்தை நடிக்க ஒருவருக்கு உரிமையிருக்கிறது. ஆனால், கேவலமான அல்லது மக்களில் ஒரு பிரிவினரின் மதவுணர்ச்சியைப் புண்படுத்தக் கூடிய ஒரு நாடகத்தை நடத்தக்கூடாது. ஒரு தனிநபரைப் பாதிக்கக்கூடியதாகயிருந்தாலும் அது தடுக்கப்பட வேண்டும்.

மக்களில் பெரும்பாலோரின் மதநம்பிக்கையைப் புண்படுத்தும் வகையில் ஒரு நாடகம் இருக்கிறதென்பதை அதிகாரிகள் தெரிந்திருந்தும், அதைத் தடுக்காமல், அதை நடத்த, விதியை மீறுகிறவர்களுக்கு போலீஸ் பந்தோபஸ்து கோரப்படுகிறது. யார் சட்டத்தைக் காக்கிறார்கள், யார் சட்டத்தை மீறுகிறார்கள் என்பதைக் கலந்து ஆலோசித்துக் கண்டறிய வேண்டியது போலீசாரின் கடமையாகும். இதை அவர்கள் கண்டறிந்தால், அவர்கள் கடமை எளிதாய்விடும். சட்டத்தை மீறுபவர்களைத் தடுத்து, சட்டத்திற்குக் கீழ்ப்படிந்து நடப்பவர்களுக்குப் பாதுகாப்பளிக்க வேண்டும்.

ஆனால் ஒருவர், தனது பகிரங்க நடிப்பின் மூலம் மற்றவர்களின் உணர்ச்சியைப் பாதிக்க முற்படுகிற ஒருவருக்குப் பெரும் பாதுகாப்பு அளிக்கப்படுவதாகத் தெரிகிறது. இதை எண்ணும்போது ஒருவர் தான் உண்ணுவதற்காகப் பொது ரஸ்தாவில் ஒரு பசுவைக் கொல்லுகிறேன்; அதற்கு போலீஸ் பாதுகாப்பு வேண்டும் என்று கேட்க உரிமை பெற்றிருக்கிறான் என்று ஆகிறது. இது நிர்வாகயதிகாரியின் தீர்ப்பிற்குரிய விஷய மல்ல. இது சட்ட உரிமையைப் பற்றிய பிரச்சனையாகும். எனவே போலீசார் சட்ட ஆலோசகரின் ஆலோசனையை நாடி, அதன்படி சரியான காரியத்தைச் சரியான சமயத்தில் எடுத்துக் கொண்டு, திருச்சியில் விரும்பத்தகாத சம்பவம் எதுவும் நடைபெறாமல் போலீசார் தடுப்பார்களாக.

சமீபத்தில் திருச்சியில் திரு ராதா அவர்கள் தமது தாக்குதல் நாடகத்தை நடிக்க உத்தேசித்திருப்பதாகத் தெரிகிறது. இந்த நிலையில், சட்டப் பாதுகாவலர்கள், எது சரி, எது தவறு என்பதை அறிந்து, சரியான காலத்தில் நடவடிக்கை எடுக்கத் தயங்க மாட்டார்கள் என்று நம்புகிறோம்.

இதுபோன்ற மனு டி.எஸ்.பி.க்கும் அனுப்பியிருக்கின்றனராம்.

திராவிட கழகத் தோழர்கட்கு மத்திய கமிட்டித் தலைவர் தி.பொ. வேதாசலம் அறிக்கை

திருச்சி, டிச. 10 - நடிகவேள் திரு எம்.ஆர். ராதா அவர்கள் 'ராமாயணம்' நாடகம் திருச்சியில் 11, 12 தேதிகளில் நடக்கவிருந்ததை, திருச்சியில் சில பார்ப்பன வக்கீல்கள், பெரிய கலவரம் ஏற்படுமென்று மனு செய்து கொண்டதன்பேரில், திருச்சி அதிகாரிகள் 144 செக்ஷன்படி, மேற்படி நாடகத்தை நடிக்கக் கூடாதெனத் தடையிட்டு விட்டார்கள்; மேற்படி தடை உத்தரவில் இன்று (10-12-54) பகல் 12.30 மணிக்கு திரு எம்.ஆர்.ராதா அவர்களிடம் கையெழுத்து வாங்கப்பட்டது. திரு எம்.ஆர். ராதா, மேற்படி உத்தரவை மீறிச் சிறை செல்வார் எனத் தெரிகிறது.

சட்ட விரோதமானதல்ல

இராமாயண நாடகம் சட்ட விரோதமல்ல. உயர்நீதிமன்றத் தீர்ப்புப்படி நடிக்கலாமென ஆகிவிட்டது. பல இடங்களில் சென்னை, கும்பகோணம், திருச்சி, மதுரை, பட்டுக்கோட்டை, அறந்தாங்கி, தஞ்சை, நாகை, ராயவேலூர் முதலிய இடங்களில் வெற்றிகரமாக நடிக்கப்பட்டு, பல்லாயிரக்கணக்கான மக்களால் பாராட்டப்பட்டது; மதுரையில் சில பார்ப்பனர்கள் கூலி ஆட்களைக் கொண்டு, கலகம் செய்து, தோல்வியடைந்தனர். இந்த நிலையில், திருச்சியில் இவ்வாறு தடை செய்தது தவறிலும் தவறு.

நம் காங்கிரஸ் மந்திரிகளும், அதிலும் சிறப்பாக திரு சுப்ரமணியம், மக்களைவிட அதிகம் கடவுளைக் காப்பாற்றுவதில் கவனம் செலுத்து கின்றார். ராமாயணம் ஓர் கற்பனை; வேண்டுமென்றே திராவிடர்களை இழிவுபடுத்த எழுதப்பட்டதென்று உலகம் சொல்லுகின்றது; எல்லோரும் ஒப்புக்கொள்ளுகின்றனர். தமிழ் நாட்டுப் பெரியார்கள் பேராசிரியர் சுந்தரம் பிள்ளை, மறைமலையடிகள், வெ.ப. சுப்ரமணிய முதலியார், எம்.எஸ். பூர்ணலிங்கம் பிள்ளை, டி.பொன்னம்பலம் பிள்ளை இன்னும் பலர் இராமாயணப் பாத்திரங்களையும், அதில் முக்கியமாக ராமனின் பல நடவடிக்கைகள் கடவுள் தன்மைக்கு மாறாகவும், சாதாரண மனிதத் தன்மைக்கும் கீழாகவுள்ளதென்பதை எழுதியிருக்கின்றனர்.

இக்காலக் கருத்தைத் தடைசெய்வதா?

தன்மானத்தைக் காப்பாற்றிக் கொள்ள திராவிட மக்கள் பொது மக்களிடையே பல ஆண்டுகளாகச் சொற்பொழிவுகள் மூலமும், புத்தகங்கள் மூலமும் இராமாயண ஆபாசங்களை வெளியிட்டு வந்திருக்கின்றனர்; உண்மை இவ் வகையாக இருக்க, இக்காலத்துக் கருத்து வெளியீட்டைத் தடைசெய்வது, உண்மைக்கும், நேர்மைக்கும், நியாயத்திற்கும் விரோதமாகும்.

கழக அன்பர்கள் தங்கள் வெறுப்பை 19-12-54 ஞாயிறு அன்று நாடுதோறும் எல்லா ஊர்களிலும் பொதுக்கூட்டம் கூட்டியும், ஊர்வலம் நடத்தியும், திரு சுப்ரமணியம் அவசரம் அவசரமாகக் கொண்டுவரும் நாடகத் தடை மசோதாவை எதிர்த்தும், தங்கள் எதிர்ப்பைத் தீர்மானம் மூலமாக அரசாங்கத்திற்கும், பத்திரிகை கட்கும் அனுப்புமாறு கேட்டுக் கொள்ளுகின்றேன்.

குறிப்பு:- போலீசார் உத்தரவைக் கூட்டம் நடத்துவதில் மீற வேண்டாம்; எல்லாம் அமைதியாகவும் கட்டுப்பாடுடனும் அமைதியுடனும் நடந்துகொள்ள வேண்டும்.

நாடக மசோதா கமிட்டி

சென்னை, டிச. 12 - நாடகக் கட்டுப்பாடு மசோதாவைக் குறித்துப் பரிசீலனை செய்து அறிக்கை அளிக்குமாறு சென்னை அசெம்பிளியால் நியமிக்கப்பட்டுள்ள பொறுக்குக் கமிட்டி நேற்று இங்குக் கூடியது.

கமிட்டி திங்கட்கிழமை மாலை 4 மணிக்கு செயிண்ட் ஜார்ஜ் கோட்டையில் உள்ள கமிட்டி அறையில் கூடுகிறது. அதுபோது மசோதா பற்றிய தங்கள் கருத்துகளை அதில் அக்கறையுள்ள வர்கள் தெரிவிக்கலாம்.

தடையை மீறாததேன்?
தோழர் எம்.ஆர். ராதா அறிக்கை

திருச்சி, டிச. 12 - நடிகவேள் எம்.ஆர். ராதா அவர்கள் கீழ்க்கண்ட அறிக்கையைத் திருச்சி நகரவாசிகளுக்கு விடுத்துள்ளார். அதில் அவர் குறிப்பிட்டிருப்பதாவது:-

ஏற்கெனவே நான் கொடுத்த அறிக்கைப்படி, ராமாயண நாடகத்துக்குக் கொடுத்த தடையை மீறுவதாகவே யிருந்தேன்.

"குடிகாரனான ராமன் கைதியானான்" என்ற செய்தி மக்களுக்குக் கிடைக்க வேண்டும் என்பதே என் ஆவல்.

திருச்சி நகர திராவிட கழகத்தார் சார்பில் திரு வேதாசலம் அவர்கள் தலைமையில், நேற்று மாலை பெரியார் மாளிகையில் பாராட்டும், தேநீர் விருந்தும் அளித்தார்கள். ராமன் வேடத்துடன் நான் அந்தப் பாராட்டிலும், தேநீர் விருந்திலும் கலந்து கொண்டேன்.

எதிர்பாராதவிதமாய் மேற்படி திராவிட கழகப் பாராட்டுக் கூட்டத்தில் கேட்டுக் கொண்டதற்கிணங்கவும், மத்திய திராவிட கழகச் செயலாளர் திரு சா. குருசாமி அவர்களின் 'ட்ரங்க் டெலிஃபோன்' செய்தியின்படியும், மறுக்க முடியாத அரசியல் பொறுப்புள்ள சிலர் கேட்டுக் கொண்டதற்கிணங்கவும், பெரும் சிக்கலான சூழ்நிலையில் தடையை மீறும் நோக்கத்தைத் தற்காலிகமாக நிறுத்திக் கொள்கிறேன்.

சென்னை சென்று மீண்டதும் ராமாயணம் கண்டிப்பாய் நடைபெறும் என்பதைத் திருச்சிவாசிகளுக்குத் தெரிவித்துக் கொள்கிறேன்.

அன்பன்

எம்.ஆர். ராதா

குறிப்பு:- ஷை அறிக்கையில் கண்டபடி தோழர் எம்.ஆர். ராதா அவர்கள் இன்று சென்னை வந்துள்ளார்.

திருச்சியில் ஒரே பரபரப்பு

திருச்சி, டிச.12 - இங்கு நேற்றும் இன்றும் நடிக்க இருந்த தோழர் எம்.ஆர். ராதா அவர்களின் ராமாயண நாடகத்திற்கு இவ்வூர் சில பார்ப்பனர்களின் சலசலப்புக்கு அஞ்சி விதிக்கப்பட்டிருந்த தடை யுத்தரவை தோழர் ராதா அவர்கள் மீறப் போகிறார் என்ற செய்தி நகரமெங்கும் பரவிவிட்டது. நகரில் ஒரே பரபரப்பு காணப்பட்டது. நேற்று பிற்பகலிலிருந்து திருச்சியில் எங்கும் இதே பேச்சு!

நேற்று மாலையிலிருந்தே நாடகம் நடக்கயிருந்த முனிசிபல் மண்டபத்தின்முன் ஏராளமான மக்கள் கூட ஆரம்பித்துவிட்டார்கள். மாலை நான்கு மணிக்கெல்லாம் முப்பதினாயிரத்துக்கு மேற்பட்ட மக்கள் கூடிவிட்டார்கள், என்ன நடக்கப் போகிறது என்பதைப் பார்க்க.

கொட்டகைக்குள் தடையுத்தரவை மீறி நடக்கப்போகும் நாடகத்தைப் பார்க்கவும் ஏராளமான மக்கள் டிக்கெட் வாங்கி விட்டார்கள்.

போலீசார் தக்கவிதமாகக் கூட்டத்தைப் பாதுகாத்து வந்தனர். பலத்த போலீஸ் நிறுத்தப்பட்டிருந்தது.

144 தடையுத்தரவை மீறுவதை நிறுத்திக் கொண்ட சேதியை, போலீசார் மக்களுக்கு அறிவித்தும், மக்கள் கலையவில்லை. கூட்டம் பெருகிக் கொண்டே இருந்தது.

பின்னர் போலீசார் அனுமதி பெற்று, திருச்சி மாவட்ட திராவிட கழகச் செயலாளர் தோழர் எஸ். ஃப்ரான்சிஸ் அவர்கள் தடை மீறுவதை நிறுத்திக் கொண்டதைக் குறிப்பிட்டுப் பேசிய பின், தோழர் ஈரோடு எம். சுப்பையா அவர்கள் தடை மீறுவதை நிறுத்திக் கொண்டதற்கான காரணங்களை விளக்கி, தலைவர் ஊரிலில்லாத சமயத்தில், நாம், அவர் இங்கு இருக்கும்போது இருந்ததைவிட அதிகமான கட்டுப்பாட்டுடனும், அமைதியுடனும் நடந்து கொள்ள வேண்டும் என்றும், காமராஜரின் ஆட்சியைக் கவிழ்க்கப் பார்ப்பனர் பின்னி வைத்திருக்கும் வலையில் வீழ்ந்துவிடக் கூடாது என்று எடுத்துக் காட்டி, மக்கள் எவ்விதக் கலவரமும் இன்றி அமைதியாகக் கலைந்து செல்ல வேண்டுமென்றும் கேட்டுக் கொண்டார்.

அதன் பின்னரே மக்கள் பார்ப்பனர்களின் இழிதன்மையை, ஈனத்தனத்தைக் கண்டித்தவாறே அமைதியாகக் கலைந்து சென்றார்கள்.

மீண்டும் இன்னும் ஒரு வாரத்திற்குள்ளாகவே இராமாயணம் நாடகம் திருச்சியில் நடத்துவதற்கான ஏற்பாடுகள் தீவிரமாக நடைபெற்று வருகின்றன.

தோழர் ராதா அவர்களின் அறிக்கையில் கண்டபடி, சென்னை சென்று மீண்டதும், கண்டிப்பாக ராமாயண நாடகம் நடைபெறும் என்று மக்கள் உறுதியாக நம்புகின்றனர்.

புதிய நாடக மசோதாவுக்குத் தீ மூட்டுங்கள்

நிறுத்தியது ஏன்?

திருச்சியில் நடக்கவிருந்த இராமாயண நாடகத்தை 10-15 வக்கீல் பார்ப்பனர் கூடிக் கொண்டு அதிகாரிகள் மூலம் தடுத்துவிட்டனர். இதைக் கண்ட திருச்சிப் பொதுமக்கள் கொதித்தெழுந்தனர். தோழர் ராதா அவர்களும் மனம் வெதும்பினார். சென்ற சனிக்கிழமையன்று தடையுத்தரவை மீறுவதென முடிவு செய்தார். திருச்சியில் ஒரே கொந்தளிப்பாயிருந்தது.

இந் நிலையில், திராவிட கழக மத்தியக் குழுத் தலைவர் தோழர் **டி.பி.வேதாசலம்** அவர்களும், திருச்சி நகர் திராவிட கழக நிர்வாகக் குழுவினரும், பொதுச் செயலாளரும் தோழர் ராதா அவர்கள் தடை மீறுவதைத் தள்ளிப் போடுமாறு கேட்டுக் கொண்டனர். கழகக் கட்டுப் பாட்டுக்கும், சட்ட திட்டங்களுக்கும் நடிகவேள் கட்டுப்பட்டவரல்ல யென்றாலும், கழக அனுதாபியாகவும், பெரியாரவர்களின் ஆணைப் படி நடக்கின்ற ஒரு தொண்டராகவும் இருந்துகொண்டே நாடகமேடை மூலம் தீவிர பகுத்தறிவுப் பிரசாரம் செய்து வருகின்றனர் என்றாலும், தனிப்பட்ட முறையில் நெருங்கிய நண்பர்களாயிருக்கும் கழகத் தோழர்களின் வேண்டுகோளுக்கு மதிப்புக் கொடுக்க வேண்டும் என்ற ஒரே எண்ணத்தினால்தான், தடை மீறுவதற்குத் தயாராக இராம வேடந்தாங்கி வந்தவர், திடீரென்று மாற்றிக் கொண்டு, தடையை மீறாமல் நிறுத்திவிட்டார். இந்தப் பெருந்தன்மைக்காக நடிகவேளைப் பாராட்டுவதுடன், தடை மீறுவதை எதிர்பார்த்து ஆவலுடன் கூடியிருந்த ஆயிரக்கணக்கான திருச்சிப் பொதுமக்களுக்கும் நமது நன்றியைத் தெரிவித்துக் கொள்கிறோம். இவர்களுக்குப் பெரிய ஏமாற்றம் ஏற்பட்டிருக்கலாம் என்பதை வேதனையுடன் ஒப்புக் கொள்கிறோம்.

தடையை மீறாத காரணம் இதுதான் - தலைவர் பெரியார் அவர்களோ ஊரிலில்லை. தடையை மீறுவதன் மூலம், ஆட்சியாளருக்கு எதிரிகளான சில காலிகள் கழகத் தோழர்களுடன் கலந்துகொண்டு, கட்டுப்பாட்டை மீறி, கழகத்துக்கும் காமராசர் அவர்கள் ஆட்சிக்கும் மோதுதல் ஏற்பட வேண்டுமென்ற எண்ணத்துடன், ஏதாவது "தூத்துக்குடி" வேலை செய்து, அந்தப் பழியைக் கழகத் தோழர்கள் தலைமீதும், தோழர் ராதா மீதும் சுமத்திவிட்டால், என்ன செய்வது- என்பதுதான் காரணம்.

தலைவர் ஊரில் இல்லாத சமயத்தில்தான் கழகத் தோழர்களுக்குப் பொறுப்பு அதிகம். மேலும் திராவிட கழகத்துக்கும் இன்றைய ஆட்சிக்கும் பொதுவான எதிரிகள் கழுகுபோலக் காத்துக் கொண்டிருக்கிறார்கள். ஆரியர் மட்டுமல்ல; கம்யூனிஸ்டுகளையும் சேர்த்தே கூறுகிறோம். பஸ்லுல்லா ரோடு இன்று இப் பிரச்சனையில் எவ்வளவு சுறுசுறுப்பாக வேலை செய்து கொண்டிருக்கிறது என்ற முழு இரகசியத்தையும் நான் உணர்ந்திருப்பதனால்தான் எதையும் தீர யோசித்து முடிவு செய்ய வேண்டியிருக்கிறது. ஏதாவது 'தூத்துக்குடி', 'டால்மியாபுரம்' நிகழ்ந்துவிட்டால், "சிறுபிள்ளைத் தனம்" என்ற பட்டம் நம் கழகத்திற்கும் ஏற்பட்டுவிடுமல்லவா? இதனால் நாம் கிளர்ச்சியை வெறுக்கிறோம் என்றோ "செல்வாக்கற்ற கட்சிக்குத்தான் கிளர்ச்சி தேவை" என்று கருதுகிறோம் என்றோ யாரும் நினைத்து விடக்கூடாது. கிளர்ச்சி மூலம்தான் எதிலும் வெற்றி காணமுடியும் என்பதில் நமக்கு அசைக்க முடியாத நம்பிக்கையுண்டு. கிளர்ச்சி யென்றால் கட்டுப்பாடு வேண்டும். மாற்றார் வந்து நம்முடன் கலந்து, குட்டை குழப்பாத நல்ல பாதுகாப்பு வேண்டும்.

தோழர் ராதா அவர்கள் தடையை மீறலாம்; சிறைக்குச் செல்லலாம்; வழக்காடலாம்; வெற்றியும் பெறலாம். அல்லது திருச்சியை விட்டுவிட்டு வேறொரு ஊரில் இதே நாடகத்தை நடத்தலாம்.(கரூரிலும் தடையுத்தரவு பிறப்பித்து விட்டார்கள் என்ற செய்தி நேற்று கிடைத்திருக்கிறது.) அல்லது பெரியாரவர்கள் திரும்பி வருகிற வரையில் இந் நாடகத்தை நிறுத்தி வைத்து, அதன்பிறகு அவரது ஆலோசனைப்படி எந்தெந்த ஊரில் யார்யார் மீறுவது என்பதையெல்லாம் முடிவு செய்தாலும் செய்யலாம்.

இப் பிரச்னையில் இவ்வளவு சிக்கல்கள் ஏற்பட்டிருக்கின்றன. அதனால்தான் இப்போதைக்குத் தடை மீறுவதை நிறுத்தி வைக்குமாறு கேட்டுக் கொள்ளப்பட்டது.

ஆனால் ஒன்றுமட்டும் உறுதியாகத் தெரிவித்துக் கொள்கிறோம் - **எந்தக் காரணத்தைக் கொண்டும் இராதாவின் இராமாயண நாடகத்தை நிறுத்திவிடப் போவதேயில்லை.** எந்தச் சட்டம் புதிதாக வந்தாலுஞ் சரி; எந்த நீதிமன்றம் எதிராகத் தீர்ப்பளித்தாலுஞ் சரி; திராவிட இன உணர்ச்சியை நன்றாகப் பரப்பக் கூடிய இந்த நாடகத்தை மட்டும் இனி நிறுத்தப் போவதே கிடையாது என்று அறிவித்துக் கொள்கிறோம். இதுமட்டுமல்ல; இந் நாடகத்தில் இன்னும் சேர்க்க வேண்டிய 'ருசிகரமான' (ஆபாச) பகுதிகளையும்

சேர்ப்பதற்கான முயற்சியும் நடைபெற்று வருகிறது. ஆதலால் கழகத் தோழர்களும் மற்ற பொதுமக்களான திராவிடர்களும் சிறிது பொறுத்துக் கொள்ளுமாறு வேண்டிக் கொள்கிறோம். பொறுத்துக் கொள்வதனால் இன்னும் தீவிரமாக இக் கிளர்ச்சியை நடத்த முடியும் என்பதே நம் நம்பிக்கை. புதிய மசோதா சட்டமாகுமானால் அதையும் சேர்த்து ஒழிப்பதற்கு இந்த நாடகத்தைப் பயன்படுத்திக் கொள்ளலா மல்லவா?

இதற்கிடையில், கழகத் தோழர்கள் எதற்கும் தயாராக இருக்க வேண்டுமென்று கேட்டுக் கொள்கிறோம். **தோழர் ராதா அவர்கள் தனிப்பட்ட முறையில்** தமது உரிமையை நிலைநாட்டும் பொருட்டும், ஆரியர் விஷமத்தனத்தை எடுத்துக்காட்டும் எண்ணத்துடனும், அடையாள எதிர்ப்பாக, திருச்சியில் தாம் கொடுத்துள்ள உறுதி மொழிப்படி, இத் தடையை மீறுவாரேயானால், அதன் பிறகு கழகத் தோழர்கள், தலைவர் வேதாசலம் அவர்களின் அறிக்கைப்படி நடந்து கொள்ள வேண்டுமென்று கேட்டுக் கொள்கிறோம். போலீசார் தடியடிப் பிரயோகம் செய்வதற்கே அவசியமில்லாதபடி அவ்வளவு ஒழுங்காகவும் அமைதியாகவும் நடந்துகொள்ள வேண்டியது மிகமிக முக்கியம். இன்றைய ஆட்சியை ஆரியர்கள் அனைவரும் கட்டுப்பா டாக எதிர்க்கிறார்கள் என்பதைக் கழகத் தோழர்களும் மற்ற திராவிடர்களும் உறக்கத்திலுங்கூட மறத்தல் கூடாது.

விடுதலை

சென்னை - 13-12-54 - திங்கள்

(தலையங்கம்)

திராவிட கழகத் தோழர்கட்கு
திரு தி.பொ. வேதாசலம் அறிக்கை

திருச்சி, டிச.12 - மந்திரி திரு சுப்ரமணியம் அவர்கள் அவசரம் அவசரமாகக் கொண்டுவரும் நாடகத் தடை மசோதாவை எதிர்த்து, கழக அமைப்புகள் 19-12-54 ஞாயிறு அன்று நாடு தோறும், எல்லா ஊர்களிலும் பொதுக்கூட்டம் கூட்டியும் ஊர்வலம் நடத்தியும் தங்கள் எதிர்ப்பைத் தீர்மானம் மூலமாக அரசாங்கத்திற்கும் பத்திரிகைகட்கும் அனுப்புமாறு கேட்டுக் கொள்கிறேன்.

தி.பொ. வேதாசலம்

குறிப்பு:- போலீசார் உத்தரவை கூட்டம் நடத்துவதில் மீற வேண்டாம்; எல்லாம் அமைதியாகவும், கட்டுப்பாடுடனும் நடந்து கொள்ள வேண்டும்.

இமாலய எதிர்ப்பு!

நமக்கு நினைவுள்ள வரையில், இதுவரையில் சென்னை சட்ட சபையில் நிறைவேற்றப்பட்ட எந்த மசோதாவுக்கும், நாடகத் தடை மசோதாவுக்கு ஏற்பட்டுள்ள அளவு எதிர்ப்பு இருந்ததேயில்லை. உணவு - உடை - இருக்கை - கல்வி - வேலையின்மை - போன்ற எத்தனையோ அவசரப் பிரச்னைகள் இருக்கும்போது, வைதீக நாடகங்களை மட்டும் காப்பாற்றுவதற்காக ஒரு சட்டம் இயற்றுவதற்கு நீதி இலாக்கா அமைச்சர் துடியாய்த் துடிப்பது வருந்துதற்குரியதே.

இந்த மசோதா ஆரியத் தூண்டுதலினாலும், மேலிடத்தாரின் பிடிவாதத்தினாலும்தான் வருகிறது. இம் மசோதாவுக்கு இப்போது அவசரமில்லை; இதைவிட அவசரமான நெருக்கடியான பிரச்னைகள் பல இருக்கின்றன. ஒரு சிறு காரியத்துக்காக, அதுவும் 100 க்கு 3 பேரான ஒரு சிறு கூட்டத்தைத் திருப்திப்படுத்துவதற்காக, 100 க்கு 97 பேரான மக்களை விரோதித்துக் கொண்டு, ஒரு பெரிய கொந்தளிப்பை உண்டாக்குவதற்கு நாங்கள் தயாராயில்லை. இம்மாதிரி ஒரு சட்டம் இயற்றினால், அச் சட்டம் குப்பைத் தொட்டியில்தான் கிடக்க நேரிடும்; அல்லது அதன்படி நடவடிக்கை எடுத்தால் "நாட்டில் அநாவசியமான கொந்தளிப்பும் கிளர்ச்சியும் ஏற்படும்" என்று சென்னை அரசாங்கத்தார் டில்லிக்குக் கூறலாம். ஆனால் நீதி இலாகா அமைச்சரே அக்கிரகாரத்தின் கைப்பாவையாக ஆடிக்கொண்டிருக்கும் போது, மற்ற அமைச்சர்கள் என்ன செய்வார்கள், பாவம்! இதற்காக மந்திரிசபையில் பிளவு ஏற்படுவதென்பதோ, ஒரு மந்திரியை மட்டும் வீட்டுக்கு அனுப்பி விடுவது என்பதோ அவ்வளவு சுளுவில் நடக்கக்கூடியதும், விரும்பக்கூடியதுமாகுமா? இதுதான் இன்றைய சர்க்கார் நிலைமை, பரிதாபம்!

அடுத்த சட்டசபைக் கூட்டம் வரைக்குமாவது இம் மசோதாவைத் தள்ளிப் போட்டுவிட்டால், அதன்பிறகு நிலைமைக்கேற்றபடி செய்து கொள்ளலாம். அதைவிட்டு, இதே கூட்டத்தில், அதாவது 20 ந் தேதிக் குள்ளாக, இம் மசோதாவை மளமளவென்று நிறைவேற்ற வேண்டு மென்பது, குட்டிக் கலகத்துக்கு வித்திடுவது என்றுதான் கருதுகிறோம்.

சர்க்கார் கட்சிக்குச் சட்டசபையில் நல்ல மெஜாரிட்டியிருக்கிறது. ஆனால் எதிர்க்கட்சி உறுப்பினர்களான எம்.எல்.ஏ.க்கள், இம் மசோதா

ஓட்டுக்கு விடப்படும்போது, கட்டுப்பாடாக எழுந்து வெளியேற வேண்டும். இதன்மூலம் தங்கள் எதிர்ப்பையும் வெறுப்பையும் காட்டிக் கொள்வதுடன் புரட்சிக் கருத்துக் கொண்ட பொதுமக்களின் ஆதரவையும் பெறலாம். காங்கிரஸ் எம்.எல்.ஏ.க்களில்கூட பலர் வெளியேறலாம்; அல்லது மசோதா விவாதத்தின்போது சட்டசபைக்குச் செல்லாமலிருந்து விடலாம். இம் மசோதாவுக்காக வோட்டளித் தவர்கள் சகஜானந்தாசாமி போன்ற 30-40 பேர்தான், மற்றவர்கள் சட்டசபையிலேயே இல்லை - என்ற நிலைமையாவது ஏற்பட்டால் நல்லது.

எப்படியோ நடக்கட்டும். சட்டசபையை மட்டுமே நாம் நம்பியிருக்கவில்லை. இம் மசோதா நிறைவேறுமானால் இதைச் செல்லாக் காசாக ஆக்குவதற்குப் பல்லாயிரக்கணக்கான திராவிட இளைஞர்கள் காத்துக் கொண்டிருக்கின்றனர் என்பது நமக்குத் தெரியும்.

இதன் விளைவாக, கலவரம் ஏற்பட்ட ஆட்சிக்குக் கெட்ட பெயர் வரட்டும் என்ற அக்கிரகாரத்து ஆசை மட்டும் நிறைவேறப் போவதில்லை. ஏனெனில், தமிழ்நாட்டில் இனி எந்தப் பொதுஜனக் கிளர்ச்சி ஏற்பட்டாலும் திராவிடனும் திராவிடனும் மோதிக் கொள்ளப் போவதில்லை என்பதில் நமக்கு அசைக்க முடியாத நம்பிக்கையுண்டு.

இம் மசோதா சட்டமாகுமானால், ஆரியத் துவேஷ உணர்ச்சியை வளர்க்கக்கூடிய நாடகங்கள் தவிர மற்றெந்த நாடகத்துக்கும் தமிழ்நாட்டில் செல்வாக்கிருக்காது என்பது நிச்சயம்.

இந்நிலையில் தோழர் அவர்களும் திருச்சியில் **சனிக்கிழமையன்று** தடையை மீறப் போவதாக அறிவித்துள்ளார். பெரியார் அவர்கள் திரும்பும் வரையில் மற்றெல்லோரையும் ஒதுங்கி நிற்குமாறு கேட்டுக் கொள்கிறார்.

தனிப்பட்ட முறையில் தமக்கு மட்டும் திருச்சியில் விதிக்கப் பட்டிருக்கிற தடையுத்தரவை மீறப் போவதாகச் சொல்லிவிட்டார். சிறைபிடிக்கப்பட்டால், வெளியில் வந்து வழக்குத் தொடர்ந்தாலும் தொடர்வார்.

ஆதலால் கழகத் தோழர்களும் பொதுமக்களும் அமைதியாக இருப்பதுடன், போலீசார் உத்தரவுக்குக் கட்டுப்பட்டு நடந்து கொள்ள வேண்டுமென்றும் கேட்டுக் கொள்கிறோம்.

19-ம் தேதியன்று நாடக மசோதாவை எதிர்த்து ஊர் தவறாமல், கண்டன ஊர்வலங்களும் பொதுக் கூட்டங்களும் நடத்துமாறு வேண்டுகிறோம். இதுவரையில் முதலமைச்சருக்கு அனுப்பப்பட்டுள்ள கண்டனத் தந்திகளும், கடிதங்களும் எத்தனை லட்சம் மக்களின் சார்பில் அனுப்பப்பட்டிருக்கின்றன என்பதை 19 ந் தேதி ஞாயிறுக்கிழமையன்று மெய்ப்பித்துக் காட்ட வேண்டும். தடையுத்தரவு உள்ள ஊர்களில் யாரும் தடையை மீற வேண்டாம். இது மிகமிக அவசியம்.

விடுதலை
சென்னை - 16-12-54 - வியாழன்
(தலையங்கம்)

புதிய நாடக மசோதாவுக்குத் தீ மூட்டுங்கள்

நாடக மசோதா கண்டன ஊர்வலமும் பொதுக்கூட்டமும்

19-ந் தேதி ஞாயிறு மாலை 4 மணிக்கு, தியாகராய நகர் பஸ் நிலையத்திலிருந்து மாபெரும் ஊர்வலம் புறப்படும். ஆயிரம் விளக்கு வழியாகச் சென்று சிந்தாதிரிப்பேட்டை நேப்பியர் பார்க்கில் மாபெரும் பொதுக்கூட்டம் நடைபெறும், புதிய நாடக மசோதாவை எதிர்க்கும் எல்லாப் பொதுமக்களும் ஊர்வலத்திலும் பொதுக் கூட்டத்திலும் கலந்து கொள்ள வேண்டுகிறேன்.

எஸ்.குருசாமி

18-ந் தேதியன்று திருச்சியில் மீண்டும் இராமாயண நாடகம்

எம்.ஆர். ராதா அறிவிப்பு

மதுரையில், திருச்சியில், கரூரில் 144 தடையுத்தரவு! நான் செல்லு மிடங்களிலெல்லாம் என் இராமாயண நாடகத்துக்குத் தடையா?

சர்க்காரே அனுமதித்திருக்கின்ற இந் நாடகத்துக்கு எதற்காகத் தடை?

மதவெறி கொண்ட திரு ஆச்சாரியாரின் சீடரான திரு சுப்ரமணியம் அவர்கள் சட்ட மந்திரியாக உள்ள வரையில் இம் மாதிரித் தடைகள் நீடித்துக் கொண்டுதானிருக்கும்.

ஒருசில பார்ப்பனக் காலிகளும் அவர்களது கூலிகளும் சேர்ந்து கொண்டு ஆங்காங்குள்ள அதிகாரிகளை மிரட்டி என் நாடகத்தைத் தடுப்பதென்றால், இதைப் பார்க்க விரும்புகின்ற பல்லாயிரக்கணக்கான மக்கள் கதியென்ன? அவர்கள் சார்பிலாவது நான் இந்தத் தடை யுத்தரவுக்குப் பதில்கூற வேண்டாமா?

நான் நடத்துவதுதான் ஒரிஜினல் (அசல்) இராமாயணம்; ஆரிய மொழிபெயர்ப்பாளர்களின் நூல்களிலிருந்து நாடகமாக்கப்பட்டது வால்மீகி இராமாயணம். இதை மறுக்க யாராலும் முடியாது.

பார்ப்பனரோ, மனம் புண்படுமென்று கருதுகின்ற மற்றவரோ என் நாடகத்துக்கு வர வேண்டியதில்லை. அவ்விதம் அறிக்கை வெளியிட்டுத்தான் நான் நாடகம் நடத்தி வருகிறேன். ஆதலால் என் நாடகத்தைத் தடுப்பது நீதியல்ல, முறையல்ல.

என் நாடகத்திற்குப் போட்டிருக்கின்ற தடை, முதலமைச்சர் திரு காமராசர் அவர்களின் ஆட்சியைக் கவிழ்ப்பதற்கும், ஆரியர் இந்த ஆட்சியைக் கைப்பற்றுவதற்கும் செய்கின்ற சதியென்பதுதான் என் கருத்து. இதை மெய்ப்பித்துக் காட்டுவதற்காகவே இத் தடையுத்தரவை மீறுவதற்கு முடிவு செய்துவிட்டேன். ஆட்சியின் உத்தரவை மீறுவதாகப் பொருளல்ல. என் உரிமையை நிலைநாட்டவே மீறப் போகிறேன்.

தலைவர் பெரியார் அவர்கள் ஊரிலில்லையே என்று யோசித்தேன். இருந்தாலும், அவர்கள் திரும்பும் வரையில் ஆரியர்களின் விஷமத்

தனத்தைப் பொறுக்க என் மனம் இடம்தரவில்லை. மூன்று நாட்களாக இரவு பகலாகச் சிந்தித்துப் பார்த்து - பல தோழர்களைக் கலந்து, பிறகே இந்த முடிவுக்கு வந்திருக்கிறேன்.

அதாவது, சனிக்கிழமை 18ந் தேதியன்று மாலை திருச்சி முனிசிபல் தியேட்டர் முன்பு இராமனாகத் தோன்றி, தடை யுத்தரவை மீறுவதாக முடிவு செய்துவிட்டேன். இதில் என்னைத் தவிர வேறுயாரும் சம்பந்தப்படக் கூடாது என்று பணிவுடன் வற்புறுத்திக் கேட்டுக் கொள்கிறேன்.

கட்டுப்பாட்டையும் கண்ணியத்தையும் கடைப்பிடித்து, மற்றெல்லோரும் ஒதுங்கி நிற்க வேண்டுகிறேன். பெரியார் அவர்கள் ஊரில் இல்லாதபடியால், திராவிட கழகத் தோழர்கள் எவரும் இதில் கலந்து கொள்ள வேண்டாம் என்று கேட்டுக் கொள்கிறேன். மத்திய நிர்வாகக் கமிட்டித் தலைவர் திரு டி.பி. வேதாசலம் அவர்களின் அறிக்கைப்படி கண்டன ஊர்வலம், பொதுக்கூட்டம் ஆகிய கிளர்ச்சி களில் மட்டுமே ஈடுபட்டால்போதும் என்று பணிவுடன் கேட்டுக் கொள்கிறேன்.

நான் சிறையிலிடப்படுவேனானால் எப்போது வெளிவருவேனோ தெரியாது. பெரியார் அவர்கள் திரும்பி வரும்வரையில் சிறைவாசம் ஏற்பட்டால் அவர்கள் வந்து மற்றக் காரியங்களைப் பார்த்துக் கொள்வார்கள். அதுவரையில் கழகத் தோழர்கள் கட்டுப்பாடுடனும், பலாத்காரமில்லாமலும் நடந்து கொள்ளுமாறு கேட்டுக் கொள்கிறேன்.

அடையாள எதிர்ப்பாகவே இக் காரியத்தில் ஈடுபடுகிறேன்; ஆட்சியாளருக்குத் தொல்லை கொடுப்பதற்காக அல்லவே அல்ல என்பதை மீண்டும் தெரிவித்துக் கொண்டு, உங்களிடமிருந்து விடை பெற்றுக் கொள்கிறேன்.

மந்திரி சுப்ரமணியத்துக்கு டி.பி. வேதாசலம் அனுப்பிய பகிரங்கக் கடிதம்

உண்மை அறிந்து நிதானமாக நடக்குமாறு கோரிக்கை

திருச்சி, டிச.16 :- நாடகத் தடை மசோதா பற்றி சென்னை ராஜ்ய மந்திரி திரு சுப்ரமணியம் அவர்களுக்குத் திராவிடக் கழக மத்திய நிர்வாகக் கமிட்டி தலைவர் டி.பி. வேதாசலம் அவர்கள் அனுப்பி வைத்துள்ள பகிரங்கக் கடிதம்:-

அய்யா!

திராவிடக் கழகப் பிரதிநிதி என்ற முறையில் நான் இந்தப் பகிரங்கக் கடிதத்தைத் தங்களுக்கு அனுப்பி வைக்கிறேன்.

சென்னை ராஜ்யத்தில் நாடகங்கள் நடத்துவதைத் தடுக்கவும் - கட்டுப்படுத்தவுமான மசோதாவைச் சட்டசபையில் நிறைவேற்றி வைப்பதில் தாங்கள் அதிகச் சுறுசுறுப்புக் காட்டி வருகிறீர்கள். தங்களுடைய இந்த நடவடிக்கைக்குத் தாங்கள் சுட்டிக் காட்டும் முக்கியக் காரணம், கடவுள்கள் அவமானப்படுத்தப்படுகின்றன - மத உணர்ச்சிகள் கிளரப்படுகின்றன - சாதிகள் இழிவுபடுத்தப்படுகின்றன. இவைகள் எல்லாம் நாஸ்திகர் என்று நீர் குறிப்பிடுபவர்களால் செய்யப்படுகின்றன என்பனவாகின்றன.

திரு எம்.ஆர். ராதாவும் அவர் குழுவினரும் நடத்தும் 'ராமாயண'த்தை விரைவில் தடை செய்யத்தான் இந்த நடவடிக்கைகள் எடுத்துக் கொள்ளப்படுகின்றன என்று தாங்கள் மனம்விட்டு ஒப்புக் கொள்வீ ரென்று நான் உறுதியாக நம்புகிறேன். மற்றும் இந்த நடவடிக்கையை விரைவில் முடித்து வைப்பதால் பெருங்குரல் கிளப்புபவர்களும், தங்களுடைய நண்பர்களும், தங்களைப் பாராட்டுகிறவர்களுமான பார்ப்பனர்களான ஒரு பகுதியினரைத் தாங்கள் திருப்திப்படுத்த முடியும் என்று உறுதியாகக் கருதியிருக்கிறீர்.

மதமும் சாதியும்

மதமும் சாதியும் இன்னும் இருக்கத்தான் செய்கின்றன. சமுதாயத்தில் இவற்றின் செல்வாக்கு எந்த அளவிலும் குறையக் கிடையாது.

முக்கியமாக அய்ரோப்பாவில் - எல்லா உலக நாடுகளிலும் மத நிறுவனங்கள் அரசாங்கத்திலிருந்து ஒதுங்கித் தனித்து நிற்கின்றன. அரசாங்கத்தை மதம் ஆட்டுவிக்க விடப்படுவதில்லை. ஆனால் இங்கே - இந்த சென்னை ராஜ்யத்திலே எல்லாம் மதமாகவும், அந்த மதத்தால் தோற்றுவிக்கப்பட்ட சக்தியாகவுமுள்ளது.

உயந்த சாதியார் எனப்படும் அந்தப் பார்ப்பனர்கள் தங்களை ஆரியர் என்று 'பிராமணிக்க'மாகக் கூறிக் கொள்கின்றனர். 'சூத்திரர்கள்' எனப்படுபவர்களும், ஆதிதிராவிடர்களும் ஆரியரல்லாதவர்கள். திராவிடர்களும் இப்படியே. (ஷத்திரியர்கள் என்பவர்கள் இப்போது இல்லை - வைசியர் என்பவர்கள் எண்ணிக்கையும் அவ்வளவில்லை.)

ஹிந்து சட்டம், சாஸ்திரங்களை அடிப்படையாகக் கொண்டிருக்கிறது. இந்த சாஸ்திரங்களை அளித்தவர்கள் மனு, பிரகஸ்பதி, வஷிஷ்டர், நாரதர், அபஸ்தல்பா முதலியவர்கள். இவர்களில் ஒருவர்கூட திராவிடரில்லை. இந்த நூல்கள் எல்லாம் சமஸ்கிருத மொழியிலுள்ளன. மற்றும் இவைகள் சாதிகளுக்குச் சாதி வேறுபடுகின்றன.

ஒரு சூத்திர சன்யாசி எவ்வளவு மகானாக இருந்தாலும், அவரை இன்றுங்கூட சட்டம் அங்கீகரிப்பதில்லை. சமுதாய அமைப்பு முழுவதும் பார்ப்பனீயக் கருத்துக்களை அடிப்படையாகக் கொண்டிருக்கின்றது. ஒரு சூத்திரர் எனப்படுபவர் எவ்வளவு அறிவாளியாகவும், பக்திமானாகவும், மேதையாகவுமிருந்தாலும்கூட, அவரை சாஸ்திரமும் மதமும் இழிவுபடுத்துகின்றன.

கோயில்களும் சமஸ்கிருதமும்

சமஸ்கிருத மொழிக்கு எல்லாக் கோயில்களிலும் மதிப்பான இடம் தரப்பட்டுள்ளது. தமிழர்கள் கட்டியதும், மான்யங்கள் கொடுத்து வைத்திருப்பதும் தமிழ்க் கடவுள்கள் உள்ளதுமான அந்தக் கோயிலில் தமிழ்மொழிக்கு இடமில்லை. தேவாரம், திருவாசகங்கள் மீது பார்ப்பனர்களுக்கு ஒரு வெறுப்புள்ளது.

இந்தத் திருமொழிகளில் ஓரடியையாவது பாடும் பார்ப்பனர் ஒருவரைக்கூட காணமுடியாது. தேவஸ்தானங்கள் நடத்தும் வேத பாடசாலைகளில் சங்கரபாஷியம் கற்றுக் கொடுக்கப்படுகிறது. பார்ப்பன புரோகிதர்களும் சங்கராச்சாரியைப் பூசிக்கின்றனர். சைவ சித்தாந்தத்தை அங்கீகரிப்பதில்லை. அவற்றிலுள்ள விதிமுறைகளையும்

இந்தப் பார்ப்பனர்கள் அறியமாட்டார்கள். இந்தக் கோயில்கள் நிர்வாகத்திலும், சடங்குகளிலும் சைவ சித்தாந்த மகா சமாஜத்துக்கு அதிகாரமேயில்லை. இந்த சமாஜம் நிறைவேற்றும் தீர்மானங்கள் அடியோடு தூக்கி எறியப்பட்டு விடுகின்றன.

கடந்த கால் நூற்றாண்டாக, பார்ப்பனரும் அவர்களுடைய குருவான சங்கராச்சாரியும் சைவக் கோயிலில் ஆதிக்கம் பெற்று வருகின்றனர்.

சைவனையும் அவனுடைய சைவ சித்தாந்தத்தையும் சைவக் கோயில்களிலிருந்து வெற்றிகரமாக விரட்டி விட்டனர்.

ஆரிய வேதக் கடவுளான ஈஸ்வரன் தென்னாட்டுச் சிவனாக ஆக்கப்பட்டுவிட்டான். பெருமதிப் புலவரான காலஞ்சென்ற கே. சுப்ரமணிய பிள்ளை எம்.ஏ.பி.எல்., தமிழ் நான்மறை, ஆரிய வேதங்களுக்கு முற்றும் மாறானதென்று தெளிவித்துக் காட்டி உறுதிப்படுத்திய மேதை. ஆன்மீக விஷயங்களைவிட பணத்தையே பெரிதாகக் கருதும் சுயநல சுகபோக விரும்பிகளான மடாதிபதிகளால் ஒதுக்கித் தள்ளப்பட்டார்.

மடாதிபதியின் சிறு பதிப்பான காரைக்குடியடிகள் அரசியல் வட்டாரங்களிலேயே அதிகமாகக் காலம் கழித்து வருகிறார் - இவர் பார்ப்பனர்களின் தந்திரங்களுக்கு அடிமையாகிவிட்டார். இவர் பார்ப்பன முறை மதத்தைப் பற்றிப் பேசிக்கொண்டு ஊரெங்கும் சென்றாலும், கடவுளைப் பற்றி எண்ண இவர் தினம் ஒரு அய்ந்து நிமிடமாவது செலவழிக்கிறாரா என்று நான் அஞ்சுகிறேன். நான் மேலே சொன்னபடி, இவர் மடாதிபதி என்பதைவிட அரசியல் வாதியேயாகும். பிராமண சபைக்கும், அருள்நெறி சபைக்கும், மடாதிபதிகளுக்கும், காங்கிரஸ் நிறுவனங்களுக்குமிடையே இவர் ஒரு தொடர்பு சாதனமாகிவிட்டார்.

தமிழிசை

தமிழிசை பல மைல் ஆழத்தில் புதைக்கப்பட்டு விட்டது. காலஞ்சென்ற ராஜா அண்ணாமலையும், சர் ஆர். கே. சண்முகமும் தோற்றுவித்து வளர்த்த அந்தத் தமிழிசை இயக்கம் அண்ணாமலை மன்றத்தின் அடியிலே ஆழப் புதைக்கப்பட்டு விட்டது. அது மறுபடியும் தன் தலையைத் தூக்க முடியாதபடி மாபெரும் சமாதிக் கல் அதன்மீது சுமத்தப்பட்டு விட்டது.

தத்துவம்

கடந்த ஆயிரம் ஆண்டுகளுக்கு மேலாகத் தத்துவ இயல் தேங்கிக் கிடக்கிறது. அய்ரோப்பாவிலோ மாபெரும் தத்துவ மேதைகள் தோற்றமாகியுள்ளனர். கடந்த 300 ஆண்டுகளாக மக்களின் கருத்தியலை நன்முறையில் சீர்திருத்தி அமைத்துள்ளனர்.

தாயுமானவர் இராமலிங்க அடிகள் புதிய தத்துவக் கருத்துக் களைத் தோற்றுவித்தனர். மக்கள், தோழமை, அன்பு - கோட்பாடு களை, நல்லொழுக்க நெறியைத் தந்துதவினர். இவற்றை மதத்தின் அடிப்படையாக்கினர். பார்ப்பனீயத்தை - பார்ப்பனீய மதத்தின்பால் தங்கள் வெறுப்பை வெளியிட்டனர். ஆனால் இவர்களைப் பார்ப்பனர் களும், அவர்களை அடிமைப் போக்கில் பின்பற்றும் நம் சைவத் தோழர்களும் இவர்களை - இந்த நன்னெறிகளை இருட்டடிப்புச் செய்துவைத்து வந்துள்ளனர். பார்ப்பனப் பத்திரிகைகளும் - பார்ப்பனச் சங்கங்களும் பாரதியையும், தியாகய்யரையும் பிரமாதமாக விளம்பரப் படுத்தி வந்திருக்கின்றன. இதன் காரணம் [எழுத்துகள் நொறுங்கிப் போயுள்ளன]ளிச்சமாகப் புலப்படுவதாகும்.

தமிழர்கள், முக்கியமாகச் சைவர்கள், திருமூலர், திருவள்ளுவர், தாயுமானவர், இராமலிங்கர் நூல்களைப் படிக்கின்றனர் - பின்பற்று கின்றனர். 13 நூற்றாண்டுகளாக பார்ப்பன வாழ்க்கை முறையையும், மதத்தையும், சமுதாய வரையறையையும் நாம் கைக்கொண்டு நடந்து வந்திருக்கிறோம். ஆனால் பலன் என்ன? இன்று தமிழர்கள் தம் சொந்தத் தாயகத்திலேயே கேவலப்படுத்தப்பட்டு, தாழ்மைப்படுத்தப் பட்டு வைக்கப்பட்டுள்ளனர்.

தன்னை - தன் மொழியை - சமுதாயத்தில் தன் நிலவரத்தை, தன் இசையை, கலைகளை, மனித மதிப்புக் கருத்துக்களை, கடவுள் பற்றிய கோட்பாடுகளை, நன்னெறி அறத்துறையை, தனக்குச் சொந்தமான எல்லாக் கலைச் செல்வங்களையும் பார்ப்பனர்களாலும், புரிந்து கொள்ளாத வடநாட்டார்களாலும் ஒழிக்கப் படுவதினின்றும் பாதுகாக்கப் போராட வேண்டியிருக்கிறது. தமிழனுக்கு இவைகள் எல்லாம் ஏன் ஏற்பட்டன? தமிழர்கள் அந்தப் பூசைகளை அனுமதித்த தாலும், தங்களை அவமானப்படுத்தி எழுதப்பட்ட நூல்களைப் படித்ததாலுமே இது ஏற்பட்டது!

இராமாயணம் இவ்விதமான நூலில் ஒன்றல்லவா?

மறைமலையடிகள், வெள்ளக்கால் சுப்ரமணிய முதலியார், பேராசிரியர் சுந்தரம் பிள்ளை, பேராசிரியர் பூரணலிங்கம் பிள்ளை

எம்.ஏ.பி.எல்., டி. பொன்னம்பலம் பிள்ளை மற்றும் ஏராளமான தமிழ்ப் பேரறிஞர்கள் இந்த ராமாயணத்தைப் பற்றியும், அதில் வரும் கதாபாத்திரங்களைப் பற்றியும் இதே கருத்துக்களை வெளியிட்டிருக்க வில்லையா? திரு எம்.ஆர். ராதா தமது நாடகத்தில், அந்த மேதைகள் சொல்லியிருக்கும் கருத்துக்களுக்கு மாறான கருத்துக்களையா கூறுகிறார்? ராமனின் குணபாவங்கள் பழிப்பிற்கு அப்பாற்பட்டதல்ல. கடவுள் அல்லது அவதாரம் என்று கூறத் தகுந்த அளவை இராமன் அடையக் கிடையாது. சாதாரண மக்களைவிட மிகமிக மட்டமானவனே ராமாயண ராமன்.

சரித்திரத்திலே

மத்திய காலத்திலே அய்ரோப்பாவிலே மக்கள் முன்னேற்றத் துறையிலே பெரு மாறுதல் கட்டத்தை அடைந்தபோது, மதம் புனிதம் - புண்ணியம் என்பனவெல்லாம் மதிப்புக் குறைந்துபோய், இந்த உலக வாழ்க்கைக்கான விஷயங்கள் முக்கியம் பெற்றது, சரித்திர வரலாற்றிலே காணக் கிடைக்கிறது. மதத் தலைவரான போப், மதக் குருக்கள், கோயில் ஆகியவற்றின் அதிகாரங்கள் விரட்டப்பட்டன. டண்டி தமது, ‘இன்பொனோ’ என்ற நூலையும், பொக்காஸிகோ ‘டெக்கமாரன்’ என்ற நூலையும் எழுதினார்கள்.

மதத் துறையிலும் மாபெரும் புரட்சி ஏற்பட்டது. பிராடஸ்ட்டெண்ட் நெறி தலைதூக்கிற்று. கலைத் துறையில் மதச் சார்பற்ற விஷயங்கள் முக்கியம் பெற்றன.

இதேபோல் தமிழர்கள் தமது கடவுள்கள் பற்றிய, மதத்தைப் பற்றிய, சமுதாயத்தைப் பற்றிய கருத்துக்களைப் புதுப்பித்து அமைத்துக் கொள்ளவும், வாழ்க்கையைச் செழுமையாக்கிக் கொள்ளவும் உரிய காலம் இப்போது வந்திருக்கவில்லையா?

சுயநல நோக்கத்தால், சுயநலக்காரர்களால் அமைக்கப்பட்ட, காலத்திற்கேலாத சமுதாய அமைப்பை ஒதுக்கித் தள்ள இப்போது காலம் வாய்த்திருக்கவில்லையா?

எனவே அய்யா, இந்த விஷயங்களையெல்லாம் கவனிக்கு மாறும், கருப்புச் சட்டைக்காரர்களிடமிருந்து வந்த கருத்துக்கள் என்பதற்காக இவற்றை ஒதுக்கிவிட வேண்டாம் என்றும் கேட்டுக் கொள்கிறேன்.

கருப்புச் சட்டைக்காரர்கள்தான் - ஆனால் அவர்களுடைய இருதயங்கள் கருப்பல்ல. கடவுளைப் பற்றி - வணக்கமுறை பற்றி

அவர்களுக்குத் தங்கள் சொந்தக் கருத்துக்களுள்ளன. மற்றவர்களைப் போன்ற அவர்களுக்கும் மனிதர் வாழ்க்கை விஷயங்களில் அதிக நம்பிக்கையுண்டு. இப்போது கொண்டுவரப்பட்டுள்ள அவசரச் சட்ட நடவடிக்கைகளைக் கைவிடுவீரென்று நான் நம்புகிறேன். இத்தகைய நடவடிக்கை களுக்கு இப்போது அவசியமேயில்லை. கடவுளின் சிறப்புகளும், மனிதர் நலனுக்கும் சிறப்பளிப்பனவற்றை - நிரந்தரமான பயனளிப்பனவற்றைச் செய்யுமாறு கேட்டுக் கொள்கிறேன்.

விடுதலை

ஜெய ஞ மார்கழி மீ 2 உ -17-12-54 - வெள்ளி

மதுரை நாடகக் கலவர விசாரணை - திராவிட கழகத்தினர் சாட்சியம்

மதுரை, டிச.15 - மதுரையில் 2-12-54 ல் இவ்வூர் மேலமாசி வீதி பழனி டாக்கீசில் எம்.ஆர். ராதாவால் நடத்தப்பட்ட அசல் (வால்மீகி) ராமாயண நாடகத்தின்போது நடைபெற்ற காலித்தனம், கலவரத்தைப் பற்றி மதுரை நகர் திராவிட கழகத்தார் சென்னை ரெவின்யூ போர்ட் மெம்பர் திரு சத்தியநாதன் அவர்கள் முன்பு கொடுத்த மகஜர்:-

1. அன்று நடைபெற்ற கலவரம், வேண்டுமென்றே காமராஜர் மந்திரிசபைக்குக் கெட்ட பெயர் உண்டு பண்ணி, அதைக் காரணமாகக் கொண்டு மந்திரிசபையை மாற்றியமைக்க வேண்டுமென்று கட்டுப்பாடாக நடைபெற்றது என்பதைத் தெரிவிக்கின்றோம்.

2. ஆஸ்திக சங்கமென்றும், ஆர்.எஸ்.எஸ். சங்கமென்றும், இந்து மகாசபையென்றும், நாத்தீக ஒழிப்பு என்றும், பல பெயர்களையும் ஒரே இனத்தவரான பார்ப்பனர்கள் - ஆரியர்கள் - வைத்துக் கொண்டு, அதற்குத் திருச்சி மகாலிங்கய்யர் என்ற பார்ப்பனரை இரண்டு தினங்களுக்கு முன்பு இங்கே அனுப்பி, ஒரு பொதுக்கூட்டம் நடத்தி, பொதுமக்களின் தலைவர்களைத் தாறுமாறாகப் பேசி, பாமர மக்களைத் தூண்டிவிட்டுச் சென்றிருக்கிறார்கள்.

3. மேற்படிக் கலவரத்திற்கு இந் நகர் அய்யாவு என்ற கிருஷ்ண குமார் என்பவரையும், விபூதி வீரமுத்து என்பவரையும் கையாள்களாக வைத்துக் கொண்டு, கம்பு, கத்தி, தீவட்டி முதலியவைகள் சகிதம் வந்து, போலீஸ் பாதுகாப்பை மீறி நாடகக் கொட்டகைக்குள் நுழைந்து கலவரம் செய்தார்கள்.

4. இந்தச் சம்பவத்திற்கு அனுசரணையாகவும், சூழ்ச்சியாகவும், டவுண் பூராவும் எலக்ட்ரிக் லைட்கள் 8 மணிக்குமேல் அணைக்கப்பட்டிருக்கின்றது.

5. இரவு சுமார் 8.30 மணிக்கு மேல், கீழமாசி வீதியிலிருக்கும் திராவிடக் கழகத் தோழர் மாணிக்கம் அவர்கள் வெற்றிலைப் பாக்குக் கடையும், பக்கத்திலிருந்த பிஸ்கட் கடையும்,

இன்னும் பல கடைகளையும் மேற்படிக் காலிகள், கையில் கம்பு, கத்தி, அரிவாள்களுடன் வந்து, 'காமராசர் மந்திரி சபை ஒழிக! வெட்டு! குத்து! அடி!' என்று பயங்கரக் கூச்சலிட்டு, மாணிக்கத்தையும் அரிவாளால் வெட்டிவிட்டு, கடைகளை அடித்து நொறுக்கி, சாமான்களையும் கொள்ளையடித்து விட்டு, நேரே அம்மன் சன்னதியில் மேற்கு நோக்கி ஓடி விட்டார்கள்.

6. இந்த மூன்று கோஷ்டிகளும் சேர்ந்துகொண்டு பொது மக்களுக்குத் தொல்லை கொடுத்தும், போலீஸ்காரர்களை, நாடகக் கொட்டகை முன்பு நின்றுகொண்டு கல்லால் அடித்தும், தீவட்டியைக் கொண்டும், கம்பு, தடிகளைக் கொண்டும் தொல்லை கொடுத்தோடு, போலீஸ்காரர்களைச் சிலர் கல்லால் அடிக்கும்போது, சிலர் காலை வாரிவிட்டுப் பெருத்த கலவரமும் காலித்தனமும் செய்தார்கள். இதில் முக்கியப் பங்கு கொண்டவர், இந் நகர் வைத்தியநாத அய்யர் குமாரர் சங்கரன்தான் முழுப் பொறுப்புடன் காரியத்தை நடத்திக் கொண்டிருந்திருக்கிறார். அதன்பிறகுதான் போலீசார் கலைந்து போகும்படி எச்சரித்தும் கலையாததால், தடியடிப் பிரயோகம் செய்து கலைக்க வேண்டியதாயிற்று.

7. இங்குச் சம்பவம் நடக்கும்போது, டவுணில் பல இடங்களில் முனிசிபல் குப்பைத் தொட்டிகளையும், கைவண்டிகளையும் போலீஸ் லாரி வரமுடியாதபடி ரோடில் போட்டுத் தீ வைத்திருக்கிறார்கள். இதில் முக்கியமாக, காமராசரின் அரசியல் எதிரிகளானவர்களும், மற்றும் பலர் முக்கியப் பங்கு கொண்டிருக்கிறார்களெனத் தெரிகிறது.

8. இந்த அளவு போலீஸ்காரர்களும், மேல் அதிகாரிகளும் சமாளித்திருக்காவிட்டால், மேற்படிக் கூட்டத்தார்கள் நகரில் பல இடங்களைக் கொள்ளையடித்தும், பல உயிர்ச் சேதங்களையும் உண்டு பண்ணியிருப்பார்களென்பதையும் சமூகத்திற்கு வணக்கமாய்த் தெரிவித்துக் கொள்ளுகிறோம்.

1. அ. பழனிசாமி

(மத்திய திராவிட கழகச் செயற்குழு மெம்பர்- மதுரை)

2. மு.சு. முத்தையா

(நகர் திராவிட கழகத்தார், மதுரை)

3. எஸ்.பி. பால்சாமி

குறிப்பு:- மகசர் அளித்த பிறகு, மற்றும் வேறு ஏதாவது சாட்சியம் கூறுகிறீர்களா என்று கேட்டதில், கலாட்டாக்காரர்கள், விற்பனைக்கு வைத்திருந்த படக் கடையில், குறிப்பாக, 'காமராசர் ஆட்சி ஒழிக' என்று சொல்லிக் கொண்டு மேற்படி காமராசர் படங்களை உடைத்திருப்பதிலிருந்து, இது அவரின் அரசியல் எதிரிகளே இந்தக் கலவரத்தை நடத்தியிருக்கிறார்கள் என்று சொல்லியிருக்கிறார்கள்.

நாடக மசோதா - தேர்வுக் குழுவின் அறிக்கை

சென்னை, டிச. 17 - சென்னை சர்க்கார் கொண்டுவரவிருக்கும் நாடகக் கட்டுப்பாடு மசோதாவைக் குறித்துப் பரிசீலனை செய்ய நியமிக்கப்பட்ட தேர்வுக் குழுவின் அறிக்கை இன்று அளிக்கப்படும் என்று நிதியமைச்சர் திரு சுப்ரமணியம் சபையில் அறிவித்தார். கமிட்டி செய்துள்ள சிபாரிசுகளைச் சனிக்கிழமையன்றே விவாதித்து முடிவு செய்ய சபை ஒப்புக் கொள்ளாவிட்டால், திங்கட்கிழமையும் சபை கூட நேரிடும் என்று அவர் அறிவித்தார். எதிர்க்கட்சித் தலைவர் இதை ஆட்சேபித்ததன்பேரில், இது குறித்து, கட்சித் தலைவர்களைக் கலந்து முடிவு செய்யலாம் என்று சபாநாயகர் அறிவித்தார்.

ஆசிரியருக்குக் கடிதங்கள்
ஆரிய அடிவருடிகள் போக்கு

அய்யா!

சென்னை 7-12-54 தினத்தந்தியில் 'கீமாயணம்' என்ற தலையங்கத்தில், "நாட்டு மக்களின் கவலைகளைச் சிந்திக்காமல், ராமாயணத்தின்மூலம் மக்களை இழுத்துச் செல்கிறார்கள். மக்களுக்கு வேண்டிய உணவு, உடை, வீடு மற்றும் தேவையான பிரச்னைகள். 1000 வருடங்களுக்கு முன் எழுதப்பட்ட ராமாயணம் உண்மையாக இருந்தாலென்ன? பொய்யாக இருந்தாலென்ன? இதனால் மக்கள் வயிறு நிரம்புமா?" என்று தீட்டியிருக்கிறார் இதன் ஆசிரியர்!

பிறந்த இடத்தைவிட்டுப் பிரிந்து வந்த பேரறிஞர்களைப்போல், 'பிள்ளையாரை உடைக்கவும் மாட்டோம், தேங்காயைப் படைக்கவும் மாட்டோம், பார்ப்பனர்களை வெறுக்கவில்லை - பார்ப்பனீயத்தைத் தான் வெறுக்கிறோம்' என்ற இரண்டுங் கெட்ட தனமாகக் கடைசியில், ராமாயணத்தை ஆதரிக்கவுமில்லை, அதை நடத்துவர்களை எதிர்ப்பது மில்லை என்று கூறுகிறார் இதன் ஆசிரியர். வால்மீகி ராமாயணத்தைப் படித்திருக்கிறாரா? அல்லது ராதா நடத்தும் ராமாயணத்தைப் பார்த்திருக்கிறாரா?

நாட்டுக்குத் தேவை உணவு, உடை, வீடு. இந்தத் தேவையான பிரச்னைகளுக்கு யோசனை கூறுகிற வகையிலாவது அல்லது யோசனை கூறுகிற சொற்களையாவது பத்திரிகையில் போட்டிருக்கிறாரா? தாசிகள் நோக்கமும் திருடர்களின் குறிக்கோளும் 'பணம்' என்ற முறையில் இருப்பதுபோல், தம் பத்திரிகை அதிகமாக விற்பனை செய்ய வேண்டும் என்ற நோக்கத்தில் மக்களை அடிமைத்தனத்தில் ஆழ்த்துகின்றதும் பார்ப்பனர்களின் கால்களைத் திராவிடன் பிடித்துக் கொண்டிருக்க வேண்டும் என்ற கருத்தில், 'ராசிபலன்', 'இன்று நாள் எப்படி?' என்று ஜோசியப் பகுதிகளை வெளியிட்டு வருகிறாரே, இதை எந்த நோக்கத்துடன் வெளியிடுகிறார்? உணவு, உடை, வீடு கிடைக்கும் என்ற நோக்கத்திலா?

இவர் வால்மீகி எழுதியிருக்கிறபடியே நாடகம் நடத்திவரும் ராதா ராமாயணத்திற்கும் - கம்பராமாயணத்துக்கும் வித்தியாசம் பாராமல், ஆரியர்களும் - அவர் அடிவருடிகளும் கூறுவதுபோல், 'கீமாயணம்'

என்று தலையங்கம் எழுதுகிறாரே! இது எவ்வளவு கீழ்த்தரமான செய்கையாக இருக்கிறது? பைத்தியக்காரன் பேசுவதுபோல் கீழ்த்தரமான செய்கைகளைக் கையாண்டிருக்கிறார். ஒரு பொறுப்புள்ள பத்திரிகை ஆசிரியர் எதையும் பாராமல் 'கீமாயணம்' என்று எழுதலாமா? இதிலிருந்து நான் அவரை ஆரிய அடிவருடி என்று நினைப்பதில் என்ன தவறு இருக்க முடியும்?

இதற்குமுன் நடந்துவந்த தோழர் ராசமாணிக்கம் அவர்கள் ராமாயண நாடகத்தை, இது 'கீமாயண' நாடகம், வால்மீகி எழுதியதற்கு முரணாக இருக்கிறது என்று ஏன் கூறவில்லை? மனிதர்களை மடமையில் ஆழ்த்தும் போது, நாட்டுக்குத் தேவையான உணவு, உடை, வீடு மற்றும் தேவையான பிரச்னைகள் வந்துவிடுமா? உண்மையான ராமாயணத்தை நடிக்கும்போது, 'கீமாயணம்' என்று ஏன் எழுத வேண்டும்?

பன்றி, நாய், கழுதை, குதிரை முதலிய மிருக ஜந்துக்கள் வாழ்ந்து, தன் இனவிருத்தியை உண்டு பண்ணுகிறது. மனிதனாகப் பிறந்த நமக்கு, அடிமைத்தனம், உயர்ந்தவன், தாழ்ந்தவன், சூத்திரத்தன்மை ஒழிய வேண்டும். பகுத்தறிவு வளர வேண்டும்; ஜாதியற்ற சமுதாயத்தை உருவாக்க வேண்டும்; அறிவு என்ற அஸ்திவாரத்தில் சோஷ்யலிஸ சமுதாயத்தை உருவாக்க வேண்டும். பொருளாதாரம் பட்டம் பெற்றிருக்கின்ற டாக்டர் அம்பேத்கார் முதல் இவ்வூர் ஆதிதிராவிடத் தோழர்வரை, பார்ப்பனர் ஓட்டல்களுக்குச் சென்று உணவருந்த முடியவில்லை; காரணம், அவ்வளவுதூரம் நம் திராவிட மக்களை அடிமைப்படுத்தி, ராசிபலன்களை வெளியிட்டு, ஆரியருக்குத் துணையாக இருந்து வருகிறார்கள் ஆரிய அடிவருடிகள்.

ஜி. ராமசாமி

(செயலாளர், திராவிட இளைஞர் கழகம்) ஆத்தூர்

பலமுனைப் போராட்டம் தேவை

அய்யா!

புதிய நாடக மசோதா சட்டமானால், அதை எதிர்த்து எல்லா ஊர்களிலும் கண்டனக் கூட்டங்கள், கண்டன அறிக்கைகள் விடுவதோடு மட்டும் நிற்காமல், புராண நாடகங்கள் நடக்கும் ஊர்களிலெல்லாம் மறியல் செய்யவும், புராண சம்பந்தமான கதாகாலட்சேபம், வைதீக முறையில் பார்ப்பனரை வைத்து நடத்தும் ஈனச் சடங்குகள் எதுவாயிருந்தாலும் அங்கும், அங்குக் கல்யாண வீடு முதல் கருமாதி வீடு வரையும், பார்ப்பனரால் பூசை வைக்கப்படுகின்ற கோயில்கள், தேர்த் திருவிழாக்கள் ஆகிய எல்லா இடங்களிலும் மறியல் செய்ய அனுமதிக்க வேண்டும் அல்லது உத்திரவிட வேண்டும்.

'பூணூல் அறுப்புக் கிளர்ச்சி' ஆரம்பிக்க அனுமதித்தீர்களென்றால், உடனடியாக எத்தனையோ ஆயிரக் கணக்கானவர்கள் தயாராயிருக் கின்றனர். அனுமதிதான் தேவை. எங்கள் ஊரிலேயே முதலில் ஆரம்பிக்கிறோம். நீங்கள் 'சட்டம் வருமா' என்று 8-12-54 ல் எழுதிய 'விடுதலை'த் தலையங்கத்தை அச்சடித்து இனாமாகத் தாலுக்கா பூராவிலும் ஆயிரக்கணக்கில் வழங்க உள்ளோம். இதுபோல் எல்லா இடங்களிலும் அவ்வப்போது வரும் 'விடுதலை' தலையங்கம், குத்தூசிக் கட்டுரைகளை வெளியிட்டால், நல்ல பலன் ஏற்படுமேயென்று நம்புகிறேன். போராட்ட உத்தரவுகளை உடனடியாக வெளியிடுங்கள்.

ஏ.டி. மாரியப்பன்
செயலாளர், நகர தி.க., அறந்தாங்கி

தோழர் எம்.ஆர். ராதா கைது செய்யப்பட்டார்

திருச்சி போலீசார் நடவடிக்கை

(ட்ரங்க் செய்தி)

திருச்சி, டிச.18 - **திருச்சியில் நடிகவேள் எம்.ஆர். ராதா அவர்களால் நடிக்கப்பட இருந்த ராமாயண நாடகத்திற்கு எதிராகத் தல அதிகாரிகள் இ.பி.கோ.144 பிரிவின்கீழ் தடை விதித்திருந்ததை மீறி, இன்று இரவு ராமனாக நடிக்க இருந்த தோழர் ராதா அவர்கள், இன்று பகல் 12.15 மணிக்குக் கைது செய்யப்பட்டார்.**

இன்று காலை 9.15 மணிக்கு, தோழர் ராதா அவர்களை அவரது வீட்டிலிருந்து திருச்சி சப் டிவிஷனல் மாஜிஸ்திரேட், போலீஸ் டிபுடி சூப்ரண்டெண்டு, சர்க்கிள் இன்ஸ்பெக்டர் ஆகியவர்கள் நல்ல மரியாதையுடன் அழைத்துச் சென்று டிபுடி சூப்ரண்டெண்டு ஆஃபீசில் வைத்திருந்து, பகல் 12.15 மணிக்கு சி.பி.சி. 151 வது பிரிவின்கீழ் கைது செய்தனர். பின்னர் அங்கிருந்து சென்ட்ரல் ஜெயிலில் கொண்டுபோய் விசேஷ வகுப்புக் கைதியாக வைத்திருக்கின்றனர்.

விடுதலை

ஜெய ஸ்ரீ மார்கழி மீ 3 உ -18 -12-54 -சனி

'குமார விஜயம்' நாடகத்தைத் தடை செய்க!

1000 பேர் கையெழுத்திட்ட வேண்டுகோள்

சென்னை, டிச. 18 -

'உயர்திருவாளர்,

முதலமைச்சர் காமராசர் அவர்களுக்கு வணக்கம். சில வாரங்களாக சென்னை ஒற்றைவாடை நாடகக் கொட்டகையில் நடந்துவரும் 'குமார விஜயம்' என்னும் நாடகத்தில், திராவிடப் பெருங்குடி மக்களின் முன்னோர்களை அரக்கர்களாகவும், கொடியவர்களாகவும் நடித்துக் காட்டி வருகிறார்கள்.

திராவிட மன்னர்களைக் கடவுள்கள் கொலை செய்ததாக எழுதப்பட்டுள்ள ஆரியக் கதைகளை நடிக்கிறார்கள். இதனால் 100 க்கு 97 பேராகிய இந் நாட்டுப் பழங்குடி மக்களின் மனம் புண்படுகிறது. எனவே, உடனே இந் நாடகத்தைத் தடைசெய்யுமாறு பணிவுடன் கேட்டுக் கொள்கிறோம். தவறினால் இது பற்றிய பெரிய கொந்தளிப்பும் கிளர்ச்சியும் ஏற்படுமென்று அஞ்சுகிறோம்.'

என்று அச்சிடப்பட்டு, கிட்டத்தட்ட 1000 பேர் (விலாசத்துடன்) கையெழுத்திட்டுள்ள விண்ணப்பம் ஒன்றை திராவிட கழகப் பொதுச் செயலாளர் திரு எஸ். குருசாமி அவர்கள் நேற்று பிற்பகல் 4 மணிக்கு முதலமைச்சர் காமராசர் அவர்களிடம் நேரில் கொடுத்தார். மேலும் 1000 கையெழுத்துக்கள் கொண்ட விண்ணப்பத்தை 2 நாட்களுக்குள் அனுப்பி வைப்பதாகவும் தெரிவித்தார்.

முதலமைச்சர் அவர்கள் விண்ணப்பத்தைப் பார்த்துவிட்டு, கவனிப்பதாகக் கூறினார்.

இனி, அடுத்தபடியாக திரு ராஜமாணிக்கம் பிள்ளை அவர்களால் நடத்தப்படுகின்ற சம்பூர்ண ராமாயணத்தையும் தடை செய்ய வேண்டுமென்று கோரி, விண்ணப்பம் கொடுக்கப்படும் என்று தெரிகிறது.

19 -ந் தேதி சென்னை ஊர்வலத்துக்கு
தோழர் ஷி. சுயம்பிரகாசம் B.A,B.L., M.L.A.
(திராவிட பார்லிமெண்டரி கட்சித் தலைவர்)
தலைமை தாங்குவார்.

எதிர்க்கட்சி எம்.எல்.ஏ.க்கள் வெளியேற வேண்டுகோள்

திங்கட்கிழமையன்று புதிய நாடக மசோதா சட்டசபையில் வாக்கெடுப்புக்கு வருகிறது. அப்போது எதிர்க்கட்சி எம்.எல்.ஏ.த் தோழர்கள் அனைவரும் கட்டுப்பாடாக வெளியேறுவதன்மூலம் தங்கள் எதிர்ப்பைக் காட்டுவது சிறப்பாயிருக்குமென்று கருதுகிறோம்.

-ஆசிரியர்

நாடக மசோதா கண்டன ஊர்வலமும் பொதுக்கூட்டமும்

19-ந் தேதி ஞாயிறு மாலை 4 மணிக்குத் தியாக ராயநகர் பஸ் நிலையத்திலிருந்து மாபெரும் ஊர்வலம் புறப்படும். ஆயிரம் விளக்கு வழியாகச் சென்று சிந்தாதிரிப் பேட்டை நேப்பியர் பார்க்கில் மாபெரும் பொதுக்கூட்டம் நடைபெறும். புதிய நாடக மசோதாவை எதிர்க்கும் நடிகர்களும் மற்ற பொதுமக்களும் ஊர்வலத்திலும் பொதுக் கூட்டத்திலும் கலந்துகொள்ள வேண்டுகிறேன்.

எஸ்.குருசாமி
பொதுச் செயலாளர், திராவிட கழகம்

குறிப்பு:- மழையாயிருந்தாலும் ஊர்வலம் நிச்சயம் நடைபெறும்.

ஊர்வலம் செல்லும் பாதை:-

(தியாகராயநகர்), உஸ்மான் ரோடு, பாண்டி பஜார், மவுண்ட் ரோடு

குறிப்பு:- **ஊர்வலத்தின்போது கீழ்க்கண்ட ஒலிகளை மட்டுமே ஒலிக்க வேண்டும்:-**

நாடகத் தடை மசோதா ஒழிக! ஆரியன் சூழ்ச்சி ஒழிக! ஆச்சாரியார் சதிவேலை ஒழிக! இராம வணக்கம் ஒழிக! ராதா நாடகத்தைத் தடை செய்யாதே!

அவைகளையும் தடை செய்ய வேண்டும்!

"மதம் மக்களுக்கு அபின்" என்றார், சமதர்ம சமுதாய அமைப்புக்கு வித்திட்ட கார்ல் மார்க்ஸ். "மதம் என்னும் பேய் பிடியாதிருக்க வேண்டும்" என்றார் சமரச சன்மார்க்கம் கண்ட வடலூர் இராமலிங்க அடிகள்.

மதச் சார்பற்ற ஆட்சி என்று கூறிக் கொள்பவர்களில் முக்கிய மானவர்களாவது மதப் பிரசாரம் செய்யாமலிருக்க வேண்டாமா? இதற்காக இவர்களைப் பகுத்தறிவு இயக்கத்தாராகுமாறோ, நாஸ்திகப் பிரசாரம் செய்யுமாறோ நாம் கூறவில்லை. இது அவ்வளவு எளிதான வேலையுமில்லை. சார்லஸ் பிராட்லா போன்ற மனத் தெளிவும், இங்கர்சால் போன்ற தன்னம்பிக்கையும், பர்ட்ரண்டு ரஸ்ஸல் போன்ற பரந்த அறிவும் இருந்தால்தான் மத எதிர்ப்புப் பிரசாரஞ் செய்ய முடியும்.

வடநாட்டிலும் பிற நாடுகளிலும் உள்ள அமைச்சர்களில் யாரும் தமிழ்நாட்டு அமைச்சர்களைப்போல் (குறிப்பாக 2-3 பேர் மட்டும்) மதப் பிரசாரம் செய்வது கிடையாது.

இங்கிலாந்தில் கிறிஸ்து மதப் பிரசாரம் நடப்பதுபோலவே கிறிஸ்து மத எதிர்ப்புப் பிரசாரமும் நடந்து கொண்டிருக்கிறது. அங்கு, கிறிஸ்துவின் பிறப்பைக் கிண்டல் செய்தும், பைபிள் (வேத) நூலிலுள்ள குறைகளைக் கண்டித்தும் ஆர்.பி.ஏ. என்னும் பகுத்தறிவுப் பிரசாரச் சங்கத்தார் ஏராளமான நூல்கள் வெளியிட்டு உலகெங்கும் விற்கவில்லையா?

இங்கு மட்டும் கடவுளுக்காகவும் மதத்துக்காகவும் பரிந்து பேசிக் கொண்டு 'வக்கீல்' வேலை செய்வதற்கு அரசியல்வாதிகள் எதற்காக வரிந்து கட்டிக் கொண்டு புறப்பட வேண்டும்? அந்த வேலையை மதத் தலைவர்களுக்கு விட்டுவிடலாம்.

தோழர் ராதா அவர்களின் இராமாயண நாடகம் மதவாதிகளின் மனத்தைப் புண்படுத்துவதாகக் கூறி, 20-25 பேர் கையெழுத்திட்டு, தடையுத்தரவை வாங்கிவிட்டர்கள். மற்ற ஊர்களிலும் இதே வேலையைத் தொடர்ந்து செய்கிறார்கள். இந்த விஷமத்தனத்தை எதிர்ப்பதற்காகவே இன்று இத் தடையை மீறுகிறார், நடிகவேள்!

இனிமேல் புராண - இதிகாச நாடகங்கள் எதுவும் தமிழ்நாட்டில் நடப்பதற்கு இடமளிக்கக் கூடாது. மதவாதிகள் மனம் புண்படுவது

போல், மற்றவர்கள் மனமும் புண்படக்கூடாதல்லவா? ஆகவே திராவிட முன்னோர்களை அரக்கர்களாகவும், குரங்குகளாகவும் காட்டுகின்ற நாடகங்களையெல்லாம் தடை செய்ய வேண்டியது நேர்மையான அதிகாரிகளின் கடமையல்லவா? அதைச் சோதிப்பதற் காகவும், பெரியார் வருவதற்குள் புராண நாடக எதிர்ப்பு முன்னணியைத் திரட்டி வைப்பதற்காகவும், நேற்று சென்னையில் ஆரம்ப வேலை நடந்திருக்கிறது. சென்னையில் நடந்து வருகின்ற 'குமார விஜயம்' நாடகத்தைத் தடை செய்ய வேண்டுமென்று கோரி, சுமார் ஆயிரம் கையெழுத்துக்களுடன் விண்ணப்பம் ஒன்று முதலமைச்சர் அவர்களிடம் கொடுக்கப்பட்டிருக்கிறது. தொடர்ந்து இந்தக் கையெழுத்துப் பிரசாரம் சென்னையில் நடைபெறப் போகிறது. அடுத்தபடி, 'சம்பூர்ண இராமாயணம்' என்பதை எதிர்த்துக் கையெழுத்துக்கள் வாங்கப்படும்.

மதுரை, திருச்சி, கரூர் ஆகிய ஊர்களில் ராதா நாடகத்துக்குத் தடை விதிப்பதற்கு என்ன கரணம் கூறப்படுகிறதோ, அதே காரணம்தான் புராண - இதிகாச நாடகங்களைத் தடை செய்வதற்கும் கூறப்படுகிறது. அதாவது, **'பிறர் மனம் புண்படுதல்'.**

பெண்கள் மனம் புண்படும்படியாக இனி யார் நடித்துக் காட்டினாலும், நூறு பெண்களாவது கையெழுத்திட்டு அந் நாடகத்துக்குத் தடையுத்தரவு வாங்கிவிட வேண்டும்!

இன்றைய அதிகாரிகளின் போக்கு அவ்வளவு கேலிக்கூத்துக்கு இடமாகிவிட்டது. போதாக்குறைக்குப் புது மசோதா ஒன்றும் வந்திருக்கிறது. இது சட்டமானவுடனே சுயமரியாதைக்காரர்களுக்கு மிகுந்த வேலையிருக்கிறது; திராவிட இனத்தாருக்கே வேலை இருக்கிறது என்றுதான் கூறுவோம். அதாவது, ஆரியரைக் கிண்டல் செய்து, ஒரே ஒரு காட்சி கொண்ட நாடகம் நடத்தினால் போதும். உடனே தடையுத்தரவு! மீறினால் சிறைத் தண்டனை!

சுருங்கக் கூறினால், நாடகக்கலைக்கே உலை வைக்கிறார்கள்! வைக்கட்டும்! இரண்டிலொன்று பார்த்து விடலாம்.

அதற்கிடையே, **'குமார விஜயம்'** நாடகத்தை **உடனடியாகத்** தடை செய்யுமாறு சென்னை அதிகாரிகளைக் கேட்டுக் கொள்கிறோம். அதிகாரிகளையோ, மந்திரிகளையோ கேவலப்படுத்தும் முறையில், அவர்களைக் கழுதைகளாகவும், நாய்களாகவும் நடித்துக் காட்டினால் சும்மாயிருப்பார்களா? அதுபோலத்தான் திராவிடர்களை அரக்கர் களாகக் காட்டுவதும். **இனி** இதைச் சகிக்க முடியாது.

விரைவில் இந் நாடகத்தைத் தடுக்க வேண்டும்; அல்லது நாடக உரிமையாளரே இந் நாடகத்தைக் கைவிட வேண்டும். பக்தியைப் பரப்புவதற்கு வேறு எவ்வளவோ நாடகங்கள் அவரிடமிருக்கின்றன. அவைகளை நடத்துவதை நாம் எதிர்க்கவில்லை. ஆனால் திராவிட மக்களை இழிவுபடுத்துகின்ற நாடகங்களை மட்டும் உடனடியாகக் கைவிட வேண்டுமென்று திராவிட இனத்தைச் சேர்ந்தவரான திரு இராசமாணிக்கம் பிள்ளை அவர்களை இனப்பற்று எனும் உரிமை பாராட்டி வேண்டிக் கொள்கிறோம். அவர் பக்தராகவே இருக்கட்டுமே. பகுத்தறிவாளர் படைக்கு அழைக்கவில்லை. ஆனால் விபீஷணராக, அய்ந்தாம் படையாக, இனத்தைக் காட்டிக் கொடுப்பவராக - மட்டும் நடந்து கொள்ள வேண்டாம்!

(தலையங்கம்)

சென்னையில் இருபதினாயிரம் மக்கள் கொண்ட மாபெரும் கண்டன ஊர்வலம்

நாடக மசோதாவை எதிர்த்தும், ராதாவை விடுதலை செய்யக்கோரியும் முழக்கம்!

திரு சுயம்பிரகாசம் எம்.எல்.ஏ. தலைமையில் அணிவகுப்பு

சென்னை, டிச.20 - **சென்னை கண்ட மாபெரும் ஊர்வலங்களில் ஒன்று, நேற்று தியாகராயநகர் பஸ் நிலையத்திலிருந்து சிந்தாதிரிப் பேட்டை நேப்பியர் பார்க் வரையில் - சுமார் 5 மைல் தொலைவுக்கு - அணிவகுத்து வந்த காட்சி அருமையிலும் அருமையென்றே கூறலாம்.**

'ராதாவை விடுதலை செய்!', 'நாடக மசோதா ஒழிக'!, 'ஆரிய சூழ்ச்சி ஒழிக!', 'ஆரியனே வெளியேறு!' என்ற தட்டிகளைத் தாங்கியும், ஒலிகளை எழுப்பியும், திராவிட கழகக் கொடிகளைத் தாங்கியும் சென்னை மாவட்ட - திராவிட கழகத்தின் சார்பில் நடைபெற்ற இந்த ஊர்வலத்துக்குத் திராவிட பார்லிமெண்டரி கட்சித் தலைவர் திரு எஸ். சுயம்பிரகாசம் பி.ஏ.பி.எல்., எம்.எல்.ஏ. அவர்கள் தலைமை வகித்தார். அவருடன் கூடவே தோழர்கள் ஏ. கோவிந்தசாமி எம்.எல்.ஏ., சுப்ரமணியம் எம்.எல்.ஏ., கே.ஆர். சம்பந்தம் எம்.எல்.ஏ., வேலு எம்.எல்.ஏ., ஆகியோரும் முன்னணியில் சென்றனர்.

மாவட்ட கழகத் தலைவர் எஸ.குருசாமி அவர்கள் சிறிது தொலைவுக்கு முன்னணித் தலைவர்களுடன் நடந்து சென்று, பிறகு இறுதிவரையில் சைக்கிள் ரிக்ஷாவில் தலைமை தாங்கிச் சென்றார்.

ஊர்வலத்தைத் தோழர் லோகநாதன் அவர்கள் திறம்பட அணிவகுத்து நடத்தினார்.

பொதுக்கூட்டம்

மாலை 6 மணிக்கு - குறிப்பிட்ட நேரப்படியே - சிந்தாதிரிப் பேட்டை நேப்பியர் பார்க்கில் பொதுக்கூட்டம் துவங்கியது.

தோழர் எஸ். குருசாமி தலைமை வகித்து, ராதாவை விடுதலை செய்ய வேண்டுமென்றும், நாடகத் தடை மசோதா சட்டமாக்கப்பட்டு,

ராமாயண நாடகம் தடை செய்யப்பட்டால், பெரியார் முதல் கடைசித் தொண்டர் வரையில், எல்லோரும் அச் சட்டத்தை மீறவேண்டி ஏற்படுமென்றும் பேசினார்.

பிறகு பின்வரும் தீர்மானங்களை ஆதரித்துக் கீழ்க்கண்ட தோழர்கள் பேசினர்:-

1. ஏ.பி.ஜனார்த்தனம் எம்.ஏ.
2. எம்.கே.டி.சுப்ரமணியம்
3. எஸ்.சுயம்பிரகாசம் எம்.எல்.ஏ.
4. டி.ஷண்முகம் எம்.எல்.ஏ.
5. கே.ஆர்.சம்பந்தம் எம்.எல்.ஏ.
6. ஏ.வேலு எம்.எல்.ஏ.

தீர்மானங்கள் ஒருமனதாக நிறைவேற்றப்பட்டன. கூட்டம் முடிந்ததும் செயலாளர் தோழர் டி.எம். ஷண்முகம் அவர்கள் நன்றி கூறினார்.

தீர்மானங்கள்

1. **புதிய நாடக மசோதாவை நிறைவேற்றக் கூடாதென்று சட்டசபை உறுப்பினர்களைக் கேட்டுக் கொள்வதுடன், மீறி நிறைவேற்றப்படுமானால், அச் சட்டம் செல்லாக் காசாக்கப்படுமென்றும் இக் கூட்டம் எச்சரிக்கிறது.**
2. **நடிகவேள் எம்.ஆர். ராதா அவர்களை உடனே விடுதலை செய்ய வேண்டுமென்று ஆட்சியாளரைக் கேட்டுக் கொள்கிறது.**
3. ராதா ராமாயண நாடகத்துக்கு 2-3 ஊர்களில் விதிக்கப் பட்டிருக்கிற தடையை உடனே நீக்க வேண்டுமென்று இக் கூட்டம் ஆட்சியாளரைக் கேட்டுக்கொள்கிறது.
4. ‘குமார விஜயம்’ என்னும் நாடகத்தில் திராவிட மன்னர்களை அரக்கர்களாகக் காட்டி அவமானப்படுத்துவதனால், திராவிட மக்களின் மனம் புண்படுகின்றபடியால், சுமார் இரண்டாயிரம் பேர் கையெழுத்திட்டு முதலமைச்சர் அவர்களிடம் கொடுத் திருக்கின்ற விண்ணப்பத்தில் கண்டுள்ளபடி, இந் நாடகத்தை உடனடியாகத் தடைசெய்ய வேண்டுமென்று இக் கூட்டம் ஆட்சியாளரைக் கேட்டுக்கொள்கிறது.

குறிப்பு:- இடையிடையே மழை பெய்துங்கூட, கூட்டம், தலைவர் முடிவுரை வரையில் அமைதியாக இருந்து கேட்டுக் கொண்டிருந்தது குறிப்பிடத்தக்கது.

தோழர் எம்.கே.டி. சுப்ரமணியம் பேசுகையில், இராமாயண நாடகத்தைக் 'கீமாயணம்' என்று எழுதுகின்ற 'தினத்தந்தி'யைக் கண்டிப்பதன் அறிகுறியாக, அதைக் கொளுத்தலாமா என்று கேட்டு, பொதுக்கூட்டத்தின் கைதட்டுதலான ஆதரவுக்கிடையே கொளுத்தியதும், இனி யாரும் இந்தப் பத்திரிகையை வாங்கக் கூடாது என்று கேட்டுக் கொண்டு, அவ்விதமே கூட்டத்தின் சம்மதத்தைப் பெற்றதும் குறிப்பிடத்தக்கது.

தலைவர் பேசுகையில், திராவிட சம்பூகன் தவஞ் செய்ததற்காக அவனைக் கொன்ற ஆரியத் தலைவனான இராமன் படத்தைக் கொளுத்தலாமா? என்று கேட்டபோது, அத்தனை ஆயிரம் பேர்களும் **"கொளுத்தலாம்"** என்று இடிமுழக்கம் செய்து, கையைத் தூக்கியது குறிப்பிடத்தக்கது.

ஊர்வலத்தின்போது, 'இராமன் ஒழிக!', 'ஸ்ரீ ராம வணக்கம் ஒழிக!', 'இராவணன் புகழ் வாழ்க!' என்று 5 மைல் தொலைவுக்கும் ஒலித்துக் கொண்டு வந்ததும் குறிப்பிடத் தக்கது.

விடுதலை

ஜெய ளு மார்கழி மீ 5 உ - 20-12-54 - திங்கள்

ராதாவை விடுதலை செய்க! - முதலமைச்சரிடம் நடிகர் குழு கோரிக்கை

சென்னை, டிச.20 -தென்னிந்திய நடிகர் சங்கத்தின் சார்பில் திருவாளர்கள் டி.வி.சுந்தரம் (தலைவர்), எஸ்.வி. சகஸ்ரநாமம், எம்.ஜி. ராமச்சந்திரன், டி.என். சிவதாணு, டி.கே.ஷண்முகம், டி.வி. நாராயணசாமி முதலியவர் களடங்கிய தூதுக்குழு முதலமைச்சர் காமராசர் அவர்களை அவர் இல்லத்தில் சந்தித்து, திரு எம்.ஆர். ராதா அவர்களை விடுதலை செய்யுமாறு கேட்டுக் கொண்டது. துதுக் குழுவின் கோரிக்கையைப் பரிசீலனை செய்து ஆவன செய்வதாக முதலமைச்சர் வாக்களித்தார்.

நடிகர்களின் கருத்தறியாமல் மசோதா நிறைவேற்றக்கூடாது

நாடகக் கட்டுப்பாடு மசோதாவை ஒத்திப்போடுக: கம்யூனிஸ்ட் எம்.எல்.ஏ.க்கள் வற்புறுத்தல்

சென்னை, டிச.19 - சென்னை சர்க்கார் கொண்டுவர இருக்கும் நாடகக் கட்டுப்பாடு மசோதாவை ஒத்திப் போட வேண்டுமென்று வற்புறுத்திக் கேட்டுக் கொள்ளும் விண்ணைப்பம் ஒன்றை, சென்னை சட்டசபைக் கம்யூனிஸ்ட் கட்சியின் சார்பில் எம்.எல்.ஏ.க்கள் தோழர்கள் பி. ராமமூர்த்தி, எம். கல்யாணசுந்தரம், கே.டி. ராஜு ஆகியவர்கள் நேற்று முதலமைச்சரிடம் தந்தனர்.

இந்த மசோதா பொதுமக்களிடையே, அதிலும் குறிப்பாக நடிகர்களிடையே பெரும் அச்சத்தை விளைவித்திருப்பதாகவும், பொதுமக்கள் எதிர்ப்பதாகவும் மேற்படி விண்ணப்பத்தில் சுட்டிக் காட்டியிருக்கின்றனர். சர்க்கார் அவசரப்பட்டு இந்த மசோதாவை நிறைவேற்ற வேண்டாமென்றும், மீறினால் பெரும் விளைவுகள் ஏற்படும் என்றும் எச்சரித்திருக்கின்றனர் என்றும் தெரிகிறது.

சர்க்கார் அவசரம் அவசரமாக இந்த மசோதாவை நிறைவேற்றத் துடிப்பதனால், இம் மசோதாவால் பாதிக்கப்படுபவர்களைக் குறித்து சர்க்கார் சிறிதும் கவலை கொள்ளவில்லையென்றே கருத நேரிடும் என்றும், இதுபோன்ற நிரந்தர நாடகத் தடை மசோதாவுக்கு என்ன அவசியம் என்பதை, சபையிலோ அல்லது பரிசீலனைக் கமிட்டியிலோ தெளிவுபடுத்தவில்லை என்றும் விளக்கியிருந்தனர் என்றும் தெரிகிறது.

நன்கு ஆலோசிக்காமல் அவசரப்பட்டு இந்த மசோதாவை நிறைவேற்றுவதற்கு எவ்வித நியாயமுமில்லையென்றும், இந்த ராஜ்யத்திலுள்ள நடிகர்களின் கருத்தையறிய, போதுமான சந்தர்ப்ப மளிக்கப்பட வேண்டுமென்றும் வற்புறுத்தியிருக்கின்றனர் எனத் தெரிகிறது.

கம்யூனிஸ்ட் கட்சியின் கண்டனம்

சென்னை, டிச.20-சென்னை சர்க்கார் கொண்டுவர இருக்கும் நாடகக் கட்டுப்பாடு மசோதாவைக் கண்டிக்க நேற்று மாலை வண்ணாரப்பேட்டை பென்ஷனர் லைன் மைதானத்தில், இந்தியக் கம்யூனிஸ்ட் கட்சி, சென்னைக் கிளையின் ஆதரவில் ஒரு பொதுக் கூட்டம் நடந்தது. தோழர் எம்.ஆர். வெங்கட்ராமன் தலைமை வகித்தார்.

மக்களிடையே முற்போக்குக் கருத்துக்கள் பரவுவதையும், ஜனநாயக உணர்வு பெறுவதையும் தடுக்கவே இந் நாடகக் கட்டுப்பாடு மசோதா கொண்டு வரப்படுவதாகவும், இதை எல்லா மக்களும், எல்லாக் கட்சியினரும் ஒன்று சேர்ந்து, தங்கள் கண்டனக் குரலை எழுப்ப வேண்டும் என்றும் விளக்கி, தோழர்கள் ப. ஜீவானந்தம், எம். கல்யாணசுந்தரம், கே.டி. ராஜு முதலியவர்கள் பேசினார்கள்.

நாடகக் கட்டுப்பாடு மசோதா-காங்கிரஸ் கட்சியிலும் எதிர்ப்பு

சென்னை, டிச.20 -நாடகக் கட்டுப்பாடு மசோதா என்ற பெயரால், நாட்டில் வளர்ந்துவரும் முற்போக்குக் கருத்துகளைத் தடுக்க, சென்னை சர்க்கார் கொண்டுவரும் சட்டத்திற்கு, சட்டசபை காங்கிரஸ் கட்சிக்குள்ளேயே அதிருப்தி இருந்து வருவதாகத் தெரிகிறது.

நேற்று இரவு 10 மணிக்கு மவுண்ட் ரோடு, சென்னை சர்க்கார் மாளிகையிலுள்ள காங்கிரஸ் கட்சிக் காரியாலயத்தில் கூடிய சட்டசபை காங்கிரஸ் கட்சிக் கூட்டத்தில், 164 பேர்களில் 84 பேர்தான் கலந்து கொண்டனர். (கூட்டம் இரகசியமாக முதலமைச்சர் திரு கே. காமராசர் தலைமையில் நடைபெற்றது. மந்திரிகள் திரு சுப்ரமணியம் (நிதி அமைச்சர்), திரு எம். பக்தவச்சலம் (விவசாயம்), திரு ஏ.பி. ஷெட்டி (சுகாதாரம்) ஆகியவர்கள் கலந்து கொண்டனர்.

மேற்படிக் கூட்டத்தில் நாடகக் கட்டுப்பாடு மசோதா குறித்து, தேர்வுக் குழு அனுமதித்த விவரத்தைப் பற்றி விவாதித்தனர்... [மூன்று வரிகள் படிக்க இயலாது சிதைந்திருக்கின்றன] தங்கள் ஆட்சேபணைகளைத் தெரிவித்ததாகத் தெரிகிறது.

சிறையில் ராதா

சுயமரியாதை இயக்கப் பிரசார நடிகர் ராதா சிறைக்குள்ளே யிருக்கிறார். ஏன்? அவர் செய்த தப்பென்ன? உண்மையை நாடக மேடையில் பிரசாரஞ் செய்ததுதான்.

நாடகத்தைத் தொழிலாகக் கொண்ட ஒருவர் தம் கொள்கைக்காகச் சிறை சென்றிருப்பது இந்தியாவிலேயே இதுதான் முதல் தடவை யென்று கூறலாம். காங்கிரஸ் இயக்கத்திலும் விஸ்வநாததாஸ் போன்ற இரண்டொரு நடிகர்கள் சிறை சென்றிருந்தாலும், அவர்கள் நாடக மேடையை அரசியலுக்காகப் பயன்படுத்தி அதன்மூலம் சிறை சென்றவர்கள். ராதா அவர்களோ தம் திறமை முழுவதையும் இயக்கக் கொள்கையைப் பிரசாரம் செய்வதற்காகவே செலவழித்து வருபவர்.

சிறை சென்றிருப்பதுபோலவே, ஒரு நடிகருக்காகவே ஒரு தனிச் சட்டம் இயற்றப்படுவதும், இந்திய வரலாற்றிலேயே இதுதான் முதல் தடவை.

மற்ற நடிகர்களைப்போல ஒரு சாதாரண நடிகரல்ல, ராதா அவர்கள். எந்தப் பாத்திரமாகவும் திறமையாக நடிக்கக்கூடிய தனி ஆற்றல் பெற்றவர். இப்பேர்ப்பட்ட சிறப்புடையவர் தமக்குப் பிரியமில்லாத இராமன் வேடந்தாங்கி, ராமாயண நாடகத்தை நடத்த வேண்டிய அவசியமென்ன? பெரும் பணம் திரட்டுவது மட்டுமே லட்சியமென்றால் வேறு எத்தனையோ நாடகங்களை நடிக்கலாமே! இராமாயண நாடகத்தில் மட்டும் இவ்வளவு பிடிவாதமாக இருப்பதேன்? பெரியாரவர்களின் கொள்கைகளை நாட்டில் பரப்ப வேண்டுமென்ற ஒரே எண்ணந்தான். அவர் விரும்பினால் மற்ற நடிகர் களைப்போல ஆரியர்களுக்கு நல்ல பிள்ளையாக நடந்துகொண்டு, அந்த வட்டாரத்திலும் விளம்பரம் பெற்றுக் கொண்டு, பாம்புக்குத் தலையையும், மீனுக்கு வாலையும் காட்டிக் கொண்டு இரட்டை வாழ்க்கை வாழ்ந்துவர முடியாதா?

தாமாகவே சிறை வாழ்க்கையைத் தேடிச் சென்றிருக்கிறார், ராதா. அதாவது, நடிகனின் உரிமையை நிலைநாட்டவும், ஆரியரின் சதி வேலையை அம்பலப்படுத்தவும், சட்டத்தை மீறிச் சிறை சென்றிருக் கிறார். இன்னும் எத்தனை நாட்கள், அல்லது வாரங்கள், அல்லது மாதங்கள் - அவர் சிறையிலிருப்பாரோ, தெரியவில்லை. இச் சமயம்

வெளியேயுள்ள திராவிடர்கள் சும்மாயிருத்தல் கூடாது. ராதாவை விடுதலை செய்யுமாறு ஆட்சியாளரைத் தூண்டிக் கொண்டிருக்க வேண்டும். பெரியார் திரும்பி வரும் வரையில்கூட, அவர் சிறையிலிருக்கும்படி விடக்கூடாது. உரிமைக்காகப் போராடிய நடிகரை மீட்பது திராவிடர்களின் கடமை யல்லவா? இன்று அவரைச் சிறையிட்டிருப்பது அதிகார வர்க்கமா அல்லது ஆரிய இனமா என்பதை நன்றாகச் சிந்தித்துப் பார்த்து உணர வேண்டும். ராதா வாழ்க! அவர் முயற்சி வெல்க!

(தலையங்கம்)

"தினத்தந்தி"

"கொளுத்த வேண்டாம்" என்று கேட்டுக் கொள்கிறது "தினத்தந்தி". பரிதாபந்தான்! தமிழ் இனத்துக்கே வெட்கக்கேடுதான். ஒரு தமிழனால் நடத்தப்படும் தினசரியைத் தமிழர்களே பொதுக்கூட்டங்களில் கொளுத்துவதும், வாங்கக்கூடாது என்று பேசுவதும் என்றால் மிகமிக வேதனைக்குரியதுதான்.

வெறும் காகிதத்தைக் கொளுத்துவதனால், அதன் உரிமையாளருக்கு ஒரு கேடுமில்லை. இந்த எதிர்ப்புக் கிளர்ச்சி வலுவடைந்து, ஏதோ 4000-5000 சந்தாதாரர்கள் குறைந்துபோனாலும் அவர் நஷ்டப்பட்டுவிடப் போவதில்லை. எப்படியோ சரிக்கட்டிக் கொள்ளும் சக்தி அவரிடமுண்டு. அவர் பெரிய லட்சாதிபதியாதலால், துவக்கத்தில் 4-5 ஊர்களில் நடந்துவந்த இந்தத் தினசரி, பிறகு அந் நிலையைவிட்டு விழுந்ததற்குக் காரணமென்ன?

ஒரு தமிழனால் நடத்தப்படுகின்ற ஏடு இப்படியா இருப்பது? வடநாட்டான் ஏடுகளையும், ஆரியனின் ஏடுகளையும்விடச் சிறந்ததாகவல்லவோ இருக்க வேண்டும்? "கொளுத்த வேண்டாம்" என்கிறது தலையங்கம்! "திராவிடனின் அடிவயிற்றில் தீ வைக்க வேண்டாம்" என்று நாம் அதன் நிர்வாகிக்குக் கூறுகிறோம். தமிழனோடு தமிழனை மோதவிட வேண்டாம். ஆரிய நல்லபாம்புக் குட்டிகளை உன் பணிமனைக்குள்ளே அடைத்து வைக்க வேண்டாம். இன எழுச்சியுண்டாக்கும் இராமாயண நாடகத்தைக் "கீமாயணம்" என்று கிண்டல் செய்ய வேண்டாம்!

"என்னை மட்டும் பிடிக்கிறீரே! எத்தனையோ பேர் என்னைப் போலக் குடிக்கிறார்களே!" என்று மதுவிலக்கு அதிகாரியிடம் சிக்கிக் கொண்ட குற்றவாளி கேட்பதுபோல், 'சுதேசமித்திரன்' ஏட்டையும், 'தினமணி' ஏட்டையும் எடுத்துக் காட்டி, இவைகள் மட்டும் "கீமாயணம்" என்று எழுதவில்லையா என்று கேட்கிறது, 'தந்தி'. வடநாட்டானையும், ஆரியனையும், வைதீகனையும், கலகக்காரனையுமா பின்பற்ற வேண்டும், பண்பட்ட, பட்டதாரியான ஒரு தமிழர்?

வேண்டாம்! கொளுத்த வேண்டாம்! திராவிட மக்களின் இன உணர்ச்சியைக் கொளுத்த வேண்டாம்! என்று அதன் நிர்வாகத்திலுள்ள ஆரியர்களை நாம் கேட்கவில்லை. உரிமையாளரான தமிழரைக் கேட்டுக் கொள்கிறோம்.

மீறிச் செய்தால், வரப் போவதை அனுபவிக்கட்டும் என்று மட்டும் கூறி, இப்போதைக்கு இத்துடன் நிறுத்திக் கொள்கிறோம்.

பலசரக்கு மூட்டை - 'குத்தூசி'

சீதையின் கற்பே கற்பு

சீதையின் கற்பை எப்படியாவது காப்பாற்றியாக வேண்டுமென்று பல சீதா பக்தர்கள் துடியாய்த் துடிக்கிறார்கள்! எனக்குக்கூட அதே ஆசைதான்!

இதோ நீதிமன்றம்:-

நீதிபதி : ஓய்! சு.ம. காரரே! நீர் சீதையின் கற்பைப் பற்றிக் குறை கூறினீரா? மகாபாவி! உம் சமாதானமென்ன?

சு.ம.கா : நீதிபதியவர்களே! "சீதை" என்ற பெயரால் ஒருத்தி இருந்ததாகவே நான் நம்பவில்லை. கதை முழுவதுமே கற்பனை. அது ஒருபுறம் இருக்கட்டும். சீதையின் கற்பைப் பற்றி நான் எதுவும் குறைவாகக் கூறவில்லையே! எனக்கென்ன தெரியும்? நான் அவள் பக்கத்திலிருந்தா பார்த்தேன்? இதோ! அவள் பக்கத்திலேயே இருந்த அவள் கணவனாரையே கேளுங்கள்! இவர் சொன்னதைத் தான் நானும் சொல்கிறேன்.

நீதிபதி : (கூண்டில் நிற்கும் இராமனைப் பார்த்து) ஓய்! நீர்தான் அந்தம்மாளின் புருஷரோ?

இராமர் : ஆம்! நான்தான் புருஷன்! சீதையின் கற்பில் எனக்குப் பலதடவை சந்தேகம் ஏற்பட்டிருக்கிறது. இதை நான் வால்மீகியிடமே கூறி எழுதச் சொல்லியிருக்கிறேன். அதைப் படித்துப் பார்க்கலாமே!

நீதிபதி : எங்கே படித்துக் காட்டும் பார்க்கலாம்!

இராமர் : (வால்மீகி இராமாயணத்திலிருந்து படிக்கிறார்) "சீதே! அன்னியர் வீட்டில் நீ வாசம் செய்தமையால், உன் நடத்தையைக் குறித்து எனக்குச் சந்தேகம் உண்டாகி யிருக்கிறது. ஆகையால் நான் உன்னைக் கண்களால் பார்க்கவும் விரும்புகின்றிலேன்... உன்னிடத்தில் எனக்குச் சிறிதும் விருப்பமில்லை. உன் விருப்பப்படி, லட்சுமணனிடத்திலாவது, பரதனிடத்திலாவது புத்தியைச்

செலுத்துவாயாக! அல்லது சுக்ரீவனிடத்திலாவது, விபீஷணனிடத்திலாவது, மற்றும் உனக்கு எப்படிச் சுகம் என்று தோன்றுகிறதோ அப்படியாவது இருக்க மனம் வைப்பாயாக". (யுத்த காண்டம்: 118 வது சருக்கம்; அண்ணங்கராச்சாரியார் மொழிபெயர்ப்பு. பக். 426-427) இந்தமாதிரி நானே கூறியிருப்பது உண்மைதான். நான் இவ்வாறு சந்தேகப்பட்டபோது சீதையாவது மறுத்துக் கூறினாளா? நீதிபதியவர்களே, சீதை அப்போது பதில் கூறியதைக் கேளுங்கள்:- "வீரனே! ராவணனுடைய உடல் என்மீதுபட்டது உண்மைதான். நான் திக்கற்றவளாயிருந்தபடியால் அப்படி நேர்ந்துவிட்டது" என்று பதில் கூறினாள். இவையும் வால்மீகியே 'ரிக்கார்டு' செய்திருக்கிறார்.

நீதிபதி : ராமா! இதைக் கொண்டே உன் மனைவியைக் கற்பிழந்தவள் என்று எப்படிக் கூற முடியும்? இராவணன் வலுக்கட்டாயமாகக் கட்டியணைத்துத் தூக்கியிருக்கும் போது, பெண்தானே, என்ன செய்வாள், பாவம்!

இராமர் : என் மனைவி சாதாரணப் பெண்ணல்லவே! மகா லட்சுமியின் அவதாரமல்லவா? இராவணனைச் சபித்திருக்கக் கூடாதா? கற்புடைய பெண்கள் கடவுள்களையும் தவசிரேஷ்டர்களான ரிஷிகளையும் கூடச் சபித்திருக்கிறார்களே! இது மட்டுமல்ல. இராவணனுக்கே இரண்டு சாபங்களிருந்தன. (உத்தர காண்டம் - கம்பராமாயணம்) அவைகளின்படி, மனததால் விரும்பாத எந்தப் பெண்ணை அவன் தீண்டினாலும், அவன் வெந்து சாம்பலாயிருக்க வேண்டும்; அல்லது ஆயிரம் தூள்களாக உடல் சிதறிப் போயிருக்க வேண்டும்! அவன் அப்படி ஆகவில்லையே! இதன் முடிவு என்ன? நீங்களே தீர்ப்புக் கூறுங்கள்! அவள் கற்பில் நான் சந்தேகப்பட்டதில் தவறென்ன?

நீதிபதி : (திகைத்துப்போய்) கணவனாகிய நீயே இவ்வளவு ஆதாரங்களுடன் கூறும்போது நானென்ன தீர்ப்புக் கூறுவது? பொதுமக்களே தீர்ப்புக் கூறட்டும்!

இராமர் : உங்களுக்கு இந்தப் புத்தியாவது இருக்கிறது. என் பக்தர்களுக்கு இதுகூட இல்லையே! என் மனைவியின்

கற்பை இவர்கள்தானா காப்பாற்ற வேண்டும்? எனக்கு அக்கறையில்லையா? இராவணன் நல்லவன்தான்; அவன்மேல் தப்பில்லை. ஆனால் அவனுக்கிருந்த சாபத்தின்படி, பிரியப்படாத பெண்ணை அவன் தொட்டிருக்க முடியாதே! எனவே சீதை எப்படி நடந்திருக்க வேண்டும் என்பதை என்னால் யூகித்துக் கொள்ள முடியாதா? என் கதையை முதன்முதல் எழுதிய வால்மீகி சொல்லியிருப்பது உண்மையா? அல்லது அதைத் திருத்தி எழுதிய கம்பனும் மற்ற வம்பர்களும் எழுதியிருப்பது உண்மையா?

நீதிபதி : சீதா ராமா! சிக்கலான பிரச்னையய்யா, இது! சீதையின் கற்பு விஷயத்தை உனக்கே விட்டுவிட்டு, பக்தர்கள் அவரவர் வீட்டிலுள்ளவர்களின் கற்பைக் கவனித்துக் கொள்வதே நல்லது என்று நினைக்கிறேன். சீதையை நீ செய்ததுபோல் கர்ப்பத்தில் சந்தேகப்பட்டு, தன்னந் தனியே காட்டுக்கு விரட்டியதுபோல், இன்று எந்தக் கணவனாவது செய்தால், நிச்சயம் தண்டித்துவிடுவேன், தெரியுமா? இன்று நடப்பது ராமராஜ்யமாயிருக்கலாம். ஆனால் வெள்ளையர் வகுத்த சட்டங்கள்தானே?

இராமர் : ராமராஜ்யமாவது புடலங்காயாவது! அதெல்லாம் வடநாட்டில்தான்! தமிழ்நாட்டில் என் படத்தையே தீயிட்டுக் கொளுத்தப் போகிறார்களாமே! வடக்கே இராவணனைக் கொளுத்துவதற்காக - பழிக்குப் பழி வாங்கப் போகிறார்களாமே!

நீதிபதி : அப்படியா! ராம்! ராம்! ராம்! ராம்! சீதாராம்!

முதலமைச்சர் காமராஜருக்கும் நிதியமைச்சர் சுப்ரமணியத்துக்கும் கருத்து வேற்றுமை?

நாடக மசோதா விளைத்த சங்கடம்
சட்டசபையில் நிதியமைச்சரின் மழுப்பல்

சென்னை, டி.ச. 21 - "ராதா மசோதா"வினால் முதலமைச்சர் காமராஜரவர்களுக்கும் நிதியமைச்சர் சுப்ரமணியம் அவர்களுக்கும் பலத்த கருத்து வேற்றுமை ஏற்பட்டிருப்பதாகவும், மற்றும் சில மந்திரிகளும் இந்த நாடக மசோதாவை ஆட்சேபிப்பதாகவும், இதற்குச் சென்னை மந்திரிசபையில் பிளவு ஏற்பட்டு வருவதாகவும் விஷயமறிந்த வட்டாரங்களில் மாத்திரமன்றிச் சட்டசபை வட்டாரங்களிலும் பேசிக் கொள்ளப்படுகிறது. இது பொதுமக்கள் அறிந்த ரகசியமாகிவிட்டது என்பதுடன் மந்திரிகள் காதுக்கும் இதுபற்றிய பல வதந்திகள் எட்டி விட்டன. நிதியமைச்சர் அவர்களும் இந்தச் செய்திகளைச் சட்ட சபையில் மறுக்க முற்பட்டிருப்பதிலிருந்து இதில் ஓரளவுக்கு உண்மை இருக்கிறதென்பதும் வெளியாகிறது.

சட்டசபை நடவடிக்கை

நேற்று சென்னை அசெம்பிளிக் கூட்டத்தில், சட்ட மந்திரி சுப்ரமணியம் 1954 -ம் ஆண்டு நாடக மசோதாவைப் பொறுக்குக் கமிட்டியார் திருத்தம் செய்த அமைப்பில் கொண்டுவந்தார்.

இந்த மசோதாவைப் பொதுமக்கள் கருத்தறிய அனுப்பி வைக்க வேண்டுமென்று திரு எஸ். இராமலிங்கமும் திரு சி.எச். கண்ணாரனும் கொண்டுவந்த திருத்தம் சபாநாயகரால் நிராகரிக்கப்பட்டது. நேற்றைய கூட்டத்துக்கு ஏராளமான பார்வையாளர்களும் வந்திருந்தனர். அப்படியிருந்தும் நிசப்தமாக இருந்தது. இந்த மசோதாவின்பால் பொதுமக்கள் எவ்வளவு கவனமும், கவலையும் கொண்டிருக் கின்றனர் என்பதை எடுத்துக் காட்டுகிறது. தங்கள் சொந்த வாழ்க் கையைப் பாதிக்கும் ஒரு முக்கிய விஷயத்தில் அதிக அக்கறையும் கவனமும் செலுத்தினர்.

சட்ட மந்திரியின் அவசர மறுப்பு

சட்ட மந்திரி சுப்ரமணியம் இந்த மசோதாவைப் பிரேரேபித்துப் பேசுகையில், பொறுக்குக் கமிட்டியார் இம் மசோதா ஷரத்துக்களில்

பல திருத்தங்கள் செய்திருப்பதாக முன்னுரை கூறிவிட்டு, இந்த மசோதாவினால் மந்திரிசபையில் கருத்து வேற்றுமை ஏற்பட்டிருப்பதாக வெளியாகியுள்ள செய்திகளைப் பற்றி முதலில் விளக்கம் கூற முற்பட்டுத் தெரிவித்துக் கொண்டதாவது:-

பொறுக்குக் கமிட்டியார் கவனித்தபடி, இந்த மசோதாவில் குறிப்பிடப்பட்ட விஷயங்களை விளக்கிக் கூறுவதன் முன்னர், இது சம்பந்தமாக, பொதுமக்கள் மனதில் கற்பிக்கப்பட்டிருக்கும் சில தவறான கருத்துக்களைத் தெளிவுபடுத்த விரும்புகிறேன்.

இந்த மசோதாவைக் குறித்தமட்டில், மந்திரிசபையில் கருத்து வேற்றுமை ஏற்பட்டிருப்பதாகவும், முக்கியமாக, முதலமைச்சருக்கும் எனக்கும் அபிப்பிராய பேதம் ஏற்பட்டிருப்பதாகவும், இவ் விஷயத்தில் எங்களுக்குள் கருத்திணக்கமில்லை என்றும் பொதுமக்கள் எண்ணும் படிச் செய்யப்பட்டு வருகிறது. இக் கருத்தைப் பரப்புவதற்காகப் பிரசாரமும் நடத்தப்படுகிறது. இது அடியோடு ஆதாரமற்ற செய்தியாகும்.

இந்த சபையிலுள்ள அங்கத்தினர்களோ அல்லது வெளியிலுள்ளவர்களோ இத்தகைய கருத்தை மேற்கொண்டிருந்தால், இதனை நான் முதலில் தெளிவுபடுத்த விரும்புகிறேன்.

நாங்கள் மந்திரிகள் இணைந்து ஓரணியாக நடந்துகொண்டு வருகிறோம். ஒரு மந்திரிமீது மற்றொரு மந்திரியை ஏவிவிடுவதில் பயனில்லை. மக்களில் ஒரு குறிப்பிட்ட பகுதியினர் மாத்திரம் இம்மாதிரிச் செய்து வந்தால் இதை நான் புறக்கணித்திருப்பேன். ஆனால் மற்றும் பல்லோராலும் இம்மாதிரிச் செய்யப்படுகின்றது. எனவே மக்களின் மனதில் ஏற்படுத்தப்பட்டுள்ள தவறான எண்ணத்தை நீக்க, கூடிய மட்டும் விரைவான சந்தர்ப்பத்தைப் பயன்படுத்திக் கொள்ள வேண்டியுள்ளது.

ராமாயண நாடகத் தடை

மதுரை - திருச்சிகளில் எடுத்துக் கொள்ளப்பட்ட நடவடிக்கைகள் விஷயமாகப் பல வதந்திகள் பரப்பப்பட்டன.

இந்த நடவடிக்கைகளை எடுக்கும்படிச் செய்ய முதலமைச்சர் விரும்பவில்லை என்றும், இவ்வித நடவடிக்கைகள் எடுத்துக் கொள்ளலாகாதென்றும் அவர் தெரிவித்ததாகவும், ஆனால் நிதியமைச்சர் தான் இந்த நடவடிக்கைகளை எடுத்துக் கொள்ளும்படி சர்க்காரைத் துரட்டி வருவதாகவும் வதந்திகள் கிளப்பப்பட்டு வருகின்றன.

இது எனக்கோ, முதலமைச்சருக்கோ நியாயம் செய்ததாகாது என்பதை நான் விண்ணப்பித்துக் கொள்கிறேன்.

அவர் முதலமைச்சர் என்ற முறையில் இந்த ராஜ்ய நிர்வாகத்தில் அவருக்கு முழு ஆதிக்கமிருக்கிறது. அப்படியிருக்க நான் அவருடைய தலைக்கு மீறிப் போவதாகச் சொல்வது என்பால் நேர்மையாக நடந்து கொண்டதாகாது. என்னைப் பொறுத்தமட்டில் கூறுமிடத்து, நான் அவருடைய மந்திரிசபையில் இருந்து கொண்டே முதலமைச்சருக்கு விசுவாசமற்ற முறையில் நடந்து கொள்வதாகக் கூறுவது ஒருக்காலும் எனக்கு நேர்மை செய்ததாகாது.

வாய்ப்போர்

நான் காமராஜர் மந்திரிசபையில் சமயச் சந்தர்ப்பங்கள் பற்றி, கனம் அங்கத்தினர்களும் அறிவார்கள். அவர் என்னை அழைத்தபோது...

கே. விநாயகம்:- தலைவர் அவர்களே! இந்தச் சபையில் என்ன நடந்து கொண்டிருக்கிறது? இந்த மசோதாவை இச் சபையின் ஆலோசனைக்கு எடுத்துக் கொள்ளுமாறு மந்திரியார் பிரேரேபிக்கிறாரா அல்லது மந்திரிசபையில் பிளவு ஏற்பட்டிருப்பதாக எழுந்துள்ள சிலவகை வதந்திகளை மறுக்கிறாரா? இதில் எங்களுக்கு எவ்விதம் அக்கறையுள்ளது? இந்த மசோதா கொண்டுவரப்படும் விஷயத்தில் தான் இச் சபைக்கு அக்கறையுள்ளதே தவிர்த்து மந்திரிசபையில் பிளவு ஏற்பட்டுள்ளதா இல்லையா என்பது பற்றி நாங்கள் கவனிக்க வில்லை.

இந்தச் சபையில் என்ன நடக்கிறது என்பதைத்தான் நாங்கள் அறிய விரும்புகிறோம். அதைத் தெரிவிக்கட்டும் மந்திரியார்.

சபாநாயகர்:- மந்திரி சில சந்தேகங்களைத் தெளிவுபடுத்த விரும்புகிறார்.

எஸ். சுயம்பிரகாசம் (திராவிட கட்சித் தலைவர்):- இந்தப் பிரச்னை (நாடக மசோதா) விஷயமாக மந்திரி சபையில் கருத்து வேற்றுமை ஏற்பட்டிருப்பதாக இச் சபையிலுள்ள எந்தப் பகுதியினரும் கூறக் கிடையாது; அப்படியிருக்க மந்திரி ஏதோ சில வதந்திகளைப் பற்றிக் குறிப்பிடுவது நியாயமாகாது. இவைகள் எல்லாம் விஷயத்துக்குப் புறம்பானது.

மந்திரி சுப்ரமணியம்:- பார்லிமெண்டரி நடைமுறை பற்றி, கனம் அங்கத்தினர்களைவிட எனக்குக் கொஞ்சம் அதிகம் தெரியு மென்று நான் கூறிக் கொள்கிறேன். எனக்குள்ள அதிகாரத்திற்குட்பட்டே நான் பேசுகிறேன் என்பதும் நானறிவேன்.

கே. விநாயகம்:- மந்திரியார் தெரிவித்தது, இந்தச் சபை அங்கத்தினருக்கு "அவமானம்" விளைத்ததாகும்.

சபாநாயகர்:- சட்டசபை நடைமுறைகளைப் பற்றி, அங்கத்தினர்களைவிடத் தனக்கு அதிகம் தெரியுமென்று மந்திரி கூறிக்கொண்டதுபோல், அங்கத்தினர்களும் தங்களுக்கு மந்திரியைவிட அதிகம் தெரியும் என்று கூறிக்கொள்ளச் சுதந்திரமிருக்கிறது.

விநாயகம்:- எங்கள் தற்பெருமை எக்காளத்தை நாங்களே முழக்கிக் கொள்ளும் வழக்கம் எங்களுக்கில்லை.

மந்திரி:-அங்கத்தினரிடம் ஏதாவது எக்காளம் இருக்குமானால், பெருமுழக்கத்தை ஊதட்டும். இந்த மசோதாவின் காரணமாகவோ அல்லது வேறு விஷயங்களினாலோ மந்திரிசபையில் பிளவு ஏற்பட்டு விட்டது என்று எண்ணமிடுவது மக்களில் ஒரு பகுதியினர் வேண்டு மென்றே செய்வதாகும். இது முழுக்க முழுக்க ஆதாரமற்றதாகும்.

வேறிடத்துக் கெடுபிடியா?

சர்க்கார் தங்கள் விருப்பத்தால் இம் மசோதாவைக் கொண்டு வரவில்லை என்றும், வேறிடத்துக் (Extraneous) கெடுபிடியால்தான் இந்த மசோதா கொண்டுவரப்பட்டதாகவும் கூறப்படுவதை நான் மறுக்கிறேன்.

பக்தி மந்திரிகள்

மற்றும் சில மந்திரிகள் மத பக்தர்கள் என்றும், எனவே மதத்தைப் பாதுகாக்க இம் மசோதா கொண்டுவரப் பட்டுள்ளதென்றும் பேசப்படுகிறது.

எனக்கு மதத்தில் நம்பிக்கையில்லாதிருந்தாலும்கூட, ராஜ்ய நிர்வாகி என்ற முறையில் எனக்குப் பொறுப்புள்ளது. மதத்தில் நம்பிக்கை இருக்கிறதா, இல்லையா என்பது பற்றி நாங்கள் அக்கறை கொள்ளவில்லை. ஆனால் அமைதியான சமுதாயம் ஏற்பட வேண்டும். அரசியல் சட்டத்தில் தரப்பட்டுள்ள சுதந்திரங்கள், இந்த சர்க்காரால் ஒழுங்காகப் பாதுகாக்கப்பட வேண்டும் என்பதே எங்கள் கவனம்.

எந்த மதத்தையும் பாதுகாக்கும் நோக்கத்துடன் இந்த மசோதாவைக் கொண்டுவரவில்லை.

பொதுமக்கள் மதத்திற்கு எதிர்ப்பாக இருந்தால், அந்த மதத்தை எந்த சர்க்காரும் பாதுகாக்க முடியாது. கடவுள் விஷயமும் இப்படித்தான்.

ஒரு மந்திரியோ ஒரு சர்க்காரோ அந்தக் கடவுளைக் காப்பாற்ற வேண்டிய அவசியமில்லை. எனவே இந்த விஷயமாக இந்த மசோதா கொண்டுவரப்பட்டுள்ளது என்பதாக மக்கள் கருத வேண்டியதில்லை.

இம் மசோதா பற்றி நாடகக் கலைஞர்களும் மற்றவர்களும் தவறான கருத்துக் கொண்டிருப்பதாக அறிந்ததும், நான் இம் மசோதாவைப் பொறுக்குக் கமிட்டியின் ஆலோசனைக்கு அனுப்ப ஒப்பினேன்.

நாடகக் கழகம் இப்போது இதற்கு ஆதரவு தந்துள்ளது. *(நாடகக் கழகம் அனுப்பியதாக ஒரு கடிதத்தை, மந்திரி, சபையில் வாசித்தார்)*

நாராயண குரூப்:- சபை முன்னில்லாத ஒரு கடிதத்தை மந்திரி வாசிக்கிறாரே!

சபாநாயகர்:- அங்கத்தினர் விரும்பினால், இது அங்கத்தினர்களுக்கு அனுப்பி வைக்கப்படும்.

எஸ். ராமலிங்கம்:- இந்த மசோதாவைக் கைவிட வேண்டுமென்று கேட்டுக் கொண்டு மலையாள நாடக சமீதி⋆ தீர்மானம் நிறைவேற்றவில்லையா?

மந்திரி:- வேறு எந்தக் கழகங்களிடமிருந்தும் எவ்விதக் கடிதமும் எனக்குக் கிடைக்கவில்லை.

சுயம்பிரகாசம்:- சில நாடகக்காரர்களைத் திருப்திப்படுத்துவதற்காகத்தான் இம் மசோதாவை செலக்ட் கமிட்டிக்கு அனுப்ப ஒப்பியதாகக் கூறி மந்திரியார் அதற்கு ஆதரவான கடிதத்தையும் படித்துக் காட்டினார். நாடகக்காரர்களைத் திருப்திப்படுத்தி விட்டதாகவும், தன் நோக்கத்தை அடைந்துவிட்டதாகவும் மந்திரி கூறிக் கொள்கிறார். இது விரும்பத்தகாதது என்றே எனக்குப் படுகிறது.

மந்திரி:- நாடகத் தொழிலில் ஈடுபட்டுள்ளவர்கள் இம் மசோதாவை ஆட்சேபிப்பதாக எதிர்க்கட்சித் தலைவர் குறிப்பிட்டார். எனவே இதற்குப் பதிலளித்தேன். *(பின்னர் மந்திரி மசோதா ஷரத்துக்களை விளக்கினார்)*

விடுதலை

ஜெய ஞு மார்கழி மீ 6 உ -21-12-54 - செவ்வாய்

• மலபார் மாவட்டத்திலுள்ள 'நாடக சமீதி' அப்போதைய சென்னை ராஜதானியின் கீழேயே வந்தது.

கூட்டுப் பொறுப்புத்தான்; ஆனாலும்...

"நாங்கள் மந்திரிகள் அனைவரும் ஒரே குழுவாக இருந்து, கூட்டுப் பொறுப்புடன் வேலை செய்து வருகிறோம். எங்களுக்குள் கருத்து வேற்றுமையில்லை. இந்த மசோதாவில் முதலமைச்சருக்கு விருப்பமில்லையென்றும், என் பிடிவாதத்தினாலேயே கொண்டு வரப்படுவதாகவும் தவறாகப் பிரசாரஞ் செய்யப்பட்டு வருகிறது. இதை நான் மறுக்கிறேன்." என்று நிதியமைச்சர் உயர்திருவாளர் **கனம் சுப்ரமணியம் அவர்கள்** நாடகத் தடை மசோதா பற்றி, சட்டசபையில் பேசும்போது குறிப்பிட்டிருக்கிறார்.

மந்திரிசபை என்பது கூட்டுப் பொறுப்பு என்ற உண்மையை அறியாதவர் இல்லை. கூட்டுப் பொறுப்பு இல்லாவிட்டால், முதலமைச்சருக்கு விருப்பமில்லாத காரியங்களை எந்த மந்திரியாவது செய்தால், அவரை விலகச் செய்து, வேறொரு மந்திரியை நியமித்துக் கொள்ள முதலமைச்சருக்கு உரிமை உண்டு. ஆனால் தாமாகவே விலக மறுத்து ஒட்டிக் கொண்டிருக்கிற பதவிப் பித்துப் பிடித்த மந்திரிகளும் இருக்கலாமல்லவா? அப்படியிருந்தால், மந்திரிசபையைக் கலைத்து விட்டுப் புதிய மந்திரிசபையை நிறுவி, அதில் தமக்கு விருப்ப மில்லாதவரை மட்டும் விலக்கி விடுவதுதான் முறை. இவ்வாறு செய்வதினால், கட்சிக்குள் பிளவும், கோஷ்டிப் பிரிவும் ஏற்படும். எதிரிகள் இதை நன்றாகப் பயன்படுத்திக் கொள்வார்கள்.

இந்த நிலை எல்லாக் கட்சிகளுக்கும் பொதுவானது.

நாடகத் தடை மசோதா பற்றி, காங்கிரஸ் சட்டசபைக் கட்சியிலேயே கடுமையான கருத்து வேற்றுமை இருந்திருக்கிறது. மசோதா சட்டமாகி நடவடிக்கை எடுக்கப்படுமானால், தமிழ்நாட்டில் பெரிய கொந்தளிப்பு ஏற்படுமென்று சில உறுப்பினர்கள் கட்சிக் கூட்டத்தில் கூறியிருக்கின்றனர். இருப்பினும், 'கட்சிக் கட்டுப்பாடு' என்ற காரணத்துக்காக, 'ஒரு மனதாக' நிறைவேற்றுவதுபோல், இத் தீர்மானத்தை நிறைவேற்றியிருக்கின்றனர். 164 பேருக்கு 84 உறுப்பினர்களே இக் கூட்டத்துக்கு வந்திருப்பதிலிருந்தே இம் மசோதாவைப் பற்றி காங்கிரஸ் கட்சி உறுப்பினர்களுக்கு எவ்வளவு அக்கறையிருக்கிறது என்பது விளங்கவில்லையா?

இதிலிருந்து மந்திரிகளிடம் மட்டுமல்ல; சட்டசபை (காங்கிரஸ்) உறுப்பினர்களிடையிலுங்கூட, இம் மசோதா பற்றி நேர்மாறான கருத்து ஏற்பட்டிருக்கிறது என்பது விளங்கவில்லையா? "கட்சிக் கட்டுப்பாடு", "கூட்டுப் பொறுப்பு" ஆகிய காரணங்களைத் தவிர, மனச்சான்று, நேர்மை - முதலிய காரணங்களை மட்டும் முன்வைத்தால் இந்த மசோதாவுக்கு நிதியமைச்சரையும், திரு பி.டி. ராஜன் அவர்களையும், இன்னும் 10-15 காங்கிரஸ் எம்.எல்.ஏ.க்களையும் தவிர, சட்டசபையில் வேறு எவருடைய ஆதரவுமே இருக்காது.

இது கிடக்கட்டும். மற்ற மந்திரிகளைவிட, நிதியமைச்சர் மட்டும் ஆஸ்திகப் பிரசாரத்திலும், ஆரிய மதப் பிரசாரத்திலும் தனி அக்கறை எடுத்துக் கொள்வதன் காரணமென்ன? மதுரை வைத்தியநாத அய்யர்களுக்காக அவர்கள் சார்பில் கவர்னரையும் அழைத்துக் கொண்டு முதலமைச்சர் வீட்டுக்குத் தூது செல்ல வேண்டிய அவசியமென்ன? "கூட்டுப் பொறுப்பு" என்றால் மற்ற மந்திரிகளில் ஒருவரைக்கூட அழைத்துச் செல்ல வில்லையே ஏன்?

இனி ஆச்சாரியார் கல்வித் திட்டத்தை ஆதரித்து நாடெங்கும் தீவிரப் பிரசாரம் செய்த இதே கல்வியமைச்சர் புதிய மந்திரிசபை ஏற்பட்டவுடனே, அத் திட்டத்தைக் கைவிடும்படி, மற்ற மந்திரிகளால் வற்புறுத்தப்பட வில்லையா? அதாவது, விருப்பமில்லாத மாத்திரையை விழுங்குமாறு செய்யப்படவில்லையா?

கூட்டுப் பொறுப்புள்ள மந்திரிசபையில், தமக்கு விருப்பமில்லாத காரியங்களைச் செய்ய நேரிடுவதற்காகப் பதவியை விட்டு விலகுகின்ற திருவாளர் கிரி போன்ற நேர்மையாளர்கள் ஆயிரத்தில் ஒருவர்தாம் இருக்க முடியும்.

முதலமைச்சரும், நிதியமைச்சரும் இணைபிரியாத நண்பர்களா யிருக்கலாம்; கருத்தொற்றுமையே இல்லாதவர்களாயிருக்கலாம். அப்படியிருப்பதுதான் ஒரு கட்சிக்கு அழகு. ஆனால் இவ்வளவு நெருங்கிய நண்பரை எதிர்த்து, எதிரியின் (ஆச்சாரியார்) பேச்சைக் கேட்டுக் கொண்டு தலைமைப் பதவிக்குப் போட்டியிட்டதன் காரண மென்னவென்று கேட்பதுகூட, "**இவர்களிடையே வேற்றுமையை உண்டாக்குகின்ற தவறான பிரசாரம்**" ஆகுமா?

கூட்டுப் பொறுப்பு இருந்தாலும் அவரவர் இலாகாவுக்கு அவரவர் தானே பொறுப்பு? கல்வி இலாகாவிலோ, நீதி இலாகாவிலோ நடக்கின்ற ஊழல்களுக்கு முதலமைச்சர் மீதோ, ஸ்தல ஸ்தாபன அமைச்சர் மீதோ குற்றஞ் சாட்ட முடியுமா? அறநிலைய இலாகாவில்

நடக்கின்ற அக்கிரமங்களுக்கோ, போக்குவரத்து இலாகாவில் நடக்கின்ற ஊழல்களுக்கோ கல்வியமைச்சரைக் குறை கூற முடியுமா?

தாம் செய்கின்ற தவறுகளுக்குக் "கூட்டுப் பொறுப்பு" என்ற குடை நிழலில் ஒதுங்கப் பார்ப்பது சரியல்ல.

சட்டசபையில் சென்ற வாரம் இவரே கூறியதுபோல், "இராமனையும் சீதையையும் காப்பாற்றுவதற்காகவே இம் மசோதாவைக் கொண்டு வருகிறேன். இராமனை இழிவுபடுத்தும் நாடகத்தைச் சகித்துக் கொண்டிருக்க என்னால் முடியாது" என்று நேற்று மறுபடியும் கூறியிருந்தாரானால், அவரது துணிவுக்காகவும் நேர்மைக்காகவும் பாராட்டியிருப்போம்.

நடக்கட்டும்! நாடக மசோதா சட்டமாகட்டும்! ராதா நாடகத்தைத் தடை செய்யட்டும்! வரப் போவதை அனுபவிக்கட்டும்.

(தலையங்கம்)

எம்.ஆர். ராதாவைக் கைது செய்தது சரியா?
அசெம்பிளியில் ஒத்திவைப்புத் தீர்மானம்

சென்னை, டிச.20 - திருச்சியில் ராமாயண நாடகம் நடத்தத் தடையிட்டதையும், அதை மீறுவதாக அறிவித்திருந்த நடிகவேள் எம்.ஆர். ராதாவைக் கைது செய்ததைப் பற்றியும் விவாதிப்பதற்காக சபையின் நடவடிக்கைகளை ஒத்திவைக்க வேண்டுமென்று கோரி, திரு பி.ரெங்கசாமி ரெட்டியார் அசெம்பிளியில் இன்று ஒரு தீர்மானம் கொண்டுவந்தார்.

சபாநாயகர் இப் பிரச்னை ஒத்திவைப்புக்கு ஏற்றதாகுமா வென்பதை விளக்கும்படிக் கேட்டதன்மேல் திரு ரெட்டியார் கூறியதாவது:-

இது ஒத்திவைப்புக்கேற்ற முக்கியமானதாகும். 1926-1927 ல் கூட ஒரு சப்ரிஜிஸ்தாரின் பதவி உயர்வு பற்றிக்கூட, ஒத்திவைப்புப் பிரேரணை கொண்டுவரப்பட்டது. இப்போது தனிமனிதர் சுதந்திரமே பாதிக்கக்கூடிய நிலையில் சர்க்கார் நடந்து வருவதால், இது மிகவும் முக்கியமானதாயும் அவசரமானதாயுமிருக்கிறது.

திரு சபாநாயகர்:- கோர்ட்டில் பரிகாரம் தேடுவதற்கெல்லாம் சபையில் தீர்மானம் கொண்டு வருவதா?

திரு ரெங்கசாமி ரெட்டியார்:- இது வேறு விஷயம். ஒரு நெருக்கடியான நிலையை உண்டாக்கியுள்ளது சர்க்கார். நாடகம் பார்க்க மக்கள் விரும்புகின்றனர். இதைத் தடுக்க ரவுடிகளுக்கு உரிமை ஏது? அப்படி அவர்கள் செய்ய முடியாது. போலீசார் தடை செய்ய வேண்டியது கடமையாகிறது. அய்க்கோர்ட் தீர்ப்பும் இதை அனுசரித்துக் கூறப்பட்டிருக்கிறது.

திரு சுயம்பிரகாசம்:- பத்திரிகை மூலம் திரு எம்.ஆர். ராதா கைது செய்யப்பட்டதாக அறிகிறோம். அவர் நாடகத் தடையை மீறப் போவதாக எண்ணி சி.பி.கோ 151 வது பிரிவின்படி, தடுப்பு முறையாகக் கைது செய்யப்பட்டுள்ளார். கடைசி நிமிஷத்திலும் அவர் தன் முடிவை மாற்றிக் கொண்டிருக்கக்கூடும். ஒருவரைக் கைது செய்வதும், உடனே விடுதலை செய்வதுமாயிருக்கையில் கோர்ட்டில் பரிகாரம் தேடமுடியாது.

நிதி அமைச்சர்:- சட்ட சம்மதமின்றிப் பாதுகாப்பில் ஒருவர் வைக்கப்படின், கோர்ட்டில் பரிகாரம் கிடைக்கும். சட்ட சம்மதமாயின் இங்கு விவாதிக்க என்ன இருக்கிறது? ரௌடிகள்தான் கைது செய்யப்பட்டு அவர்கள்மீது வழக்குத் தொடரப்பட்டிருக்கிறது.

திரு சபாநாயகர்:- இத் தீர்மானம் கோர்ட்டில் பரிகாரம் தேடத்தக்கதாயிருப்பதால், சரியானதல்லவென்று நிராகரிக்கிறேன்.

பலசரக்கு மூட்டை- குத்தூசி

பாலுக்கும் காவல்; பூனைக்கும் தோழன்

எல்லாக் கட்சிகளுக்கும் நல்லவனாக நடந்து கொள்வதென்பது ஒரு தனிக்கலை! இதேபோல் எல்லா மனிதர்களிடமும் நல்லவன் என்று பெயரெடுப்பது கலைகளிலெல்லாம் தலைசிறந்த கலை! லட்சத்தில் ஒரு வருக்குத்தான் வரும்!

இம்மாதிரியே, எல்லோரிடத்திலும் "கெட்ட பேர்" எடுக்கின்ற கலையும் ஒருசிலருக்குத்தான் வரும். (நீங்கள் இச்சமயம் யாரை நினைத்துக்கொண்டு சிரிக்கப் பார்க்கிறீர்கள் என்பது எனக்குத் தெரியும்.) உள்ளதைச் சொன்னால் ஒரே விநாடியில் எல்லோரையும் எதிரிகளாக்கிக் கொள்ளலாம். விரும்புவோர் முயன்று பார்க்க!

யார் எதைச் சொன்னாலும், மறுத்துச் சொல்லாமல் ஹி! ஹி!! என்று பல்லிளித்துக் கொண்டேயிருந்தால் "மிக மிக நல்லவன்" என்ற பெயர் கிடைத்துவிடும்.

"என்னய்யா, மதுவருந்துவதும் விபசாரமும்கூடத் தப்பாமே! நமது ரிஷிகளும், வேதப் பிராமணர்களும், நம் கடவுள்களும்கூட, இந்த இரு காரியங்களையும் தாராளமாகச் செய்திருக்கிறார்களே! என்ன சொல்கிறீர்கள்?" என்று ஒருவர் கேட்பார்!

"ஹி! ஹி!!" என்ற ஒரே பதில்தான்!

"யார் ஆண்டால் நமக்கென்ன? ஆரியர்கள்தான் ஆளட்டுமே! காங்கிரஸ் கட்சிதான் ஆளட்டுமே! திராவிடக் கட்சிதான் ஆளட்டுமே! எல்லாம் எனக்கு ஒன்றுதான். உங்கள் கருத்தென்ன?" என்று சர்வகட்சிச் சமரச அன்பர் ஒருவர் கேட்டார்.

"ஹி! ஹி!! என்று பல்லைக் காட்டிவிட்டால் போதும்! "ரொம்ப நல்ல மனுஷர்" என்ற பெயர்! அதைவிட்டு, "கழுதையும் குதிரையும் ஒன்றாகிவிடுமா?" என்று கேட்டால், "எது கழுதை?", "எது குதிரை?" என்று கேட்பாரல்லவா? வீண் தொல்லைதானே?

தமிழ்நாட்டிலுள்ள **நாடகக் கழகச் செயற்குழு உறுப்பினர், பலே பலே கெட்டிக்காரர்கள்!** காரியவாதிகள்! அதாவது ரொம்ப நல்லவர்கள்! புதிய நாடக மசோதா அவசியந்தான் என்று நிதிமந்திரியிடம் கூறிவிட்டார்கள்! மத எதிர்ப்புப் பிரசார நாடகத்தைத்

தடுக்க வேண்டியது அவசியந்தான் என்று விசாரணைக் குழுவிடம் சாட்சியும் சொல்லிவிட்டார்கள். பிறகு, உங்களைப் போன்றவர்கள் மனம் நோகாதபடி, மற்றொரு அமைச்சரிடம் (முதலமைச்சர்) தூது சென்று, 'எம்.ஆர். ராதாவை விடுதலை செய்யுங்கள்' என்றும் விண்ணப்பம் கொடுத்துவிட்டார்கள்! சமரச சன்மார்க்கம்! மீன் குழம்பில் பசும்பாலைக் கலந்து ஊற்றுவதுபோல்! ஒரே நெற்றியில் பாதி விபூதியும் பாதி நாமமும் சாத்துவதுபோல்!

எம்.ஆர். ராதா நடிகர் கழகத்தின் ஆயுள் உறுப்பினராம். அத்துடன் பெரியார் கட்சியின் அநுதாபியும் அல்லவா? அதற்காகத் தூது கோஷ்டி!

ஒரே குறியில் இரண்டு குருவிகள்!

நிச்சயமாகச் சொல்கிறேன். இனிமேல் எம்.ஆர். ராதா விடுதலையானால், நமது மதிப்பிற்குரிய நாடகக் கழகத்தின் மாபெரும் தூதுக் கிளர்ச்சியின் விளைவாகத்தான் இருக்க வேண்டும்.

உஷார்! அரசாங்கமே! நடிகர் கழகம் கண்டனத் தீர்மானம் நிறைவேற்றலாமா என்று ஆலோசிப்பதற்கு முன்பாகவே எம்.ஆர். ராதாவை விடுதலை செய்துவிடுங்கள்!

ராதாவே உஷார்! சிறையிலிருந்து வெளிவந்ததும் மத எதிர்ப்புப் பிரசார நாடகம் நடத்தாதீர்! உமது நாடகக் கழகம் புது மசோதாவை வரவேற்றிருக்கிறது.

ஆகவே இரு சாராரும் உஷார்!

திருடர்களே உஷார்! போலீஸ்காரர்கள் வருகிறார்கள்!

போலீசாரே உஷார்! திருடர்கள் ஒளிந்து கொண்டிருக்கிறார்கள்.

நாடகக் கழகத்தாரின் நடுநிலைமைக் கொள்கை வாழ்க! அதி தீவிரவாதிகள் அடியோடு ஒழிக! பூம்! பூம்!

ராதா நாடகம் பற்றி, சென்னை உயர்நீதிமன்றத் தீர்ப்பைக் கவனியுங்கள்

மத விஷயங்களில் சர்க்கார் தலையிடுவது தொல்லைதான் விளைக்கும்

சட்டசபையில் பி.ரெங்கசாமி அறிவுரை

சென்னை, டிச. 21 - நாடக மசோதா பற்றி, நேற்று சென்னை சட்டசபையில் நடந்த விவாதத்தின்போது, இம் மசோதாவை ஆட்சேபித்தும், தங்கள் கருத்துக்களை வெளியிட்டும், 'கனம்' அங்கத்தினர்கள் தெரிவித்த கருத்து வருமாறு:-

பி.டி.ராஜன்:- மதுரை நிகழ்ச்சி பற்றி இன்ஸ்பெக்டர் ஜெனரலையோ, திரு சத்தியநாதனையோ விசாரணை செய்ய அனுப்ப வேண்டிய அவசியமேயில்லை; உள்ளூர் அதிகாரிகளை இவ்விஷயத்தில் கவனித்துக் கொள்ள விட்டிருக்கவேண்டும். ஒரு சிறு எண்ணிக்கை யானவர்களே சட்டத்தை முறிக்கவும், எம்.ஆர். ராதாவின் நாடகத்தைத் தடை செய்யவும் முயற்சித்தனர்.

பி.ரெங்கசாமி ரெட்டியார்:- எம்.ஆர். ராதா நடத்தும் ராமாயணத்தைத் தடுக்கும் ஒரு நோக்கத்துடன்தான் இந்த மசோதா கொண்டுவரப்பட்டுள்ளது. ஒரு சிறு கும்பல் விளைத்த கலவரத்தின் காரணமாக அவருடைய நாடகம் தடுக்கப்பட்டுள்ளது.

ராமாயணத்தில் ஆபாசப் பகுதிகளைச் சுட்டிக் காட்டும் புத்தகங்களை சர்க்கார் தடைப்படுத்தவில்லையே! திரு எம்.ஆர். ராதா நடத்தும் ஒரு குறிப்பிட்ட நாடகத்திற்கு எதிராகத்தான் இந்த நடவடிக்கை எடுத்துக் கொள்ளப்பட்டிருக்கிறது என்பது எனக்குத் தெளிவாகத் தெரிகிறது.

முன்னர் திரு எம்.ஆர். ராதா கரூரில் நாடகம் நடத்தியபோது, 144 பிரிவுப்படி பிறப்பித்த தடையுத்தரவை ஆட்சேபித்து திரு ராதா சென்னை உயர்நீதிமன்றத்தில் மனுச் செய்தபோது, உயர்நீதிமன்றத்தார் வெளியிட்ட கருத்தை நான் நினைவூட்டுகிறேன். அந்தத் தீர்ப்பில் குறிப்பிட்டுள்ள விஷயங்களை சர்க்கார் ஆராய்ந்து பார்க்க வேண்டும். சர்க்கார் தங்களை மதச் சார்பற்றவர்கள் என்று கூறிக்கொள்ளும்போது,

மதத்தைப் பாதிப்பதாகக் கூறப்படும் விஷயங்களில் சர்க்கார் ஏன் தலையிட வேண்டும்? கடவுளைக் காப்பாற்ற சர்க்கார் விரும்பு கின்றனர் என்று புலப்படுகிறது. மதத்துக்கும், மதக் கொள்கைகளுக்கும் எதிராக ஏற்படும் இயக்கங்களுக்கு எதிர் நடவடிக்கை எடுத்துக் கொள்ளும் வேலையை மதப் பிரசாரகர்களுக்கே விட்டுவிட வேண்டும். இவ்வகையில் சர்க்கார் ஏதாவது நடவடிக்கை எடுத்துக் கொள்வதும் தலையிடுவதும் தொல்லைகளுக்குத்தான் ஊக்கம் தருவதாகும்.

மாதவன் நம்பியார்:- இவ்வளவு அவசரமாக இந்த நடவடிக்கை எடுத்துக் கொள்ளப்படுவதை நான் ஆட்சேபிக்கிறேன். கலைகள் சீர்திருத்த விஷயத்தில் இப்போது புதுப்பொலிவு ஏற்பட்டிருக்கிறது. இந்த மசோதா நடவடிக்கையால் இந்த முன்னேற்ற வேகம்தான் தடைப்படும்.

ப.ஜீவானந்தம்:- இந்த மசோதா நமது நாட்டுப் பழக்கவழக்க முன்னேற்றத்துக்கு எதிர்ப்பானதாகும். முற்போக்குக் கருத்துக்களை எல்லாம் முடக்கிவிடும். ஏனெனில் சுயநலமிகள் தங்கள் கோட்பாடு பாதிக்கப்படுவதாக ஏதாவது சாக்குப்போக்குக் கூறலாம்.

பி.ராமமூர்த்தி:- மதக் கொள்கையைப் பாதிக்கும் நாடகங்களைத் தடுப்பதே இந்த மசோதாவின் நோக்கம் என்ற போக்கில் விவாதம் நடக்கிறது. ஆனால் இதன் உண்மை நோக்கம் வேறு என்றுதான் எண்ணுகிறேன். அதாவது நாடக அரங்கில் வெளியிடப்படும் முற்போக்குக் கருத்துக்களைத் தடுக்கவே இந்த நடவடிக்கை எடுத்துக் கொள்ளப்படுகிறது என்று நான் கருதுகிறேன். முற்போக்குக் கருத்துக்களைத் தடுக்க முற்படுவது வீண்முயற்சியாகும். இந்த சட்ட நடவடிக்கை எடுத்துக் கொள்ள நேரிட்ட அவசியமும் விளக்கப் படவில்லை.

எஸ். தெய்வசிகாமணி:- இந்த மசோதா அடியோடு தேவை யற்றதாகும். சீர்திருத்த நோக்கம் கொண்ட நாடகக்காரர்களைத் தடுக்கவே இந்த மசோதா கொண்டுவரப்பட்டுள்ளது. எல்லாவகைக் கருத்துக்களையும் பொதுமக்கள் அறிந்துகொள்ள சர்க்கார் வழிவிட வேண்டும்.

டி. தசரதன்:- எம்.ஆர். ராதாவின் ராமாயணம் பல நகரங்களில், யாராலும் எவ்வித எதிர்ப்புமின்றி வெற்றிகரமாக நடத்தப்பட்டு வந்திருக்கிறது.

சி.கந்தசாமி:- நாடகங்களைக் கட்டுப்படுத்த வேண்டும் என்பதற்காகத்தான் சர்க்கார் அவசர அவசரமாக இந்த மசோதாவைக் கொண்டு வருகின்றனர். இது நாடகக்கலை முன்னேற்றத்தைத் தடுக்கும்.

பி.ரத்தினசாமி பிள்ளை:- ராமாயணக் காவியத்துள்ள அர்த்தமற்றதும் ஆட்சேபகரமான பகுதிகளையே ராதாவின் ராமாயணம் வெட்ட வெளிச்சமாக்குகிறது. மந்திரி சபையில் பிளவு உண்டாக்கத்தான் இந்த மசோதா கொண்டுவரப் படுகிறது. திரு ராஜகோபாலாச்சாரியார் முதலமைச்சராக இருந்திருந்தால், அவர் இந்த மசோதாவைக் கொண்டுவந்தேயிருக்க மாட்டார்.

ஏ. ரத்தினம்:- இந்த மசோதாவுக்கு இப்போது அவசரமில்லை.

அந்தோணி பிள்ளை:- இந்த மசோதா மலான் இனவெறிச் சட்டம் போன்றது.

எஸ். சுயம்பிரகாசம்:- இம் மசோதா சமுதாய முன்னேற்றத்தைத் தான் தடைப்படுத்தும். நாடகக் கலையைக் கொன்று, கலை முன்னேற்றத்தைச் சீர்குலைக்கும்.

(இன்று கூட்டத்தில், சட்ட மந்திரி விவாதத்திற்குப் பதிலளிப்பு நடக்கும்)

கட்சிப் பலத்தினால்
நாடக மசோதா சட்டமாயிற்று

எதிர்க்கட்சியினர் பொறுப்பாளியாக இருக்க முடியாதென்று வெளியேறினர்

கட்சிக் கொள்கைகள் பற்றி சர்க்கார் கட்சித் தலைவர் 'விமர்சனம்'

சென்னை, டிச. 22 - நாடகக் கட்டுப்பாடு மசோதா நிறைவேற்றத்திற்கு காங்கிரஸ் கட்சிதான் பொறுப்பு என்றும், மசோதாவை இவ்வளவு பிடிவாதமாக சர்க்கார் சட்டமாக்கப் போவது புரியவில்லையென்றும், நேற்று சென்னை அசெம்பிளியில், நாடகக் கட்டுப்பாடு மசோதா ஷரத்து வாரியாக விவாதிக்கப்பட்டு, முதல் ஷரத்து பரிசீலிக்கப்பட்டபோது, எதிர்க்கட்சித் தலைவர் தோழர் பி. ராமமூர்த்தியும், திரு சுயம் பிரகாசமும் அறிவித்தனர். எதிர்ப்பை சர்க்காரே சமாளிக்க வேண்டும் என்றும், இந்த மசோதா சட்டமாக்கப்படுவதில் தாங்கள் எவ்விதத்திலும் பொறுப்புடையவர்களாக இருக்கப் போவதில்லையென்றும் கூறி, சபையை விட்டு வெளியேறினர்.

திராவிட பார்லிமெண்டரி கட்சியினரும் வெளியேறினர்.

நேற்று முற்பகல்! கேள்வி நேரத்திற்குப் பின், நாடகக் கட்டுப்பாடு மசோதாவை செலக்ட் கமிட்டி பரிசீலனை செய்தபடி, ஆலோசனைக்கு எடுத்துக் கொள்ள வேண்டுமென்று தோழர் எம். கல்யாணசுந்தரம் கொண்டுவந்த திருத்தம் தோற்கடிக்கப்பட்டது. இத் திருத்தத்திற்குச் சாதகமாக 48 பேர்களும், எதிராக 107 பேர்களும் வாக்களித்தனர்.

சர்க்கார் கட்சித் தலைவர் பதில்

மசோதாவை, சபை ஆலோசனைக்கு எடுத்துக் கொள்ள வேண்டு மென்று கேட்டுக் கொள்வதற்கு முன், சர்க்கார் கட்சித் தலைவர் முதல்நாள் விவாதத்திற்குப் பதிலளித்தார்.

கம்யூனிஸ்ட் கட்சியும், திராவிட பார்லிமெண்டரி கட்சியும் இம் மசோதாவை எதிர்ப்பதன் நோக்கம், தங்கள் தங்கள் அடிப்படைக்

கொள்கைக்குப் பாதகமாக இருப்பதுதான் என்றும் கூறிவிட்டு, இரு கட்சிகளின் கொள்கைகளைக் குறித்து விமர்சனம் செய்தார்.

மசோதாவுக்கு ஏற்பட்ட எதிர்ப்பு, ஷரத்துக்களுக்காக ஏற்பட்டதல்ல வென்றும், கொள்கை அடிப்படையில் ஏற்பட்ட எதிர்ப்புத்தான் என்றும் நிதியமைச்சர் கூறினார்.

இம் மசோதாவை கம்யூனிஸ்ட் கட்சியும், திராவிட பார்லிமெண்டரி கட்சியுமே எதிர்க்கின்றன. அவ்வெதிர்ப்புகளைக் குறித்துத் தாம் பேசப் போவதாகவும் கூறினார்.

கம்யூனிஸ்டுகள் தங்கள் கொள்கையைப் பரப்புவதில் இம் மசோதா எங்கு குறுக்கே நிற்குமோ என்று பயப்படுகின்றனர் என்றும், திராவிடக் கட்சியினரும் எங்கு இம் மசோதா தங்கள் கொள்கையைப் பாதிக்குமோ என்று அஞ்சி எதிர்க்கின்றனர் என்றும், இந்த மசோதா பற்றிப் பயப்பட எவ்வித ஆதாரமுமில்லையென்றும் கூறினார்.

கட்சிக் கொள்கையைக் கொண்டு தாங்கள் ஆட்சேபிக்கவில்லை யென்றும், சட்டத்தை சட்டமாகக் கருதியே தாங்கள் ஆட்சேபிப்ப தாகவும் திராவிட பார்லிமெண்டரி கட்சித் தலைவர் திரு சுயம்பிரகாசம் கூறினார்.

கொள்கை அடிப்படையில் பயமாம்

இங்கு நடந்த விவாதத்தை, தான் அறிந்துகொண்ட முறையில் தான் பதில் சொல்ல முடியுமென்றும், கொள்கை அடிப்படையில் கொண்ட பயத்தைப் போக்கும் சக்தி தமக்கில்லையென்றும் நிதியமைச்சர் கூறி விட்டு, கம்யூனிஸ்டுகள், பலாத்காரத்தைத் தூண்டக் கூடிய நாடகங்கள் சம்பந்தமான ஷரத்தை மட்டும் ஆட்சேபிக்கின்றனர் என்றும், மத சம்பந்தமான ஷரத்துக்களை ஆட்சேபிக்கவில்லை யென்றும் கூறிவிட்டு, கம்யூனிஸ்ட் கட்சிக்குப் பலாத்காரத்தில்தான் நம்பிக்கை இருப்பதாகக் கூறினார்.

கம்யூனிஸ்ட் கட்சியின் கொள்கைகளைப் பற்றி மந்திரி பேசுவதால், அதற்குப் பதிலளிக்கத் தங்களுக்கு வாய்ப்பளிக்க வேண்டும் என்று தோழர் ராமமூர்த்தி கேட்டதற்கு, சபாநாயகர் ஒப்புக் கொண்டார். நிதியமைச்சர் பேசும்போது எதிர்க்கட்சியினர் பல ஒழுங்குப் பிரச்னைகளைக் கிளப்பினர்.

நிதியமைச்சர் தொடர்ந்து பதிலளிக்கையில், மந்திரிகளைப் பற்றியோ, சர்க்காரைப் பற்றியோ எவ்வளவு தூரம் வேண்டுமானாலும்

அவதூறுகளைப் பரப்பினாலும், இந்த மசோதாவைக் கொண்டு நடவடிக்கை எடுக்கப் போவதில்லையென்றும், ஆனால் பலாத் காரத்தைக் கொண்டு சமுதாயத்தை மாற்றியமைக்க வேண்டும் என்று தூண்டப்படுவதை அனுமதிக்க முடியாதென்றும் கூறினார்.

தாடகை வதம் முதல் ராவண வதம் வரை பலாத்காரம்தானே உள்ளது. இதை நாடகத்தில் அனுமதிக்கலாமா என்று தோழர் ஜீவானந்தம் கேட்டார்.

மசோதாவை அங்கத்தினர் படித்தால் தெரியும் என்று கூறிவிட்டு, மேற்கொண்டு தொடர்ந்து பேசினார்.

திராவிட பார்லிமெண்டரி கட்சி எதிர்ப்பு

இரண்டாவது எதிர்ப்பு, திராவிட பார்லிமெண்டரி கட்சியாரிட மிருந்து தோன்றியதாகும்.

திராவிட நாடு தனித்திருக்க வேண்டும்; வட நாட்டுடன் சேர்ந்திருக்கக்கூடாது என்பது அவர்களது கொள்கை.

மற்றும் திராவிடரல்லாதார் இந்த நாட்டிலிருக்கின்றனர் என்றும், அவர்களை விரட்டியடித்துவிட வேண்டுமென்றும் அவர்கள் கூறுகின்றனர்.

ஆனால், வடநாடு, திராவிட நாடு என்ற வித்தியாசமில்லாமல் இந்திய மக்கள் அனைவரும் சுமுகமாக வாழ வேண்டும் என்பதே காங்கிரஸின் கொள்கை. காங்கிரஸ்காரரர்கள் இந்த ஒற்றுமையில் நம்பிக்கை கொண்டவர்கள். ஆகவே பிரிவினைக் கொள்கைக்கு இடம் தர மாட்டார்கள். பிற்போக்கானவர்களை முன்னுக்குக் கொண்டுவர வேண்டும் என்பதில் சர்க்காருக்கு அக்கறையுண்டு. ஆனால் திராவிடரல்லாதார் சிலர் இருக்கிறார்கள். அவர்களை விரட்டிவிட வேண்டும் என்று சொல்வதை ஒப்புக்கொள்ள முடியாது. இந்தியாவில் ஒற்றுமை அடிப்படையில் ஆட்சி புரிவதுதான் காங்கிரஸின் கொள்கை.

மந்திரி இங்கு மசோதா பற்றிப் பேசுகிறாரா அல்லது அரசியல் வகுப்பு நடத்துகிறாரா என்று தெரிந்து கொள்ள தாம் விரும்புவதாக திரு விநாயகம் கேட்டார். இதையொட்டி சிறிது நேரம் வாக்குவாதம் நடந்தது. மேற்கொண்டு நிதியமைச்சர் பேசுகையில் கூறியதாவது:-

சமுதாயப் பிரசாரத்திற்குத் தடையில்லையாம்

இந்த மசோதாவுக்கு ஏன் இவ்வளவுதூரம் எதிர்ப்பு காணப்படுகிற தென்பதை விளக்க நான் கடமைப்பட்டிருக்கிறேன். ஒரு பகுதிக்கும் மற்றொரு பகுதிக்கும் கலகம் ஏற்படாமல் தடுக்க வேண்டியது சர்க்கார் கடமை. ஒரு சாராருக்கும் மற்றொரு சாராருக்கும் இடையில் துவேஷம் வளர்வதை அனுமதிக்க முடியாது. ஆனால் மதப் பிரசாரத்திற்கும், சமுதாயப் பிரசாரத்திற்கும் சர்க்கார் குறுக்கே நிற்க மாட்டார்கள். பகைமை, துவேஷம் இவற்றை வளர்க்க சர்க்கார் இடம் தர முடியாது.

இப்போதுள்ள சூழ்நிலையில், இந்த மசோதா மிகவும் அவசியம். சமுதாயம் வளர்ச்சியடைய வேண்டும் என்று விரும்புகிறவர்கள் எல்லாம், இந்தியாவின் ஒற்றுமையை, ஒருமைப்பாட்டை விரும்பு கிறவர்கள் எல்லாம், கட்டாயம் இந்த மசோதாவை ஒப்புக் கொள்கிறார்கள் என்பதில் எனக்குச் சிறிதும் சந்தேகமில்லை. கம்யூனிஸ்டுகள் மட்டும் ஒப்புக் கொள்ள மாட்டார்களென்று எனக்குத் தெரியும்.

பின்னர், மசோதாவை ஒரு வருடம் கழித்து ஆலோசனைக்கு எடுத்துக் கொள்ளலாம் என்ற திரு கல்யாணசுந்தரத்தின் திருத்தம் பிரேரேபிக்கப்பட்டு ஓட்டுக்கு விடப்பட்டது. திருத்தத்திற்குச் சாதகமாக 48 ஓட்டுகளும், எதிராக 107 ஓட்டுகளும் பதிவாகின.

திருத்தங்கள் புறக்கணிப்பு

இதற்குப் பின், இதர திருத்தங்கள் தோல்வியடைந்ததாகக் குரல் ஓட்டு மூலம் தெரிவிக்கப்பட்டு, அசல் மசோதாவை ஆலோசனைக்கு எடுத்துக் கொள்ளப்பட வேண்டுமென்ற பிரேரணை நிறைவேறியது. ஷரத்துவாரியாக மசோதா விவாதத்திற்கு எடுத்துக் கொள்ளப்பட்டது.

இரண்டாவது ஷரத்தின்மீது விவாதம் நடந்து கொண்டிருக்கும் போது, சபை இடைவேளைக்கு ஒத்தி வைக்கப்பட்டது.

பிற்பகல் சபை கூடியதும், ஷரத்துவாரியாக விவாதிக்கப்பட்டு, எதிர்க்கட்சியினர் கொண்டுவந்த திருத்தங்கள் எதுவும் ஏற்றுக் கொள்ளப்படாமல், பொறுக்குக் கமிட்டி செய்திருந்த சிபாரிசுகளின்படி நிறைவேற்றப்பட்டது.

சட்டத்தின் 3-வது ஷரத்தின்கீழ் ஒரு நாடகம் ஆட்சேபகரமானதா இல்லையா என்பதை நிர்ணயிக்குமுன்னர் நாடகக் கலைஞர்கள், அத்

தொழில் அக்கறையுள்ளவர்கள், இதரரைக் கலந்து அவர்களின் கருத்தறிந்து சர்க்கார் நடக்குமென்றும், அதற்குச் சட்டத்தில் இடம் தேவையில்லையென்றும் நிதியமைச்சர் கூறினார்.

அபாயகரமான மசோதா

சர்க்கார் அபாயகரமான மசோதாவைச் சட்டமாக்கி இருக்கின்றனர் என்றும், துஷ்பிரயோகத்துக்கு இடமின்றி, பார்த்து ஜாக்கிரதையாக நடப்பது முக்கியமானது என்றும், யோசனைகளை மதித்து, சர்க்கார் இணங்கி நடந்திருக்கலாம் என்றும், விருப்பமில்லாவிடில், நம்பிக்கையில்லாத் தீர்மானம் கொண்டு வரலாம் என்று பேசிவிடுவது சரியல்ல என்று, திரு நாராயண குரூப் கூறினார்.

விடுதலை

ஜெய ஸ்ரீ மார்கழி மீ 7 உ -22-12-54 -புதன்

நாடகம் முடிந்தது!

புதிய நாடக மசோதா சட்டமாக்கப்பட்டுவிட்டது. நாம் வேண்டிக் கொண்டபடியே, எதிர்க்கட்சி உறுப்பினர்கள் தங்கள் அதிருப்தியைக் காட்டும் அறிகுறியாக நேற்று வோட் எடுக்கும் சமயத்தில் சட்ட சபையை விட்டு வெளியேறியிருக்கின்றனர். பாராட்டுகிறோம். ஒரே கட்சியைச் சேர்ந்தவர்கள் ஒன்றுசேர்ந்து கொண்டு, தங்களுக்கு விருப்பமில்லாத ஒரு சட்டத்தை, மேலிடத்தார் கட்டாயத்துக்காக நிறை வேற்றினார்கள் என்பதை நாடறியச் செய்வதற்காகவே இந்த 'வாக் - அவுட்' என்னும் வெளியேற்றம் நடந்ததே தவிர, வேறு எண்ணத்தினாலல்ல. தமிழ்நாடு காங்கிரஸ் கட்சி, வடநாட்டுத் தலைமையிடத்தார் ஆட்டி வைக்கிற படியெல்லாம் ஆடுகின்ற வரையில், இந்த சாதாரண நாடகப் பிரச்னையல்ல, இன்னும் பெரிய பெரிய பிரச்னைகளிலுங்கூட தமிழர் களுக்குக் கேடு செய்யக்கூடிய மாதிரிதான் நடக்கவேண்டி வரும். அதன் விளைவை அக் கட்சி அனுபவித்துத்தான் தீரவேண்டும். அதிலுள்ள முக்கிய முன்னணித் தலைவர்கள் அக் கட்சியை விட்டு வெளியேறுவதைத் தவிர வேறு வழியில்லை என்ற நிலைமை என்றேனும் ஒருநாள் ஏற்படாமலிருக்காது.

இனி புதிய சட்டத்தைப் பற்றிக் கவனிப்போம். யார் யாரையோ திருப்தி செய்வதற்காகச் சட்டம் செய்தாகி விட்டது. "சினிமாக் கொட்டகையில் பீடி - சிகரெட் குடிக்கக்கூடாது" என்ற சர்க்கார் உத்தரவு மாதிரி, இந்த நாடகச் சட்டமும் குப்பைத் தொட்டியில் கிடக்குமா? அல்லது உயிருடன் உலவிக் கொண்டிருக்குமா என்பதை இனி பார்க்க வேண்டும்.

வேலையில்லாத் திண்டாட்டம், கல்வி வளர்ச்சி போன்ற எத்தனையோ அவசரப் பிரச்னைகள் காத்துக் கொண்டிருக்கும்போது, கடவுளையும் மதத்தையும் காப்பாற்றப் புறப்பட்டு விட்டார்கள், நமது மதிப்பிற்குரிய காங்கிரஸ் தோழர்கள்! தமிழ்நாட்டில் இத்தனை லட்சம் முஸ்லீம்களையும், லட்சக்கணக்கான கிறிஸ்துவர்களையும், லட்சக் கணக்கான மத எதிர்ப்பாளர்களையும் (சு.ம. காரர்) பெற்றெடுத்திருக்கின்ற ஒரு சாக்கடை (ஆரிய) மதத்தை இவர்கள் சப்பைக்கட்டு கட்டித்தானா நிலைநிறுத்தப் போகிறார்கள்?

திரு ஆர்.வி. சுவாமிநாதன் அவர்கள் இம் மசோதா பற்றிப் பேசுகையில், மதத்துக்காக வாதாடியிருப்பதைக் கவனித்தால், ஆரிய

மதத் தலைவர்களான தம்பிரான்களுக்கும், சங்கராச்சாரிகளுக்கும், ஜீயர்களுக்கும்கூட இவ்வளவு கவலையிருக்காது என்றே கூறலாம். மடத்தில் வீற்றிருக்க வேண்டிய பண்புகளைப் பெற்றவர், தவறிப் போய் சட்டசபைக்குள் வந்துவிட்டார், பாவம்!

"திராவிடர்களல்லாதவர்களும் இந்த இராஜ்யத்தில் இருக்கிறார்களென்றும், அவர்களை விரட்டியடித்துவிட வேண்டுமென்றும் திராவிடக் கட்சிக்காரர்கள் கூறுகிறார்கள். இதை நாங்கள் எப்படி ஒத்துக்கொள்ள முடியும்?" என்று நிதியமைச்சர் அவர்கள் பேசியிருக்கிறார்.

உண்மைதான். இதில் இரகசியமில்லை. அன்னியரான ஆரியரை விரட்ட வேண்டுமென்றுதான் திராவிட கழகம் சொல்கிறது. "அவர்கள் எங்கு போவார்கள்? பாவம்!" என்று "இரட்டைக் குழல் துப்பாக்கிகளே" ஆரியருக்குப் பரிந்து பேசும்போது, நிதியமைச்சர் இதைக் கண்டிப்பது தானா வியப்பு?

"பார்ப்பானே வெளியேறு" என்ற கட்டுரைத் தொகுப்பை, இன்றைய ஆட்சியாளர் பறிமுதல் செய்துவிட்டனர். ஆனாலும் திராவிட கழகத்தார் இதைத்தான் தங்கள் மூலமந்திரமாகக் கருதிப் பொதுமேடையில் பேசியும், பத்திரிகையில் எழுதியும் வருகின்றனர்.

அன்று வெள்ளையனான அன்னியனை வெளியேற வேண்டும் என்று காந்தியார் கூறியபோது திரு ஆச்சாரியார் உள்ளிட்ட எத்தனையோ பேர் எதிர்க்கவில்லையா? வெளியேறச் சொன்னவர்களின் எண்ணிக்கை சில ஆயிரத்துக்குள்தானிருக்கும்; சும்மாயிருந்தவர்கள் பல லட்சம் பேர்; எதிர்த்தவர்கள் எத்தனையோ லட்சம் பேர்!

இறுதியில் என்ன நடந்தது? துப்பாக்கியையும், சட்டப் புத்தகத்தையும் காட்டி மிரட்டிக் கொண்டிருந்த வெள்ளையன் வெளியேறவில்லையா?

அவனைவிடத் திறமைசாலியா ஆரியன்? சுயநலம் காரணமாக வேணும், எத்தனையோ பொது நன்மைகளை இந்த நாட்டு மக்களுக்குச் செய்த, அன்னிய வெள்ளையனே வெளியேறிவிட்ட பிறகு, கடந்த இரண்டாயிரம் ஆண்டுகளாகக் காதொடிந்த துருப்பிடித்த ஊசியளவு நன்மைகூடச் செய்யாத ஒரு அன்னியன், இந் நாட்டு மக்களை ஜாதியின் பெயரால் பல்வேறு தூள்களாக உடைத்துப் பிரித்து வைத்த ஒரு அன்னியன், இந்த நாட்டு மக்களின் வீரத்தையும், அறிவையும் பாழாக்கி அடிமைப்படுத்தி வைத்திருக்கின்ற ஒரு

அன்னியன், - தமிழ்நாட்டைவிட்டு வெளியேற வேண்டும் என்று கூறுவதில் தவறென்ன?

இவனது போர்க்கருவிகள்:-

தர்ப்பை, பஞ்சாங்கம்; புராண - இதிகாசக் குப்பைகள்; கல், செம்பு, பித்தளை உருவங்கள்!

ஆதலால்தான் இப் போர்க்கருவிகளுக்கு வெடி வைத்துக் கொண்டிருக்கிறது - திராவிட கழகம். இவைகளின் வலுவினால்தான் சுப்ரமணியங்களையும், சகஜானந்தங்களையும், வீரமுத்துக்களையும் கிளப்பிவிட்டு, மற்றத் திராவிடர்களுடன் மோதச் செய்கிறான் ஆரியன். சட்டசபையில் மதத்துக்காக வாதாடச் செய்கிறான்!

ஆதலால் ஆரியனின் இப் போர்க்கருவிகள் ஒழியப் போவது உறுதி! ஆரியன் வெளியேறப் போவதும் உறுதி! திரு சுப்ரமணியம் அவர்களே முன்னணியில் நின்று அவர்களை வெளியேற்றும் திருப்பணியில் கலந்து கொள்ளக்கூடிய காலம் வந்தாலும் வரும்.

அந்த லட்சியத்துக்கு உதவியாகப் புதிய நாடகச் சட்டம் இயற்றித் தந்திருப்பதோடு நின்றுவிடாமல், ஆரிய வெறுப்புணர்ச்சியை வளர்க்கும் விதத்தில், இச் சட்டப்படி ராதாவின் ராமாயண நாடகம் போன்ற புரட்சி நாடகங்களைத் தடை செய்யவும் வேண்டுமென்று எதிர்பார்க்கிறோம். எல்லாம் நன்மைக்கே!

(தலையங்கம்)

☼ நடிகவேள் எம்.ஆர். ராதா நிபந்தனையின்றி விடுதலை ☼

நாளை திருச்சியில் 'ரத்தக் கண்ணீர்' நாடகம் (டிரங்க் டெலிஃபோன்)

திருச்சி, டிச. 31 - **நடிகவேள் எம்.ஆர். ராதா அவர்கள் இன்று காலை 10 மணிக்கு எவ்வித நிபந்தனையுமில்லாமல் திருச்சி மத்திய சிறையிலிருந்து விடுதலை செய்யப்பட்டார்.**

தோழர் ராதா அவர்கள் நடத்திவந்த ராமாயண நாடகத்தைத் திருச்சியில் நடத்தக்கூடாதென்று திருச்சி சப் டிவிஷனல் மாஜிஸ்திரேட் அவர்கள் தடையுத்தரவு பிறப்பித்திருந்ததை மீறி, சென்ற 18-12-54 ந் தேதி இரவு திருச்சி தேவர் மன்றத்தில் ராமனாக வேஷம் போட்டு நடிக்கப் போவதாக அறிக்கை வெளியிட்டு, அதன்படி, அன்று இரவு நடிக்க இருந்த ராதா அவர்களை அன்று பகலே சி.பி.கோ. 151 ம் பிரிவின்கீழ் கைது செய்து திருச்சி மத்திய சிறையில் வைத்திருந்தார்கள் என்பதை வாசகர்கள் அறிவர்.

என்று அவர் கைது செய்யப்பட்டாரோ அன்று முதல் நேற்று வரை, தோழர் ராதா அவர்களை விடுதலை செய்யுமாறு கோரி திராவிட நாட்டிலிருந்து ஆயிரக்கணக்கான கோரிக்கைகள் சென்னை முதலமைச்சருக்கு அனுப்பப்பட்டு வந்தன. திராவிட கழகங்கள் தீர்மானங்களை நிறைவேற்றி அனுப்பி வைத்தன. தென்னிந்திய நடிகர் சங்கத்தினர் முதலமைச்சரைப் பேட்டி கண்டு, தோழர் ராதாவை விடுதலை செய்யுமாறு வற்புறுத்தினர்.

நாளை

நாளை திருச்சி தேவர் மன்றத்தில் தோழர் ராதா அவர்கள் தமது குழுவினருடன் "இரத்தக் கண்ணீர்" நாடகத்தை நடிக்கிறார்.

விடுதலை

ஜெய ஶ்ரீ மார்கழி மீ 16 உ - 31-12-54 - வெள்ளி

எம்.ஆர். ராதா விடுதலை

இரண்டு வாரத் தடுப்புக் காவல் சிறைத் தண்டனைக்குப் பிறகு, இன்று காலை திருச்சி சிறையிலிருந்து நடிகவேள் ராதா அவர்கள் விடுதலை செய்யப்பட்டது குறித்து மகிழ்ச்சியடைகிறோம். சிறை வாழ்க்கையின் தனி ருசியைச் சுவைத்துவிட்டாராதலால், இனி அடிக்கடி இந்த வாய்ப்புக் கிடைக்கும் போதெல்லாம் பயன்படுத்திக் கொள்ளத் தவறமாட்டாரென நம்புகிறோம். சிறை மூலமாகத்தான் புரட்சி நடிகரான ராதா போன்றவர்கள் தமிழ்நாட்டையும், தமிழ் நாட்டு நடிகர்களையும் திருத்த முடியும்.

பெரியார் அவர்கள் திரும்பியவுடன் இராமாயண நாடகம் பற்றி நல்ல முடிவு செய்யப்படும். அதுவரையில் ராதா அவர்கள் தமது மற்ற நாடகங்கள் மூலம் இதே புராண-இதிகாச-மூட நம்பிக்கை ஒழிப்புப் பிரசாரத்தைச் செய்து கொண்டிருப்பார் என்று நம்புகிறோம்.

தம் கொள்கைக்காகச் சிறை சென்றுதிரும்பிய ராதா அவர்களைப் பாராட்டுகிறோம். எந்த நாடகத்திலும் தம் கருத்துக்களைப் புகுத்திப் பிரசாரம் செய்கின்ற தனி சக்தி பெற்றிருக்கின்ற நடிகவேள் அவர் களுக்கு, இராமாயண நாடகத்தை இரண்டொரு வாரம் வரையில் (பெரியார் திரும்புகிறவரையில்) நிறுத்தி வைப்பதனால் நஷ்டம் எதுவுமில்லையென்பதே நம் கருத்து.

குடந்தையில் நடிகவேள் ராதாவுக்கு மாஜிஸ்ட்ரேட் தடைநிபந்தனைகள்
விதித்தது சட்ட விரோதம்
சென்னை உயர்நீதிமன்றத் தீர்ப்பு

சென்னை, ஏப்.30 - நடிகவேள் எம்.ஆர். ராதாவை ஜாமீனில் விடுதலை செய்தபோது 15 நாட்களுக்குக் குடந்தை நகரத்திலேயே தங்கக்கூடாது என்றும், எந்த நாடகமும் நடிக்கக்கூடாதென்றும் குடந்தை முதல் வகுப்பு மாஜிஸ்ட்ரேட் நிபந்தனை விதித்தது செல்லத்தக்கதல்லவென்றும், அது சட்ட விரோதம் என்றும் சென்னை உயர்நீதிமன்றத்தில் நேற்று தீர்ப்புக் கூறப்பட்டது.

(கடந்த மார்ச் மாதம் 8 ந் தேதி நள்ளிரவில் குடந்தையில் தோழர் ராதா தடையை மீறியதாக, நாடகமேடையில் ராமர் வேடத்தில் கைது செய்யப்பட்டு, பிறகு, ஜாமீனில் விடுதலை செய்யப்படும்போது, குடந்தையில் ராதாவும் அவரது குழுவினரும் 15 நாட்களுக்குத் தங்கவோ, நாடகம் நடிக்கவோ கூடாது என்று முதல் வகுப்பு மாஜிஸ்ட்ரேட் நிபந்தனை விதித்ததும், அதை எதிர்த்துத் தோழர் ராதா சென்னை உயர்நீதிமன்றத்தில் மனுச் செய்து கொண்டதன் பேரில் தடை நிபந்தனைகளை அமலாக்காமல் நிறுத்தி வைக்க உயர்நீதிமன்றம் உத்தரவிட்டதும் வாசகர்களுக்கு நினைவிருக்கலாம்.)

தோழர் ராதாவின் மனுவை ஏற்றுக்கொண்டு விசாரித்த உயர்நீதிமன்ற நீதிபதி திரு என். சோமசுந்தரம் மேற்கண்டவாறு தீர்ப்பு வழங்கினார்.

144 தடையுத்தரவை மீறியதற்காகக் கைது செய்து ஜாமீனில் விடுதலை செய்ய மட்டுந்தான் போலீசாருக்கு அதிகாரம் உண்டு என்றும், அதற்குமேல் நிபந்தனைகள் விதிப்பது மாஜிஸ்ட்ரேட்டின் அதிகார வரம்புக்குப் புறம்பானது என்றும் கூறி, மேற்சொன்ன நிபந்தனைகளை ரத்து செய்து நீதிபதி தீர்ப்பளித்தார்.

144 பிரிவின்கீழ் நாடகத்தை மாஜிஸ்ட்ரேட் தடை செய்ததே சட்ட விரோதமென்றும், நாடகச் சட்டப்படி, அரசாங்கமோ அல்லது கலெக்டரையோ தவிர வேறு எவருக்கும் தடையுத்தரவு போட அதிகாரமில்லையென்றும் தோழர் ராதா தாக்கல் செய்த மற்றொரு

மனு, கோர்ட்டு விடுமுறைக்குப் பின்னர் விசாரணைக்கு எடுத்துக் கொள்ளப்படுமென அறிவிக்கப்பட்டது.

தோழர் ராதா சார்பில் வழக்கறிஞர் திரு எம்.கே. நம்பியார் வாதாடினார்.

விடுதலை

மன்மத ஆ சித்திரை மீ 17 உ - 30-4-55 - சனி

திராவிடநாடு

மலர் 14   வீச 2 அ   இதழ் 5

தவசிகள் காதை

[கிராவிடன்]

"இதுதும் ஒரு ஏற்ற நிலை தேடிச்செயல் என்பார் திருநா திருந்தனர், நான் தேடியே ஸ்போக்கிடுவேன்" என்றுஞ் சேனா.

"அப்படியா? நான் சோகத் தேக் கன்னலை முழைற்ற நிழ நிட்கவைத்தது முடிந்து, நீ வந்தேதி ஏன்.....என்ன செய்திருப்பேன் தெரியுமா....." என்று தரமரித்து நின்ற பேர்கள் கேபரிர் விரும்பினோடு கலைற்று தடையைச் சிப்பருக்கிட்டமை.

"என்ன செய்திருப்பீர்?" என்று கேட்டாள் லோகா. அந்தத் தே வகின் கண்களில் உற்தூர குழம்பு, முகநிலை வெமுவாய் பருத் திற்று - எனினும் சாவித்துக்கொள்ளுக்கோண்டு ஆய் சொன்னர்.

"இப்பவே எதையாவது விளக்க இயற்சிரைக் மட்டேன்....."

"ஐய....." என்று மேகி செய்தாள் தேவாசாது.

"அன்பே...." என்று ஆய முடித்தார்.

"தேவனேயாம் ஒரு கிடைபழுநாய்!" என்றுஞ் தாட்டிய ஆய் எடைக்கு தீ என் செய்யத்திர்த்தோண்ட, தரிவனி.

"சரியே! நான் நெருப்பிலே நின்று தகம் செய்கிருக்கிறேண்—தேடுபு எனறாம் கட்டில்லி கரி மினம் தின்றுவைக்கிறான், வெட்டீச் கேவதுரு! நீ கிடை முடித்தரய தகம் செய்திருக்கிறாய் — சரும் அமனைவசே! உன் பிழுதூ எத் தளிவில்—கூட— எத்பை படுத்தியது....." என்று சொற்குத்தூர்—கூட— எத்பை படுத்தியது....." என்று சொற்றும் அ?

"சிமே இதன் இந்த இழைப்பிட்டு நறுற்றுகும், கை விகீற என்று, ஆயைத்தொடவேண்டாம் என்றது, அவசரம் கொர்ரார், எசூ தன்ன எரிதாய், நாயா அந்தர் தாத்தவேண்டாம் தாவறு முலக்கின் பின்ன, மாவுக்கேணி உடித்தார், தாங்கள் நீலாப்புனை பனிமுறகள் பலதே கிறவுத்தாது, வியப்பமுகிற பின் புகம்தக, அக்கனையிச்சில் பேற்த்த தன்னி நன்பத்றக்கே நினைப் பட்த்தக் பேற மேண்டம், ஆக்றேற இசை எத் காலமாக, என் கணவோ தேடு நிலையே பொதத்ற்பான்—என்றேகள் இத்தனம்போடு இப்புதிய சாமபாக கிறக்தினலைத் தெரிந்தரை, பெருத்தரதை.

ஞாயிறு வெளியீடு. விலை 0—1—3. REGD. NO. M. 4642

திராவிட நாடு

மலர் 3. | 26—11—44 | இதழ் 36.

எது உமது இடம்?

C. N. A.

சட்டம் வருகிறதாம்!

புறப்படப் போகிறதாம், புதியதோர் சட்டம்! கோழி கூவுமுன் எழுந்து கும்பிருட்டுக்குப் பின் குடிசை திரும்பும் ஏழை நல்லானின் கோணல் முதுகை நிமிர்த்த அல்ல; குமுறும் எரிமலையென வயிறு தாளம் போட, குழந்தை குட்டிகளின் கண்ணீர் வழியும் முகத்தைக் கண்டு, கலங்கித் தவிக்க வண்டியிழுக்கும் வரதனின் வாட்டம் போக்க அல்ல; ஆலைப் பஞ்சுடன் தன் வாழ்க்கையும் போட்டியிட இலவம் பஞ்சென ஏங்குகிறானே, உழைத்து அலுக்கும் தோழன் - அவனது உயர்வுக்கு வழிகூற அல்ல; குடிசைகளை அழித்து அங்கே அழகுள்ள வீடுகளைக் காண விரும்புகிறேன் - என அன்பர் நேரு கர்ஜிக்கிறாரே, அந்த இலட்சியத்தை நிறைவேற்ற அல்ல; ஏழைகளின் வறுமை யுள்ளத்தில் பேராசைகளைக் கிளப்பும் 'கோயங்காவின்' கிராஸ்வோட்ஸ் போட்டி, கிண்டி குதிரைப் பந்தயம், 'நியூயார்க்' பருத்திச் சூதாட்டம் ஆகியவைகளை ஒழிக்க அல்ல; அனுதினமும் வாடும் ஆசிரியர் களுக்கும் அவர்களை நிர்வகிக்கும் 'மானேஜ்மெண்டாருக்கும்' இடையே ஏற்படும் சிக்கல்களைத் தவிர்த்து சீரிய வாழ்வு தரும் வழியைக் கூற அல்ல; சிந்தனைச் சோலை மலர அல்ல; நாடு வாழ அல்ல; கேடுகள் களையப்பட அல்ல;

இச்சகம் பேசிகளுக்கும், மனித நீதியைத் துச்சமென எண்ணும் உயரப்பர்களுக்கும், புதுமைக்குப் பயந்து கூச்சலிடும் பசுத்தோல் போர்த்திய புலிகளுக்கும் - பாதுகாப்பு வழங்க! அடைக்கலம் தர!! புதியதோர் சட்டமாம் - புறப்படப் போகிறதாம், காமராஜரின் ஆட்சியில்.

ஆலயங்கள் ஆயிரமாயிரம் உண்டு - அங்கே, வைரக் குவியலும், தங்க ஆபரணங்களும், வெள்ளி ஆசனங்களும், நல்முத்தும், விற்றால் வேதனையைப் போக்கக்கூடிய விதவிதமான நவரத்தினங்களும் வேண்டிய அளவில் உண்டு. தம்பிரான் பறக்கிறார், அமெரிக்கன் செய்து தந்த அழகுள்ள 'பியுக்' காரில்! இதோ - ஜப்பான்காரன் அனுப்பி வைக்கும் சூடத்தை, ஆண்டவனுக்கு ஆராதனை காட்டிய வண்ணம், 'எடு, காசை' என்கிறார், அர்ச்சகர்! அங்கிங்கெனாதபடி எங்கும் பிரகாசமாய் விளங்கும் அம்மையப்பனை, தேரில் ஏற்றி, தெருவீதி சுற்றி, சக்கரத்துக்கு அடியில் சில வேளைகளில் சிலர் பிணமாகவும், வெடிவிபத்துக்களால் வீடுகள் பற்றிக்கொண்டு எரியவுமான வேதனைகள் நீடிப்பதைக் கண்ணாரக் காண்கிறோம்!

சென்ற வாரம், திருப்பாதிரிப்புலியூர் தேவதேவனை இழுத்து வந்த எருது ஒன்று மிரண்டு, இளம் பெண்ணைக் குத்த, வெள்ளைக் காரன் செய்தனுப்பும் மருந்துகளால் அந்த அம்மணியின் உயிரைக் காப்பாற்ற முயலுகின்றனராம் - கடலூர் டாக்டர்கள்! அக்காரவடிசலும், அன்னாபிஷேகமும், ஆராதனை உற்சவமும்- அமோகமாகச் செய்கின்றனர், கோயிலின் பேரால். அதற்கெனச் செலவிடப்படும் பணத்தை, வெடி வேட்டுக்கும், வீணர்தம் விழாக்களுக்கும் விரயமாகும் தொகையை - கல்விச் சாலைகளுக்கும், கனிமாடக்கூடங் -களுக்கும் செலவிடச் சொல்லி, சட்டம் வரவில்லை! இரண்டு ஆண்டு களுக்கு முன்னர் இதே சென்னை அரசாங்கம் தொடுத்த வழக்கொன்றில், 'சுப்ரீம்' கோர்ட்டுவரை சென்று, தமது வெற்றியை நிலைநாட்டினர் தில்லைவாழ் தீட்சிதர்கள். தங்கத் தகடு வேய்ந்த பொன்னம்பலத்தில் பொது நடனம் புரி நடராஜனைப் பரிபாலிக்கும் உரிமை தமக்கே உண்டு என்கிற 'சன்னத்து'ப் பெற்றனர், சனாதனக் கோடிகள். சர்க்கார் ஏற்படுத்தியிருக்கும் இந்துமத அறநிலையச் சட்டம் - எங்களிடம், நுழைய முடியாது! ஏனெனில் இக் கோயில் தில்லைவாழ் அந்தணர் தம், பரம்பரைச் சொத்து! என்று ஐயனின் அருளைக் காட்டியல்ல - அர்த்த ராத்திரியில் கனவு மூலம் வந்துரைக்கும்படிச் செய்து அல்ல - 'அல்லாடி'களின் மூலம், வெள்ளையன் ஏற்படுத்திய சட்டத்தின் துணையால் வெற்றி பெற்றுக் காட்டினர், தில்லைத் தீட்சிதர்கள். அரசு, வரி வாங்கி வாழ்கிறதென்றால், பக்தர்களின் காணிக்கையைக் கொண்டு கோயிலரசு நடாத்துகின்றனர், தில்லைவாழந்தணர்கள்!! அவர்கள் பெறும் காணிக்கையையும், சிற்றம்பலத்தானுக்கிருக்கும் சொத்துக்களையும், உலகத்தைப் புரக்கும் உமையொருபாகனின் 'பாங்கி'க் கணக்குகளையும் தணிக்கையிட, ஒரு அதிகாரியை நியமிக்க முடியாதவாறு, அரசின் முகத்தில் அறைந்தனர் - அவர்கள்! சட்டத்தின் சந்துபொந்தைத் தேடி, தமது சனாதனக் கோட்டைக்கு, பாதுகாப்புப் பெற்றனர். இந்த அக்கிரமத்தைத் தடுக்க, அவர்களுக்கு இடம் தந்த சட்டத்தின் சந்துபொந்தை அடைக்க, புதியதோர் சட்டம் புறப்படவில்லை!! அவர்கள் வாழ்கிறார்கள் - கிண்ணாரம் கொட்டிய வண்ணம், கித்தாப்பு பேசிக் கொண்டு. மக்களை ஆளும் சர்க்கார், மண்டூகம் போலாயிற்று! மகேசன் வீசிய நெற்றிக் கண்ணைக் கண்டல்ல - மனுதார்கள் சுப்ரீம் கோர்ட்டிலே பெற்ற வெற்றி கண்டு. வெற்றி சட்டத்துக்கு! அதற்குக் கீழ்ப்படியத்தான் வேண்டும் அரசு!! ஆனால், அந்தச் சட்டத்தைத் திருத்தி, மனித நீதியை நிலை நாட்டிட, மக்களையாளும் அரசுக்கு, 'சக்தி' உண்டு. அந்த சக்தி, இதுவரையில், எழவில்லை!

ஆனால் இப்போது கிளம்புகிறது - வெள்ளையன் ஏற்படுத்திய சட்டம் போதுமானதாக இல்லையாம் - சர்க்கார் தலையிட்டால், எதிரிகள் தப்ப முடிகிறதாம் - அப்படித் தப்பாமல் தடுக்க, புதியதோர் சட்டம் செய்யப் போகிறார்களாம்! எதற்கு? தில்லைத் தீட்சிதர்களின் சொந்தப் போக பூமியாக இருக்கும் சிதம்பரம் கோயிலை சர்க்காரது கண்காணிப்பிலே, கொண்டுவர அல்ல! தம்பிரான் மடங்களிலும், தர்ப்பாசூரர்தம் திருவாழ்வுக்கு வழியமைக்கும் தேவாலயப் பொக்கிஷங்களிலும் சேர்ந்து கிடக்கும் பணத்தைப் பாலர் பள்ளிகளாக்க, அல்ல! தெருச் சுற்றுவோரின் துயர்துடைக்க அல்ல! பிடி சோற்றுக்கு அல்லாடுவோரின் மிடியை அகற்ற அல்ல! வேலையில்லாக் கொடுமையை ஒழிக்க, புது ஆலைகளை அமைக்க அல்ல! **வாய்க்குப் பூட்டுப் போட! நாடகங்களைத் தடை செய்ய!!**

★

நடிகவேள் ராதாவின் நாடகங்களை அரசு, தடைபோட்டு, தடைபோட்டு வீழ்த்திற்று. இந்த வேதனை கூடாது - தடை செய்யும் அதிகாரம் சர்க்காருக்குக் கிடையாது - என்று, சென்னை உயர்நீதி மன்றம், தீர்ப்பு வழங்கிற்று. தில்லையினர் பெற்ற தீர்ப்பு கண்டு குமுறாத கோலேந்திகள், இந்தத் தீர்ப்பு கண்டதும், புதியதோர் சட்டம் கொண்டுவரப் போகிறார்களாம்! புறப்பட்டிருக்கிறது, ஒரு மசோதா!

மத உணர்ச்சியைப் புண்படுத்தவும்,

விநியோக உரிமையைத் தடுத்துத் துண்டாடவும்,

அரசாங்கத்தைக் கவிழ்க்கவும்,

கொலையைத் தூண்டவும்,

போலிஸ் - ராணுவம் கடமையுணர்ச்சியைத் தடுக்கவும்,

ஆபாசத்தை உண்டுபண்ணக் கூடியதும்,

ஆன, நாடகங்கள் தடுக்கப்படுமாம்! அதற்காக இந்தச் சட்டமாம்!! மசோதா பிரகடனப்படுத்தப்பட்டிருக்கிறது.

'ஐயா பசிக்கிறது' என்று மக்கள் அலறியபோது, 'பரமனைப் பூஜி; பக்தர்களைத் துதி' என்று மார்க்க போதனை செய்து, அது எதுவும் குமுறும் வயிற்றின் பசியையடக்காத காரணத்தால், கொதித்துக் கிளம்பிய மக்கள், விழியை நடனமாகவும், குரலைக் கீதமாகவும், நடையை நாடகமாகவும் ஆக்கத் துவங்கியதும் - அவர்கள்மீது சட்டங்களை வீசி, மட்டம் தட்ட முயன்று மண்ணுக்குள்ளே புதைந்து

போன மண்டலேஸ்வரர்கள் ஏராளம். நாடகங்களைக் கண்டு, மிரண்ட அரசுகள் பல உண்டு, வரலாற்றில்! உலகம் போற்றும் உன்னத மேதை **பெர்னாட்ஷா** தீட்டிய நாடகங்களை, முதன்முதலாகக் கண்ட பிரிட்டிஷ் பிரபுக்கள், ஆனந்த ஆரவாரம் செய்யவில்லை. அரசை நாடி, அடக்கவே முற்பட்டனர். **இப்ஸன்** என்பானும், **எமிலி ஜோலாவும்,** அவனைப் போன்று இலக்கிய உலகிலும், எழுத்து வானிலும் சஞ்சரித்த பற்பல சிந்தனைச் சிற்பிகள் - ஆரம்பத்தில் பெற்ற பரிசுகள், அடக்கு முறைதான் - வேறல்ல. அவர்கள்மீது, ஆங்காங்கே இருந்த அரசுகளும், அந்த அரசை ஆட்டிப் படைக்கும் வலிமை பெற்றிருந்த மதவாதிகளும், சென்னை அரசாங்கம் இன்றைய தினம் நாடகத் தடைக்கு என்னென்ன காரணங்களைக் காட்டுகிறதோ, அதே காரணங்களைத்தான் காட்டினர். சரிதப் புரட்சிகளைக் கண்ட நாடுகளிலேகூட அல்ல - 'முண்டா' தட்டிடும் இதே காங்கிரசினரையும், அதே குற்றச்சாட்டுகளை வீசி, வெள்ளையர் மிரட்டியதுண்டு. அப்படி அதட்டிய வெள்ளையன் வைத்திருந்த சட்டம் - பழசாம் - எண்பது ஆண்டுகளுக்கு முன்பு செய்யப்பட்டதாம் - எனவே 'புதுமை' செய்யப் போகிறார்களாம், புதுமை!

அரசைக் கவிழ்க்க,

ஆபாசம் பரவ,

மக்களைத் தூண்ட,

மத உணர்ச்சியைப் புண்படுத்த

முயன்றதாகத்தான் அவர்கள் மீதெல்லாம், ஒருபோது குற்றம் வீசப்பட்டது. அதே குற்றங்களை வீசிக் கொண்டு கூத்தாடப் போகிறதாம் - இன்றுள்ள சென்னை அரசு. அங்கெல்லாம், இந்த அடக்குமுறைகள் மிகப் பழையனவாகிவிட்டன - அதன் விளைவாக ஏற்பட்ட புரட்சியின் பாடங்களையும் அவை உணர்ந்து விட்டன.

புரட்சிக்கு வித்திடும் விபரீதப் பாதையில் செல்லும் அந்த மதி, இந்தச் சுதந்திரர்களுக்கு இப்போது அரும்பி விட்டது. நாடகங்களில் ஆபாசம் - தூண்டுதல் - மத உணர்ச்சியைப் புண்படுத்துதல் - இருந்தால், அந்த நாடகங்களைத் தடை செய்யுமாம்.

★

அதோ, நிர்வாணக் கோலத்திலே 'நீ, நான்' என்று பேசிக் கொண்டு கூத்தாடுகிறான் - ஒரு கோணங்கி.

என்ன பேசுகிறார்கள், மக்கள்?

"ஆகா, அற்புதமடா, அற்புதம்! நிர்வாணக்கோலத்தில் நிற்பதைக் காண ஆனந்தமாயிருக்கிறது. வீட்டிலுள்ள பெண்டு பிள்ளைகளையும் அழைத்துக் கொண்டு வா போகலாம்"

எவரும் கூறுவதில்லை. செச்சே- அசிங்கம்- ஆபாசம்- விரட்டு- ஓட்டு- பிடி, அடி - என்று அவனுக்குக் கல்மழை தரப்படுகிறதே யன்றி, ரோஜாமாலை அல்ல.

★

"அகோவாரும் பிள்ளாய்! நான் சொல்வதைக் கேள். ஆட்சி புரிகிறாரே - அமைச்சர். அவரை எப்படிக் கொலை செய்வது?"

"கொலைதானே, குருநாதா! இதோ செய்து காட்டுகிறேன், பாரீர் - கத்தியை இப்படித் தீட்ட வேண்டும் - கையிலே ஏந்த வேண்டும் - ஒரே போடு, இப்படிப் போட வேண்டும் - விழுந்ததா! உடலும் இரண்டாயிற்று!!- ஓடும் ரத்தம் - பயப்படக்கூடாது - பேசாமல், ஓடிவிட வேண்டும்! இதுதான் கொலை செய்கிற வழி!"

இப்படியொரு நாடகம்! எங்கும் நடக்காது! நடிகர்களும் மனிதர்கள்தான்!!

★

"டேய், காமதாரி!"

"பயலே, நீறுபூசி!"

"பூணூலை அறுப்பேன்..."

"குடுமியை வெட்டுவேன்..."

"கோயில்களை இடிப்பேன்..."

இப்படியும் நாடகங்களில் யாரும் பேசவில்லை.

★

எனினும், நாடகங்களில், ஆபாசம் - ஆட்சியைக் கவிழ்ப்பது, - கொலை செய்யத் தூண்டியது - மத உணர்ச்சியைப் புண்படுத்துவது, ஆகியவைகள் தென்படுவதாகவும், அவைகளைத் தடுக்க வேண்டு மென்றும், அரசாங்க மசோதாவின் அறிக்கை கூறுகிறது.

அறிக்கையின் நகல் இப்படித் தெரிவிக்கிறதே ஒழிய, அதில் பொதிந்திருக்கும் நோக்கத்தை எல்லோரும் அறிவார்கள். இத்தகைய

குற்றச்சாட்டுகளைச் சாட்டி, எந்த நாடகத்தையும் தடை செய்து விடலாம். பிடிக்கவில்லையென்றால், யாருடைய நாடகமாயிருந்தாலும் தடை செய்து விடலாம். ஒரு நாடகத்தில் வருகிற ஒரு சீன், ஒரு வசனம், ஒரு பாட்டு, ஒரு நடிகரின் நடிப்பு - எதை வேண்டுமானாலும், இந்தக் குற்றச்சாட்டுகளுக்குக் கீழே கொண்டுவந்து, அந்த நாடகத்தைத் தடுத்து, நடித்தவரை ஆறுமாதத்துக்கு ஜெயிலுக்குள்ளே பூட்டி, கொட்டகை கொடுத்தவருக்கு அபராதம் போட்டு, அராஜகத் தர்பார் நடத்தலாம். கேட்டால் - அரசைக் கவிழ்க்கும் வசனம் இருக்கிறது - மத உணர்ச்சியைப் புண்படுத்தும் காட்சி இருக்கிறது - கொலையைத் தூண்டும் சம்பவம் இருக்கிறது என்று கூறிவிடலாம்.

★

குடிலன், கொடியவன், ஆனால், மந்திரி! அவனுடைய கொடுமைகளால் மக்கள் துன்புறுத்தப்படுகின்றனர். இதனைத் தாங்காது, ஏறுபோல் எழுகிறான், ஒரு இளைஞன் - அடிபட்ட மான்களான மக்களைத் திரட்டிக் கொண்டு கிளம்புகிறான், வீரத்தோடு. அந்த மக்களைத் திரட்டும்போது என்ன பேசுவான் - நாம் அல்ல - அந்த நாடகத்து வீரனுக்கு, ஒரு 'கல்கி'யே வசனம் எழுதினால் என்ன எழுதுவார் - "ஆகா! நாம் என்ன பஞ்சைகளா? பராரிகளா? வரி செலுத்துகிறோம், சர்க்காருக்கு. நாம் செலுத்தும் வரியால் வாழும் மந்திரி நம்மை வாட்டுகிறார் - வாதைப்படுத்துகிறார். எத்தனை நாளைக்கு இதைச் சகிப்பது? வாருங்கள் போவோம்; இரண்டிலொன்றைக் கேட்போம். நமது லட்சியத்தை ஏற்காவிடில் - போனால், நம் உயிர்; பெற்றால் புதுவாழ்வு. ஒழிப்போம், இந்தக் கொடுங்கோலாட்சியை?"

இந்த 'சீனை'க் காண்கிறார் ஒரு போலீஸ் அதிகாரி - நடத்தப்படும் நாடகத்தை எழுதியவர் 'அவாளா'க இல்லாமல் நமது தோழர் ஒருவராயிருந்துவிடுகிறார் - அதிகாரிக்கோ, 'பிரமோஷன்' பெறும் கட்டம் - என்ன செய்வார்? நாடகத்தில் சர்க்காரைக் கவிழ்க்கும் வசனம் இருக்கிறது! ஆகவே 144! எங்கே அந்த நடிகர்கள்? இத்தனையாவது செக்ஷன்படி நாடகம் நடத்தியது குற்றம் - என்று, உடனே, பிறக்கத்தான் செய்யும்.

★

ஒரு நடிகர் குழாம் - நம்முடையதல்ல; மாற்றாருடையதுமல்ல - டி.கே.எஸ். சகோதரர்களுடையதைப் போன்றது, என்று வைத்துக் கொள்ளுங்கள். "சிவலீலா" நடத்துகிறார்கள். தத்ரூபம்! பிரமாத

ஜோடனை! - என்று ஊரே பாராட்டுகிறது. அந்த நாடகத்தில் ஒரு கட்டம் - மதுரையிலிருக்கிற ஒரு பார்ப்பன வாலிபன், பெற்ற தகப்பனைக் கொன்று, ஈன்றெடுத்த தாயைப் பலாத்காரமாக இச்சை தணிக்கும் கருவியாக்கி, அமர்க்களம் செய்து, பிறகு ஆண்டவனருளால் கைலாசம் சேர்வதாக ஒரு காட்சி. சம்பவம், புராணத்திலிருப்பது தான்! நடிக்கும் தோழரோ, தத்ரூபமாக நடிக்கிறார்! குழு, நாஸ்தீகக்குழு அல்ல - ஆனால் நாடகத்தைப் பார்க்கும் வரதாச்சாரிக்கோ, சந்தேகம் வருகிறது - "டி.கே.எஸ். என்ன இருந்தாலும் ராஜமாணிக்கம் ஆகுமோ? சிலவேளைகளில் சமூக சீர்திருத்தம் என்று சொல்லும் பேர் வழியேல்லோ! புராணத் திரையில், இப்படிச் செய்யலாமேல்லோ!"- வரதாச்சாரியோ, கலெக்டர். அந்த ஜில்லாவுக்குப் புதிய சட்டம் என்ன செய்யும்? பாயும்! நாடகம் தடையாகும்! ஏனெனில், நாடகத்தில், ஆபாசத்தைத் தூண்டும் சம்பவம் இருக்கிறது.

"இதே ஆபாசம் 'நவாப்' கம்பெனி நடத்தும்போது தென்பட வில்லையே?"

"இவா தத்ரூபமான்னா நடிக்கிறா?'

"அதுதானே நடிப்பின் லட்சணம்!"

"நவாப்னா, பக்தி சிரத்தையோடு நடத்துறார்..."

"இவர்களுக்கு மட்டும் அந்தப் பக்தி இல்லையோ..."

"என்ன இருந்தாலும்...!" ஏதோ, ஒரு எரிச்சல். விளைவு, நாடகம் தடை!

★

இப்படிப்பட்ட சம்பவங்கள், ஆட்சியாளருக்குப் பிடிக்காதவர்கள் நடத்துவது - அதிகாரிக்குப் பிடிக்காத விஷயம் இருக்கிறது - சட்டத்திலிருக்கிற ஷரத்துப்படி தூண்டும் தன்மையிலிருக்கிறது - என்று, காரணங்களைக் காட்டி, எந்த நாடகத்தையும் சர்க்கார் தடுத்துவிட முடியும்.

"எந்த" நாடகத்தையும் என்று குறிப்பிடும்போது, "நவாப்"களின் நாடகங்களை, நாம் குறிப்பிடவில்லை - அவைகள், பக்தி முத்திரை குத்தப்பட்டு விட்டவை. அந்த முத்திரையில்லாமல், அதே நேரத்தில் நமது கூடாரத்தையும் சேராமல், புது உணர்ச்சி கொண்டு நாடகம் நடத்துவோரையும் சென்னையாரின் சட்டம் சிறையில் பூட்டும்.

★

இப்படியோர் சட்டம்! அதுவும் இந்த நேரத்தில் கொண்டுவரப்பட வேண்டிய அவசியம் என்ன? **நாடகக் கலையின் தரத்தை உயர்த்தவா!** - அல்ல அல்ல. அந்த எண்ணம் இந்த அரசுக்கு இருந்திருக்குமேயானால், டில்லிக்கு 'சிவகாமியின் சபதத்தை', செல்ல அனுமதித்திருக்காது. பிற நாட்டுப் பித்தர்கள், வளரும் புதுமையைக் கண்டு, வரிந்து கட்டிப் புறப்பட்டதுபோல இங்குள்ள புரோகிதாச்சாரிகள் புறப்பட்டிருக் கின்றனர், இன்று. நாடகப் பூங்காவிலே, நறுமண மலர்கள் பல பூத்துக் குலுங்குவது, கண்ணைக் குத்துவதால், கயமைப் பாதை புகத் துவங்கி யுள்ளனர். கடந்த பத்து ஆண்டுகள்! தென்னாட்டின் கலைத்துறையில் ஓர் திருப்புக் கட்டம் தென்படச் செய்திருக்கின்றன. நடிகர்கள் கிருதா மீசையோடு நின்றுவிடாமல், சில **எண்ணங்களுக்காகவும்** பாடுபடத் துவங்கியிருக்கிறார்கள். ரூபா -அணா - பைசாக்களுக்கு மட்டும் அல்லாது சில லட்சியங்களுக்காகவும் கலையைப் பயன்படுத்தும் பக்குவம் பெற்றிருக்கிறார்கள். அதனால் நறுமண மலர்களைக் காண்கிறோம், நாடகங்களில்! நல்ல தமிழ்வாடையை இரசிக்கிறோம் எழுத்துக்களில்! பண்டைய புகழும், அதனை மீண்டும் பெறும் ஆர்வமும், அலைமோதுகின்றன காட்சிகளில்!! இந்த நற்காட்சி விரும்பா, நாசகாலர்கள், உறுமக் கேட்டோம் - இப்போது ஊராள்வோரின் தயவு உண்டென்பதால், இத்தகைய இலட்சிய நடிகர்களை மட்டந்தட்ட 'மயிலை'யிலும் 'திருவல்லிக்கேணி'யிலும் சதி அரங்குகள் வைத்து, நிதிபல பெற்று, ஆதிக்கத்துக்கு அடிமைப் படுத்த, அரசையும் நாடியிருக்கின்றனர். இவர்கள் யார்? நாடு அறியும்! நடிகமணிகளும் அறிவார்கள்!!

நாடகக்காரன்.

கல்வி வாசனையற்றவன்.

'கிருதா கிராப்'காரன்.

சாஸ்திரிய சங்கீதமறியாதவன்.

அரியக்குடி ஆகுமோ?

அனந்த கிருஷ்ணய்யரைப்போல உண்டோ?

ஆபாச நடிகர்கள்.

'ஷேக்ஸ்பியர்' தெரியாதவர்கள்.

இப்படியெல்லாம் ஏசிப் பேசினர் - ஏடுகளில் தீட்டினர் - எரிச்சலைக் கொட்டிக் கொள்ள. எத்தனையோ பாதைகளைப்

பெற்றனர் - சந்தர்ப்பம் நேர்ந்தபோது சர்க்காரைத் தூண்டி, தடை களையும் பிறப்பிக்கச் செய்தனர் - கடைசிக் கட்டமாக 'தமிழ் நாடகக் கலையின் ஏகப் பிரதிநிதிகள் தாங்களே' என்று காட்டிக் கொள்ள டில்லி செல்லும் வாய்ப்பையும் பெற்றனர். இதைப் பற்றி மனம் துடித்திருக்க வேண்டும், மாகாணத்தை ஆளும் மாட்சி பெற்ற மகிபர்களுக்கு. நாளெல்லாம் பாடுபட்டு, நடிப்பால் கலையையும் நாட்டின் நிலையையும் உயர்த்தப் பாடுபடும் நடிகமணிகளின் குரலுக்கு மதிப்பளித்திருக்க வேண்டிய சர்க்கார் - நடிகர்கள் சங்கம் தனது குமுறலைத் தெரிவித்தும் அதுபற்றி எதுவும் கூறாத சர்க்கார் - இப்போது, அவர்களுக்குப் 'பரிசு' வழங்க வருகிறது. அவர்கள் நடத்தும் நாடகங்களுக்கு வாய்ப்பூட்டு போடப்படுமாம். நாடகம் நடத்துவோரை மிரளச் செய்யுமாம். கொட்டகை கொடுத்தால்கூட ஆறுமாத சிறைத் தண்டனை வழங்கப்படுமாம்.

பழிவாங்கும் கும்பல் 'டில்லி' போகிறது - பாராட்டுப் பெற.

பாடுபடும் இனம் 'பரிசு' பெறுகிறது - நாடகத் தடைச் சட்டம் ஒன்றை.

இந்த வேதனையை எண்ணிடத் தவறார், எவரும். இந்த நேரத்தில் - நடிகமணிகளெல்லாம் புண்பட்டிருக்கிற நேரத்தில், இப்படியோர் சட்டம் வரக் காரணமென்ன? 80 ஆண்டுகளுக்கு முன் வெள்ளையன் ஏற்படுத்திய சட்டத்திலிருந்த ஓட்டை உடைசல்களை இப்போது அடைக்க வேண்டிய அவசியம் என்ன? இந்த ஓட்டை உடைசல்களால், இதுவரை நாட்டில் எத்தனை எத்தனை இடங்களில் - கொலை - சர்க்காரைக் கவிழ்ப்பது - ஆபாசம் பரவுவது - ஏற்பட்டிருக்கிறது? இதே ஓட்டை உடைசலை அடைக்க வேண்டுமென சர்க்காரின் சட்ட இலாகாவுக்கு முகிழ்த்திருக்கும் இந்த நல்லறிவு, தில்லை தீட்சிதர்கள் 'சுப்ரீம் கோர்ட்டிலே' வெற்றி பெற்றபோது ஏன் ஏற்படவில்லை. நாடகத் தடைச் சட்டம் கொணர 'சக்தி' இருக்கிறது எனக் காட்டிக் கொள்ளும் சர்க்கார், நாட்டின் பொதுச் சொத்துக்களை நிர்வகிக்கும் உரிமையைப் பெற, ஏன் ஒரு சட்டத்தைக் கொணர முயலவில்லை. ஆண்டுகள் இரண்டாகிப் போயின - சர்க்காரின் சட்ட இலாகா தூங்குகிறது, இன்னும். ஆனால் 'நாடகங்களைத் தடை செய்யக்கூடாது' என உயர்நீதிமன்றம் உத்தரவிட்டு, திங்கள் இரண்டுகூட ஆகவில்லை - தீப்பொறிபோல வருகிறது, மசோதா; சர்க்காரின் சட்ட இலாகாவிலிருந்து!

ஏன்? அத்திசை, கொட்டிடும்! இது, பணியும்!!

இதுதவிர வேறென்ன காரணம் இருக்க முடியும்? நாட்டில் நன்மைகள் மலரச் செய்ய வேண்டிய காரியங்கள் ஏராளம் உண்டு - அவைகளுக்கான சட்டங்கள் இல்லை. நாடு முழுவதும் ஆயிரக் கணக்கான ஏக்கருக்கு, ஒருவனே அதிபதியாயிருக்கும் கோரம் இருக்கிறது! குந்தவும் இடமில்லாமல் அலையும் குப்பர்களின் கூட்டமும் கிடக்கிறது!! இதனைச் சீர்திருத்த சட்டம் இல்லை - சட்டம் வரப்போவதாக சர்க்கார் செப்பி, எவ்வளவோ காலமாகிறது - எனினுமொரு சட்டம் வரவில்லை. ஆனால் வாய்ப்பூட்டு போட, புறப்படப் போகிறதாம், புதியதோர் சட்டம்! இதனால் ஏற்படும் விளவுகளையும், வேதனைகளையும், ஆட்சியாளர் ஏற்க நேரும் என எச்சரிக்கிறோம். நடிகமணிகள் தூங்கிக் கிடந்த காலம் அல்ல,இது! நடிப்புடன் துடிப்பும் பெற்றிருக்கும் புதுயுகம், இப்போதிருப்பது!! அவர்கள் வாய்க்கும் தொழிலுக்கும் பூட்டு போட்டு வாழ நினைக்கிறது - போக போக்கியத்தில் திளைக்கும் மைலாப்பூரும் மாம்பலமும். அவைகளுக்கு ஆதரவு தரும் விதத்தில், ஒரு அரசாங்கம் செல்வது - ஆபத்து! ஆபத்து!! "அவர்கள் சிலர்; நாம் பலர்"- இதனைச் சட்டம் கொணரும் அரசு, அறிய வேண்டும்! இதுபோல அடக்குமுறைச் சட்டங்களைக் குவித்து அழிந்துபோன அரசுகளைப் பற்றியும் எண்ண வேண்டும்!! அமைச்சர் சுப்ரமணியம் ஆசைக்காக ஒரு சட்டமும், 'அல்லாடி'களின் பாராட்டைப் பெறுவதற்காக ஒரு சட்டமுமாக அம்பறாத்தூணியிலிருந்து கிளம்பும் அம்புகளைப் போலக் கிளம்பி, நாட்டைத் தாக்க 'மசோதா'க்கள் வருகிறதென்றால் - இதுபோன்ற ஆபத்துகளை நாடு தாங்காது; நாட்டு மக்களும் வரவேற்கார். காலம் மாறுகிறது - கவனமிருக்கட்டும் என எச்சரிக்கிறோம். வேதனையான செயல். விளைவு விபரீதமாகும். எதிர்காலம் ஏசும்.

திராவிட நாடு
5-12-54

நடிகர் சங்க நற்பணி

நாடகக்காரர்கள்! - என்று கேலியோடு அழைப்போரின் கண்ணுக்கு, இரண்டொரு தினங்களாகச் சென்னை சட்டசபையில் நடைபெற்றுவரும் காட்சிகளைக் கவனத்திற்குக் கொண்டு வருகிறோம். சென்னை அரசு கொண்டுவரத் துடித்த நாடகத் தடைச் சட்டத்தைப் 'பொறுக்குக் கமிட்டி'யின் பரிசீலனைக்குவிட, சர்க்கார் பணிந்திருக்கிறது. பலன், கிடைக்குமா? - அது, பிறகு பார்க்க வேண்டிய விஷயம். ஆனால், அவசரக் கோலத்தில் அள்ளி வீசப்போகிறோம் - அனுமதிப் போமா சீர்திருத்த நாடகங்களை - என்று, கர்ஜித்த 'கனம்'கள், சிறிது கவனித்து யோசிக்க வேண்டியவர்களாயிருக்கின்றனர். இப்படி யோசிப்பதும், தவறைத் திருத்திக்கொள்ள முயலும் பண்பும் நமது மந்திரிமார்களுக்கு ஏற்பட்டிருந்தால், பல விபரீதங்களை நாடு கண்டிருக்காது. இப்பொழுதாவது, அந்த நல்லுணர்ச்சி தென் பட்டிருப்பதைக் காண மகிழ்கிறோம். சட்டசபையில், 'சகஜானங்கள்' சல்லடம் கட்டினராம்! சகஜம் இது - ஆனந்தலாகிரியில் கூத்தாடும், ஆசாமி அது. எனவே, அவைகள், ஒரு பிரச்னை அல்ல. எனினும், "ராமாயணத்தைப் பற்றிப் பேசுகிறவர்களைக் கொன்றுவிடுவேன்" என்று கூறுகிற அளவுக்கு, 'அகிம்சா' புரியில், ஒரு ஆத்மா உலவு வதுதான் விந்தையாகும்! இப்படிப்பட்ட மந்தைக் குணம், வளரும் புதுயுகத்துக்கு நல்லதல்ல!! - அதனை, உணர்ந்ததாலேயே பல காங்கிரஸ் உறுப்பினர்களே, நாடகத் தடைச் சட்டம் கூடாதெனக் கூறியிருக்கின்றனர். சட்டசபையில், கம்யூனிஸ்டுக் கட்சி, பி.சோ. கட்சி, முதலிய பலரும் ஒன்று சேர்ந்து இச் சட்டத்தை முழுமூச்சுடன் எதிர்த்திருக்கின்றனர்! அதனால், மசோதா, சட்டம் ஆகாமல் 'பொறுக்குக் கமிட்டி'க்குப் போயிருக்கிறது!! அந்தக் கமிட்டி, மசோதாவில் செய்யப்பட வேண்டிய திருத்தங்களையும் யோசனை களையும் பரிசீலனை செய்யுமாம். பரிசீலனையின் முடிவு, எப்படியிருக்குமோ! நாம் அறியோம்!!

எனினும், இந்தப் பணிவு ஏற்பட்டமைக்காக, மகிழ்கிறோம். இதற்காக, ஒன்று திரண்டு எழுந்த **நடிகர்கள் சங்கத்தின்** முயற்சியை வாழ்த்துகிறோம். தமிழகத்தில், சுமார் 18000 பேருக்குமேல், நாடக சம்பந்தமான துறையில் ஈடுபட்டிருப்பதாக ஒரு புள்ளிவிபரம் கணக்கிடப்பட்டிருக்கிறது. இவர்களது வாழ்க்கைக்கே உலைவைக்கும்

அளவிலேயே, சர்க்காரின் சட்டம் இருக்கிறது! நிபுணர்களின் ஆலோசனையின்பேரில், தயாரித்த மசோதாவாம், அது!! நிபுணர்களுக் கென்ன - ஆளுவோரைப் பலப்படுத்த ஆயிரம் யோசனைகள் சொல்லக் கூடும். அவர்களை நம்பி ஒரு அரசு, இவ்வளவு மோசமான ஒரு மசோதாவைக் கொண்டு வரவே துணிந்திருக்கக் கூடாது. தோழர் காமராஜரை, நடிகர் சங்கத் தூதுவர்கள் சந்தித்தபோது, "என்ன செய்வது! மசோதாவைக் கைவிட முடியாதே - என்னென்ன செய்ய வேண்டுமோ அவைகளைக் கூறுங்கள். செய்து தருகிறேன்" என்றாராம். அந்தச் சொல் நிறைவேறுகிறதா என்பதை நடிகர் சங்கத் தோழர்களைப் போல, நாமும் உற்றுப் பார்த்த வண்ணமே இருக்கிறோம்! சந்திக்க வருவோரிடம் சிரிக்கப் பேசிவிட்டு, பிறகு கழுத்தில் கத்தி வைக்கும் வகையில் போகாது, நடிகர் சங்கம் கூறிடும் யோசனைகளை ஏற்று, அதற்கொப்ப, இந்தச் சட்டத்தை வேண்டுமானால், பவனிவரச் செய்யட்டும்! அதுதான், நல்வழி!! அதைவிட்டு, கோணல் மதி செல்வது, குமுறும் எரிமலையைக் கிளறுவதாகும் என எச்சரிக்கிறோம்.

தமது உரிமை பறிக்கப்படுகிறதென அறிந்ததும், அதனை எதிர்த்து முரசு கொட்ட முன்வந்த நடிகர் சங்க நண்பர்களையும், நிர்வாகி களையும் பாராட்டுகிறோம். 'நாடகத் தடை யாருக்கோ?' என்று கருதிடாமல், உரிமையுள்ளத்துடன் ஒன்றுகூடிய அவர்கள் உள்ளத் தூய்மையை வாழ்த்துகிறோம்! இப்படித் தட்டிக் கேட்கும் துணிவு, ஒவ்வொருவருக்கும் ஏற்பட்டுவிட்டால், எந்த அரசும் அக்கிரமப் பாதையில் செல்ல முடியாது.ஆனால், முன்னேற்றக் கொள்கைகள்மீது சர்க்கார் பாய்கின்றனர்!! - என்றால், அது யார் மீதோ எய்யப்படும் அம்பு எனும் 'ஆனந்த லகரி'க்கு ஆளாகும் ஆத்மாக்கள், நிறைய உண்டு இங்கே. அந்த எண்ணம், எல்லாத் துறையிலும் ஒழிய வேண்டும்! சுதந்திரம் - பொதுச் சொத்து. இதனை, எல்லோரும் அறிந்து நடந்தால், எதெற்கெடுத்தாலும் நம்மீது பாயும் எரிச்சல் குணம் அடங்கும்! உண்மை மலர வழி ஏற்படும்!! அந்தவகையில், அரசின் போக்கு தனிப்பட்ட ஒரு இயக்கத்துக்கு எதிரிடையானதுமல்ல - அறிவுக்கே போடப்படும் தடை என்பதை உணர்ந்து - முழக்கமிட முன்வந்த பல்வேறு கட்சி யினரையும், நடிகப் புரவலர்களையும், மனமார வாழ்த்துகிறோம். இப்படிப்பட்ட, பொது உறவு, பூரிக்கும் காட்சியாகும்! 'பொறுக்குக் கமிட்டி'க்குப் போயிருக்கிறது, மசோதா - திரும்பி வரும்போது, எப்படியிருக்கிறது என்பதை, எல்லோரும் கவனிக்க வேண்டும். 'பழைய பெத்தானாக' இருந்தால், தூக்கப்பட்ட கொடியை ஏந்தி, துந்துபி முழங்கிட எவரும் அஞ்சக்கூடாது. நடிகர் சங்கம், நல்ல

மாற்றங்களை, மசோதாவில் செய்ய - எடுத்துக் கொள்ளும் முயற்சி களுக்கு, என்றும் நம் ஆதரவு உண்டு. தி.மு.க. நாட்டின் நன்மைக்குரிய செயல்களில் ஈடுபடப் பின்வாங்காத கழகம்! அதனாலேயே, நடிகர்கள் மத்தியில் உருவான இந்த ஒற்றுமையையும், உரிமைக்கு ஏற்படும் ஆபத்தைக் கண்டிக்க பலதரப்பட்ட கட்சியினரும் முன்வந்த பெருந் தன்மையையும் கண்டு அகமகிழ்கிறது. "நாடகச் சட்டம், இந்த நாத்திகர் களுக்காகவே!" என்று நாத்தழும்பேற பேசிடுவோரும் உண்டு! "இல்லை. நாட்டைப் பற்றிய சட்டம் அது" என்று எடுத்துக் காட்டி, பொது உரிமைக்குப் போராடி கண்ணியத்தைக் காப்பாற்றிட நடிகர்கள் முன்னணி முன்வந்திருக்கிறது!! இதுவரை வாயில்லாப் பூச்சிகள் எனக் கருதப்பட்டு வந்த அவர்கள், தமக்கும் நாட்டு வாழ்வுக்குமுள்ள தொடர்பை நன்கு வெளிப்படுத்திக் கொண்டிருக்கின்றனர் இந்தச் சமயம். இல்லையென்றால், சர்வகட்சியும் போராடும் நற்சாட்சி ஏற்பட்டிருக்காது! அந்தவகையில், வளர்ந்து வரும் நடிகர் சங்கத்தை வாழ்த்துகிறோம். நாடகத் தடைச் சட்டம், 'ஆபரேஷனு'க்குப் பிறகு, நோயில்லாத உடலுடன் உலவ வந்தால் வரட்டும்! இல்லையென்றால்...!!

திராவிட நாடு

காஞ்சி] *12-12-54* [ஞாயிறு

(தலையங்கம்)

சட்டமில்லாச் சட்டம்

[காஞ்சி கல்யாணசுந்தரம்]

பொதுவாக, கலைத்துறை அனைத்தும், இதுவரை பக்தி மார்க்கத்தைப் பரப்புவதற்கே பயன்பட்டு வந்தன. குறிப்பாக, நாடகக் கலைத் துறைக்கு இதில், முக்கியமான முதற் பங்கு உண்டு.

பக்திமார்க்கப் போர்வையால், பழமைப் பிடியிலேயே மக்களை அழுத்தி வைத்திருந்த கலைத்துறை, கால மாற்றத்தின் காரணமாக, வேறு திசைக்குத் திரும்பத் தொடங்கியது. வெறும் பொழுதுபோக்கிற்குத் தான் கலை என்ற சுகவாசிகளின் சொகுசுப் பேச்சுக்கும், பாதை விலகிய கலைத்துறை உள்ளாயிற்று. இன்றும் இந்தப் பேச்சும் எழுந்த வண்ணம்தான் உள்ளது.

காங்கிரஸ் ஆட்சியாளர் பழைமைப் பிடியில் சிக்கித் தவித்துக் கொண்டு இருப்பவர்கள்தான். எனவே, அறிவுத் துறையில் விரைந்து நடைபோடும் நாடகத் துறைக்குக் கடிவாளமிட முன்வந்திருக்கின்றனர்.

ஆட்சியாளர்கள் உருவாக்கி உள்ள புதிய கடிவாளம், நாடகக் கலையை ஒரு ஒழுங்கான, நேர்மையான, விரும்பத் தகுந்த கட்டுப் பாட்டுக்குள் கொண்டு வருவதாக இருந்தால், அதை மக்கள் எதிர்கால வாழ்வில் அக்கரை உள்ள எவரும் எதிர்க்கத் துணியார். ஆனால் புதிய கடிவாளமோ, நாடகக் கலையையே கொன்று, பிறர் கண்களுக்குப் படாமல் சுட்டெரித்துச் சாம்பலாக்கி விடுவதாக அமைந்திருக்கிறது.

ஏற்கெனவே இந்த 1876 ம் ஆண்டு நாடகச் சட்டம், நாடகத் துறையை, மக்கள் நலத்துக்கேற்ற வகையில் ஒழுங்குபடுத்துவதாக இருந்தது. அச் சட்டத்தில் இருந்த ஒரே ஒரு குறைபாடு, இந்திய அரசியல் சட்டத்திற்கு முரண்பாடு உடையதாக இருக்கிறது என்பதாகும். அதாவது, இச் சட்டத்தால் பாதிக்கப்பட்டவர்கள், அதை எதிர்த்து வழக்காடும் உரிமை பெற்றிருக்கவில்லை என்பதே, அம் முரண்பாட்டிற்கான காரணமாகும். அதே சட்டத்தில், இதற்கான ஏற்பாடு ஒன்றைச் சேர்த்து விட்டாலேபோதும், என்றும்போல் நாடகத் துறையில், ஆட்சியாளர்கள் விரும்பும் நேர்மையும் ஒழுங்கும் நிலவுவதற்கு.

ஆனால், ஆட்சியாளர்கள், வழக்காடும் உரிமையைப் பாதிக்கப் பட்டவர்களுக்கு வழங்கப் போவதாகக் கூறிக் கொண்டே, நாடகக் கலையையே நிர்மூலமாக்குவதற்கு உகந்த சட்டமொன்றைக் கொணர்ந்துள்ளனர். புதிய சட்டம், திருத்தம் எதுவும் செய்யப்படாமல் எழுத்துக்கு எழுத்து அப்படியே சட்டப் புத்தகத்தில் இடம் பெற்றுவிடுமானால், அக்கணமே நாடகக் கலையும் செத்து மடியும். அதன்பிறகு உலாவுவது நாடகக் கலை எனச் சொல்லக்கூடியதாக இருக்க முடியாது. நாடக அரங்கு வெறும் பஜனைக் கூடங்களாகக் காட்சி தரும். வாழ்க்கைச் சுமை தாங்க முடியாமல், தூங்காமல் தூங்கிச் சுகம் பெறும் சுறுசுறுப்பான ரசிகர்கள்தான், அந்நாடக அரங்கைக் காணாது கண்டு பூரிக்காமல் பூரிப்பர்! இதுவும் மெள்ள மெள்ளச் சாகும். நாடகக் கலைக்கு இந்த அவல நிலையைக் கொடுக்கத்தான் புதிய சட்டம் காத்துக் கொண்டு இருக்கிறது. நிற்க, 'ஆட்சேபகரமான காட்சிகள்' எவை என்பதற்கு மூன்று விரிவான குற்றங்களை, பழைய சட்டம் சுட்டிக் காட்டுகிறது. அதாவது, அரசாங்கத்தினிடத்தில் பகையை மூட்டும் உணர்வைத் தூண்டுவது (இது கி.பி.கோ. 124 (ஏ) விதியின் எதிரொலியாகும்); அவதூறு செய்யக்கூடியது அல்லது மான நஷ்டத்தை உண்டாக்கும் தன்மையுடையது; காட்சியைக் காண்பவர்களிடம் ஒழுக்கக் கேட்டையும், கெடு நினைப்பையும் உருவாக்குவது. நிதி அமைச்சர் கனம் சுப்ரமணியம் விரும்புவதுபோல், தந்தை இராம மூர்த்தியையும், அன்னை சீதாபிராட்டியாரையும் காப்பாற்றி, மத உணர்வு கொண்டவர்களின் மனதில் முள் தைக்காமல் பாதுகாப்பதற்கும், மேற்காட்டிய மூன்று குற்ற விதிகளுமே போதுமானது.

அச்சுச் சட்டத்தின் ஆறு துணைப் பிரிவுகளும் எழுத்து விடாமல், புதிய நாடக மசோதாவில், அப்படியே சேர்க்கப்பட்டிருக்கின்றன. அத்துடன் "மதத்தை இழிவுபடுத்தியோ, குறிப்பிட்ட பிரிவினரின் மத நம்பிக்கையை இழிவுபடுத்தியோ இந்தியக் குடிமக்களின் ஏதாவது ஒரு பிரிவினரின் மத உணர்வைப் புண்படுத்தினால்" அதுவும் குற்றமாகக் கருதப்படும் என்ற புதிய பிரிவும் சேர்க்கப்பட்டிருக்கிறது.

இக்குற்றப் பிரிவும், நிதி அமைச்சர் மூளையில் புதிதாகப் புலனாகிவிட்ட ஒன்றாக ஒருவரும் கொள்ளக் கூடாது. வெள்ளை அதிகார வர்க்கத்தினருக்கும், அந்தக் காலத்திலேயே இதுவும் தெரிந்தே இருக்கிறது. இ.பி.கோ.295 (எ) பிரிவில், இக் கருத்தைச் சேர்த்தே இருக்கிறார்கள்.

மதத்தையும் மத நம்பிக்கையையும் கேலி செய்வதன் மூலம் ஒரு பிரிவினரின் மத உணர்வைப் புண்படுத்துவதைக் குற்றமெனக் கூறும் புது மசோதாவில் உள்ள விதி, அதற்குரிய பணியினைத் திட்டவட்டமாகச் செய்யக்கூடிய அளவில் உள்ளதா என்பதில் ஆங்கில இதழான 'இந்து'விற்கு ஐயம் ஏற்பட்டிருக்கிறது. அதற்கு ஏற்பட்டிருப்பது ஐயமல்ல; அக் குற்றத்தை வரையறுப்பதற்கு அவ் விதியின் அமைப்பு 'போதியதாக இல்லை - இல்லை இல்லை - ஆற்றல் கொண்டதாக இல்லவே இல்லை' என்ற முடிந்த முடிவிற்கு 'இந்து' வந்துவிட்டிருக்கிறது.

'மதம்', 'நம்பிக்கை' என்ற இரு குறிப்புகளும் நிச்சயமற்ற தன்மையிலிருப்பதால், அவைகள் எதையாவது விளக்குவதாகவோ அல்லது ஒன்றையும் விளக்கவில்லை என்றோ பொருள்கொள்வதற்கு இடமுண்டு, என 'இந்து' கூறிவிட்டு, மத உணர்வைப் புண்படுத்தும் கொள்கைகள் இவை இவை என அறுதியிட்டுக் காட்டும் முறையால், அப் பிரிவைத் திருத்தம் செய்து விரிவாக்க வேண்டுமென, அவ்வேடு, சட்டசபை உறுப்பினர்களுக்குத் தூபமிடுகிறது - இல்லை - அறிவுரை தருகிறது. புராண இதிகாசங்கள் எவை எவை தெய்வமெனக் கூறப்படு கின்றதோ, அவைகளின் பெயர்கள் அனைத்தையும் குறிப்பிட்டு, அவைகளைக் குறை காணுபவர்கள், மேற்படி பிரிவின்கீழ் குற்றவாளி ஆகிறார்கள் எனக் கொள்ளும் வகையில், ஐயத்திற் கிடமில்லாத சொற்களால், மேற்படி பிரிவை விரிவுள்ளதாகத் திருத்தி அமைத்தால் தான், 'இந்து' இதழுக்கு மனச்சாந்தி ஏற்படும்போல் தெரிகிறது!

'இந்து' இதழிடம், இதைத்தானே நாம் எதிர்பார்க்க முடியும்.

புதிய நாடகச் சட்டத்தின் மூலம் ஒரு நடிகத் துறையினர்மீது வழக்குத் தொடரப்பட்ட போதிலும், அதே நபர்மீது, இ.பி.கோ. சட்டத்தின்படியோ, வேறு கிரிமினல் சட்டத்தின்கீழோ வழக்குத் தொடருவதற்கு இச் சட்டம் தடையாக இருக்காது. இப்படி ஒரு விதி, புதிய சட்டத்தில் இருக்கிறது. இதற்கு என்ன பொருள்? இந்தப் போக்கு நாடகக் கலையைக் கொலை செய்ய உதவுமா அல்லது வளரச் செய்ய உதவுமா என்பதைச் சிந்தித்துப் பார்க்கும்படி, நல்லெண்ணம் கொண்ட காங்கிரஸ் கட்சியினரையே கேட்டுக் கொள்கிறோம்.

இதற்குச் சட்டமென்ற பெயர் துளியும் பொருந்தாது. இதைச் சட்டமில்லாச் சட்டம் என்று குறிப்பிடுவதுதான் பொருத்தமுடைய தாகும்.

காலத்தால் உயிரற்றுப் போன ஒரு கருத்துக்கு, - எப்பாடு பட்டாவது நாடகத்துறை மூலம் மீண்டும் உயிர்தர விரும்புவதும், முயற்சிப்பதும், தங்களுக்கே அறிவுண்டு என ஆணவத்தோடு கூறிக் கொள்ளுகிறவர்களிடம் ஏற்பட்டுள்ள தீவிரமான அறிவுக் குழப்பத்தைப் படம் பிடித்துக் காட்டுவதாகவே உள்ளன. சுடுகாடு போன பிணம் திரும்பாது.

திராவிட நாடு
19-12-54

கலியாணக் கட்டம்

வைதீகர்கள், சரியான சந்தர்ப்பம் கிடைத்து விட்டதெனக் குதூகலிக்கின்றனர்.

சனாதன ஓடையைத் தமது வாழ்க்கைக் கழனிகளுக்கு நம்பி வாழும் மனம் படைத்தோர், நல்லதோர் சமயம் இதுவென, கூடிக் கூடிப் பேசுகின்றனர்.

தெருத் திண்ணைகள், அரசமரத்தடிகள், கோயில் பிரகாரங்கள், எங்கும், இன்று அந்தப் பிரச்னை அடிபடுகிறது. அடுப்பங்கரைக்குள் கூட புகுந்து விட்டது.

"ராமாயணத்தை, எப்படியோ நடத்திக் காட்டுகிறார்களாமே."

"ரவிகுலச் சோமனை எப்படி எப்படியோ, சித்தரித்திருக்கிறார் களாமே!!"

பிரச்னை பெரிதாகி, அகில இந்தியா முழுமையும் அடிபட ஆரம்பித்திருக்கிறது. அன்பர் நேருவின் கவனமும், அகில இந்திய இந்து வைதீகர்களின் சிரத்தையும், ஒன்றுதிரண்டிருக்கிறது.

ராமாயணம் பற்றிய ஆராய்ச்சி என்கிற அளவில் நில்லாது, ராதாவின் ஒரு நாடகம் என்று போய்விடாது, இந்த விஷயம் அறிவியக்கத்தை மோதுகிறது.

ஏசுவோர், பலர். பேசுவோர் பலர். இதனை ஆண்டவனையே வேரறுக்கும் செயல் என்று ஆர்ப்பரிப்போர் ஏராளம்.

ஸ்ரீராமச்சந்திரமூர்த்தியின் அம்புறாத்தூணியிலிருந்து புறப்பட்ட அஸ்திரம், எழு கடலுக்குள்ளும் புகுந்து எங்கே அசுரன் இருக்கிறானெனத் தேடி, கடைசியில் அவனைத் துளைத்து, பாபஸ்நானம் செய்துவிட்டு, பிறகு மீண்டும் அம்புறாத்தூணியை வந்தடைந்தது... என்று பேசுவோரே, அலறுகின்றனர். நாடகத்தால், ராமபிரானுக்கு ஆபத்து வந்து விட்டதாம்!!

ராம காதையைப் பற்றிப் பலர், பலவாறாக எழுதிச் சென்றிருக் கிறார்கள் - இந்திய உபகண்டத்திலேயே இடத்துக்கு இடம், இந்தக் காதை பலவேறு முறைகளில் எழுதப்பட்டிருக்கிறது. எனினும் இந்தச் சந்தர்ப்பம், அறிவியக்கத்தை வேரறுக்கத் தமக்குக் கிடைத்த சரியானதோர் வாய்ப்பு என்று சனாதனிகள் கிளம்புகிறார்கள். அதனால் விசித்திர விசித்திரமான வியாக்யானங்களைச் செய்கிறார்கள்.

இதற்குச் சட்டசபையில் விமர்சனம் செய்ய வந்த நிதி அமைச்சர் சுப்ரமணியம், “இராமபிரானைக் காப்பாற்றப் போகிறோம் என்று நாங்கள் சொல்லவில்லை. கடவுள் இருக்கிறார் என்று ஒருவர் சொல்வதும், இல்லை என்று இன்னொருவர் சொல்வதைப் பற்றியும் அரசுக்குக் கவலையில்லை. ஆனால் ஒரு சாரார் கொண்டிருக்கிற நம்பிக்கையை இன்னொரு சாரார் புண்படுத்தக்கூடாது” என்று வெளியிட்டிருக்கிறார்.

புண்ணை, அறுத்து சிகிச்சை செய்வதென்கிற முறை ஒன்று. இது கொஞ்சம் எரிச்சலைத்தான் தரும். மருந்து வைத்துக் கட்டி, உள்ளுக்கும் விஷம் போக்கும் சூரணம் கொடுத்து, குணப்படுத்துதல் இன்னொரு முறை. இது கொஞ்சம் நாசூக்காகச் செய்யப்படும் முறை; நல்லதுகூட.

இதனால், புண்படுத்துவது என்று பொருள் கூறுகின்றாரே - அதுதான் நமக்குப் புரியவில்லை! ராமபிரானைக் கும்பிடுவோரைக் குத்தீட்டி கொண்டா தாக்குகிறார்கள்? இல்லை! அவர்கள் கும்பிடக் கூடாது என்றா தடுக்கிறார்கள்! அதுவும் இல்லை!! அந்த இராம காதையைப் பற்றி, பலர் வழங்கிய கருத்துக்களை நாடக மாடிக் காட்டுகிறார்கள். முறையில் காரம் கலந்திருக்கலாம்! காரம் விரும்பாதவர், அந்த இடத்துக்குப் போகாமலிருப்பதைவிட்டு, புரட்சி முழக்கம் ஏன் செய்ய வேண்டும்?

சீதா, கற்புக்கரசி! - வைதீகர்கள் வர்ணனைப்படி.

இன்றும் கோயிலில், ராமபிரான் அருகில் சீதாபிராட்டி ஆனந்தத்தோடு காட்சி தருகிறார்கள். மணமக்களை வாழ்த்தும் பெரியவர்கள்கூட, ‘சீதையும் ராமனும் போல வாழ்க!’ என்று வாழ்த்துகிறார்கள். ராமன், ஏகபத்தினி விரதன் - மனைவியின்மீது மட்டில்லாத ஆசை கொண்ட மணாளன் - புருஷ ரத்னம், என்று போற்றுவோருண்டு.

அந்த ராமன் இராவணனை வென்று, சீதாபிராட்டியைச் சந்திக்கும் போது சொல்கிறாராம், “சீதா! உன்னைக் காணும்போது, என் நயனங்கள், சந்தோஷத்தால் கூத்தாடுகின்றன! -இத்தனை வருஷங்கள் பிரிந்திருந்த உன்னைச் சந்திக்கின்றேனே என்கிற ஆனந்தம் ஏற்படுகிறது எனக்கு. அதே நேரத்தில் - சீதா! - எனக்கு அவமானமாகவும் இருக்கிறது. உன் மீதுகொண்ட ஆசையின் காரணமாக அல்ல, இராவணனுடன் நான் போர் தொடுத்தது, வெற்றி பெற்றது; என்னுடைய மானத்துக்காகவும், என் குடும்பக் கௌரவத்தைக் காப்பாற்றிக் கொள்ளவுமே போர் செய்தேன்; வெற்றியும் பெற்று விட்டேன். ஆதலால், உன்னைத்

திரும்பவும் என்னுடன் அழைத்துச் செல்லும் உத்தேசமில்லை, எனக்கு. **நீ எங்கு வேண்டுமானாலும் போ. இலக்ஷ்மணனிடம் வேண்டு மானாலும், பரதனிடமோ அல்லது சுக்ரீவனிடமோ அல்லது விபீஷணனிடமோ யாரிடம் வேண்டுமாயினும் போயிரு!"** என்று தெரிவிக்கிறாராம். இப்படிச் சொல்லுகிறார், இந்தியத் துணைக்கண்டத் துணைத் தலைவர் **டாக்டர் ராதாகிருஷ்ணன்,** 'மதமும் சமூகமும்' எனும் தலைப்பில் செய்த சொற்பொழிவுத் தொகுப்பில்!!

அந்தத் தொகுப்புமீது, ஆஸ்திக சிரோமணிகளுக்கு ஆத்திரம் வரவில்லை. இதுபோல, எண்ணற்ற நூல்களில் சீதா - ராமனைப் பற்றி வரும் 'விசித்திரமான' இடங்களை நீக்க வேண்டுமென எந்த மைலாப்பூரும் கிளர்ந்தெழவில்லை. ஆனால், இப்போது சல்லடங் கட்டிக் கொண்டு வருகின்றனர்! அறிவியக்கத்தின்மீது, மக்களுக்கோர் ஆத்திரத்தை சிருஷ்டிக்க முனைகின்றனர்!! இந்த விசித்திரத்துக்கு, ஆங்காங்குள்ள காங்கிரஸ் நண்பர்கள் பலரும் துணை போகின்றனராம் - கட்சிப் பிரதிகட்சி விஷயம் என்ற கருத்தில் - போடு தடையை, வீசு உத்தரவை, என்று ஆர்ப்பரிக்கின்றனராம்.

அறிவியக்கத்துக்கு இராமாயணம் அல்ல, இலட்சியம். அதன் பாதையில், இது ஒரு கட்டம். அதனால்தான், இராமாயணக் கிளர்ச்சியை ஒரு தினுசாக முன்பே முடித்துக் கொண்டு, வேறு பிரச்னைகளில் சிந்தையைச் செலுத்த ஆரம்பித்தது! ஆனால், செக்குமாடு சுபாவம் கொண்டோர், இப்போது நடைபெறும் சுதந்திர ஆட்சியில் தங்கள் கை ஓங்கியிருக்கிறதெனும் கருத்தில் ஓங்காரக் கூச்சலிடுகின்றனர்.

வெள்ளையன் போனபிறகு, வைதீகர்கள் தமக்குச் சரியான சந்தர்ப்பம் கிடைத்து விட்டதாகவே கருதிவிட்டனர். எந்த விஷயமானாலும் மத உணர்ச்சியைப் புண்படுத்தினர் - மார்க்கத்தை இகழ்ந்தனர் - சும்மா விடக்கூடாது - என்று, தோள் தட்டும் சுபாவம் பெற்றனர்; இதற்குத் துணைபோகவும் தயாராயிருக்கிறது, அரசு.

'அங்கிங்கெனாதபடி எங்கும் பிரகாசமாய் ஆட்சி புரியும் ஆண்டவன்', இது எதைப் பற்றியும் லட்சியம் செய்ததாகத் தெரியவில்லை! இதென்ன - ஆலயங்களில் அன்று முதல் இன்றுவரை நடைபெற்றுவரும் அக்கிரமங்களைக் கண்டுகூட வாயைத் திறக்க வில்லை. அந்த அக்கிரமங்களைச் செய்வோரின் திருக்கூட்டத்தில்தான் சச்சிவோத்தமரும், ஜகத்குருக்களும் இருந்து கொண்டிருக்கிறார்கள்.

ஆண்டவனின் பெருமையைப் பேசுவோரின் மனதைப் புண்படுத்து வதாக அமைச்சர் சுப்ரமணியம் குறிப்பிட்டாரே - அவர் போன்றோரின் சிந்தனைக்கு, இதோ ஒரு சித்திரம்!!

அலமேலுமங்கைத் தாயார் சகிதம் வீற்றிருக்கும் திருப்பதி வெங்கடேஸ்வரருக்கு, பக்தர்கள் செலுத்தும் காணிக்கை சம்பந்தமான விஷயம். பொன், வெள்ளி, வைரமுடி, தங்கக் குடை அல்ல, பிரச்னைக்கு வந்திருப்பது! **தலைமயிர்!!** பக்தர்கள் மொட்டையடிக் கிறார்களல்லவா, அந்தத் தலைமயிர். இரண்டு ஆண்டுகளாக இந்த 'விஷயம்' நீதிமன்றத்துக்குப் போய், கடந்த 8 ந்தேதி ஒரு முடிவுக்கு வந்திருக்கிறது. "கலியாணக் கட்ட" வழக்கு என்று பிரசித்தி பெற்ற வழக்கு இது. கேசவனுக்குக் கேசத்தைச் செலுத்துவதற்கென திருப்பதியில் உள்ள இடத்துக்கு, கலியாணக் கட்ட சங்கம் என்று பெயர். இங்குதான் உயிரை வழங்கிய உலகநாதருக்கு உத்தமர்கள் மயிரைத் தத்தம் செய்வது. இதற்கென முடிசீட்டைக் கோயிலார் தருவார்கள் - இலவசமாக அல்ல, காசுக்குத்தான்! அதனை, எடுத்துக் கொண்டு இந்தக் கைங்கரியத்துக்கென 'கோயிலார் அனுமதி' பெற்ற அர்ச்சகர்களிடம் அல்ல - நாவிதர்களிடம் செல்ல வேண்டும், பக்தர்கள். இதற்கு இடையூறாக, சில நாவித நண்பர்கள், கலியாணக் கட்டத்தில் முளைத்தார்களாம். கோயிலாரின் அனுமதியில்லாமலே, அந்த இடத்தில், 'இந்தக் காரியத்தை'ச் செய்தார்களாம். போர்டு போட்டு, பக்தர்களை அழைத்து மொட்டையடித்து அனுப்பினார்களாம். அப்படிச் செய்தது மட்டுமின்றி, கழிக்கப்பட்ட கேசத்தையும் தரச் சம்மதிக்கவில்லையாம். இதனால் பக்தர்கள் செலுத்தும் 'பக்தி' எங்கோ போய் விடுகிறது எனும் விசாரத்தில் அல்ல - கோயிலின் வருமானம் குறைகிறதெனும் மனக்குறையுடன் வழக்குத் தொடர்ந் தார்கள் - இவர்களை நிரந்தரமாகத் தடை செய்ய வேண்டுமெனக் கோரி. விசாரித்த நீதிபதி, கோயிலார் கோரிக்கையை நிராகரித்து, நாவித நண்பர்களுக்குத் தடை விதிக்க முடியாதெனக் கூறி, தீர்ப்பு வழங்கியிருக்கிறார்.

வழக்கும், தீர்ப்பும் அல்ல, முக்கியம். அது, கூறும் பாடம்! அதைக் கவனிக்க வேண்டுகிறோம் - ஆண்டவன் படைப்பில் அனைவரும் சமம் என்று சொல்கிறார்கள். ஆனால், காசு விஷயத்தில், கோயில் வேறு, பிறர் வேறு - என்று, சட்டத்தை நாடுகிறார்கள்! இப்படியிருக்கிறது, பக்தி படும் பாடு!! ஆனால், இந்தப் பக்தர்கள் ஆண்டவனின் திவ்ய நாமப் பெருமைக்குப் பங்கம் வருவதாகக் கூறி, முண்டா தட்டிக் கொண்டு, பாய வருகிறார்கள் - சாமி சகஜானந்தம்,

கொலை செய்வேன் என்கிற அளவுக்குக் கூத்தாடுகிறார். தலை மயிருக்காக ஒரு வழக்கு! - ஆண்டவனின் சந்நிதியில் அல்ல, நீதிமன்றத்தில். அதை எடுத்து வாதிக்க, அர்ச்சகர்கள் அல்ல; வக்கீல்கள். பணமும், அவர்களுடையதல்ல; பக்தர்கள் செலுத்துவது. இப்படி வாழ்கிறது, வைதீகம்! அதற்குப் பின்பாட்டுப் பாடும்கூட்டம்!! இவர்கள் பக்தர்களாம் - **ஒன்றே குலம் ஒருவனே தேவன் என்று நினை; ஆண்டவன் எங்குமிருக்கிறார்; அவர் உன்னிடம், அபிஷேகம், ஆறுகால பூஜையை எதிர்பார்க்கவில்லை - அன்பை எதிர்பார்க்கிறார்; ஈசன் கோயிலிலே இல்லை - எல்லா ஜீவராசிகளின் உயிரிலும் இருக்கிறார்;** என்று சொல்வோர்; நாஸ்தீகர்களாம்! நடுத்தெரு ஜாலராக்கள், ஆத்திகர்களாம்!! இவ்விதம் கூறிக் கொண்டு, அறிவியக்கத்தாராகிய நம்மீது பாய்கின்றனர் - சமூக மாறுதலை எதிர்க்க, சல்லடம் கட்டிக் கொண்டு புறப்படுகின்றனர். இந்த சமயவாதிகளுக்கு, காங்கிரஸ்கா ரர்களும், ஒத்து ஊதுகின்றனர்!!

ராமாயணமும் இதுபோன்ற விளக்கங்களும், மக்களின் மனதைப் புண்படுத்துவதாக அமைச்சர் அறிவித்தாரே - திருமலை தேவனுக்கு, வாயிருந்து - "என்னப்பா! சாதாரண தலைமயிர் - இதற்காகவா, என் பெயரைச் சந்திக்கு இழுக்கிறீர்கள்" என்று கேட்டிருந்தால், என்ன பதில் சொல்வார், அவர். மனம் என்ன பாடு பட்டிருக்கும்! ஆண்டவன் வாய்மூடி மௌனியாகிவிட்டார் என்பதால், ஆத்தீகப் போர்வையில், நரித்தனம் செய்ய நினைக்கிறார்கள்! அதற்கு அரசும் ஒத்து ஊதுகிறது!

இந்தியா சுதந்திரம் அடைகிறது என்றபோது, இதனால்தான், வைதீகர்கள் பூரித்தனர். அந்தப் பூரிப்பு, இப்போது பொங்கி வழிகிறது! அந்தத் துணிச்சலில், அறிவியக்கத்தின்மீது பாய்கிறார்கள்.

வைதீகர்கள், எல்லா நாடுகளிலும் இப்படித்தான் செய்திருக் கிறார்கள்; ஆனால், அந்த வைதீகர்கள் வீசும் வெண்சாமரத்தைப் பெரிதென எண்ணி ஒரு அரசு துணைபோவதென்பதுதான், ஆபத்து. அதனால், நாட்டுக்கு ஏற்படும் தீங்கு பெரிது! வளரும் மறுமலர்ச்சியைத் தடுக்க, இவர்களும் ஒத்துழைக்கிறார்கள் என்பது பொருள் - இந்த வேதனைக்கு, காங்கிரஸ் தோழர்கள், ஆதரவளித்தல் கூடாது! கள்ளியும் முள்ளும் அடர்ந்த காடாகயிருக்கிறது நம்நாடு என்பதில் எந்தக் கட்சியினருக்கும் அபிப்ராய பேதம் இல்லை. அந்தக் காடு, வைதீகருக்கு வாழ்வளித்தால் வளருமே ஒழிய, அழியாது! இன்று வைதீகர்களுக்கு எப்போதும் இல்லாத ஒரு துணிவு பிறந்திருக்கிறது - அதற்கு ஆளும் அரசே காரணம் எனின் - ரஸ்புடீனை நம்பிய ஜாரின்

சரிதமே கவனத்துக்கு வருகிறது! இவனால் அவன் அழிந்தான் - அவனால், இவனும் அழிந்தான்!! ஆதலால், வளரும் புதுமையைக் கிள்ளி எறிய முயல்வோருக்கு, அரசு ஆதரவளித்தல் கூடாது. அதிலும், இங்கே வைதீகம் வறண்ட வயலல்ல! குலுங்கிடும் சோலை! அதனால் தான், தலைமயிருக்குக்கூட சண்டை தொடுக்கிறது.

"கலியாணக் கட்டங்கள்" ஒன்றல்ல: எங்கும், உண்டு - அன்று முதல் இன்று வரை, ஆங்காங்கும் பல ரூபங்களில் ஏற்பட்டுக் கொண்டே இருக்கிறது. இந் நிலை மாற, **எல்லா உயிரும் ஈசன் கோயில்!** - எனும் மனோபாவம், மலர வேண்டும். இதற்காகப் பாடுபட்ட புத்தரையும், ராமலிங்கத்தையும், போன இடம் தெரியாமல் ஆக்கியது, நமது வைதீகம்! அது, இப்போது புலியாக நினைக்கிறது!! அதற்கு, எந்தப் போர்வை கிடைக்கும் என எதிர்பார்க்கிறது. அதனால் தான் இப்போது ராமாயணப் போர்வையை எடுத்துக் கொண்டு, பாய்கிறது! எச்சரிக்கையாகயிருக்க வேண்டும், வைதீகத்தின் ஆபத்தை உணர்ந்த எல்லோரும்!

திராவிட நாடு
19-12-54

சிறையில் ராதா

கொள்கையின்படி நடந்து கொள்வது, வேடிக்கையல்ல, பொழுது போக்கல்ல! பழமையின் பலமான பிடியிலே சிக்கிக் கொண்டுள்ள நாட்டிலே, முற்போக்குக் கொள்கைகளைக் கடைப்பிடித்து நடக்க விரும்புபவர், எத்தகைய இன்னல்களையும், இழிமொழிகளையும், பழிச் சொற்களையும் தாங்கிக் கொள்ள வேண்டி நேரிடும் என்பதை எல்லாம், அறியாதார் இல்லை. எனினும், இன்னல் வந்து மிரட்டுகிற போது, வீரம் உலர்வதும், புதிய வாதங்கள் பிறப்பதும், காண்கிறோம்.

நடிகவேள் எம்.ஆர். ராதா சிறையில் இருக்கிறார் - கொள்கையில் உள்ள உறுதி, உரத்த குரலில் பேசுவதில் மட்டுமில்லை. ஊராள் வோரின் கோபத்தைத் தாங்கிக் கொண்டு, கஷ்ட நஷ்டத்தை ஏற்றுக் கொள்வதிலேதான் இருக்கிறது, என்பதை எடுத்துக் காட்டும் வகையில்.

கலை உலகில், இதுபோலச் சம்பவங்கள், அடிக்கடி காண முடியாது.

கலை உலகு இங்கு ஒரு பிரச்னையாகிவிட்டது என்பதை, ராதாவின் சிறைவாசமும், நாடகத் தடைச் சட்ட 'முஸ்தீபும்' நன்றாகக் காட்டிவிட்டன.

ராதாவின் ராமாயணம் தங்கள் மனதைப் புண்படுத்துவதாகக் கூறிக் கொதித்தெழுந்தவர்கள், அந் நாடகத்தில் காட்டப்படும் காட்சிகளுக்கு ஆதாரங்கள் கேட்டாலும் தருவதாக, தோழர் ராதா பகிரங்கமாகக் கூறியிருப்பதைக் கவனிக்கவில்லை.

வீணான பகையும், குரோதமும் வளருவது, சமூகத்துக்கு நன்மை பயப்பதல்ல என்ற நன்னோக்கம் இருந்திருக்குமானால், தோழர் ராதாவைத் தனியே சந்தித்து, விளக்கம் கேட்டிருக்கலாம், திருத்தம் கூறியிருக்கலாம், ஆதாரங்களைக் கொட்டிக் காட்டியிருக்கலாம். இந்த முறை, பொதுமக்களிடம் பணியாற்றும் புனிதத் தன்மைக்குக் காப்பளித்திருக்கும். ஆனால் நடைபெற்றது, அமளி! சட்டம் குறுக்கிட்டுவிட்டது - தடை உத்தரவு பிறந்தது - எவ்வளவு ஆழ்ந்த நம்பிக்கை, தனக்கு இருக்கிறது என்பதைக் காட்டிக் கொள்ளும் வாய்ப்பு, தோழர் ராதாவுக்கு ஏற்பட்டது - தடையை மீறப் போவதாக அறிவித்தார் - சிறையில் கொண்டுபோய்ச் சேர்த்தனர் சர்க்கார்!

திராவிட கழகம் திட்டம் ஏதும் தீட்டா முன்பு, பெரியார் வெளிநாடு சென்றிருக்கும் தருணத்தில், கிளர்ச்சி எழுவதைத் தாம் விரும்பவில்லை என்று நடிகவேள் ராதா, மனதாரக் கருதுகிறார்; எனினும், தன்மானத்தை அழிக்கும் வகையில், தடை! தடை! தடை! என்று, எந்தத் திக்கிலிருந்தும் சட்டம் முழக்கமிடும்போது, கொள் கையில் உறுதி கொண்டிருப்பதைக் காட்ட, தடையை மீறுவதைத் தவிர வேறு மார்க்கம் இல்லை என்பதை விளக்கிவிட்டே சிறை சென்றிருக்கிறார்.

இந் நிலையில், முதலமைச்சர் காமராஜர் செய்யக்கூடியது என்ன இருக்கிறது என்று சிலர் கேட்கின்றனர்.

ஏன் இல்லை! முதலாவதாக முதலமைச்சர், பொதுமக்களிடம் எழும்பியுள்ள இந்தப் பிரச்னைபற்றி, தமது கருத்து யாது என்பதைத் திட்டவட்டமாகத் தெரிவிப்பதன் மூலம், நிலைமையைத் தெளிவுபடுத்த முடியும் - தெளிவுபடுத்த வேண்டும்.

காமராஜர் ஆட்சிக்குத் தொல்லை தரமாட்டோம் - என்று வெளிப்படையாகவே கூறும் கழகத்தவர், ராதா.

மற்ற மற்ற முதலமைச்சர்கள்போல் மக்களிடமிருந்து நெடுந் தூரம் விலகி நிற்பவரல்ல, காமராஜர். எனவே, அவருக்கு, நடிகவேள் ராதாவையோ, அவரை எதிர்த்துக் கிளர்ச்சிகளை மூட்டி வருவோரையோ, அழைத்துப் பேச இயலாது என்று கூறிவிடுவதற் கில்லை.

சந்தித்துப் பேசுகிறவர்கள் மனதிலே, நம்பிக்கையும் மகிழ்ச்சியும் கூட ஏற்படும்படி நடந்து கொள்ளும் திறமை அவரிடம் நிரம்ப இருக்கிறது என்பது, நாடகத் தடை மசோதா சம்பந்தமாக, தென்னிந்திய நடிகர் சங்கத்தவர் அவரைச் சந்தித்தபோது, நன்றாக விளங்கி இருக்கிறது. எனவே, முதலமைச்சர் முனைந்தால், இந்தப் பிரச்சினையில் தெளிவு நிச்சயம் பிறக்கும் என்று நம்புகிறோம்.

நாடகத் தடை மசோதா போன்ற பிரச்சினையில், கல்வி மந்திரியாகவும் ஆச்சாரியாரின் நிழலாகவும் இருந்துவரும் கனம் சுப்ரமணியம் அவர்களுக்கு மட்டுமே அவசர ஆர்வமும், அளவு கடந்த அக்கரையும் இருப்பதாக, நாடே பேசுகிறது!

ஒரு மந்திரிசபையில் உள்ள ஒரு மந்திரி மீது மட்டும் கொதிப்பும் வெறுப்பும் இருக்கும் நிலைமை, அடிக்கடி காணக்கூடியதல்ல. நாடகத் தடை மசோதா கண்டன ஊர்வலத்தில், மந்திரிசபை ஒழிக என்றோ,

காமராஜர் ஆட்சி வீழ்க என்றோ, முழக்கம் இல்லை - மந்திரி சுப்ரமணியத்தைக் கண்டித்து மட்டும் முழக்கம் இருந்தது. இந்த நிலை விசித்திரமானது என்பது மட்டுமல்ல, வீணாக இதனை வளர விடுகிறார்கள் என்றே நாம் எண்ண வேண்டி இருக்கிறது.

கோடீஸ்வரர்களின் கோட்டமான கோவை மாவட்டத்தைத் திருப்திப்படுத்தவோ, வெளியிலிருந்தால் விஷமத்தனங்களுக்கு விளைநிலம் ஏற்பட்டுவிடும் என்ற அச்சத்தாலோ, இளைஞர், வழக்கறிஞர், எதிர்க் கட்சிகளைத் துச்சமாக மதிப்பவர் என்பதற் காகவோ, எதன் பொருட்டோ, ஆச்சாரியாரின் அந்தரங்க நண்ப ராகவும், அவருடைய சகல கோட்பாடுகளுக்கும் ஆதரவானவராகவும் இருந்து வந்த கனம் சுப்ரமணியம், காமராஜர் மந்திரிசபையில் இடம் பெற்றிருக்கிறார்!

இடம் பெற்றாரா - தரப்பட்டதா - இடம் பிடித்துக் கொண்டாரா - என்றெல்லாம்கூட மக்கள் பேசிக் கொள்கின்றனர் - முதலமைச்சர் ஆகிவிட்ட போதிலும், காமராஜரின் செவியில் மக்களின் குரல் தெளிவாகக் கேட்கிறது என்றே நம்புகிறோம்.

இந்நிலையில், கனம் சுப்ரமணியம் மந்திரிசபையில் இடம் பெற்றிருப்பானேன்!! திராவிடப் பெருங்குடி மக்களின் பாதுகாப்புப் பாசறைகளாக உள்ள கழகங்கள், விளக்கமறியாதாரும், விஷமிகளும், எத்துணை ஏசலும் ஏளனமும் செய்யினும், காமராஜர் ஆட்சிக்கு எதிர்ப்பு செய்யாமலிருக்கும் போக்கை, கனம் சுப்ரமணியனாரின் நோக்கும் போக்கும் குலைத்துவிடும் என்று நாம் அஞ்சுகிறோம்.

கல்வியில் கைவைத்தார், கவிழ்ந்தார், கருப்புக் கண்ணாடியார்!
கலையில் கைவைக்கிறார் காமராஜர்...!

என்று நாடு பேசுகிறது!! இது நல்லதல்ல என்று மட்டும் முதலமைச்சருக்குக் கூறிக் கொள்கிறோம்.

தோழர் ராதாவை விடுதலை செய்வதுடன், நாட்டிலே கிளம்பியுள்ள இந்தக் குழப்பத்தைப் போக்க, துணிந்து, முதலமைச்சர், தமக்கு இன்று கிடைத்துள்ள நல்ல சூழ்நிலையைப் பயன்படுத்தி, வெற்றி காண வேண்டுமென்று விரும்புகிறோம்.

திராவிட நாடு
26-12-54

ப.ஜீவானந்தம் ஆக்கங்கள்

முழுத்திரட்டு
இருபகுதிகள்
பகுதி-2

பதிப்பு
வீ.அரசு

நாடகத் தடைச் சட்டம்

[நாடகங்கள் நடத்துவது தொடர்பாகச் சட்டப் பேரவையில் சட்டம் கொண்டுவரப்பட்டபோது, ஜீவா பேசியது]

கனம் துணைத் தலைவர் அவர்களே, பொறுக்குக் கமிட்டியில் மிகப் பெரும்பாலாரால் ஒப்புக் கொள்ளப்பட்டு நம் முன்னால் வந்திருக்கிற இந்த மசோதா நம் எல்லோராலும் ரத்து செய்யப்பட வேண்டுமென்று நான் கேட்டுக் கொள்கிறேன்.

ஏன்? ஒன்றன் பின் ஒன்றாகக் காரணங்கள் கூற விரும்புகிறேன். முதன்முதலில் இந்த மசோதா தேசியப் பரம்பரைக்கு விரோதமானது. ஆகையால் ரத்து செய்யப்பட வேண்டுமென்று நான் கேட்டுக் கொள்ளுகிறேன்.

நமது தேசியப் பரம்பரை என்ன? நாட்டிலுள்ள மக்களுக்கு எல்லாம் விடுதலை, நாட்டிலுள்ள மக்களுக்கு எல்லாம் நல்வாழ்வு வேண்டும். இதைத்தான் காந்திஜி சொன்னார், ‘கிஸான் மஜ்தூர் பிரஜா ராஜ்’ என்று. இதை ஏற்படுத்த இந்த நாட்டிலே க்ஷேம லாப ராஜ்யத்தை அமைக்க வேண்டுமென்று ஏற்பட்ட தாகம் இன்னும் தணியவில்லை. கடந்த ஐம்பது ஆண்டுகளாக எந்தெந்தத் துறையை எடுத்துக் கொண்டு பார்த்தாலும் - ஜனங்களுடைய பழக்க வழக்கங்கள் - ஜனங்களுடைய கிராம வாழ்வு - கோயில் குளம் சம்பந்தப்பட்ட கருத்துகள் - ஒவ்வொரு மக்களுடைய குடும்ப வாழ்வு - ஆகிய எல்லாத் துறை களிலும் புதிய புதிய கருத்துகள் வளர்ந்து கொண்டே வருவதையும் - புதிய புதிய ஜனநாயகக் கருத்துக்கள் பெருகிக் கொண்டே வருவதையும் - பழைய கருத்துகள் எல்லாம் மோதி உடைக்கப்பட்டுக் கொண்டிருப்பதையுமே பார்க்கிறோம். இப்படிப்பட்ட கருத்துகள் எல்லாம் ஒட்டுமொத்த தேசிய வாழ்வு, சுயராஜ்யம், க்ஷேம லாப ராஜ்யம், பொதுமக்களின் ராஜ்யம் இதுவரையில் கஷ்டப்பட்டுக் கொண்டிருந்த மக்களும்கூட, இனி நல்வாழ்வு பெறுவதற்கான வழிவகைகளைச் செய்யும் மக்களுடைய ராஜ்யம் ஆகியவற்றை அமைக்கவே நாளுக்குநாள் வளர்ந்துகொண்டே வருகின்றது. இந்தப் போராட்டக் கருத்துக்கள்தான் இலக்கியத்திலும், மற்ற எல்லாக் கலைகளிலும் பிரதிபலிக்கின்றன. சென்ற விவாதத்தில் பேசியபோதும் நான் இதைத்தான் குறிப்பிட்டேன்.

இங்கே, இந்த மசோதாவைப் பிரேரித்த கனம் நிதி மந்திரி அவர்கள், இந்த மசோதாவை எதற்காகக் கொண்டுவந்தார்கள் என்பதற்காகக் கொடுத்த வியாக்யானத்தை வைத்துக் கொண்டு, அதன் பிரதிபலிப்பாகக் காங்கிரஸ் பத்திரிகை ஒன்றில் எழுதப்பட்டிருந்த தலையங்கத்தையும் படித்துப் பார்த்தேன்.

புனிதமானவர்கள் என்றும், தெய்வாம்சம் என்றும் பலரால் நெடுங்காலமாகப் போற்றப்பட்டுவரும் புராணப் பாத்திரங்களை அவமதிப்பதையும், மத உணர்ச்சியைப் புண்படுத்துவதையும், நடந்த பின் தண்டிப்பதோடு அல்லாமல், நடக்கும் முன் தடுப்பது சாத்தியமாகும்படி, சர்க்காருக்குச் சில அதிகாரங்கள் இருக்க வேண்டுமென்பதுதான் இந்த மசோதாவின் நோக்கம்.

இது, இப்பொழுது சொல்லக்கூடிய காரணம். ஆனால் இந்த மசோதாவைப் பொறுக்குக் கமிட்டியில் அனுப்புவதற்கு முன், நமது நிதி மந்திரி அவர்களே சொன்னார்கள், 'சேலத்தில் ராதாவின் நாடகம் நடந்தது, அதை நடத்தக்கூடாது எனத் தடையுத்தரவு போடப்பட்டது. அந்தக் கேஸ் ஹைகோர்ட்டுக்குப் போன போது, சர்க்கார் தரப்புக்கு வெற்றி கிடைக்காது என்ற நிலைமை உண்டானபோது, அந்தக் கேஸ் வாபஸ் பெறப்பட்டது. ஆகவே, சட்டத்தில் எங்கள் பக்கம் பலமாக இருப்பதற்காக, இந்த மசோதா உருவாக்கப் பட்டது' என்றெல்லாம் சொன்னார்கள். எது உண்மை?

அடுத்து, வந்தால், நான் எல்லோரையும் கேட்கிறேன், இந்த நாட்டின் தேசியப் பரம்பரையில் வந்தவர்களை எல்லாம் கேட்கிறேன், சமுதாய வளர்ச்சிப் பற்றி சரித்திரங்கள் எல்லாம் தெரிந்தவர்களைக் கேட்கிறேன், எந்த நாட்டிலாவது சட்டத்தை வைத்துக் கொண்டு, மக்களின் கருத்தை மாற்றியது உண்டா? அதிகார பலத்தைக் கொண்டு நாட்டில் நடந்து வந்திருக்கும் கருத்துப் பிரசாரத்திற்குத் தடை ஏற்படுத்த முடிந்திருக்கிறதா?

இந்த நாட்டிலே தொன்றுதொட்ட காலம் முதற்கொண்டு, சைவத்திற்கும், வைஷ்ணவத்திற்கும்; சைவத்திற்கும், சமணத்திற்கும்; சைவத்திற்கும், புத்த மதத்திற்கும்; கிறித்துவ மதத்திற்கும், முஸ்லிம் மதத்திற்கும் என்று இப்படியெ தொடர்ந்தாற்போல ஜாதிச் சண்டைகள் நடந்து வந்திருக்கிறதைப் பார்க்கிறோம். இதனால் பல குழப்பங்கள் ஏற்பட்டிருக்கின்றன என்பதையும் பார்க்கிறோம். ஆனால் அதிகாரத்தி லிருந்தவர்களால் சட்டத்தின் மூலமாக, சர்க்காருக்குள்ள பலத்தின் மூலமாக, எல்லா மக்களையும் ஒரே மதத்தைத் தழுவும்படிச் செய்ய

முடிந்ததா? அல்லது பலப் பல மதங்களின் கொள்கைகளையும் தடுக்க முடிந்திருக்கிறதா? என்று பார்க்க வேண்டும். இல்லை; தோல்வியே அடைந்து வந்திருக்கிறோம் என்று கூற விரும்புகிறேன்.

ஆகையால் சட்டத்தைக் கொண்டு, மக்களின் கருத்தைத் தடுக்க முடியாது என்று சொன்னார் ஒரு மேதை.

இந்த நாட்டிலே பல மதங்கள் இருக்கின்றன. மைனாரிடி மதம், மெஜாரிடி மதம் என்று எதைப் பாகுபாடு செய்வது என்பது இருக்கட்டும். கிறித்துவ மதத்தை அழிக்க முஸ்லிம் மதமோ, முஸ்லிம் மதத்தை அழிக்கச் சமண மதமோ போராட வேண்டியது அவசியம் தானா? அவசியமேயில்லை. இந்த நாட்டிலே மெஜாரிடி மதம் இந்து மதம். அந்த இந்து மதத்திற்கே ஆபத்து வந்துவிட்டது என்று ஒப்பாரி வைத்தழுவதைப் பார்க்கிறோம். எதனால் ஆபத்து வந்துவிட்டதாக அலறுகிறார்கள்? நாட்டில் நடக்கும் கருத்துப் பிரசாரங்களினால் ஒரு சில சிலருடைய மனம் புண்படுகிறது என்றது, மொட்டையாக -vague- ஆக இருக்கின்றதே தவிர, யாருடைய மனம் புண்படும்?

மகாத்மா காந்தி, இன்சொல்லே நவில்பவர், வன்சொல் வழங்காதவர். அவருடைய சத்தியாக்கிரகக் கொள்கையைக் கடைப்பிடித்து நாங்கள் எல்லாம் அன்றைக்குத் தெருவழியே நடந்து சென்றபோது, எங்கள் முகத்திலே காறி உமிழ்ந்தார்களே ஒரு சிலர். தாழ்த்தப்பட்டவர்கள் யாரும் கிடையாது. ஹரிஜனங்களுக்கும் ஆலயங்கள் திறந்துவிடப்பட வேண்டுமென்று, அன்றைக்குக் காந்தி சொன்னபோது, அன்றைக்கு ஆஸ்திகர்களின் மனம் எல்லாம் புண்படுகின்றது எனக் கோஷம் எழுப்பப்படவில்லையா? 1924-ஆம் வருஷக் கடைசியிலே காந்திஜியையே ஒரு பெரிய நாத்திகர் என்று ஆத்திகர்கள் திட்டவில்லையா?

பல பல ஆண்ண்டுகளாகத் தீண்டப்படாதவர்கள் என அடிமைப் படுத்தித் தெருவுக்குள்ளேயே வரவொட்டாமல் ஒதுக்கி வைத்திருந்த சமூகத்தை நம்மோடு சேர்த்துக் கொள்ள வேண்டுமென்று காந்திஜி சொன்னபோது ஆத்திகர்கள் எதிர்த்தார்களே? அவர்கள் எதிர்ப்பு ஜனசக்தியின் முன் வளர்ந்து கொண்டேவரும் மனித சமுதாயத்தின் கருத்து வளர்ச்சிக்கு முன் சுக்குச் சுக்காக உடைத்தெறியப்பட வில்லையா? எந்த இடத்தில் எங்கள் முகத்தில் காறி உமிழ்ந்து, எங்களை அடித்தார்களோ, அதே சுசீந்திரத்திலுள்ள கோயில்கள் இன்று படீர் படீர் என்று திறந்துவிடப்பட்டிருக்கின்றன. அப்பொழுது மனம் புண்படவில்லையா?

ஜமீன் ஒழிப்புச் சட்டம் வந்தது. கடன் ஒத்திவைப்புச் சட்டம் வந்தது. அப்பொழுதெல்லாம் யாருடைய மனமும் புண்படவில்லையா? புண்படத்தான் செய்தது ஒரு சிலருக்கு. பொதுமக்களின் ஷேம லாபத்திற்கு ஒரு கருத்து பாதகமாக இருக்கிறதா? சாதகமாக இருக்கிறதா? அந்தக் கருத்தால் ஸ்தாபித உரிமை, vested interest உள்ளவர்கள் பாதிக்கப்படுகின்றார்களா? அல்லது எல்லா மக்களுமே பாதிக்கப்படுகின்றார்களா? என்றெல்லாம் பார்த்து, எந்தக் கருத்து மக்களின் அடிப்படை விடுதலைக்கும், நல்வாழ்வுக்கும் பயன்படுகின்றதோ அந்தக் கருத்தையே வளர்த்து வந்திருக்கிறது ஜனசக்தி. அப்பொழுதெல்லாம் ஒரு சிலருடைய மனம் புண்பட்டிருக்கலாம். புண்பட்டிருந்தாலும்கூட அதனால் பல வழிகளில் அந்தத் தடைகள் எல்லாம் அவ்வப் பொழுது தவிடு பொடியாக்கப்பட்டே வந்திருக்கின்றன என்பதைச் சபையோர் கவனிக்க வேண்டுமென்று கேட்டுக் கொள்கிறேன்.

அப்படிக் கவனித்தால் நமது இந்து மதப் புராணங்களிலே பல ஆபாசங்கள் இருக்கின்றன. ஒரு தேரைப் பாருங்கள். இந்து மதத்தின் பேரால் அதிலே சித்தரிக்கப்பட்டிருக்கிற ஆபாசமான சிற்பங்கள்தான் எத்தனை? அவற்றைப் பார்க்கும்போது குடலைப் பிடுங்கவில்லையா? அதைச் சொன்னால் கண்ணாடிக்கு முன்போய் நின்ற முக்கறையன் கண்ணாடியில் தன் கோரமான முகத்தைப் பார்த்துக் கொண்டபோது, தன் உருவம்தான் அவ்வளவு கோரமானது என்றுகூடச் சிந்தித்துப் பார்க்காது, கண்ணாடியையே உடைத்தெறிவதைப்போல, புராணங் களிலுள்ள ஆபாசத்தை எடுத்துச் சொன்னால், இதிகாசங்களிலுள்ள ஊழல்களை எடுத்துக் காட்டினால், காட்டுபவர்களின்மேல் சீற்றப்படு கிறார்கள் சிலர். (சிரிப்பு)

காரணம் அவர்கள் மனம் புண்படுகின்றதாம். வாஸ்தவம். புண்படத்தான் செய்யும். ஆனால் எங்கள் மனம் மாத்திரம் புண்பட வில்லையா? இவ்வளவு ஆபாசமானவைகள் எல்லாம் எங்கள் மதத்தில் இருக்கின்றனவே என்று நாங்கள் எண்ணும்போது, எங்கள் மனம் மாத்திரம் புண்படவில்லையா? என்று கேட்கிறேன்.

நாம் சுயராஜ்யப் போராட்டம் நடத்தினோம். நாம் நடத்திய விடுதலைப் போராட்டம், ஏகாதிபத்திய வெறியர்களின் மனத்தைப் புண்படுத்தத்தான் செய்தது. வளர்ந்துவரும் முற்போக்குக் கருத்து களுக்குத் தடை செய்ய அதிகாரம் உபயோகப்படுத்தப்பட்டது. ஆனால் வெற்றி பெறவில்லை.

ஆகவே, இப்படிப்பட்ட மசோதாவால் முற்போக்குக் கருத்து களுக்குத் தடை விதித்துவிட முடியாது. நமது நாட்டின் நாடகக் கலை வளர்ச்சி அடைய வேண்டுமென்றால், அதற்குக் கையாள வேண்டிய முறை வேறு. அப்படிப் பார்க்கின்றபோது, சட்டத்தால் ஆபாசத்தை ஒழிக்க முடியாது என்பதை நாம் உணர வேண்டும்.

அக்பர் சாம்ராஜ்யத்திலிருந்த இக்பால் கூறியதுபோல, ஒரு குச்சு வீடு இருந்தால் அதையே பெரிய மாளிகையாகக் கருதிக் கொண்டிருக்கிறவர்களின் அபிப்ராயத்தை மாற்ற, அதையே இடித்து விடுவது சரியான முறை அல்ல. அதற்கு அருகிலேயே பெரிய மாளிகையைக் கட்டினால் மக்கள் எது குச்சு, எது மாளிகை என அறிந்து கொள்வார்கள்.

கலையின் தரம் குறைந்து வருகிறது என்று சொன்னால் கலையின் தரத்தை உயர்த்தக்கூடிய வேறுவகைகளை நாம் கையாள வேண்டும். சைனாவில் உள்ளதுபோல ரிபார்மஸ் பீரோ ஏற்படுத்தி அதன்மூலம் கலை வளர்ச்சிக்கான வகையில் மக்களிடையே பிரசாரங்கள் செய்ய வேண்டும். அப்பொழுதுதான் மக்கள் ஆபாசத்தை வெறுப்பார்கள். கலையிலே obscene விஷயங்கள் கையாளப்படுவதைப் போக்கத் தடியை வைத்துக் கொண்டு மக்களின் கருத்தை மாற்ற முடியாது என்று சொல்லிக் கொள்ள விரும்புகிறேன்.

இந்தச் சட்டத்தை ஜனநாயகக் கருத்துக்களுக்கு முரண்பட்ட கருத்துக்களை உடையதாகத் தயார் செய்து, அதையும் அவசரம் அவசரமாகக் கொண்டுவந்து, ஏன் இந்த நாட்டின், ஜன வளர்ச்சிக்கு, சமுதாயத்தின் அறிவு வளர்ச்சி, கருத்து வளர்ச்சிக்கு முட்டுக் கட்டை போட வேண்டுமென்பதே பிரச்சினை. இதிலேதான் சர்க்காருடைய அந்தரங்கக் கொள்கை வெளிப்படுகிறது. இன்றைய தினம் சர்க்காரை ஆதரித்துக் கொண்டிருக்கக்கூடிய நிலப் பிரபுக்கள், பணப் பிரபுக்கள் ஆகியோரின் நலன்களை எல்லாம், எங்கே வளர்ந்து கொண்டே போகும் ஜனசமூகத்தின் சக்தி அழித்துவிடுமோ என்ற அச்சத்தால் அந்த ஜனசமூகத்தின் கருத்து வளர்ச்சிக்கே தடை போட வேண்டுமென்ற அடிப்படை எண்ணத்தின் பிரதிபலிப்பாகத்தான் இந்த மசோதா இருக்கின்றது.

இந்த நாட்டிலே ஒரு சம்பூர்ண ராமாயண நாடகத்திற்கும், ஒரு கிருஷ்ண லீலா நாடகத்திற்கும், ஒரு குமார விஜயம் நாடகத்திற்கும் இருந்துவந்த செல்வாக்கு குறைந்துகொண்டே வருகின்றது ஒரு பக்கம், அதே சமயத்தில் நூறு, இருநூறு என சமூகச் சீர்திருத்த

நாடகங்கள் நாளுக்குநாள் பெருகிக்கொண்டே போய்க் கொண் டிருக்கின்றன. இதனாலே சர்க்காருடைய கொள்கைக்கும், வளர்ந்து கொண்டே போகும் மக்களது கொள்கைக்கும் இடையே மோதல் ஏற்படுகிறது. அதைத் தடுத்து நிறுத்தத்தான், சர்க்கார், இந்தச் சட்டத்தின் மூலம் ஜில்லா கலெக்டர்களுக்கும் போலீஸ் கமிஷனர்களுக்கும், இன்னும் போலீஸ் அதிகாரிகள் எல்லோருக்கும், எல்லையில்லா துஷ்பிரயோகம் செய்ய, சட்டத்தில் பல ஓட்டைகள் இருக்கின்றனவே என்று எடுத்துக் காட்டினால், அவர்கள் அப்படி ஒன்றும் தவறாக நடந்துகொள்ள மாட்டர்கள், ரொம்பவும் யோக்கியமாகவே நடந்து கொள்வார்கள், அதைக் கண்டு யாரும் பயப்பட வேண்டாம், அப்படியே அவர்கள் நடத்தக்கூடாது எனத் தடை செய்துவிட்டாலும், ஹைகோர்ட்டுக்குப் போகக்கூடிய வசதியும் இதில் இருக்கிறது. ஆகவே இதை ஒப்புக் கொள்ள வேண்டுமென்று சொல்லுகிறார் மந்திரியார். ஆனால், நிச்சயமாக இந்தச் சட்டம், மக்களது முற்போக்குக் கருத்துகளைச் சிதைத்துவிடும். வளர்ந்துவரும் ஜன சக்தியில், அறிவுப் பெருக்கத்திற்கு முட்டுக் கட்டையாக இருக்கும். ஆகவே, இது ரத்து செய்யப்பட வேண்டும். இது நமது தேசியப் பரம்பரைக்கே விரோதமானது. இதை ரத்து செய்துவிட்டு, வளர்ந்துவரும் ஜன சக்தியின் அறிவுப் பெருக்குக்கு வழிவகை செய்ய சர்க்கார் முன்வர வேண்டுமென்று கேட்டுக் கொண்டு நான் முடித்துக் கொள்கிறேன்.

ப. ஜீவானந்தம்

20-12-54

கௌரவ ஆசிரியர்:
டாக்டர் ஆர்.எம்.அழகப்ப செட்டியார்
அன்புள்ள ஆசிரியருக்கு
பக்.9

கலை மேடையா? கலாட்டா மேடையா?

பட்டுக்கோட்டை

குமுதம் 10-12-54 இதழ் தலையங்கம் படித்தேன். திடுக்குற்றேன். மதுரைச் சம்பவத்துக்கு, பிற ஊர்ப் பிரமுகர்களின் தலையீடுகளும், பிரசாரமுமே காரணம். நாடகத்தின் எப் பகுதி, எக் கருத்து ஆத்திகர் மனத்தைப் புண்படுத்திற்று என்று கூறி வழக்கு மன்றத்தில் வாதாடுவதை விடுத்து, வலிமைச் சோதனையில் ஈடுபட்டால் அஃதெந்த அளவுக்குக் கொண்டு போகும் என்பதைத் தாங்களும் மறந்து, அக் குழுவிற்கு ஆதரவு தரும் வகையில் தலையங்கம் தீட்டியது மிக வருந்தத்தக்கது.

புலவர் க.சுப்பிரமணியம்.

கல்லிடைக்குறிச்சி

.... ஒரு குறிப்பிட்ட மதக் கொள்கையை இழிவுபடுத்த வேண்டும் என்ற நோக்கத்துடன் நடத்தப்படும் நாடகங்கள், பொதுமக்களுக்கு ஆத்திரமூட்டி, கலாட்டாக்கள் எழவே உதவி செய்யும். சினிமாவுக்கேற்ப நாடகக் கலையும் முன்னேற வேண்டும் என்று ஒவ்வொருவரும் சொல்லிக் கொண்டிருக்கும் இந் நாளில் நாடகக் கலையின் வளர்ச்சியில் நாட்டமுள்ள யாரும் இத்தகைய முயற்சிகளில் ஈடுபடுதல் கூடாது.

ஜானகி

குமுதம்
டிசம்பர், 20, 1954

கல்கி
1955
KALKI ஜனவரி 2,
4 அணா

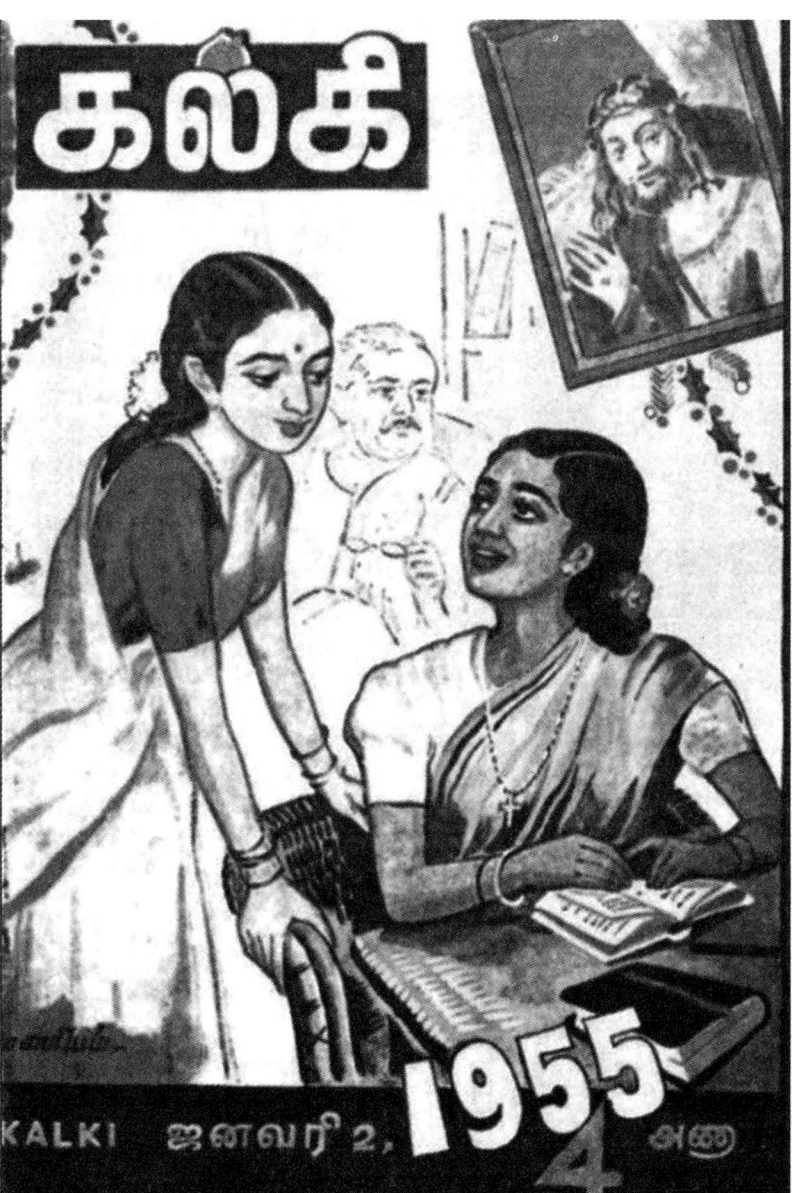

கார்ட்டூன்
கதம்பம்
திரை விழுகிறது!
ஆபாச நாடகங்கள்
நாடகக்கட்டுப்பாடு
மசோதா
அபாயம், ஜாக்கிரதை!
நவீன விசுவாமித்திரர்
" நில், அங்கேயே! இறங்காதே! "
உரிமைப் போர்!
விரதப் படை!

தமிழ்த் திருநாடு தன்னைப் பெற்ற
தாயென்று கும்பிடடி பாப்பா. —பாரதியார்

நாடகக் கலைக்குப் பாதுகாப்பு

தமிழ்ப் பெருமக்கள் சட்டசபைகளுக்கு அனுப்பிய பிரதிநிதிகள் இந்தத் தடவை நடந்த சபைக் கூட்டத்தில் தமிழ் நாட்டின் பண்பாட்டுக்கும் பெருமைக்கும் உகந்த ஒரு நல்ல காரியத்தைச் செய்து முடித்தனர்.

கம்பர் பிறந்த தமிழ் நாட்டுக்கும் வள்ளுவர் வகுத்த வழியைப் பின்பற்றும் தமிழ் மக்களுக்கும் ஆரம்பமான விபத்து முற்றி விடாமல் தடுப்பதற்கான சட்டம் ஒன்றைக் காலம் கடத்தாமல் நிறைவேற்றி வைத்தனர்.

மக்களின் பண்பாட்டை, அறிவை, ஒழுக்கத்தைப் பாழ்படுத்தும் ஆட்சேபகரமான நாடகங்களைத் தடுப்பதே புதிய சட்டத்தின் நோக்கம் ஆகும்.

நடிக்கும் விஷயம் எந்த வகுப்பினரின் மத உணர்ச்சியையும் புண்படுத்துவதாக இருக்கக் கூடாது; எம் மதத்தையும் அவமதிப்பதாக இருக்கக் கூடாது; யாருடைய சமய நம்பிக்கையையும் இழிவுபடுத்துவதாக இருக்கக் கூடாது: இதுதான் ஜனப் பிரதிநிதிகள் நிறைவேற்றியுள்ள புதிய சட்டத்தின் சாரம்.

நீதி நெறியை அடிப்படையாகக் கொண்ட நேர்மையான நாடகங்களுக்குப் புதிய சட்டத்திலும் எத்தகைய பாதகமும் ஏற்படாது.

ஆனால், சீர்திருத்தம் என்ற பொய்ப் பெயரால் மக்களின் அறிவைக் குட்டிச் சுவராக்கும் ஆபாசமான, கீழ்த்தரமான 'நாடகங்'களிலிருந்தும் கூத்துக்களிலிருந்தும் மக்கள் சமுதாயத்தைப் பாதுகாப்பதற்காகப் புதிய சட்டம் ஏற்பட்டிருக்கிறது. சமுதாயத்தில் உன்னதமான ஸ்தானத்தை அடைந்துள்ள நாடகக் கலை மறுபடியும் கூத்து மேடையாகி விடாமல் பாதுகாப்பதற்கே அந்தச் சட்டம் பயன்படும்.

இப்போது அத்தகைய சட்டம் இயற்றும்படியான அவசியம் என்ன நேர்ந்தது என்பது தமிழகம் அறிந்த கதையாதலால், அதை விளக்க வேண்டிய அவசியம் எதுவுமில்லை.

சட்டத்தைக் கொண்டு வந்து நிறைவேற்றிய சென்னை சர்க்காரை ராஜாஜி மேல் சபையில் மிகவும் பாராட்டிப் பேசினார்.

"சமுதாயச் சீர்திருத்தம், நாடகக் கலை, இலக்கியம் இவற்றிற்கு இந்தச் சட்டத்தினால் யாதொரு தீங்கும் நேராது என்பது திண்ணம். ஒரு புத்தகம் அல்லது சினிமாப் படம் இவற்றிற்கும் நாடகத்துக்கும் பெரிய வேற்றுமை உண்டு. புத்தகத்திலோ சினிமாவிலோ தணிக்கை அதிகாரிகள் ஏதாவது திருத்தம் செய்தால், அதைப் பிறகு யாரும் இஷ்டப்படி மாற்றுவது முடியாத காரியம்.

"ஆனால், நாடக விஷயம் வேறு. குறிப்பிட்ட நாடக வசனங்களின் எழுத்துப் பிரதியைப் பல கனவான்கள் சேர்ந்து வாசித்துத் தணிக்கை செய்திருக்கலாம்; ஆனால், நாடகம் நடக்கும்போது அதில் வரும் வசனங்களுக்கும் தணிக்கை அதிகாரிகள் வாசித்த எழுத்துப் பிரதியின் வசனங்களுக்கும் மாறுதல் இருக்கலாம். எனவே, நாடகக் கட்டுப்பாட்டுச் சட்டம் என்று பிரத்தியேகமாகச் சட்டம் இருக்க வேண்டியது அவசியம்.

"ஜனங்களின் மனத்திலிருந்து சமயப் பற்றுதலை அகற்றுவதில் ருஷ்ய சர்க்கார் தீவிரமாக இருந்து வருகிறார்கள். அவர்கள்கூட, மத நம்பிக்கை உள்ளவர்களின் உணர்ச்சியைப் புண்படுத்தக் கூடாதென்று எச்சரித்து வருகிறார்கள். எனவே, சமய உணர்ச்சியைப் புண்படுத்துவது ஆபத்தாக முடியும். அதன் விளைவாக உதிரம் பெருகும்."

இவ்வாறு, சட்டசபையில் பேசிய ராஜாஜி நாடகக் கட்டுப்பாட்டுச் சட்டத்தின் அவசியத்தைத் தெளிவாக்கினார்.

இறுதியாக, "நெருப்புடன் விளையாடாதீர்கள்" என்று ரத்தினச் சுருக்கமாகக் கூறி முடித்தார்.

சரித்திர காலம் தொட்டு இந்தப் பூவுலகில் நடந்த யுத்தங்களில் பலியானவர்களின் கணக்கில், மதப் போரில் ஈடுபட்டு மாண்டவர்களின் தொகைதான் மிகவும் அதிகம்.

ஐரோப்பாவில் சுமார் 1100-ம் ஆண்டில் ஆரம்பமான மத யுத்தம் 1300-ம் ஆண்டு வரையில், அதாவது 200 வருஷ காலம் நடந்தது.

பாரத நாட்டில் உக்ரமான மதப்போர் நடந்ததில்லை யெனில் அதற்குக் காரணம் நமது மதத்தின் சிறப்பும் பரந்த நோக்குமே ஆகும்.

எனினும், அந்தச் சிறப்புத் தன்மைக்கு [illegible] பங்கு [illegible]! இன்று பாரத நாட்டில் அரசியல் துறையிலும், பொருளாதாரத் துறையிலும், சமுதாயத் துறையிலும் தொண்டு செய்வதற்கு, உண்மையான, அகிம்சையான சீர்திருத்தங்கள் செய்து நாட்டின் வளம் பெருக்கச் செய்வதற்கு எவ்வளவோ இடமிருக்கிறது. ஆனால், மேல் பாரத நாட்டின் சிறந்த காவியத்துக்கும் பெருமைக்கும் அடிப்படையான ராமாயணம், பாரதம் போன்ற இதிகாசங்களை இழிவுபடுத்த முற்படுவதை என்ன வென்று வர்ணிப்பது!

உண்டு என்ருல் இல்லை என்பார்!

அத்தகையோரை, தீர்க்கதரிசியான தமிழ் மறை புலவர் இரண்டாயிரம் ஆண்டுகளுக்கு முன்பே வர்ணித்துச் சென்றிருக்கிறார்!

உலகத்தார் உண்டென்பதில்லென்பான் வையத்து
அலகையா வைக்கப் படும்.

உலகத்தார், உலகில் உள்ள பேரறிஞர்கள் உண்டு என்று சொல்லும் உண்மையை அவர்கள் இல்லை என்கிறார்கள்!

ருஷ்யா உள்பட உலகிலுள்ள பல நாடுகளின் அறிஞர்கள் இணையற்ற பொக்கிஷங்கள் என்று கருதி போற்றிப் பாராட்டுகின்ற புனிதமான இந்திய இதிகாசங்களை இவர்கள் இழிவுபடுத்துகிறார்கள்! அவ்விதம் இழிவுபடுத்துவதால் தங்களைத் தாங்களே இழிவுபடுத்திக்கொள்கிறார்கள் என்பதை இவர்கள் அறியாதது விபரீதமான அதிசயந்தான்! [illegible] துவேஷம் மக்களின் மதியை எவ்வளவு தூரம் கெடுக்கும் என்பது இதனால் விளங்குகிறது.

• • •

ராமாயணத்தில் உள்ள சம்பவங்கள் உண்மையாக நடந்தவையா அல்லவா என்ற பிரச்னையே எழுவதற்குக் காரணம் இல்லை. இதைப் பற்றிய கதைகளும், காட்சிகளும், காவியங்களும், ஓவியங்களும், சிற்பங்களும், சிலாசாஸனங்களும் பல நாடுகளில் மலிந்து கிடக்கின்றன.

பாரத நாட்டில் மாத்திரமல்ல, இலங்கை, இந்தோனேஷியா, சயாம் முதலிய நாடுகளிலும் பல்வேறு உருவங்களில் ராமாயணக் காட்சிகளை இன்றும் காண்கிறோம்.

கடவுள் அவதாரம் என்பதை விட்டுவிட்டாலும் ஓர் ஆதர்ச புருஷரான ஸ்ரீ ராமபிரானையும் பெண் இலக்கணமான சீதா பிராட்டியாரையும் மகா கவி வால்மீகியின் [illegible] வைத்துக் கொள்ளலாம் அல்லவா!

பாரத மக்களின் வாழ்க்கைக்கு மாத்திரமல்ல, உலக மக்களின் வாழ்க்கைக்கே, மனித வர்க்கத்தின் உத்தாரணத்துக்கே வழிகாட்டியாக விளங்கும் அத்தகைய அவதார நிலைகளின் புனித சரித்திரத்தை மாற்ற விரும்புவதோ, இழிவு படுத்த முற்படுவதோ சகிக்க முடியாத செயல் என்பதை சிறிய புத்தியும் செம்மையும் உள்ள எவரும் ஒப்புக் கொள்வர்.

தன் அன்னையிடத்தில், தந்தை யிடத்தில், சகோதரரிடத்தில், மனைவியிடத்தில், மக்களிடத்தில் ஸ்ரீ ராமனைப் போல் நடந்து கொள்ள வேண்டும் என்ற ஆர்வம் இல்லாத மனிதர் குறிப்பாகப் பாரத புண்ணிய பூமியில் இருக்க முடியுமா!

துன்பக் கடலில் தவித்த போதும் கற்பின் செல்வமாக விளங்கிய சீதா பிராட்டியாரை, பாரதப் பெண் இனங்கள் புரிந்து வருகிறார்கள்; என்றென்றும் புரிந்து வருவார்கள் என்பதில் ஐயம் உண்டோ!

ராவணன் பிராமண குலத்தில், பிரம்மாவின் வம்சத்தில் பிறந்தவன்! நான்கு வேதங்களைக் கரை கண்டவன்; தவ வலிமையால் மிகவும் அபாரமான வீரத்தை அடைந்தவன்; குபேர சம்பத்தைக் காட்டிலும் அதிக செல்வத்தைப் பெற்றவன். அவ்வளவு மகத்துவம் வாய்ந்தவனாக இருந்தும், தான் அடைந்த பதவியின் மமதையால் காமாந்தகனாகி நேர்வழியை விட்டு நெறி தவறியதால், அதோகதியாகி அழிந்தான் என்ற கதையில் மகத்தான வாழ்க்கைத் தத்துவம் அடங்கியிருக்கிறது.

கல்வியறிவற்ற வேடனாக இருந்த வால்மீகி தம்முடைய உறுதியிலும், உழைப்பிலும், பக்தியிலும் சிறந்த தன்மை வாய்ந்த மகா கவியானார் என்ற உண்மையைக் கண்டு பெருமை கொள்ளாதவர்கள் இருக்க முடியுமா!

பன்னெடுங்காலமாகப் பாரத நாட்டின் பெருமைக்கும் உயர்ந்த பண்பாட்டுக்கும் எடுத்துக் காட்டாக விளங்கும் இதிகாசத்தை மாற்றியும் கேலிக் கூத்து செய்தும் இழிவு படுத்தியும் வருவதை உடனே தடுக்காவிடில், அது எந்த அளவு விபரீதத்தில் வந்து முடியுமோ, யாரும் சொல்ல முடியாது.

விபரீதத்துக்குத் தமிழ் நாடு இலக்காகி விடக் கூடாது என்ற சீரிய நோக்கம் கொண்டு நாடகக் கட்டுப்பாட்டுச் சட்டத்தை நிறைவேற்றியுள்ள சென்னை ராஜ்ய சர்க்காரைப் பாராட்டுகிறோம்.

கூட்டு அறிக்கை காட்டும் பாதை!

1914-ம் வருஷம் முதலாவது உலக மகா யுத்தம் ஆரம்பமான போது, அதை, "இது உலகத்தில் யுத்தத்தை ஒழிக்கப் போகும் யுத்தம்" என்று உலக ராஜதந்திரிகள் வர்ணித்தார்கள். அந்த யுத்தம் நடந்த காலத்தில் பிரிட்டிஷ் பிரதம மந்திரியாக இருந்த லாயிட் ஜார்ஜ் மேற்படி யுத்தத்தின் போது நிகழ்ந்த சம்பவங்களை விவரித்துப் பல புத்தகங்கள் எழுதினார். ஆனால், அந்த யுத்தம், உலகில் யுத்தத்தைத் தடுக்கும் யுத்தமாக முடியவில்லை. மற்றொரு கொடிய மகா யுத்தத்துக்கு வித்தாக அமைந்தது!

அதற்குப் பிறகும் சில தேச ராஜ தந்திரிகள் தங்களுடைய பல்லவியைக் கைவிடவில்லை. உலகத்தில் யுத்தத்தை ஒழிக்க வேண்டுமானால் மற்றொரு மகா யுத்தம் ஏற்பட்டுத் தீரவேண்டும் என்று திருவாய் மலர்ந்து அருளினார்கள்.

செங்கோல்
ஆசிரியர்: ம.பொ.சிவஞானம்
26 1 53
★ தமிழக சுயாட்சி மலர் ★
தமிழரசுப்படை எழுந்தது பாரீர்

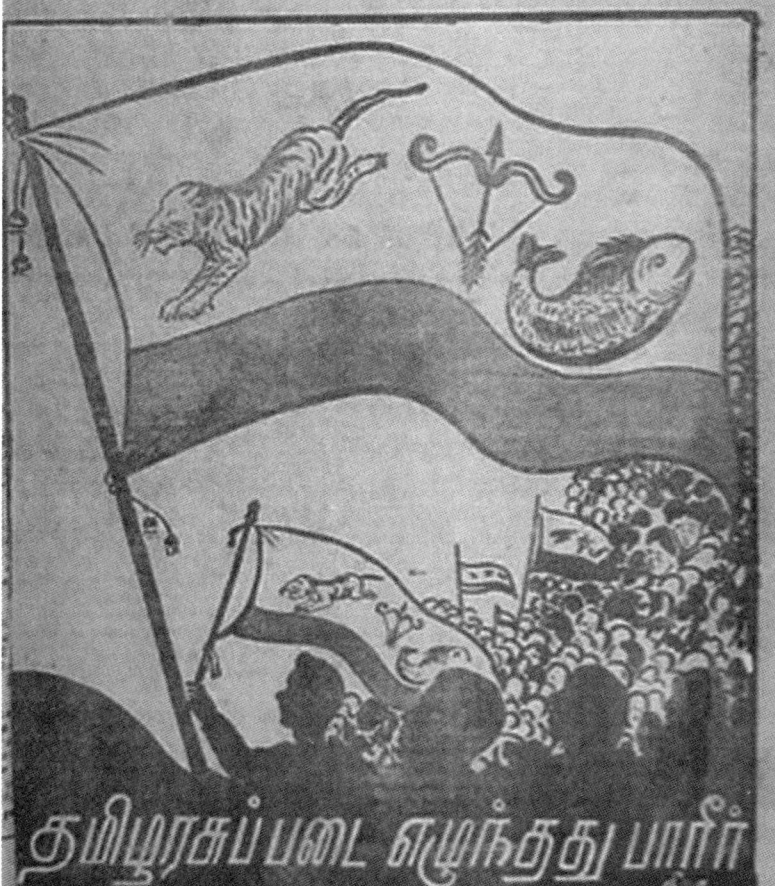

செங்கோல்

ஆசிரியர்: ம. பொ. சிவஞானம்.

சென்னை, பங்குனி 19 (2-4-67) ஞாயிறு விலை 25 காசு [இதழ் 17

மாநில சுயாட்சி கோருக!

மாநில கவர்னரை நியமிப்பதா, தேர்ந்தெடுப்பதா?

தமிழறியாதவர் கவர்னரானல், தமிழ் ஆட்சிமொழி யாவதெப்படி?

(2-ஆம் பக்கம் பார்க்க)

அனாசாரமும் அடக்குமுறையும்

சென்னை அரசினர், 'நாடகக் கட்டுப்பாட்டு மசோதா' ஒன்றை அசெம்பிளியில் பிரேரேபித்திருக்கின்றனர். இம் மசோதாவை ஆளும் கட்சிக்கு எதிராக உள்ள அரசியல் கட்சிகள் அனைத்தும் ஒருமுகமாக எதிர்க்கின்றன. நாடகக் கலைஞர்களும் மசோதாவை ஆட்சேபித்து அறிக்கைகள் வெளியிட்டிருக்கின்றனர். தமிழ் தினசரிப் பத்திரிகைகள் மசோதாவைப் பற்றி மௌனம் சாதிக்கின்றன.

சூழ்நிலை இப்படி இருந்தும், மசோதாவை ஒன்றிரண்டு வாரங்களுக்குள்ளேயே சட்டமாக்கிவிட வேண்டும் என்ற பிடிவாதம் அரசினரிடையே காணப்படுகின்றது.

பிரஸ்தாப மசோதாவைக் கொண்டு வந்ததற்கு அரசியல் நோக்கம் எதுவும் கிடையாதென்றும், பொதுஜன அமைதியைப் பாதுகாக்கும் பொருட்டே, மசோதாவைக் கொண்டு வந்திருப்பதாகவும் நிதியமைச்சர் சி. சுப்பிரமணியம் அசெம்பிளியில் கூறியிருக்கின்றார். தமது கருத்துக்குச் சான்றாக, அண்மையில் மதுரையில் நடைபெற்றிருக்கும் அமளியையும் அசெம்பிளி அங்கத்தினர்களுக்கு நினைப்பூட்டி இருக்கிறார்.

விவாதத்திலிருக்கும் நாடகக் கட்டுப்பாடு மசோதா, குடியரசுச் சட்டம் இந்தியப் பிரஜைகளுக்கு வழங்கியிருக்கும் பிரச்சார உரிமையைப் பாதிக்கக் கூடியதென்பது வெளிப்படை.

"பிரச்சார உரிமையை துஷ்பிரயோகம் செய்பவர்களைத் தடை செய்யாமல் விட்டுவிடுவதா?" என்று கேட்கலாம். உரிமையை துஷ்பிரயோகம் செய்யும் எவரையும் ஒடுக்க வேண்டியது அரசினரின் கடமைதான். ஆனால், விவாதத்திலிருக்கும் மசோதா சட்டமாக்கப் பட்ட உடனே, உரிமையை துஷ்பிரயோகம் செய்யும் கூட்டம் ஒடுங்கி விடுமா? அல்லது சட்டத்தை நிர்வகிக்கும் அதிகாரிகளால் அந்தக் கூட்டத்தை ஒடுக்கிவிட முடியுமா? இந்தக் கேள்விகளுக்கு நிதியமைச்சரின் பேச்சில் விடை கிடைக்கவில்லை.

நாடகக் கலையின் பெயரால், ஒரு வகுப்புவாதக் கூட்டம் மக்களிடையே துவேஷ உணர்ச்சிகளை வளர்த்து வருகிறதென்பதை யாரும் மறுப்பதற்கில்லை. எம்.ஆர்.ராதா நடத்திவரும் ராமாயண

எதிர்ப்பு நாடகத்தை, இதற்குச் சான்றாகக் கூறலாம். பிரஸ்தாப மசோதாவை அரசாங்கத்தார் கொண்டு வந்ததற்கும், அந்த நாடகம்தான் முக்கிய காரணம். இதை நிதியமைச்சர் மறைத்துப் பேசினாலும் நாட்டு மக்கள் நன்கறிவார்கள். ராமயணத்தில் வரும் ராமன் கற்பனைப் பாத்திரமா? சாதாரண மன்னனா? அல்லது வானுலகத் தேவனா? இதைப் பற்றி ஒரு முடிவுக்கு வருவதில் அபிப்பிராய பேதம் இருக்கலாம்.

ராமாயணத்தை, சரித்திரத் தொடர்பற்ற கற்பனைக் காப்பியமாகக் கருதுபவர்கள், ராமனையும் கற்பனைப் பாத்திரமாகவே எண்ணுவது இயற்கை. கடவுள் நம்பிக்கை உடையவர்கள்கூட இந்த முடிவுக்கு வர முடியும்.

அப்படிக்கின்றி ராமாயணத்தைச் சரித்திரத் தொடர்புடைய காப்பியமாகக் கருதுபவர்கள் ராமனைத் தெய்வமாக ஏற்கா விட்டாலும், அவன் அயோத்தியை ஆண்ட சரித்திர புருஷன் என்ற முடிவுக்கு வருவார்கள். இவர்களை நாத்திகர்கள் என்று கூறிவிட முடியாது.

இதற்கெல்லாம் மாறாக, ராமனைத் திருமாலின் அவதாரமாக எண்ணி, தெய்வமாகவே நம்பி வழிபடுகின்றனர் ஒரு சாரார். இவர்களையெ'ல்லாம் மூட நம்பிக்கையாளர் என்றும் முடிவு செய்துவிட முடியாது.

ஆகவே, ராமாயணத்தைப் பற்றியும், ராமனைப் பற்றியும் மூன்று விதமான அபிப்பிராயம் இருந்து வருவது வெளிப்படை. இந்த அபிப்பிராய வேற்றுமை, இன்று, நேற்று தோன்றியதல்ல. ராமாயணம் பிறந்த காலத்திலிருந்தே இருந்து வருகிறதெனலாம்: 'ராமன் தெய்வமல்ல, சாதாரண மனிதனே' என்ற வாதம், கம்பராமா யணத்திலேயே இடம் பெற்றிருக்கிறது.

எனவே, ஆராய்ச்சி அறிவு மிகுந்துவரும் இக் காலத்தில், ராமாயணத்தைப் பற்றி அபிப்பிராய பேதம் ஏற்படுவதில் வியப்பில்லை. ஆனால் எம்.ஆர்.ராதாவின் நாடகம், அபிப்பிராய பேதத்தை வெளிப்படுத்தி, மக்களுடைய அறிவுக்கு வேலை கொடுப்பதல்ல. அதற்கு நேர் விரோதமாகச் சாதி துவேஷத்தை வளர்த்து, பொது மக்களிலே சிலரிடம் உள்ள கீழ்த்தரமான மக்களுக்கு வேலை கொடுத்து வருகின்றது. ஆகவே, ராதாவின் ராமாயண எதிர்ப்பு நாடகத்தைத் தடை செய்ய வேண்டும் என்ற உணர்ச்சி, பொதுமக்களில் பெரும்பாலோரிடம் இருந்து வருகிறது.

ஆனால், எம்.ஆர். ராதா என்ற ஒரு மனிதருடைய கேவல செயலுக்காக, நாடகக் கலைக்கே கட்டுப்பாடுகள் விதிக்க முயல்வது விரும்பத் தக்கதன்று. மதுரையில் ஏற்பட்ட அமளிக்கு, சென்னை அரசாங்கமும், ஒரு வகையில் பொறுப்பாகும். ராதாவின் நாடகம் சென்னையில் நடைபெற இருந்தபோது, போலீஸ் கமிஷனர் அதை நடத்தக் கூடாதென்று தடையுத்தரவு பிறப்பித்தார். ஆனால் முதலமைச்சரின் தலையீட்டால், நான்கே தினங்களுக்குள் தடையுத்தரவு ரத்து செய்யப்பட்டுவிட்டது. அப்படிச் செய்ததற்காக ஈ.வெ.ரா.வும், ராதாவும் பொதுமேடைகளிலும், நாடக மேடைகளிலும் முதலமைச்சர் காமராசருக்குப் பகிரங்கமாக நன்றி தெரிவித்தனர். போலீஸ் கமிஷனரின் செய்கையை முதலமைச்சர் வெறுப்பதாகக் கூறி, தி.க., தி.மு.க. வட்டாரத்தினர் பிரச்சாரம் செய்தனர்.

இப்படி அரசாங்கத்தார் முதலில் தடைபோட்டு, பின்னர் தாங்களே அதை வாபஸ் பெற்றதன் மூலம், ராமாயண எதிர்ப்பாளர்களை உற்சாகப்படுத்திவிட்டனர். சென்னையில் தடையுத்தரவு வாபஸ் பெறப்பட்டது பற்றி, திராவிட வட்டாரத்தினர் செய்துவரும் பிரச்சாரத்தை அசெம்பிளியில் மறுத்திருக்கிறார் நிதியமைச்சர். ஆனால் முதலமைச்சரின் தயவும் நல்லெண்ணமும் தங்கள் பக்கம் இருப்பதாகவும், நிதியமைச்சர் அதைக் கெடுக்கப் பார்ப்பதாகவும் திராவிடத்தார்கள் வெளிப்படையாகவே பேசியும் எழுதியும் வருகின்றனர். ஆகவே, ராதாவின் ராமாயண எதிர்ப்பு நாடகத்தைப் பற்றி முதலமைச்சர் காமராசர் தமது அபிப்பிராயத்தை வெளிப்படையாகத் தெரிவித்தாக வேண்டும். அப்படித் தெரிவிக்காதவரை நிதியமைச்சர் வெளியிடும் தகவல்களை, அவருடைய சொந்த அபிப்பிராயமாகத்தான் மக்கள் கருதுவர்.

நாடகத்தையும் சினிமாவையும் பார்ப்பதில் மக்களிடையே ஆர்வம் அதிகரித்திருக்கும் காலம் இது. மேலும் கீழ்த்தரமான உணர்ச்சிகளைத் தூண்டும் சினிமாவுக்கும் நாடகங்களுக்கும்தான் மக்கள் அதிகம் செல்லுகிறார்கள் என்பது, நாம் கண்ணெதிரே கண்டுவரும் காட்சி. மதுரையில் பெருத்த கலவரம் ஏற்படும் என்ற பீதியிருந்த நிலையிலும், ராதாவின் நாடகத்தைப் பார்க்க, ஆயிரம் பேருக்கு மேல் தியேட்டரில் குழுமியிருந்ததாகப் பத்திரிகைச் செய்தி கூறுகின்றது.

ஆகவே, புதுப்புது சட்டங்கள் இயற்றி, தடையுத்தரவுகள் பிறப்பித்து, தண்டனைகள் விதிப்பதினாலேயே விரும்பத்தகாத நாடகங்களை ஒழித்துக் கட்டிவிடலாம் என்று நினைப்பது வெறும் கனவாகவே முடியலாம்.

சினிமா தணிக்கை போர்டின் விதிமுறைகள் மிகக் கடுமையாகத் தான் இருக்கின்றன. இருந்தும் மட்ட ரகமான காட்சிகளும் துவேஷத்தை வளர்க்கும் உரையாடல்களும் நிரம்பிய சினிமாப் படங்கள் வந்துகொண்டு தான் இருக்கின்றன. அத்தகைய படங்களைப் பார்க்கின்ற போது தணிக்கை போர்டு என ஒன்று இருக்கின்றதா? என்றுகூட சந்தேகப்பட வேண்டியிருக்கிறது. ஆகவே, விவாதத்தி லிருக்கும் நாடகக் கட்டுப்பாடு மசோதா சட்டமாக்கப்பட்டாலும், அதை அமுல் நடத்தும் நிர்வாகிகள், வகுப்புவாத வெறியர்களுக்கு வளைந்து கொடுக்க மாட்டார்கள் என்று சொல்வதற்கில்லை.

தி.க., தி.மு.க.க்களிடம் வரவேற்புப் பத்திரங்கள் பெறுவோரும், அந்த ஸ்தாபனங்களின் தலைவர்களைத் தனிமையில் சந்தித்து அளவளாவும் அரசியல்வாதிகளும்தான் இன்று ஆட்சியை நடத்து கின்றார்கள். இன்னும் சில ஆண்டுகளுக்கு நீடித்திருக்கப் போகின்றது. இந்த நிலையில் நாடகக் கட்டுப்பாட்டுச் சட்டங்களை நிறைவேற்று வதால் மட்டுமே கலாச்சாரத்திற்கு விரோதமான அனாச்சார நாடகங்கள் நின்றுவிடப் போவதில்லை. இம்மாதிரி சட்டங்கள் மூலம் கலாச்சார விரோதிகளை ஒடுக்க முயல்வதைவிட, ஜனநாயக ரீதியாக அவர்களை எதிர்த்து மக்களிடையே பிரச்சாரம் செய்வதன் மூலம் வெற்றி பெற முடியும்.

சென்னை ராஜ்யத்தை காங்கிரஸ் கட்சிதான் ஆளுகின்றது. ஆகவே, விரும்பத்தகாத நாடகங்களை, சட்டத்தின் மூலம் தடை செய்வதைவிட, பிரச்சாரத்தின் மூலமே, அந்த நாடகங்களை மக்கள் விரும்பாதபடி, செய்துவிடலாம். ஆனால், பிரச்சாரத் திறமை உள்ளவர்களை யெல்லாம் கட்சியிலிருந்து வெளியேற்றுவதில் பூரண வெற்றி பெற்றுவிட்டது தமிழ்நாடு காங்கிரஸ். அதனாற்றான் அடக்குமுறைச் சட்டங்களை உருவாக்கி, அதன்மூலம் எதிர்க் கட்சிகளின் பிரச்சார வேகத்தைக் குறைக்க முயல்கின்றது காங்கிரஸ் அரசாங்கம். பிரச்சார சக்தியை இழந்துவிட்ட ஒரு கட்சி அரசாங்கத்தை நடத்துவதால் ஏற்படும் விபரீதம் இது.

பொதுவாக, ‘நாடகக் கட்டுப்பாடு மசோதாவை’ விரும்பாதவர்கள் கூட, எம்.ஆர்.ராதா போன்ற மட்ட ரகப் பேர்வழிகள் நடத்திவரும் கலாச்சார எதிர்ப்பு நாடகங்களை மனமார வெறுக்கிறார்கள். ஆனால், எதிர்க் கட்சிகளின் தலைவர்களும், நாடகக் கலையின் வளர்ச்சிக்காகப் பாடுபடும் அமைப்புகளும் பொதுமக்களின் அபிப்பிராயத்தை எதிரொலி செய்யவில்லை. அசெம்பிளிக்குள் நாடகக் கட்டுப்பாடு

மசோதாவை ஆட்சேபிக்கும் எதிர்க் கட்சித் தலைவர், அசெம்பிளிக்கு வெளியே எம்.ஆர்.ராதா போன்றவர்கள் நடத்தும் வெறிப் பிரச்சாரங்களைக் கண்டிப்பதில்லை. அப்படிக் கண்டித்தால் தனது கட்சியின் செல்வாக்கு, குறைந்து விடுமோ என்ற அச்சம் அவருக்கு.

அதுபோலவே, நாடகக் கட்டுப்பாடு சட்டத்தை எதிர்க்கும் நாடகக் கழகத்தார், எம்.ஆர். ராதா நடத்திவரும் கீமாயண நாடக விஷயத்தில் மௌனம் சாதிக்கின்றனர். உரிமையைக் காக்கப் போராடுபவர்கள் கொடுத்துள்ள உரிமையை துஷ்பிரயோகம் செய்யும் சட்டத்தை எதிர்க்கவும் முன்வர வேண்டும்.

அப்படிச் செய்யாதவரை, வகுப்புவாதப் பேயாட்டமும் அடக்குமுறை வெறியாட்டமும் தமிழகத்தில் நிற்கப் போவதில்லை. இந்த இரண்டையும் ஒடுக்க உண்மை ஜனநாயகவாதிகள் ஸ்தாபன ரீதியாக ஒன்றுபட்டுப் பாடுபட முன்வர வேண்டும்.

செங்கோல்
தமிழரசு இயக்க வார வெளியீடு
12-12-54

செய்தியும் சிந்தனையும்

எதிர்ப்பு வேண்டியதே!

ராமாயண எதிர்ப்பு நாடகத்தை யொட்டி மதுரையில் பெருங் குழப்பம் ஏற்பட்டிருப்பது வருந்தத்தக்கதாகும். போலீஸ் அதிகாரிகள் கொஞ்சம் முன்னெச்சரிக்கையாக இருந்திருந்தால் இந்த விபரீத சம்பவத்தைத் தவிர்த்திருக்கலாம் என்று கூறப்படுகின்றது. மதுரை ஜில்லா காங்கிரஸ் கமிட்டிகூட போலீஸ் அதிகாரிகளின் போக்கைக் கண்டித்திருப்பது கவனிக்கத்தக்கது. ராதாவின் நாடகம் நடந்தால் குழப்பம் ஏற்படாலாமென்று முன்கூட்டியே எதிர்பார்க்கப்பட்டது. ஆகவே, ஒன்று ஆரம்பத்திலேயே நாடகத்திற்குத் தடை விதித்திருக்க வேண்டும்; அல்லது காமராசரின் ஆட்சியில், ராதாவினர் போன்ற நடிகர்களின் கோமாளித்தனங்களுக்கு ஆதரவு உண்டு என்றால், போதிய பந்தோபஸ்து ஏற்பாடுகளையேனும் செய்திருக்க வேண்டும். அப்படிக்கின்றி, நாடகத்தையும் அனுமதித்துவிட்டு, பந்தோபஸ்து விஷயத்திலும் அலட்சியமாக இருந்துவிட்டு, குழப்பம் ஏற்பட்ட பிறகு குண்டாந்தடி ராஜ்யம் நடத்துவது நீதியல்ல.

நாடகக் கட்டுப்பாடு மசோதா ஆலோசனையில் இருந்துவரும் தருணத்தில் இப்படிப்பட்ட ஒரு சம்பவம் நடந்திருக்கிறது. மசோதா சட்டமாக வேண்டியது அவசியம்தான் என்பதற்கு, மதுரைச் சம்பவம் ஆதாரமாகி விட்டது. போலித்தனமான கிளர்ச்சிகளையும், வயிறு வளர்ப்பதற்கென்றே குழப்பத்தை உண்டுபண்ணும் கோமாளித் தனங்களையும் மக்கள் எதிர்க்க வேண்டியதுதான். அதிலும், இந்தக் கோமாளிகளிடம் அரசாங்கம் கண்ணாமூச்சி விளையாடும்போது, மக்கள் சக்தி ஒன்றுதான் அதற்கு முடிவு கட்ட வேண்டும்.

ஆனால், கலாச்சார எதிரிகளை ஒடுக்கும் ஜனக் கிளர்ச்சியில் பலாத்காரம் தலைகாட்டாமல் பார்த்துக் கொள்ள வேண்டும். கீமாயண நாடகத்தை நடத்துபவர்களைவிட, அதை எதிர்ப்பவர்கள்தான் கட்டுப்பாடாகவும், கலாச்சாரத்தின் பெருமை குன்றாமலும் நடந்து கொள்ளக் கடமைப்பட்டிருக்கிறார்கள்.

கோமாளி ராதாவின் கூத்து!

தமிழன்

தமிழ்நாட்டில் ஒரு கூட்டத்தார், ராமாயண எதிர்ப்புப் போராட்டத்தில் ஈடுபட்டிருக்கின்றனர். ஒரு பேர்வழி தடையை மீறி சிறைக்கும் போய்விட்டார். போராட்டத்திற்கும் சிறை புகுவதற்கும் இதுவா பிரச்னை?

தெற்கே திருவிதாங்கூரில், பதினொரு தமிழர்களைச் சுட்டுக் கொன்ற மலையாள ஆதிக்கத்தை எதிர்த்து ஈ.வெ.ரா. போராட்டம் துவக்கியிருக்கலாமே! அங்கேபோய், சட்டத்தை மீறி ராதா சிறை புகுந்திருக்கலாமே! அப்படிச் செய்திருந்தால் மூன்றுகோடித் தமிழர்களின் பேராதரவு ஈ.வெ.ரா.வுக்கும் ராதாவுக்கும் கிடைத்திருக்கு மல்லவா?

ராவணன் தமிழனாம், ராமன் ஆரியனாம். ஆகவே, தமிழனை அரக்கனென்று கூறி இழிவுபடுத்தும் ராமாயணத்தை எதிர்ப்பதாக ஈ.வெ.ரா. கூறுகிறார். இது உண்மை என்றே கொண்டாலும், ராவணன் கொல்லப்பட்ட சம்பவம் ஐயாயிரம் வருடங்களுக்கு முற்பட்டது. ஆனால், பதினொரு தமிழர்கள் கொடுங்கோலர்களால் சுட்டுக் கொல்லப்பட்டது நமது காலத்தில்! - நமது கண்ணெதிரே நடந்த கொடுமை. அதை எதிர்த்துப் போராட ராமசாமிப் பெரியாருக்கோ ராதாவுக்கோ வீரமில்லையா?

அதோ, தென் திருவிதாங்கூரில் நூற்றுக்கு மேற்பட்ட தமிழர்களைச் சிறையில் அடைத்துக் கொடுமைப்படுத்துகிறது மலையாள ஆட்சி. அங்கேபோய் ராதாவும் சிறைப்பட்டிருந்தால், ஏற்கெனவே சிறைப்பட்டுள்ள தமிழர்களுக்கு ஆறுதலாக இருக்குமல்லவா?

வால்மீகி சொன்ன ராமன், குடிகாரனாம்! இருக்கலாம். ஆனால், குடியை வெறுப்பவரல்லவா குடிகார ராமனைக் குறைகூற வேண்டும்? கலியுகக் குடியன்களுக்குத் துவாபரயுக ராமனைக் குறைகூற யோக்கியதை ஏது!

நாடகத்தின் மூலம் புரட்சியைக் கிளப்புவதற்கு நான் எதிரி அல்ல. புரட்சியை நான் மனமார வரவேற்கிறேன். ஆனால், ராதா நடத்துவது சமூகப் புரட்சியல்ல; சமூகப் புரட்டு. புரட்டுத்தனத்துக்குப் 'புரட்சி'

என்று பெயர் வைத்து மக்களை ஏமாற்றுவதா? சமூகப் புரட்சியை டிக்கெட் வைத்துத்தான் நடத்த வேண்டுமோ! அரசியல் நீதியிலே, பொருளாதார வழியிலே போராட்டம் நடத்தத் தைரியமில்லாத கூட்டத்தார்தான், செல்வாக்கற்றுவிட்ட புராணங்களை எதிர்த்துப் போராட்டம் நடத்துகிறார்கள். தைரியமிருந்தால், தமிழ் இனத்தின் அரசியல் விடுதலைக்கு, பொருளாதார வாழ்வுக்குப் போராட்டம் நடத்திச் சிறை புகுவதற்கு முன்வரட்டுமே. ஆனால், அவர்கள் வரமாட்டார்கள். காரணம், அந்தப் பாதையிலே துன்பங்களும் துயரங்களும் அதிகமென்று அவர்களுக்குத் தெரியும்.

காங்கிரஸ் அரசாங்கம், நாடகக் கட்டுப்பாடு மசோதாவைக் கொண்டுவந்திருக்கிறது. அதன்மூலம் ராதாவைப் போன்ற கோமாளிகளைச் சமாளித்து விடலாமென்று அரசாங்கம் கனவு காண்கின்றது. அடக்குமுறை மூலம் எந்தக் காலத்திலும், எந்த நாட்டிலும், எந்த அரசாங்கமும் அமைதியை நிலைநாட்டியதில்லை. தடையுத்தரவுகளும் தடியடிகளும் குழப்பத்தை விரும்பும் கூட்டத் தாரை உற்சாகப்படுத்தி ஊக்குவிக்கும் செயல்களாகும். அடக்கு முறைகளால் பொது ஜனக் கிளர்ச்சிகளை ஒடுக்கிவிட முடியுமென்றால், அதை ஆங்கில சாம்ராஜ்யமே செய்திருக்க முடியும். அது முடியாது போனதால்தான் ஆங்கில சாம்ராஜ்யம் வெளியேறி விட்டது.

புதிய சட்டங்களோ, குழப்பத்தைச் சமாளிக்கத் தடையுத்தரவுகளோ கூடாதென்று நான் சொல்லவில்லை. ஆனால், அரசாங்கத்தார் அவற்றை மட்டுமே நம்பியிருப்பது அபாயம்! மக்களுடைய அபிப்பிராயத்தை இந்தக் கோமாளிக் கும்பலுக்கு விரோதமாக மாற்ற வேண்டும். ஜனங்களுடைய மத்தியில் இவர்களைப் போன்ற குழப்பவாதிகளைச் செல்லாக் காசுகளாகச் செய்ய வேண்டும்; செய்ய முடியும். காங்கிரஸ் அரசாங்கத்தார் அந்தத் திக்கில் கவனம் செலுத்த வேண்டும் என்று நான் கூறுகின்றேன்.

கீமாயண நாடகத்தையொட்டி, மதுரையில் குழப்பம் நடந்த தென்றால், அதைப்பற்றி விசாரிக்க காங்கிரஸ் அரசாங்கத்தின் ஐ.ஜி. மதுரைக்கு அனுப்பப்பட்டார். ஏன்? தமிழகக் காங்கிரஸ் தலைவர் கரையாளர் எங்கே போயிருந்தார்? குழப்பம் நடந்த செய்தியைக் கேட்டதும் ஏன் அவர் மதுரைக்கு ஓடவில்லை? அவர் போய் மதுரையில் ஆத்திரமடைந்த மக்களுக்கு ஆறுதல் கூறியிருக்கலா மல்லவா? காங்கிரஸ் ஆட்சியில் குழப்பம் நடக்கிறதென்றால், அதை அடக்குவதற்கு முதலில் கட்சியின் பலத்தை உபயோகிக்க வேண்டும். அது பலனற்றுப் போனால்தான், ஆட்சியின் பலத்தை உபயோகிக்க

வேண்டும். ஆனால், தமிழ்நாட்டில் காங்கிரஸ் கட்சி செயலற்றுக் கிடக்கிறது. அதனிடம் பிரச்சார யந்திரமே இல்லை. எதிர்க் கட்சியினரின் பொய்ப் பிரச்சாரத்தைத் தகர்த்தெறியும் பேச்சாளர்களை யெல்லாம் வெளியேற்றுவதில் வெற்றி பெற்று விட்டார் காமராசர். அதன் விபரீதத்தை இப்போது அனுபவிக்கிறார்.

பேச்சாளர்களை இழந்துவிட்ட ஒரு கட்சி, எதிரிகளைப் பிரச்சாரத்தால் வெல்ல முடியாது. அதனால்தான் புதிய புதிய சட்டங்கள் செய்தும், போலீஸ் தடியடி நடத்தியும் எதிர்ப்புகளைச் சமாளிக்க முயலுகின்றது காங்கிரஸ் ஆட்சி. இது, காங்கிரஸ் பண்புமல்ல; காந்தீய நெறியுமல்ல.

ஜனக் கிளர்ச்சியை அடக்கச் சட்டமியற்றும்போது, அதற்குச் சமாதானம் கூற, ஆளும் கட்சி கடமைப்பட்டிருக்கிறது. சமாதானம் சட்டசபையில் மட்டும் கூறினால் போதாது. ஜன வெள்ளத்தின் மத்தியில் நின்று சொல்ல வேண்டும். ஆனால், அமைதியைக் குலைப்பவர்கள் ஜனங்கள் மத்தியில் பேசுகிறார்கள்; அமைதியைக் காக்கும் பொறுப்புடைய அமைச்சர்கள் சட்டசபைக்கு உள்ளேதான் பேசுகிறார்கள். என்ன விசித்திரமான ஜனநயகம்!

செங்கோல்

*சென்னை **26-12-54** ஞாயிறு*

நாடக மேடையில் சீர்திருத்தப் பிரச்சாரம்!

நாடகங்கள் மூலமும், சினிமாப் படங்கள் மூலமும் சீர்திருத்தப் பிரச்சாரம் செய்வதை சிலர் வெறுக்கின்றனர். இதற்குக் காரனம், சீர்திருத்தப் பிரச்சாரம் என்று சொல்லிக் கொண்டு, சிலர் கட்சிப் பிரச்சாரத்திற்கு நாடக மேடைகளையும் சினிமாப் படங்களையும் பயன்படுத்தி வருவதுதான்.

ஆனால், ஒரு சிலர் தவறாக நடக்கிறார்கள் என்பதற்காக நாடகங்கள் மூலமும் சினிமாக்கள் மூலமும் சீர்திருத்தப் பிரச்சாரம் செய்யக்கூடாதென்பது சரியல்ல. பொதுக்கூட்டங்கள், மாநாடுகள், பிரசுரங்கள் ஆகியவற் றின் மூலம் சமூகச் சீர்திருத்தக் கொள்கைகளைப் பிரச்சாரம் செய்யலாம். ஆனால், பிரச்சாரம் வெற்றிகரமாக நடை பெறுவதற்கு அவை மட்டும் போதா. நமது நாட்டில் பொதுக்கூட்டங் களுக்குப் பெரும்பாலும் பெண்களும் முதியோரும் வருவதில்லை. ஆகவே, பழைய நம்பிக்கைகளில் ஊறிக் கிடக்கும் அவர்களுடைய உள்ளங்களிலும் சீர்திருத்தக் கருத்துக்களைப் புகுத்துவதற்கு நாடக மேடைகளையும் சினிமாக்களையும் பயன்படுத்த வேண்டியது அவசியமாகும். கடந்த நாற்பதாண்டுகளுக்கு மேலாகவே நாடக மேடைகள் மூலம் சமூகச் சீர்திருத்தப் பிரச்சாரம் நடைபெற்று வருகின்றது. அப்போதெல்லாம், 'நாடக மேடையில் சீர்திருத்தப் பிரச்சாரமா?' என்று மக்கள் முணுமுணுக்கவில்லை. காரணம், அந்தக் காலத்தில் சீர்திருத்தப் பிரச்சாரம் கட்சி ரீதியாக நடைபெறவில்லை. நடிகர்களும், நாடக எழுத்தாளர்களும் தாங்களாகவே சமூகச் சீர்திருத்தத்திற்குப் பெருமளவு பணிபுரிந்தனர். அவர்கள் உண்மையான சீர்திருத்தவாதிகள் என்று மக்கள் நம்பினார்கள்.

இந் நாளில் சீர்திருத்தம் என்றால், பிராமணரைத் துவேஷிப்பது அல்லது தெய்வ நம்பிக்கையாளரை நிந்திப்பது, இல்லையேல் தங்களுக்குப் பிடிக்காத எவரையும் ஏசுவது என்று பொருளாகி விட்டது. அந்நாளில் ஒரு சாதியை துவேஷிப்பதற்காகவோ, ஒரு நபரைப் பழிப்பதற்காகவோ நாடகங்கள் நடத்தப்பட வில்லை. நாடக மேடையில் பாத்திரங்கள் வெளியிட்ட சீர்திருத்தக் கருத்துக்கள் கேட்போருக்குச் சீற்றத்தைத் தருவதாக அல்லாமல், சிந்திக்கச் செய்வதாக இருந்தன.

முன்பு சீர்திருத்த நாடகங்களை பிராமணர்களும் எழுதினர். நடிப்பவர்களிலும் பிராமணர்கள் இருந்தனர். அது மட்டுமல்ல; அவர்கள் எழுதிய, நடித்த சீர்திருத்த நாடகங்களில், பிராமண சமூகத்தின் குறைபாடுகளும் விமர்சிக்கப்பட்டன. அதற்காக, அக் காலத்தில் பிராமணர்கள் யாரும் கோபித்துக் கொள்ளவில்லை. அந்த நாடகங் களைப் பகிஷ்கரிக்கவும் இல்லை. மற்றவர்களைப் போல அவர்களும் சென்று கண்டு சீர்திருந்தினார்கள். இதற்குக் காரணம், அந்தச் சீர்திருத்த நாடகங்களை எழுதியவர்களோ, அவற்றை நடித்தவர்களோ, ‘பிராமணத் துவேஷிகள்’ என்று பெயரெடுக்காததுதான்.

வடுவூர் துரைசாமி ஐயங்கார் எழுதிய ‘மேனகா’ என்ற நாவல், பிராமண சாதியினரிடமுள்ள பிற்போக்குத் தனங்களை அப்படியே படம் பிடித்துக் காட்டியது. மற்றும், அவர் எழுதிய ‘வித்தியாசாகர்’ என்ற கதையும் காஷாயம் போர்த்த போலிச் சாமியார்களின் புரட்டுக்களை அம்பலப்படுத்தியது. அப்படியிருந்தும், மேனகாவும், வித்தியாசாகரும் நாடக உலகில் நடமாடியபோது மக்கள் முணுமுணுக்கவில்லை. தியேட்டரில் முதலிடம் தேடுவதற்குப் போட்டியிட்டனர்.

சதாவதானம் கிருஷ்ணசாமிப் பாவலர் எழுதிய ‘பதிபக்தி’, ‘பம்பாய் மெயில், பஞ்சாப் கேசரி’, ‘கவர்னர்ஸ் கப்’ ஆகியனவெல்லாம் சமூகச் சீர்திருத்த நாடகங்கள்தாம். இந்த நாடகங்களுக்கு அக் காலத்தில் மக்களிடையே இருந்த மதிப்பு சொல்லுந்தரமன்று.

நாவலாசிரியர் ஜே.ஆர். ரங்கராஜு எழுதிய ‘சந்திரகாந்தா’, ‘மோகன சுந்தரம்’, ‘ராஜாம்பாள்’. ‘இராஜேந்திரன்’ ஆகிய நாவல்கள் எல்லம், சமூகப் புரட்சிக்கு வித்து போன்றவையாகும். அவை, நாடகங்களாக எழுதப்பட்டு நடிக்கப்பட்டபோது, பிராமணர்கள் உட்பட மக்கள் எல்லோருமே கண்டுகளித்தனர். ஒருவர்கூட கண்டனக் குரல் எழுப்பவில்லை.

‘சந்திரகாந்தா’ சினிமாப் படமாக எடுத்துக் காட்டப்பட்டபோதும், மக்களிடையே சீர்திருத்தப் புரட்சி வெள்ளம் அலைமோதியது. போலி மடாதிபதிகள் மருண்டனர்; மக்கள் மகிழ்ந்தனர்.

டி.கே.எஸ். சகோதரர்களால் நடித்துக் காட்டப்பட்ட ‘குமாஸ்தாவின் பெண்’, பிராமணர்களிடமுள்ள வரதட்சணைக் கொடுமையை எதிர்ப்பதாகும். வெ. சாமிநாத சர்மா எழுதிய ‘தேசபக்தி’ என்ற சீர்திருத்த நாடகம், டி.கே.எஸ். சகோதரர்களால் நடிக்கப்பட்ட போதும் மக்கள் மனமுவந்து வரவேற்றனர்.

இன்றைக்குங்கூட, டி.கே.எஸ். சகோதரர்கள் தங்கள் நாடகங்கள் மூலம், புரட்சிகரமான சீர்திருத்தக் கருத்துகளை மக்களிடையே பரப்பி வருகின்றனர்.

தமிழகம், சமூகச் சீர்திருத்தக் கருத்துக்களை எந்தக் காலத்திலும் வெறுத்ததில்லை; வரவேற்று வந்திருக்கிறது. ஆனால், 'சீர்திருத்தம்' என்ற பெயரால் நல்ல பண்புகளை எல்லாம் நாசமாக்கும் செயலுக்கு, தமிழர் என்றுமே ஆதரவு காட்டியதில்லை. தமிழகத்தில் ஒருசாரார் தங்களுக்குப் பிடிக்காத சாதியினரை, கட்சியினரை ஏசிப் பேசுவதற்கு நாடக மேடையைப் பயன்படுத்தி வருகின்றனர். இவர்களுடைய கேவலச் செயலால், சீர்திருத்த இயக்கம் களங்கப்பட்டு விட்டது.

கடந்த காலத்தில் சீர்திருத்த நாடகங்களை எழுதியவர்களும், நடித்தவர்களும் அப்பழுக்கற்ற தேசியவாதிகள். அதனால்தான் அவர்களுடைய சீர்திருத்தப் பிரச்சாரத்தை நாட்டு மக்கள் வரவேற்றனர். இப்போதும் தேச பக்தியும், தெய்வ பக்தியும் உடையவர்கள் சமூகச் சீர்திருத்தப் பிரச்சாரத்தில் ஈடுபட்டால் நாடு வரவேற்கும் என்பதில் சந்தேகமில்லை.

கட்சி வழிப்பட்ட சீர்திருத்தவாதிகள் நாடக மேடைக்கோ, சினிமாவுக்கோ ஓட வேண்டிய அவசியமில்லை. இந்த இரண்டிற்கும் அப்பாற்பட்ட நிலையில் பொது மேடைகள் மூலமும் பிரசுரங்கள் வாயிலாகவுமே சீர்திருத்தப் பிரச்சாரங்கள் செய்யலாம். அவர்களுடைய பிரச்சாரம் நாடக மேடைகளிலும், சினிமாக்களிலும் எதிரொலி செய்யும் நிலைமை தானாகவே ஏற்படும்.

கட்சி வழிப்பட்டவர்கள் நாடக மேடைக்கும் சினிமாவுக்கும் செல்வதானாலும், கட்சிப் பிரச்சாரத்திற்கும், சுய விளம்பரத்திற்கும் அவற்றைப் பயன்படுத்தாமல், சீர்திருத்தக் கருத்துக்களைப் பிரச்சாரம் செய்தால் குறைகூற மாட்டார்கள்.

செங்கோல்
5-12-54

கீமாயணத்தை எதிர்த்து ராமாயணம் நடத்துவோம்!

-குன்றக்குடி அடிகளார்

ராதாவின் ராமாயண நாடகத்தைத் தடை செய்ய வேண்டுமென்று மதவாதிகள் எல்லாம் அரசாங்கத்தாருக்கு மனுப் போடுகின்றார்கள். இது வெட்கப்பட வேண்டிய விஷயம். நமது மதத்தையும், கடவுளையும் அரசாங்கத்தின் தடையுத்தரவைக் கொண்டா காப்பாற்ற வேண்டும்? நம்மால் ஒன்றும் ஆகாதா? நாமெல்லாரும் கோழைகளா? ராமாயணத்தைக் கேலி செய்து ராதா நாடகம் நடத்தினால், ராமாயணத்தின் சிறப்புக்களை எடுத்துக் காட்டி, நாடகம் நடத்த நம்மால் முடியாதா? அரசாங்கத்தின் பாதுகாப்பை எதிர்பார்ப்பதைவிட நாமே ஒன்றுபட்டு, மக்களுடைய ஒத்துழைப்பைக் கொண்டு, மத எதிர்ப்பையும், கடவுள் எதிர்ப்பையும் முறியடிக்க வேண்டும்.சட்டம் வேண்டாம் என்று நான் சொல்லவில்லை. மதவாதிகள் ராதாவின் ராமாயணத்தை எதிர்ப்பதைவிட, உண்மை ராமாயணத்தை மக்களிடையே பரப்ப வேண்டும் என்பதே எனது விருப்பம்.

இலக்கிய ஞானமுடையவர்களில் நுற்றுக்கு ஐந்து பேர்கூட வால்மீகி ராமாயணத்தைப் படித்திருக்க மாட்டார்கள். நமக்குப் புரியாத மொழியில் எழுதப்பட்டிருப்பதால், அந்த ராமாயணத்தைப் பற்றி நமக்கு ஒன்றும் தெரியாது. அப்படி, நாம் தெரிந்து கொள்ளாத ராமாயணத்தை நம்மிடையே பரப்புகின்ற வேலையில் ஈடுபட்டிருக் கிறார்கள் சிலர் (சிரிப்பு). ஏனென்றால் அவர்களுக்கு வேறு வேலை இல்லை; இது ஒரு பிழைப்பு(சிரிப்பு).

நாட்டிலே மக்களுடைய வாழ்க்கைப் பிரச்னைகள் எத்தனையொ இருக்கின்றன. அவற்றை எல்லாம் விட்டு, வால்மிகி ராமன் குடித்தானா, இல்லையா? என்ற ஆராய்ச்சி இப்போது தேவையா?

செங்கோல்

26-12-54

அறிவுப் பிரச்சாரமா? அழிவுப் பிரச்சாரமா?

(டி.கெ. சண்முகம்)

[குறிப்பு: 'கலை கலைக்காகவே' என்ற போலி வாதத்தையும், கலையின் பெயரால் கட்சி வெறிப் பிரச்சாரம் செய்யும் புரட்டுத் தனத்தையும் எதிர்த்து, நாடகக் கலையைப் பிரச்சாரத்திற்குப் பயன்படுத்தக்கூடிய நல்வழிகளை இந்தக் கட்டுரையில் பிரபல நடிகர் டி.கெ. சண்முகம் விளக்கியிருக்கிறார். -ஆசிரியர்]

கலை நிகழ்ச்சிகளில் பிரசாரக் கருத்துக்கள் கூடாது, 'கலை கலைக்காகவே இருக்க வேண்டும்' என்று சிலர் நினைக்கிறார்கள். 'கலை வாழ்க்கைக்காகவே' என்னும் வர்க்கத்தைச் சேர்ந்தவன் நான். அதிலும், நாடகம் முழுக்க முழுக்க அறிவுப் பிரச்சாரக் கலையாக இருக்க வேண்டுமென்பதுதான் என்னுடைய எண்ணம். அறிவுப் பிரச்சாரம் என்ற பெயரால் அபத்தப் பிரச்சாரம், அழிவுப் பிரச்சாரம் எல்லாம் செய்வோர் இருக்கிறார்கள். அதற்காகக் கலையில் பிரச்சாரமே கூடாதென்ற முடிவுக்கு நாம் வந்துவிடக்கூடாது.

சாதாரணமாக 'பிரச்சாரம்' என்று நாம் சொல்லும்பொழுது, சமூக, அரசியல், பொருளாதார விஷயங்களை மட்டும்தான் பிரச்சாரமாக நினைக்கிறோம். அது தவறு. மனிதனுடைய மனோதத்துவப் போராட்டங்களை விளக்கிக் காட்டி, அதில் நல்லதற்கு வெற்றி காண்பிப்பதும் பிரச்சாரம்தான்.

பிரச்சாரத்தை இரண்டு வகையாகப் பிரிக்கலாம். ஒன்று நிரந்தரமானது; மற்றொன்று அழியக்கூடியது. உள்ளத்திலே எழக்கூடிய உணர்ச்சிப் போராட்டங்கள் நிரந்தரமானவை. மனித குலம் இருக்கும் வரை அவைகளும் இருக்கும். சமூக, அரசியல், பொருளாதாரப் போராட்டங்கள் நிலையற்றவை. நாளுக்கு நாள் மாறிக் கொண்டே போகும். இந்த இரண்டு வகையான பிரச்சார நாடகங்களும் நாட்டுக்குத் தேவையானவைதான். மனிதனுடைய உள்ளத்தையும் உயர்த்த வேண்டும்; சமுதாயத்தினுடைய நிலையையும் உயர்த்த வேண்டும். தனிமனிதப் பண்பு வளர்வதிலேதான் சமுதாயத்தின் வளர்ச்சியும் அடங்கியிருக்கிறது.

சமுதாயத்தை உயர்த்துவது எப்படி என்பதிலேதான் கருத்து வேற்றுமைகள் ஏற்படுகின்றன. ஒன்று மட்டும் உறுதி. சமுதாயத்தை உயர்த்துவதாக நினைத்துக் கொண்டு, கட்சி, பிரதி கட்சி பேசி துவேஷப் பிரச்சாரங்கள் செய்வதால் யாருக்கும் நன்மை ஏற்படாது. அப்படிச் செய்யத் தொடங்கும்போது, கலை மறந்து, நாடக மேடை வெறும் பிரச்சார மேடையாகி விடுகிறது.

நாடகம் எழுதுகிறவரோ அல்லது நடிக்கிறவரோ, கலை அழகுடன் தனது கருத்தை நாடகத்தில் வெளிப்படுத்த முடியாததனால் தான், பெரும்பாலும் இப்படிப் பிரசங்கம் செய்யத் தொடங்கி விடுகிறார்கள். எப்போதுமே கலைவழி என்பது என்னுடைய கண்ணோட்டத்தின்படி துவேஷப் பாதையல்ல. அன்புவழி -அறவழி. மக்களிடத்தில் துவேஷ உணர்ச்சியை உண்டு பண்ணாமல் மனமாற்றம் ஏற்படும்படியாகச் செய்வதுதான் கலைவழி. அந்த வழியில் செல்லுவதே கலைஞனுடைய கடமை. மகாத்மா காந்தியடிகளின் அகிம்சைப் போரைப் பற்றிக் குறிப்பிடும்போது, மகாகவி பாரதியார், போர்வழியைப் பெருங் கொலைவழியென்றும், அறவழியை அருங் கலைவழியென்றும் குறிப்பிடுகிறார்.

நாடகத்தில் பிரச்சாரம் இருந்தாலும், அது எந்தக் கட்சியின் கொள்கைப் பிரச்சாரமாக இருந்தாலும் நாடகம் நாடகமாக இருக்க வேண்டும். நாடகத்திற்குரிய லட்சணங்கள் எல்லாம் அதில் பொருந்தி இருக்க வேண்டும். ஆசிரியன், தான் மக்களுக்குச் சொல்ல விரும்பும் கருத்துக்களுக்கு ஏற்றபடி கதை, நிகழ்ச்சிகள், பாத்திரங்கள் இவற்றை சிருஷ்டித்துக் கொள்ள வேண்டும். எண்ணங்களை இடமறிந்து பாத்திரத்தின் பண்பு கெடாமல் வெளியிட வேண்டும். அதுதான் கலைக்கும் வெறும் பிரச்சாரத்துக்கும் உள்ள வேறுபாடு.

பிரச்சாரக் கருத்துக்களை வெளியிடும் ஆவேசத்தில் கலை அம்சத்தைக் கொன்றுவிடக்கூடாது. நாடகத்திற்கு வசனம் எழுதும் பொழுது பாத்திரங்களை நன்கு நினைவில் இருத்த வேண்டும். கருத்துக்காக வசனமேயொழிய வசனத்திற்காக வசனமல்ல. அடுக்கு மொழிகள் அவசியமான கட்டங்களிலே இருப்பது நாடகத்திற்குச் சிறப்பைத் தரும். ஆனால் நாடக வசனம் முழுவதும் அடுக்குமொழி களிலே இருக்க வேண்டுமென்று அதிகக் கவனம் செலுத்தினால், நாடக உணர்ச்சி குறைந்துவிடும். பாத்திரத்தின் பண்பும் கெட்டுவிடும். அது மட்டும் அல்ல; நாடகத்தைப் பார்க்கிறவர்கள் பாத்திரங்களையும்,

அவர்களுடைய உணர்ச்சிப் போராட்டங்களையும், நிகழ்ச்சிகளையும் மறந்துவிட்டு, வெறும் வார்த்தைகளினுடைய ஜாலங்களிலே மனதைச் செலுத்தும்படி ஆகிவிடுகிறது.

கலையம்சமுள்ள பிரச்சார நாடகமென்றால் பாத்திர சிருஷ்டி, குணப் போராட்டம், இப் போராட்டத்தின் உச்சம், அந்த உச்சத்தின் விளைவு, காலம், இடம், செயல் இவற்றின் ஒருமைப்பாடெல்லாம் சிறப்பாக அமைந்த கட்டுக்கோப்பு இருக்க வேண்டும்.

நாடகம் அறிவுப் பிரச்சாரக் கலையென்று நான் கூறும்போது, ஒரு விஷயத்தை இங்கே தெளிவுபடுத்த வேண்டியது அவசியம். புராணக் கதைகள் எல்லாம் மூடத்தனமானவைகள் என்றோ, சமூகக் கதைகள் எல்லாம் அறிவுக்குப் பொருத்தமானவை என்றோ நான் எண்ணுவதில்லை. புராணமாக இருந்தாலும், சரித்திரமாக இருந்தாலும், சமூகமாக இருந்தாலும், நாடகத்திற்கு ஒரு நல்ல லட்சியம் இருக்க வேண்டும். அதுதான் முக்கியம். மனிதப் பண்பை உயர்த்தக்கூடிய கருத்துக்கள் புராண, இதிகாச நாடகங்களிலும் நிச்சயமாக இருக்கின்றன. புராண, இதிகாசங்கள் என்பதற்காக அவற்றில் புதைந்து கிடக்கும் பேருண்மைகளை நாம் புறக்கணிக்க வேண்டுவதில்லை. ஆனால், புராண, இதிகாச நாடகங்களை நடிக்கும்போது, வெறும் ஆடை அலங்காரங்களுக்கும், காட்சி ஜோடனைகளுக்கும் முக்கியத்துவம் கொடுக்காமல் கருத்தில் கவனம் செலுத்த வேண்டும். இல்லை யானால், நாடகம் காட்சிப் பிரச்சாரமாயிருக்குமே தவிர, கருத்துப் பிரச்சாரமாயிராது. காட்சி அமைப்புகளுக்கு பிரதானம் கொடுத்து விட்டால், அடுத்த காட்சி எப்போது வரும் என்ற ஆவலை சபையோருக்குத் தூண்டிவிட்டால், கதையிலுள்ள கருத்தை எவ்வாறு நெஞ்சில் இருத்த முடியும்? அத்தகைய நாடகங்களைக் காட்சிப் பொருளாகக் கண்டுகளிக்கலாம். கலை வளர்ச்சியாகக் கொள்ள முடியாது. கலை வளர்ச்சி என்றால், கருத்துக்களுக்கு முதலிடம் வேண்டும். அப்போதுதான் நாடகம் அறிவுப் பிரச்சாரக் கலையாக வளரும். அப்படி வளர்ந்தால்தான் நாடகக் கலையால் நாட்டுக்குப் பயன் ஏற்படும். வழ்க நாடக நற்கலை!

நம் நாடு

தி.மு.க. தின இதழ் ஆசிரியர்: அண்ணாதுரை

The "Nam Nadu" A Tamil Daily. ★ The Official Organ Of The D.P.F.

(1—1—55) ★ ★

சேலம் இரும்பு: ரூ. 2 கோடி செல

அதுவும் இப்பொழுது இல்லை

பத்ராவதி உருக்குத் தொழிற்சாலை உருப்படாத

நேரு - முகம் சந்திப்

2—2—55

5-2-55 இரவு 9-30 மணிக்கு

காஞ்சீபுரம் கண்ணன் டாக்கீஸில்

M. G. R.

இன்பக் கனவு

நாடகம்

சி. என். அண்ணாதுரை

கட்டணம்: ரூ. 3, 2, 1

REGD. No. M. 6

நம்

The "Nam Nadu

திகாரத்தை சொந்த........

ஏஜண்டுகள் தேவை

அறிவு இயக்கம்

'அரசியல் டாக்டர்கள்' தடை விதிக்கும் மர்மம்?

மதுரை அரசியல் மாநாட்டில் தோழர் மு. கருணாநிதி விளக்கம்

நம் நாடு

11-1-1955

டிக்குப் போட்டி!

எம்.ஆர். இராதா விடுதலை

சென்னை, ஜன.1 -சென்ற ஆண்டு டிசம்பர் 18-ந் தேதியன்று கி.பு.கோ. 151-வது பிரிவின்படி கைது செய்யப்பட்டு, திருச்சி மத்திய சிறையில் காவலில் வைக்கப்பட்டிருந்த தோழர் எம்.ஆர். இராதா நேற்று விடுதலை செய்யப்பட்டார்.

நம்நாடு

தி.மு.க. தின இதழ் 1-1-55 ஆசிரியர்.அண்ணாதுரை

பெரியார் ஈ.வெ.ரா

சிங்கப்பூர், ஜன.3 - திராவிட கழகத் தலைவர் பெரியார் ஈ.வெ. ராமசாமி, தமது பர்மா, மலேயா சுற்றுப் பயணங்களை முடித்துக் கொண்டு சிங்கப்பூரிலிருந்து 'எஸ்.எஸ். ரஜூலா' என்ற கப்பலில் ஜனவரி 9-ந் தேதி தாயகம் திரும்புவார் என்று தெரிகிறது.

சென்னைக்கு அவர் 17-ந் தேதி காலையில் வந்து சேருவார் என்று எதிர்பார்க்கப்படுகிறது.

நம்நாடு
3-1-55

அறிவு இயக்கக் கருத்துகளுக்கு 'அரசியல் டாக்டர்கள்' தடை விதிக்கும் மர்மம்?

மதுரை அரசியல் மாநாட்டில் தோழர் மு.கருணாநிதி விளக்கம்

"மக்கள் சக்திக்கு மதிப்பு தராத மந்திரி சபைப் போக்குக்கு முடிவு காண வேண்டும்"

"வாழ்வா? சாவா? - நாமா? அவர்களா?" - என்ற கேள்விக் குறிகளாக இலட்சோப லட்சம் திராவிடக் காளையர்கள் தென்னகத்துத் தெருக்களிலே அனல் கக்கும் விழிகளோடு போர் முரசு ஒலித்துக் கொண்டிருக்கும் நேரமிது; இந்த நேரத்திலே தான், மதுரையிலே நாமெல்லாம் கூடுகிறோம். மதுரை - நமது இயக்கச் சரித்திரத்திலே புடம்போட்டு எடுக்கப்பட்ட ஒரு பொன்னேடு; சென்ற திங்கள், நாவலர் பாரதியாரைச் சந்தித்த போது சொன்னார் - 'திராவிட நாட்டின் தலைநகரம் மதுரையாகத் தான் இருக்க வேண்டும்; அத்தகைய சிறப்பு வாய்ந்த நகரம் மதுரை!' - என்று.

தென் குலத்தின் வீரத் திருநகரம் மதுரை- ஆரியப்படை கடந்த நெடுஞ்செழியப் பாண்டியனை, நீதிக் கொலுவிலே வைத்துத் தரிசித்த தரணி இந்த மதுரை. கற்புக்கும் காதலுக்கும் இலக்கணமாய், கோப்பெருந் தேவி வாழ்ந்த நகரம் மதுரை. 'முல்லைக் காட்டிலும் ரோஜாக் கொல்லையிலும்கூட முற்புதர்கள் மொய்த்த தரை உண்டே' - அதுபோலத்தான் தலையாய சங்கங்கள் நிறுவி தமிழ் வளர்த்த மதுரையிலே, திருவிளை யாடல் புராணங்களின் மகிமைகளையும் காண்கிறோம்; திசை எட்டுக்கும் புகழ் பரப்பிய சிலப்பதிகாரத்தின் உச்சக்கட்டமும் இங்குதான்; பிட்டுக்கு மண் சுமந்த கதையும் இங்குதான்.

பரமன் பன்றி உருவம் எடுத்ததாக மதுரை புராணத்திலேதான் படித்திருக்கிறேன். சில வாரங்களுக்கு முன் சில மனிதர்களும் இங்கு, அந்த உருவம் எடுத்தார்கள் என்று கேள்விப்பட்டேன். ஆரிய-ராம கதையைக் காக்கப் புறப்பட்டவர்களின் செயல், என் கண் வலியினும் கொடிது. அத்தகைய விபீடணர்களுக்கு அபயமளித்து, அறிவு இயக்கக் கருத்துக்களை நாட்டிலே நடமாடாமல் பொசுக்கிவிட சட்டம் செய்துவிட்டோர் செயல், அதனினும் மிகக் கொடிது.

இவ்வாறு, 9-1-55-ல், மதுரையில், சௌந்திரபாண்டியனார் பந்தலில் நடைபெற்ற மதுரை மாவட்ட தி.மு. கழக இரண்டாவது அரசியல் மாநாட்டின் தலைமை உரையில், தோழர் மு. கருணாநிதி அவர்கள் குறிப்பிட்டுள்ளார்.

உங்கள் ஆசை முகங்களை எல்லாம் பார்க்க இயலாமல் 300 மைலுக்கு அப்பாலிருந்து கொண்டு, பெருமை மிகுந்த இந்த மாநாட்டில் தலைமை வகிக்கிறேன். ஆயிரமாயிரம் வீரர்களும் தாய்மார்களுமாகக் குழுமி இருக்கும் உங்களை நான் காண முடியவில்லை; வந்தாலும் காண முடியாது - இரு கண்களையும் திறக்க முடியாத நிலையில் இருக்கிறேன்; என்னைப் போலவே நோய்ப் படுக்கையில் கிடக்கும் எனது அருமை திராவிடத்தை நினைத்தபடியே இருக்கிறேன்.

நான் பேசக்கூடாது என்கிறார்கள் டாக்டர்கள் - இப்பொழுது எழுதவும் கூடாதாம்; படிக்கவும் கூடாதாம் - டாக்டர்கள் தடை போடுகிறார்கள்; நான் நலம்பெற டாக்டர்கள் போடும் தடை இது.

இதேபோல அரசாங்கத்திலும் சில டாக்டர்கள் உலவுகிறார்கள்; அவர்களும் தடை போடுகிறார்கள் - நமது கழகம் பேசவும் கூடாதாம்; எழுதவும் கூடாதாம்; நடிக்கவும் கூடாதாம்; நம் கருத்துக்களைப் பிறர் படிக்கவும் கூடாதாம்.

எனக்குத் தடைபோட்ட டாக்டர்களின் சொல்படி நடந்தால் தான் நான் நலம்பெற முடியும்; ஆனால் இந்த அரசியல் டாக்டர்கள் போடும் தடைகள் நொறுக்கப்பட்டால்தான் நாடு நலம் பெற முடியும்.

முற்போக்குவாதிகளின் குரலுக்கும் மக்கள் சக்திக்கும் மதிப்புத் தராமல் காமராஜரின் மந்திரிசபை 'நாடகத் தடைச் சட்ட'த்தைக் கொண்டு வந்ததையொட்டி நாம் ஒரு தீர்க்கமான முடிவுக்கு வந்தாக வேண்டும்.

புதிய கல்வித் திட்டத்தை ஒழித்ததற்காக நம்மிடமிருந்து பெற்ற பாராட்டுக்களையே கேடயமாக வைத்துக் கொண்டு, காமராஜர், புதிய கணைகள் நம்மீது தொடுப்பதை நிறுத்திக் கொள்வாரா மாட்டாரா, என்ற கேள்விக்குப் பதில் தெரிந்தாக வேண்டும்.

'கல்லக்குடி' பற்றி இன்னும் தெளிவான முடிவு அதிகாரப் பூர்வமாகத் தரப்படவில்லை. முடியுமா? முடியாதா? - என்ற கேள்விகளை நாம் தொடுக்கும்வரை காமராஜர் வாளாய்த்தான்

இருப்பாரா? அல்லது செயலில் இறங்கி அந்தச் செந்தமிழ்ச் சிற்றூருக்குக் 'கல்லக்குடி' என்ற பெயரைச் சூட்டுதற்கு முன்வருவாரா?

இது அவருக்குச் சிக்கலான பிரச்சினை. நமக்கோ மானம் காக்கும் பிரச்சினை. இதற்கும் ஒரு தெளிவான விளக்கத்தை - நாம் பின்பற்ற வேண்டிய வழியை நமது பொதுச் செயலாளர் அவர்கள் வகுத்துத்தர இருக்கிறார்கள். நமது திராவிடத்தை மீட்க இன்று நாமெல்லாம் இங்கு அணிவகுத்து நிற்கிறோம்.

அடுத்த கிழமை, சென்னையிலே, திராவிடத்தில் ஊன்றிய ஏகாதிபத்தியக் காலடியை பலப்படுத்திக் கொள்ள ஆவடியிலே கூடுகிறார்கள் வடநாட்டுச் சீமான்கள்.

இதோ! சேரனின் படை தன் தினவெடுத்த தோள்களைத் தட்டிப் பார்க்கிறது.

நாளை ஆவடியிலே கனக-விசயன் படை எட்டிப் பார்க்க இருக்கிறது.

சரித்திரம் மாறுகிறது தோழர்களே, சரித்திரம் மாறுகிறது!

இமயத்தின் முடியிலே அடி வைத்தவன் திராவிடன். அன்று அவன் கொடிக்குக் கும்பிடு போட்டவர்கள் இன்று திராவிடத் தரணியிலே பவனிவரப் போகிறார்கள், ஆவடித் திருவிழாவின்போது.

நம் வீட்டில் கொள்ளையடித்தவன், பங்குபோட்டுக் கொள்ள நம் வீட்டின் கூடத்தையே வாடகைக்குக் கேட்டானாம்! அதற்கும் ஆவடிக்கும் அதிக வித்தியாசமில்லை.

ஆவடிகள் நடந்தே தீரும் - தென்னகம் வடக்கு நோக்கிக் காவடி எடுக்கும் வரையில் ஆவடிகள் நடந்தே தீரும்.

இந்நிலை மாற, சத்திரம் சாவடிகளில் கிடப்போரிலிருந்து - பெரியோர், இளைஞர், தாய்மார்கள் உட்பட - திராவிடரின் அணி வகுப்பு, தெற்குத் திசையை மீட்க நெஞ்சிலே உறுதி ஏந்த வேண்டும்!

அந்த உறுதி ஏந்தும் நல்ல நாளாக இந்த நாள் அமையட்டும்.

போர்க்குணம் படிந்த உங்கள் நல்ல இருதயங்கள் திராவிடத்தை மீட்கட்டும்.

இங்கே அந்த எழுச்சிப் பண் எனக்கு நோய் தீர்க்கும் மருந்தாக அமையட்டும்.

நம்நாடு

11-1-55

'புதிய நாடகச் சட்டத்தை ரத்து செய்க'

'தமிழை ஆட்சி மொழி ஆக்குக'

மதுரை மாவட்ட தி.மு. கழக மாநாட்டில்
நிறைவேறிய தீர்மானங்கள்

ரத்து செய்க!

நாடகக் கலை மூலம் நாட்டிலே முற்போக்குக் கருத்துகள் வளர்ந்து வருவதைக் காணும் சில வர்ணாசிரமிகளின் கூப்பாட்டுக்கு அஞ்சி, ஜனநாயகப் பண்பை அறவே மறந்து நாடகத் தடைச் சட்டத்தைக் கொண்டுவந்து நிறைவேற்றியுள்ள சென்னை அரசியலாரின் போக்கினை இம் மாநாடு வன்மையாகக் கண்டிக்கிறது.

(அ) எதிர்க்கட்சிகளின் எதிர்ப்பையும், கலைஞர்களின் மனக் கொதிப்பையும், குறிப்பாகப் பொதுமக்களின் கண்டனங்களையும் நாள்தோறும் கண்டுவரும் சென்னை அரசியலார் - நாட்டிலே அமைதி திரும்ப வேண்டும் என்ற முக்கியக் குறிக்கோளை எண்ணியாவது நாடகத் தடைச் சட்டத்தை உடனே ரத்து செய்யுமாறு இம் மாநாடு வற்புறுத்திக் கேட்டுக் கொள்கிறது.

-ஏ. கோவிந்தசாமி எம்.எல்.ஏ.
-முகவை ஆர்.எஸ். பாண்டியன்
-கலைத்தூதன்

நம்நாடு
12-1-55

சமுதாயப் பிரச்சினை உயிர் போன்றதாகும்

'மதச் சார்பற்ற' சர்க்கார் மதத்தைக் காப்பாற்ற முற்படுவானேன்?

மதுரை மாவட்ட சமூக சீர்திருத்த மாநாட்டில் தோழியர் சத்தியவாணிமுத்து தலைமையுரை

சமூகச் சீர்திருத்தப் பணியில் தீவிரமாக ஈடுபட்டுள்ள நம்மை சிலர் கேலி பேசுகிறார்கள் - கேள்வி கேட்கிறார்கள் - 'நாட்டில் பல பிரச்சினைகளிருக்கும்போது சமூகச் சீர்திருத்தம் அவசியம்தானா?' என்று.

ஒரு நாட்டின் அரசியல் பிரச்சினை உடல் என்றால், சமுதாயப் பிரச்சினை உயிராகும். அரசியலைச் சரிக்கட்டி விடுவதன் மூலமே ஒரு நாடு நன்கு வாழ்ந்துவிட முடியாது; எனவேதான், ஒரு நாட்டின் உயிர்போலிருக்கிற சமுதாயம் சீர்திருந்தியதாய் - முற்போக்கு எண்ணங் கொண்டதாய், பகுத்தறிவு பெற்றதாயிருக்க வேண்டுமென நாம் விழைகிறோம்.

நாட்டில், மதத்தின் பெயரால் - அவை கற்பிக்கும் எண்ணற்ற கடவுளர்களின் பெயரால் - ஆபாசச் சடங்குகளும், மூடத் திருவிழாக்களும் நடைபெறுவதை நாம் காண்கிறோம்; மதத் திருவிழாவென்ற பெயரால் தமிழ்நாட்டுப் பெண்கள் வேப்பிலையைச் சேலையாகக் கட்டிக்கொண்டு பெரியபாளையம் எனும் ஊரில் கூத்தாடுவதைக் காண்கிறோம்; வீதி வழியே காவடி எடுத்து ஆடுவதையும், கோவிலுக்கு என்று கூறி, முடி வளர்த்து, மொட்டையடித்துக் கொள்வதையும் பார்க்கிறோம்; இவைபோன்ற மூடச் சடங்குகளை ஒழித்து விட்டு, நாகரீகம் பெற்றவர்களாய், மக்கள் என்று மாறுவது?

"இவைபோன்ற சடங்குகள் மதத்தின் பெயரால், எண்ணற்ற கடவுளரின் பெயரால் நடைபெறுகின்றன; எனவேதான், மதமும் - கடவுளர்களும், மக்களுக்கு அறிவையும் - வாழ்வையும் தரவல்லன வல்ல என்று எடுத்துக் கூறுகிறோம்.

நாம் இவற்றைக் கூறுவதனாலேயே கடவுள் இல்லை என்று கூறுவதாகச் சிலர் எண்ணுகிறார்கள். நாம் 'கடவுள் இல்லை' என்று எப்பொழுதும் சொன்னதில்லை. திராவிட மக்கள் எல்லோரும், ஒரே

குலத்தவராக, சாதிப் பாகுபாடுகளைத் துறந்தவர்களாக, ஒரே தேவனைக் கொண்டவர்களாக மாற வேண்டும் என்றே முயன்று பாடுபடுகிறோம்".

-இவ்வாறு **தோழியர் சத்தியவாணிமுத்து** அவர்கள் மதுரை மாவட்ட தி.மு.கழக 2-வது சமுகச் சீர்திருத்த மாநாடு 8-1-55 சனியன்று, மதுரை ஞானஒளிவுபுரத்தில் நடைபெற்றபோது குறிப்பிட்டார்.

தொடர்ந்து பேசுகையில் அவர் கூறியதாவது:-

"நாம் இந்த நாட்டிலே நிலவும் எத்தனையோ எண்ணற்ற சாதிப் பாகுபாடுகளை, உயர்ந்தவன் - தாழ்ந்தவன் என்ற ஏற்றத் தாழ்வுகளை நீக்க வேண்டும் - இந்தச் சாதிகளையும், வேறுபாடுகளையும் புகுத்துகிற வருணாச்சிரம அடிப்படைகளைத் தகர்த்தெறிய வேண்டும் என்று பேசுகிறோம்; அப்போது ஆச்சாரியார் போன்றவர்கள் மனம் புண்படுவதாகக் கூக்குரலிடுகின்றனர்; சட்டசபைகளின் தயவை நாடி, தஞ்சம் புகுகின்றனர்.

நாட்டில் நடைபெறும் எந்த நல்ல காரியத்தினால்தான் ஆச்சாரியார்களின் மனம் புண்படாமலிருக்கிறது?

பொருள்களைத் திருடாதே; பிறர் சொத்துக்களை அபகரித்தால் தண்டிப்போம் என்று கூறும்போது, திருடர்களின் மனம் புண்படத்தான் செய்கிறது; அதற்காகத் திருட்டுத்தனத்தை அனுமதிக்க முடியுமா?

நாட்டிலே நாம் செய்கின்ற நல்ல பல பணிகட்கும் எதிர்ப்பு இருந்துதான் வந்துள்ளது; அந்த எதிர்ப்பு கண்டு நாம் அஞ்சியது கிடையாது - இனியும் அஞ்சமாட்டோம்.

'இராமாயண' நாடகத்தை நாம் நடத்தினால், சிலருடைய மனம் புண்படுகிறதாம்; என்ன செய்வது? கண் நொள்ளையாயிருப்பவன், பிறர் தன்னை 'நொள்ளைக் கண்ணன்' என்று கூப்பிடுவது கண்டு கோபப்பட்டு என்ன பயன்? கண் நொள்ளையாயிருப்பதற்கான ரோகத்தைத் தீர்த்துக் கொள்வதுதானே முறை? அதை விட்டுவிட்டு, 'என்னைக் கேலி செய்கிறார்களே?' என்று ஏன் கூச்சலிட வேண்டும்? அதேபோன்றதுதான், 'இராமாயண' நாடகத்தைப் பற்றிய கூக்குரலும்.

'மதச் சார்பற்ற சர்க்கார்', மதத்தைக் காப்பாற்றுகிற நடவடிக்கைகளில் ஈடுபடுவதை நாம் காண்கிறோம். மதச் சார்பற்ற அரசாங்கம் என்று சொல்லுகிற அவர்கள், அதன்படி நடக்க முன்வருவதில்லையே! சொல்வதைச் செய்வதில்லையே! சர்க்காரின் இத்தகைய செயல்கள் நம் மனதைப் புண்படுத்துகின்றனவே! அண்மையில், 'பெண்களுக்கு

உத்தியோகம் தராதே' என்ற பொருள்பட ஏ.எஸ்.பி. அய்யர் அவர்கள், கூட்டமொன்றில் பேசியிருக்கிறார் - பெண்களுக்கு, வாழ்வின் எல்லாத் துறைகளிலும் சமபங்கும், சமசந்தர்ப்பமும் வேண்டுமெனக் கோரப்படும் இந்தக் காலத்தில்!

பெண்கள், ஆண்களின் அடிமைகளாக நடத்தப்படும் கொடுமை ஒழிய வேண்டுமெனக் கோரும் நமக்கு அய்யரவர்களது பேச்சினால் மனம் புண்படவில்லையா?

எனவே, சமுதாயத்தில் உள்ள கோளாறுகளைப் போக்கப் பாடுபடும் நமது இயக்கத்தின் நடைமுறைகளை வேரறுக்க பார்ப்பனர்கள் தங்கள் சொந்த நலங்கருதி சட்டங்கள் இயற்ற முற்படவும், தூண்டவும் செய்கிறார்கள். அத்தகைய சட்டங்கள் எல்லாம் நாம் மேற்கொண்டுள்ள சீர்திருத்தப் பணியினை எவ்வகையிலும் தடுத்து நிறுத்திவிட முடியாது".

நாடகங்களைத் தடுக்கும் காங்கிரஸ் ஆட்சி
நாளை கூட்டங்களையும் தடுப்பார்கள்
ஏழாண்டாகியும் ஏழையின் வாழ்வு மலரவில்லை
முதலாளிகளின் கைப்பாவையாகிவிட்டது காங்கிரஸ்
மதுரை அரசியல் மாநாட்டில்
தோழர் கோவை இராசமாணிக்கம் தலைமையுரை

"ஆட்சியிலிருக்கிறவர்கள் தங்களுக்கு ஒருசிலரின் - பார்ப்பனர்களின் - பிற்போக்குவாதிகளின் ஆதரவு வேண்டுமென்பதற்காக, முற்போக்குக் கருத்துக்களைப் பரப்பும் நாடகங்களைக் கட்டுப்படுத்தி, தடை செய்யும் நோக்கத்துடன் புதிய நாடகத் தடைச் சட்டத்தை உருவாக்கியிருக்கிறார்கள்.

இன்று முற்போக்குக் கருத்துடைய நாடகங்களுக்குக் கட்டுப்பாடும் தடையும் விதிக்க முற்பட்டிருக்கிற காங்கிரஸ் அரசாங்கம், நாளை, பொதுக்கூட்டங்களில் பேசுவதற்குக்கூட கட்டுப்பாடும் தடையும் விதிக்கலாம் - இன்னதான் பேசலாம்; இவையிவை குறித்துப் பேசக்கூடாது - என்று கட்டுப்படுத்த முற்படக்கூடும். இந்த நிலை வளருவது ஒரு ஜனநாயக நாட்டிற்கு நல்லதல்ல".

-இவ்வாறு, மதுரை மாவட்ட தி.மு.கழக இரண்டாவது அரசியல் மாநாட்டிற்குத் தோழர் மு. கருணாநிதிக்குப் பதிலாக, தலைமை தாங்கி நடத்திய தோழர் கோவை எஸ்.ஏ. இராசமாணிக்கம் அவர்கள் குறிப்பிட்டார், தனது தலைமையுரையில்.

தொடர்ந்து பேசிய அவர், "இன்று காங்கிரஸ் ஆட்சி, ஒருசில பிற்போக்குவாதிகளுடையவும் முதலாளிகள், பணக்காரர்கள், நிலப் பிரபுக்கள் ஆகியோரின் பாதுகாப்பிற்காக மட்டுமே இயங்குகிறது என்று கூறினால், அது மிகையாகாது" என்றார்.

" நாட்டிலே அவதியுறும் ஆயிரக்கணக்கான ஏழைகளின் வாழ்வு மலர, தொழிலாளர்தம் அவதிகள் குறைய, விவசாயிகளின் நலன்கள் உருவாக்கப்பட காங்கிரஸ் ஆட்சியாளர் இந்த ஏழாண்டு காலத்தில் ஏதும் செய்ய இயலாதவர்களாயிருந்திருக்கின்றனர். காங்கிரஸ் ஏழைகளின் நலன்களுக்காகப் பாடுபட இயலாது போய் விட்டதற்குக் காரணம், காங்கிரசே பெரும் முதலாளிகளுடையவும், பண

முதலைகளுடையவும் தயவில் வாழ்கிறதும் ஒன்றாகும். காங்கிரஸ் கட்சியே இன்று அத்தகையப் பணத் திமிங்கிலங்களால் இயக்கப் பெறுகிறது என்றாலும், அது மிகையல்ல.

கோவையில் ஆலைத் தொழிலாளர்களின் கோரிக்கைகள் பலவற்றிற்குப் பரிகாரம் காணுவதற்காக, ஒரு முக்கூட்டுக் கமிட்டியை அரசாங்கம் நியமித்தது. தொழிலாளர் பிரதிநிதிகள், ஆலை அரசர்களின் பிரதிநிதிகள், அரசங்கத்தின் பிரதிநிதிகள் ஆகியோர் அந்தக் கமிட்டியில் இருந்தனர். கமிட்டியும், பிரச்சினையின் பல்வேறு அம்சங்கள் குறித்து விவாதித்துவிட்டுச் சில சிபாரிசுகளைச் செய்தது. ஆனால் அந்தச் சிபாரிசுகளை அமுல் செய்ய சர்க்கார் தவறிவிட்டது. கமிட்டியின் தீர்ப்பு, தொழிலாளர்களுக்குச் சாதகமாயிருந்ததும், முதலாளிகளுக்குப் பாதகமாயிருந்ததும்தானே தீர்ப்பு அமுலாகா திருந்ததற்குக் காரணம்? இது, ஆட்சிபீடத்தில் அமர்ந்திருக்கும் காங்கிரஸ், முதலாளிகளின் பாதுகாப்பிற்காகத்தானிருக்கிறது என்பதைக் காட்டவில்லையா?

வர்த்தக குமாஸ்தாக்களுக்குத் தங்கள் வேலைக்குச் சற்றுப் பாதுகாப்பும் சலுகைகளும் தருகிற வகையில், 1944-ஆம் ஆண்டில் வெள்ளைக்கார ஆட்சியினர் ஒரு சட்டத்தினை உருவாக்கி வைத்திருந்தனர். பின்னர், 1952-ல் ஆட்சி பீடமேறிய ஆச்சாரியார், அந்தச் சட்டத்திற்குச் சில திருத்தங்கள் செய்ததன் மூலம் வர்த்தக குமாஸ்தாக்களுக்குக் கிடைத்த பாதுகாப்பும் சலுகையும் சற்றுத் தளர்ந்தது. பின்னர், இப்போது உள்ள காமராசர் ஆட்சியும், 3 பேருக்குக் குறைவான எண்ணிக்கையுடைய குமாஸ்தாக்கள் பணி புரியும் வர்த்தக நிலையங்களுக்கு அந்தச் சட்டம் செல்லாது என்ற திருத்தத்தைச் செய்தது. இதனால் எண்ணற்ற குமாஸ்தாக்களின் நிலை சீர்கெட்டுப் போயுள்ளது. இப்படியும் காங்கிரசார் முதலாளிகளுக்கும் - பணக்காரர்களுக்கும் பாதுகாப்பும், சலுகையும் தர முற்படுவதுடன், தொழிலாளர்களுக்கு ஏற்கெனவே கிடைத்து வந்த சலுகைகளையும், உரிமைகளையும் பறிக்க முற்படுகிறார்கள். இதுவும் காங்கிரசார், முதலாளிகளுக்குத்தான் பாடுபடுவர் என்பதை எடுத்துக் காட்டுகிறது.

அண்மையில் மத்திய வர்த்தகத் தொழில் அமைச்சர் திரு டி.டி. கிருஷ்ணமாச்சாரியார், சேலத்தில் இரும்புத் தொழிற்சாலை அமைவதைக் கிண்டல் செய்து பேசியிருக்கிறார். காரணம், வடநாட்டிலே பிர்லா என்ற பெருமுதலாளிக்கு ஒரு இரும்பு ஆலை துவங்க அனுமதி பெற்றுத் தருவதற்காக அவர் ராஜினாமாக்கூட

செய்துவிடப் போவதாகக் கூறினார். பிர்லா தொழில் ஆரம்பித்தால், தன் மாமன், மைத்துனருக்கு, தன் பார்ப்பனக் குடிமக்களுக்குப் பதவியும், பணிபுரியும் வாய்ப்பும் கிடைக்கும் என்பதினால்தானே, சேலத்தில் அரசாங்கம் இரும்புத் தொழிற்சாலை அமைக்காது, அங்கு நிலக்கரி கிடைக்கவில்லை என்று கூறிக் கேலி பேசுகிறார்?

இதனை எடுத்துக்காட்டி, தென்னகத்தில் ஒரு தொழிற்சாலை நிறுவச் செய்ய சென்னை அரசாங்கத்தால் இயலவில்லை. இதுபோன்று இன்னும் எத்தனையோ பிரச்சினைகளைக் கவனிக்காமலேயே காலங் கடத்துகிறது காமராசர் ஆட்சி; ஆனால் அதேநேரத்தில், நாடகங்களைத் தடை செய்யச் சட்டம் உருவாக்குகிறார்கள். வடநாட்டவர்களுக்கு ஏஜெண்டுகளாயும், இங்குள்ள பிற்போக்கு வைதீகக் கும்பலுக்குப் பாதுகாப்பாயும் மட்டுமே சென்னை காங்கிரஸ் ஆட்சியிருக்கிறது. இந்த நிலையை என்று மாற்றுவது?"

நம்நாடு
17-1-55

‘ஆரியம்’ கலந்த பின்னர்தான்

திராவிடத்தில் ‘பஞ்சமா பாதகங்கள்’ வளர்ந்தன

மதுரை சமூக சீர்திருத்த மாநாட்டில் தில்லைவில்லாளன் திறப்புரை

“ஆரியம், திராவிடத்தில் கலந்த பிறகுதான் பஞ்சமாபாதகம் என்று கூறப்படும் கொடுந்தொழில்களை மக்கள் சர்வ சாதாரணமாகச் செய்ய ஆரம்பித்தார்கள். ‘பொய் கூறுவது தவறில்லை’ என்று நாரதர் மூலம் நாட்டில் பரப்பினர்; ‘திருடுவது திருவிளையாடல்’ என்று, கண்ணன் கதை மூலம் காட்டினர்; ‘சூதாடுவது நியாயம்’ என்று பரதக் கதை மூலம் பறைசாற்றினர்; ‘தருமரே சூதாடினார் - மனிதர்கள் சூதாடுவது தவறில்லை’, என்று கூறும் நிலையை ஏற்படுத்தினர்; ‘கொலை - கடவுள்களே செய்திருக்கிறார்கள்’ என்று காட்டினர்.

விபசாரம் - விதவிதமான முறைகள் மூலம் நடைபெற வழிகாட்டப்பட்டது; இந்திரன் மாடல், முருகன் மாடல், சிவன் மாடல், மகாவிஷ்ணு மாடல், கிருஷ்ணன் மாடல் என்று முறைகள் கற்பிக்கப்பட்டன.

குடியும் அப்படித்தான் - சுரபானம், சோமரசம் என்றும், அதனைத் தேவர்களே குடித்தார்கள் என்றும் கூறி, மதுப் பழக்கத்தை வளர்த்தனர். இப்படி ஆரியம் சேர்ந்த பிறகுதான் இந்த அசம்பாவிதங்கள் ஏற்பட்டன. ஆரியம் இந்தக் காரியங்களைச் செய்வதற்குத் தன் கையில் கொண்ட ஆயுதங்கள் வேத - இதிகாச -புராணங்கள் ஆகும்; அதில் மிகக் கூரிய ஆயுதம் இராமாயணமாகும்.

இராதா இராமாயணத்தை, ‘கீமாயணம்’ என்று எழுது கின்றன சில பத்திரிகைகள்; இராதா நடத்துவது கீமாயணமல்ல - ஆனால், இராம பக்தர்களும், சீதை நேசர்களும் நடத்துவது தான் கீமாயணம். கடவுள்களின் பெயரை என்று மனிதர்கள் வைத்துக் கொள்ள ஆரம்பித்தார்களோ, அன்றே கீமாயணம், கிவலீலா, கிந்த புராணம் ஆரம்பமாகிவிட்டது. லட்சுமணன் - கணவன் பெயர்; ஜானகி - மனைவியின் பெயர்; இது கீமாயண மில்லையா? சுப்பிரமணியம் - கணவன் பெயர்; பார்வதி -

மனைவியின் பெயர்; இது கிந்த புராணம் இல்லையா? கணபதி - அப்பன் பெயர்; பரமசிவம் - மகன் பெயர்; இது கிவலீலா இல்லையா?

-இவ்வாறு, மதுரை மாவட்ட இரண்டாவது தி.மு.கழக சமூகச் சீர்திருத்த மாநாட்டில் திறப்புரை ஆற்றுகையில், தோழர் தில்லை வில்லாளன் அவர்கள் குறிப்பிட்டார்.

நம்நாடு
20-1-55

'சட்டம் கொண்டு தடுக்கிற அளவு நாடகத்துறை மறுமலர்ச்சி பெற்றிருக்கிறது'

காஞ்சி நாடகத்தில் பொதுச் செயலாளர் அண்ணாதுரை

5-2-55 இரவு 10 - மணியளவில் காஞ்சி கண்ணன் டாக்கீசில், தி.மு. கழகப் பொதுச் செயலாளர் அண்ணாதுரை தலைமையில் தோழர் எம்.ஜி.இராமச்சந்திரன் நாடகக் குழுவினரின் 'இன்பக் கனவு' நாடகம் நடைபெற்றது. ஏராளமான மக்கள் திரண்டு வந்திருந்தனர். நாடக இறுதியில் தோழர் பெருமாள் நன்றி கூறினார்.

பொதுச் செயலாளர் அண்ணாதுரை அவர்கள் எம்.ஜி.ஆர். நாடகக் குழுவினரைப் பாராட்டிப் பேசுகையில், தோழர் இராமச்சந்திரன் அவர்கள் நாட்டில் சமூகச் சீர்திருத்த, பகுத்தறிவுக் கொள்கைகளையும், மக்களிடையே விழிப்புணர்வையும், தெளிவையும் ஏற்படுத்தப் பாடுபடுகிறார் என்று குறிப்பிட்டார்.

மேலும் அவர் தொடர்ந்து பேசுகையில், இன்றைய அரசியலில் நாடகத் தடைச் சட்டம் கொண்டு வரவேண்டிய அளவில் நாடகத் துறையில் மறுமலர்ச்சி ஏற்பட்டுள்ளதை விளக்கினார்.

"புராணக் கதைகளையும், மூடநம்பிக்கையை வளர்க்கும் நாடகங்களையும் மக்கள் பார்க்க விரும்புவதுமில்லை; நாடக மன்றத்தார்களும் அவைகளை முன்போல் நடிக்க முன்வருவது மில்லை" என்று குறிப்பிட்டார்.

அறிவு வளர்ச்சிக்கான அடிப்படையில் நடைபெறும் நாடகங் களைப் பார்ப்பதற்கே மக்கள் மகிழ்வும் ஆர்வமும் கொள்வதுடன், அந்நாடகங்களுக்குச் சிறந்த ஆதரவும் தருகிறார்கள் என்பதற்கு இன்றைய நாடகமே ஒரு சிறந்த எடுத்துக்காட்டாகும் என்றும் கூறினார்.

பொதுச் செயலாளர் அண்ணாதுரை அவர்களுக்கும் தோழர் எம்.ஜி.இராமச்சந்திரனுக்கும் கைத்தறி ஆடைகள் அணிவிக்கப் பட்டன. இறுதியில் தோழர் எம்.ஜி.ஆர். அவர்கள் பாராட்டுதலுக்கு நன்றி தெரிவித்துக் கொண்டார்.

நம்நாடு
12-2-55

- The Madras Dramatic Performances Bill, 1954 - Madras Legislative Assembly Debates

- The (Tamilnadu) Dramatic Performances Act

Issued—16-3-1955

MADRAS LEGISLATIVE ASSEMBLY DEBATES

OFFICIAL REPORT

MONDAY, 20TH DECEMBER 1954
VOLUME XIX—No. 6

CONTENTS

	PAGES
I Questions and Answers	405–437, 507–511
II Adjournment Motions re—	
(1) Closure of Bhaskar Cigar Factory, Tellicherry and Kadirur, North Malabar	437–438
(2) Promulgation of orders under section 144, Criminal Procedure Code, in Tiruchirappalli	439–441
III Announcement by the Hon. Speaker—Messages from the Council	441
IV Government Bill—The Madras Dramatic Performances Bill, 1954	442–462, 476–506, 512–535
V Discussion on urgent matter of Administration under Rule 56 re fixation of minimum wages for beedi workers	463–476
VI Paper laid on the table of the House	506

Legislature (Assembly) Secretariat
Madras

PRICE, 6 *annas*]

338 CLOSURE OF BHASKAR CIGAR FACTORY, TELLICHERRY AND KADIRUR, NORTH MALABAR

[20th December 1954

SRI R. V. SWAMINATHAN :—" Sir, my point is this. You were good enough to mention that you were following the procedure adopted in the House of Commons rather than any other Parliament. Our Prime Minister also pointed out that in the House of Commons hardly two or three adjournment motions are allowed in a year. But in this House two or three adjournment motions are being moved everyday. (Laughter.) My point is that these adjournment motions can also be adjourned to your Chamber for your ruling. We can have them discussed in your Chamber and if the adjournment motion is admitted, we can move it here at the next day's meeting."

SRI S. SWAYAMPRAKASAM :—" I rise on a point of order, Sir. Since the hon. Member Mr. R. V. Swaminathan has raised a very good point of order, may I at this stage request Mr. Swaminathan through you, Sir, to exercise his good influence on the Government to see that everything is carried on peacefully so that there may not be any scope for the Members to move adjournment motions? "

SRI K. P. GOPALAN :—" Some hon. Members may think that this is not an important matter. So far as I am concerned, it is a very important matter. When 86 workers are unemployed, it is a very important matter causing anxiety to the people."

MR. SPEAKER :—" So far as the Chair is concerned, the point for clarification is whether this House is the forum for discussing the matter and whether there is no other remedy."

SRI K. P. GOPALAN :—" I am coming to that point. This closure occurred because of certain defects in the Factories Act. If ten or more people work in a factory, that Act is applicable to it. In order to evade the Act, factory-owners divide their factory into different branches so that each branch may have less than ten workers. The Government have not made any provision against such evasion and they have given free scope to the factory-owners to do whatever they like. This is an important matter concerning the labour policy of the Government and the Government alone are responsible for the closure. There is no remedy against this anywhere else."

• THE HON. SRI C. SUBRAMANIAM :—" I do not wish to minimise the importance of the matter. But the question is whether this is a fit matter for an adjournment motion. I respectfully submit that this matter cannot be discussed under an adjournment motion. There are remedies open to the affected parties under the Factories Act. The hon. Member may direct the workers to take proper action."

MR. SPEAKER :—" If the law is defective, this is not the method of dealing with it. There are other remedies open to the workers. So I rule the motion out of order."

20th December 1954]

(2) PROMULGATION OF ORDERS UNDER SECTION 144, CRIMINAL PROCEDURE CODE, IN TIRUCHIRAPPALLI.

Mr. SPEAKER :—" The hon. Member, Sri P. Rangaswami Reddiar, has given notice of the following adjournment motion. In his hurry, he has not written it clearly and I find it very difficult to read :—

" Whereas a drama known as " Valmiki Ramayana " was to be staged by Messrs. Radha and Party at Tiruchirappalli on 18th December 1954, whereas the said drama is not banned so far and whereas orders under section 144, Criminal Procedure Code, have been issued prohibiting the staging of the said drama and the Police had also arrested Mr. M. R. Radha in his residence at 9 a.m. on 18th December 1954 and whereas a situation of unprecedented importance has arisen which is likely to result in grave breach of peace, and commotion, the business of this House do stand adjourned to discuss a definite matter of urgent public importance, namely, the promulgation of orders under section 144, Criminal Procedure Code, at Tiruchirappalli prohibiting the staging of the drama "Valmiki Ramayana " on 18th December 1954, the arrest of Mr. M. R. Radha and subsequent consequences. '

" I wish to know from the hon. Member whether there is no other remedy and whether this House is the place for seeking the remedy."

* Sri P. RANGASWAMI REDDIAR :—" Mr. Speaker, Sir, at the outset I wish to draw the attention of the Government and the hon. Members to the fact that somewhere in 1926 or 1927, an adjournment motion was moved, admitted and discussed in the then Legislative Council with regard to the promotion of a Sub-Registrar overlooking or superseding the claims of some other Sub-Registrars. I will bring the volume and show it to the Speaker. If such a matter could be admitted and discussed under an adjournment motion, I hardly find any justification for not admitting this motion. This is the first time that a situation like this has arisen. Of course here and elsewhere, there are two sections."

Mr. SPEAKER :—" Let not the hon. Member go into the merits of the question. Let him convince me that this comes under the rules governing adjournment motions."

* Sri P. RANGASWAMI REDDIAR :—" The privileges and rights of individuals are curtailed by the Executive. In this case, even at the stage of intention, that is, long before the intended act was accomplished, the person was arrested. The drama was to have taken place at 9 or 10 p.m. and long before the scheduled hour, the person was arrested by the Police at his residence."

Mr. SPEAKER :—" Then there is a remedy in the Court."

* Sri P. RANGASWAMI REDDIAR :—" Individual rights are curtailed like this. Simply because a man said that he intended to do a certain thing, he was arrested. But he may change his opinion before actually doing the thing. He was not arrested in pursuance of any criminal warrant."

440 PROMULGATION OF ORDERS UNDER SECTION 144, CRIMINAL PROCEDURE CODE, IN TIRUCHIRAPPALLI

[20th December 1954

MR. SPEAKER :—" Whatever that may be, let us not go into the merits of the question. As soon as a person is arrested, should that matter be brought before this House and all other business adjourned? "

* SRI P. RANGASWAMI REDDIAR :—" My submission is that there is an equal amount of tension on the part of people who want to see the drama. Simply because a handful of elements want to create a breach of the peace, I think the Executive should not interfere. I wish to draw the attention of the Government to the fact that when the same party wanted to stage another drama in Karur in 1952, an order under section 144, Criminal Procedure Code, was promulgated. Mr. M. R. Radha appealed against that order to the High Court. The Judge in his judgment pointed out that the Police should have prevented the unruly and rowdy elements, from whichever party they may come, from doing mischief and that the order under section 144, Criminal Procedure Code, should not have been promulgated. I am not quoting the exact words, but I am giving only the substance of the judgment. That was brought to the notice of the Government in 1952 by me by means of an interpellation. I do not think the Government have either scrutinized the judgment or given any weight to it."

12-20 p.m. SRI S. SWAYAMPRAKASAM :—" Sir, apart from the subject-matter of the motion, one important point to be noted is this. We do not know what happened in Tiruchirappalli. But from the reports in the newspapers we find that Sri M. R. Radha who was to have staged a drama had been arrested. It seems from the newspaper reports that he had given public notice that he was going to break the ban imposed on him. During the night of the particular day he was going to stage a drama which was banned under section 144 of the Criminal Procedure Code by the Magistrate of Tiruchirappalli. He was, therefore, taken into custody early in the morning at 9 o'clock under section 151. Section 151 of the Criminal Procedure Code is a preventive one. Criminal jurisprudence goes to show that a man may announce that he is going to commit a certain offence but in the last minute it is open to him to change his mind and not commit the offence."

MR. SPEAKER :—" All this has to be argued in a Court of Law."

SRI S. SWAYAMPRAKASAM :—" Sir, to-morrow the man may be released. I am certain about that. But if the Government or their officials abuse the provisions of this section, there is no remedy even in a court. If a charge-sheet is filed in the court, then the case can be fought out. But in this case it has not happened. In these circumstances, the matter is very important."

* THE HON. SRI C. SUBRAMANIAM :—" Sir, I beg to disagree with the hon. Gentlemen that this is an important matter to discuss which there will be any justification to adjourn the business of this House. The hon. Gentleman Sri Swayamprakasam

CRIMINAL PROCEDURE CODE IN TIRUCHIRAPPALLI

30th December 1954] [Sri C. Subramaniam]

was arguing that there was no remedy available. I do not know why he says like that being a lawyer and after having been a Public Prosecutor also. There is a remedy available! If it is a case of illegal detention, one can always go to the court and get an order of release. If it is a case of legal detention, even this House cannot discuss it.

"With regard to the point made by the hon. Gentleman Sri Rangaswami Reddiar, it is only the rowdy elements that the Police are prosecuting and arresting now. Therefore, there need not be any complaint on that score."

MR. SPEAKER :—" There is a remedy for this case outside this House. If, as soon as an arrest is made, it is brought before this House as an urgent matter of public importance to be discussed, I do not think that we will be able to corry on any work here. I must tell the hon. Member Sri Rangaswami Reddiar that there is a remedy available in the court. He can go to a court. Therefore, I rule the motion out of order."

SRI M. PALANIYANDI :—" On a point of clarification, Sir. Simply because a man wants to stage a drama, is he a rowdy in the view of the Hon. the Finance Minister? "

MR. SPEAKER :—" Who said that? "

SRI M. PALANIYANDI :—" The Minister said just now that only the rowdy elements were arrested. Simply because a man wants to stage a drama, is he to be considered a rowdy? "

THE HON. SRI C. SUBRAMANIAM :—" I have no illusions in my mind. If the hon. Gentleman has some illusion, he may clear it himself."

III.—ANNOUNCEMENT BY THE HON. SPEAKER.

MESSAGES FROM THE COUNCIL.

MR. SPEAKER :—" I have to announce to the House that I have received the following messages, dated the 18th December 1954, from the Hon. Chairman, Madras Legislative Council :—

'(1) In accordance with rule 111 of the Madras Council Rules, I transmit a copy of the Indian Bar Councils (Madras Amendment) Bill, 1954 (L.A. Bill No. 47 of 1954), as passed and agreed to by the Council on the 18th December 1954 with no amendment and signed by me.

(2) In accordance with rule 111 of the Madras Council Rules, I transmit a copy of the Mappilla Marumakkattavam (Amendment) Bill, 1954 (L.A. Bill No. 44 of 1954), as passed and agreed to by the Council on the 18th December 1954 with no amendment and signed by me.

(3) In accordance with rule 111 of the Madras Council Rules; I transmit a copy of the Motor Vehicles (Madras Amendment) Bill, 1954 (L.A. Bill No. 45 of 1954), as passed and agreed to by the Council with no amendment and signed by me.' "

[20th December 1954

IV.—GOVERNMENT BILL.

THE MADRAS DRAMATIC PERFORMANCES BILL, 1954.

THE HON. SRI C. SUBRAMANIAM :—" Mr. Speaker, Sir, I beg to present the Report* of the Select Committee on the Madras Dramatic Performances Bill, 1954 (L.A. Bill No. 37 of 1954), and move—

' *That the Bill as amended by the Select Committee be taken into consideration.'*

" Sir, hon. Members are aware of the circumstances in which this Bill was referred to a Select Committee. After hearing evidence and scrutinizing the various clauses of the Bill, many changes have been made in the provisions of the Bill and it is now coming up for consideration before this House. Before I proceed to deal with the various points covered by the Report of the Select Committee and the various changes made in the provisions of the Bill, I would like to clear certain wrong impressions which are being created in the minds of the people. An impression is being created, and propaganda also is being made for that impression being spread, that as far as this Bill is concerned, there is a difference of opinion in the Cabinet and that, particularly, the Hon. the Chief Minister and myself are not seeing eye to eye in regard to this matter. It is an absolutely baseless statement and if hon. Members have any such impression or if anybody outside has any such impression, I want to clear that in the first instance. We are acting as a team and there is no use of setting one Minister against another for one's own purpose. I would have ignored this if this was being done by one particular section of the people alone, but it was being done by many others also, perhaps by some well-intentioned people also. Therefore, I thought that the earliest opportunity should be taken to clear that wrong impression in the minds of the people. In regard to the action taken with reference to the Madurai incident and even the Tiruchirappalli incident, rumours are being spread that the Hon. the Chief Minister is against taking any such action and that it is only the Hon. the Finance Minister that is goading the Government to take this action. Sir, it is not doing justice either to me or to the Chief Minister. The Chief Minister as such has complete control of the administration of the State. To say that I am acting over his head is not fair to him. So also to suggest that I am in a way disloyal to the Chief Minister is unfair to me. Hon. Members know the circumstances under which I entered the Cabinet of Sri Kamaraj Nadar."

* SRI K. VINAYAKAM :—" On a point of order, Sir. What is going on in the House? Is the Hon. Minister moving the Bill for the consideration of the House or is he justifying that there is no split in the Cabinet? We are not interested in all these things. The House is interested in the Bill being moved by the Government. We are not interested in knowing whether there is a difference of opinion between the Chief Minister and the Minister in

* Printed as Appendix V on pages 512–535 infra.

MADRAS DRAMATIC PERFORMANCES BILL, 1954

[Sri K. Vinayakam]

whether they are going to compose their differences and whether they are going to pull their weight jointly. Let the Hon. Minister move the Bill straightway and then justify what has got to be moved."

MR. SPEAKER:—" The Hon. Minister is only clearing some doubts."

SRI S. SWAYAMPRAKASAM:—" Sir, if any Member of this House has said anything about the differences of opinion in the Cabinet, then the Hon. Minister would be justified in making the remarks he has been making. But the Hon. Minister is going on saying that there is a rumour and he is replying to rumours. That may not be proper here. I do not think there is any justification for the remarks he has been making."

THE HON. SRI C. SUBRAMANIAM:—" Sir, I claim to know a little more of parliamentary procedure than the hon. Members."

SRI K. VINAYAKAM:—" This is an insult to a Member of this House."

MR. SPEAKER:—" It is not an insult. The hon. Member can claim that he knows better than the Hon. Minister." (Laughter.)

SRI K. VINAYAKAM:—" I am not going to blow my trumpet."

THE HON. SRI C. SUBRAMANIAM:—" If he has a trumpet, he will blow it hard. Unfortunately, he has no trumpet to blow. (Laughter.)

For the purpose of this Bill or for any other purpose, to imagine that the Cabinet is a divided House is perhaps a wishful thinking on the part of certain sections of the people. I want to stress before this House that it is absolutely unfounded.

It has also been stated that this Bill is being brought before this House not because the Government are anxious to introduce the same, but because there is some extraneous pressure on this Government, and that is why this Bill has been brought forward before this honourable House in such a hurry. For these statements also there is no basis whatsoever. It is merely the imagination of a fertile mind which perhaps thinks that some order has come from somewhere which we are bound to obey. Sir, we are an independent Government. We take our own decision. I must categorically state that this is purely the decision of this Government and so there is no question of any extraneous pressure coming into operation for the purpose of making us bring forward this Bill before this House.

" There is another rumour going about, viz., that certain Ministers are religious-minded and, therefore, they want to protect religion and for this purpose only this Bill has been brought forward. Even if I had no belief in religion and no faith in God, as an administrator and as a person responsible for the administration of the State, I would have been the first person to bring forward this Bill. We are not concerned with either following any set of religion or not following any religion at all. We are also not concerned with doing propaganda in favour of religion or against religion. What we are concerned with here is to have an orderly society and to see that the freedoms guaranteed in the Constitution are properly preserved and safeguarded. Therefore, it is not with a view to protecting religion that this Bill has been brought forward. No Government can protect religion if the people are against it. If the people want religion, nobody can efface religion. As God is omnipotent and omniscient, it is not necessary for any Minister or any Government to protect Him. He will protect himself. So, people need not go under the impression that it is for any such purpose that this Government have brought forward this Bill. When we discuss the clauses, I will explain the scope of the various clauses. For the present, I would like to disabuse the impressions of Members which have been gaining ground with regard to a particular clause, viz., that which deals with religious beliefs and religion.

"Originally, I intended to move a motion with regard to this Bill to take it for consideration straightway without reference to a Select Committee. But, I agreed for referring the Bill to a Select Committee when I came to understand that the dramatic artistes and other persons engaged in the profession had grave misapprehensions with regard to the Bill. Whether those misapprehensions were well-founded or not, myself being responsible to the people, it was my duty to clear those misapprehensions. So, I wanted to give an opportunity to them to put forward their point of view before the Select Committee, so that if there were any grounds for misapprehension those grounds could be easily removed. That is why I was very particular to hear the evidence of those persons who were engaged in the particular profession, viz., the artistes and others. We gave them a full hearing. I am glad to state that after the changes which we have made in this Bill, all those persons who represented the drama artistes have welcomed this Bill. I have received a letter from the Association representing dramatists which is to this effect—

'நாடகக் கழகம்—

திருத்தப்பட்ட நாடக மசோதாவை நாடகக் கழகம் வரவேற்கிறது. நாடகக் கழக நிர்வாகஸ்தர்களின் கூட்டம் 1954ஆம் டிசம்பர் 19உ காலை 9 மணிக்கு நடைபெற்றது.

வந்திருந்தவர்கள்—திருவாளர்கள் என். எஸ். கிருஷ்ணன், டி. கே. ஷண்முகம், டி. என். சிவதாணு, எஸ். வி. சஹஸ்ரநாமம், ஜி. கே. சேஷகிரி, டி. ஸ்ரீனிவாஸ ராவ், நாரண துரைக்கண்ணன், ஜி. கோவிந்தராஜுலு நாயுடு, முதலியவர்கள்.

விசேஷ அழைப்பாளர்கள்—டி. எஸ். துரைராஜ், எம். ஜி. ராமச்சந்திரன்.

பரிசீலனைக் குழுவினரால் ஆராயப்பட்டு திருத்தங்களுடன் வெளிவந்துள்ள நாடக மசோதாவைப்பற்றி செயற்குழுவினர் நன்கு விவாதித்து கீழ்க்காணும் தீர்மானத்தை நிறைவேற்றினர்.'"

20th December 1954]

SRI M. NARAYANA KURUP :—" On a point of order.

THE HON. SRI C. SUBRAMANIAM :—" Let me finish the sentence. Then the hon. Member can raise his point of order.

'தீர்மானம்—

புதிய நாடக மசோதா சம்பந்தமாகப் பரிசீலனைக் குழுவினரின் முன்னிலையில் சாட்சியங் கொடுத்த நாடகக் கழக செயற்குழு உறுப்பினர்கள் எடுத்துக் கூறிய திருத்தங்களில் பெரும்பாலானவற்றை சர்க்கார் ஏற்றுக் கொண்டு திருத்தப்பட்ட மசோதாவை இப்போது வெளியிட்டிருப்பதால்; இம்மசோதாவை நாடகக் கழகம் வரவேற்கிறது.

(கையொப்பம்)

பொதுச் செயலாளர்.' "

SRI M. NARAYANA KURUP :—" I want to know whether the Hon. the Minister for Finance is reading or referring to a document which is before the House."

MR. SPEAKER :—" If the hon. Member wants, it can be roneoed and circulated to the hon. Members."

SRI S. RAMALINGAM :—" கனம் சபாநாயகர் அவர்களே, மலபார் நாடக சமிதி இந்த நாடக மசோதாவை உடனடியாகக் கைவிடவேண்டுமென்று ஒரு தீர்மானம் நிறைவேற்றியிருக்கிறார்களா? அப்படியானால் அந்தத் தீர்மானத்தையும் கனம் நிதி மந்திரி அவர்கள் இந்தச் சபையில் படித்துக் காட்டுவார்களா?"

MR. SPEAKER :—" அது உங்களிடமிருந்தால் அதை நீங்கள் படித்துக் காட்டுங்கள். நான் உங்களை அப்படிப்படிக்க அனுமதிக்கிறேன்."

* THE HON. SRI C. SUBRAMANIAM :—" I have not received any other communication from any of the Associations, actors, actresses or anybody else."

MR. SPEAKER :—" The rule is this. When anybody cited a document in the course of his speech in the House, it should be placed on the table of the House if any hon. Member wanted it to be so placed. Only when any hon. Member wants a particular document to be placed on the table of the House, it will be done. If the hon. Members want, the document read by the Hon. Finance Minister will be roneoed and circulated to them."

SRI S. SWAYAMPRAKASAM :—" The Hon. the Minister for Finance is going on saying that his intention and purpose in referring the Bill to a Select Committee was solely to satisfy certain sections of dramatists. In support of his argument that he was able to satisfy those dramatists, he has read a letter also. Members of this House, especially those on this side, wanted that the Bill should be referred to a Select Committee so that the House could be satisfied with regard to the necessity of the Bill. Now, the Hon. the Minister for Finance says that he agreed to refer the Bill to a Select Committee only to satisfy the dramatists. It is rather undesirable and I must take it as an insult to this House."

THE HON. SRI C. SUBRAMANIAM :—" Hon. Members on the opposite side themselves have been putting forward the plea that the artistes and others engaged in the profession ought to be consulted in the matter. The hon. Leader of the Opposition, as a matter of fact, was telling the other day that the association of dramatists and other persons who were engaged in the profession were all opposed to the Bill. This was one of the chief points put forward by the hon. Leader of the Opposition the other day. Therefore, I took note of this aspect of the matter which was put forward by the hon. Leader of the Opposition. How can we go away from the people? After all, we are here for the people and because of the people. Let us not imagine that we are something quite different from the people. It is not as if what we consider or think is the best and we need not take into consideration what other people think about us. We have to think about other people and that alone will be the best way for the effective functioning of this House and it is not proper to merely exclude ourselves completely from the people and insulate ourselves with our own opinions. So, when I referred to that matter, it was because the Government attach particular importance to the views of those people who are likely to be affected by this Bill more than anybody else. The Government are certainly entitled to take note of the views expressed by those who were bound to be affected by any provision of this Bill. Therefore, to say that this is an insult to the House is without understanding what this House is and what the scope of this House is. After all, I was really glad that I was able to satisfy the artistes concerned and other persons vitally concerned in this matter. Also incidentally, I was able to satisfy those hon. Members of the House who stated on the floor of the House that the dramatic artistes and others engaged in the profession were all against the Bill and therefore the Bill should be referred to a Select Committee. Especially the hon. Leader of the Opposition was quite particular and keen that the dramatic art should not be affected and the artistes should not be prejudicially affected by this Bill. He was also very keen that those engaged in the profession should not be prejudicially affected by this Bill. It was a very relevant point. If I have been able to satisfy those people, then it is necessary even for the hon. Leader of the Opposition to revise his views about this matter. That is my earnest appeal to him.

12-40 p.m. " But, Sir, in spite of that his party has represented as if even after the consideration of the Bill by the Select Committee the Bill has not been improved, but that the Bill is a blow against democracy. After all the word ' Democracy ' is a much abused word. It can be used for any purpose. ' Democracy and People ' used in a certain context would mean only the Communist party. The Communist party always takes the attitude ' We are the people and nobody else can represent the people.' Ultimately it resolves itself into this. Whenever words like people and democrary are used, it ultimately reduces itself to the Communist party and even within the Communist party, a small coterie who take decisions on these matters. Therefore I would appeal even now to the hon. the Leader of the Opposition and his party to take note of the views I have just referred to. We have sat in the Select Committee and we have tried to make as many improvements in the Bill as possible so that the development of art may not be prejudicially affected. We are all interested, whether we belong to the Communist party or to the Congress party or to any other party, in the development of the arts of our country. If anything would prejudicially affect it, we are bound to take notice of it and see that those things which are likely to create—actually it may not create difficulties but people might feel it is likely to create difficulties—difficulties are removed. That is what we have attempted to do and in that attempt we should say we have succeeded to a great extent. Unfortunately it is not merely the dramatic art as such that is being affected. The opposition to the Bill is not on merits with regard to dramatic performances, but it is a political opposition. It is always the duty of the political opposition—and perhaps it is right too—to try to fish in troubled waters. Therefore whenever an opportunity occurs, it is open to the parties in opposition to exaggerate the difficulties and try to create disaffection against the Government. We are bound to function in that way whenever we function as party Governments. I do not grudge that. The opposition to the Bill therefore should not be placed above this by saying that it is on behalf of the people, that it is on behalf of democracy that they are opposing the Bill. That is what I am objecting to. If it is a political opposition, I can very well understand and appreciate it and I welcome it. But to put it on the high principle of democracy and the interests of the people is trying to mislead the people and trying to mislead this House also.

"Now let me come to the various provisions in the Bill, in which we have made changes and explain for the benefit of hon. Members who were not on the Select Committee, why these changes have been made and for what purposes. The important provisions in the Bill are contained in clause 2, which defines 'objectionable performance.' Under that clause the original item (iii) under sub-clause (1) has been deleted. That related to the incitement of persons to interfere with the supply and distribution of food or other essential commodities or with essential services. In the present context we thought it was not necessary. Perhaps such a clause might be necessary in case of an emergency like war. For that we thought we need not make a provision here. Even when I moved this Bill for reference to Select Committee, I indicated that, and so we have now removed it.

"The two other items which were most controversial were the original items (v) and (vi), the present items (iv) and (v). The present item (iv) as it originally stood referred to fomentation of class hatred between the various sections of the people of India. It was couched in too wide terms. I gave an indication regarding this also even when I moved that the Bill be referred to a Select Committee. Now we have confined it only to 'incite any section of the citizens of India to acts of violence against any other section of the citizens of India.' Therefore that is limited only to incitement to violence against any particular section of the people. I am sure this would be welcomed by all hon. Members of this House.

"Then, Sir, I will take up item (v) which is a little more important, because of the various views expressed on this item, namely, that in the guise of protecting the feelings of the religious minded people this should not be taken advantage of for the purpose of completely shutting out anti-religious propaganda, propaganda against religions and against God. Sir, as far as I am concerned, I am of the view that complete freedom should be given for all persons to propagate and to observe their own religious faiths as also freedom for others to propagate that people should not believe in religion and that they should not believe in God. In these matters complete freedom should be given. And this is guaranteed in the Indian Constitution under freedom of opinion and expression.

" Sir, in this connection I may tell hon. Members that I have absolutely no ill-will or ill-feelings against those people who want to preach against God and against religion because I can very well understand their point of view. After all it is only a very few who know the ' Truth '. Therefore there should be propaganda for both points of view. Ultimately truth will prevail. For the purpose of arriving at the truth it is necessary to argue both sides of the case. We cannot shut out one side and arrive at the truth. Even from the point of view of religion and even from the point of view of the search for truth, it is necessary to give freedom to put forward the various points of view. Therefore, Sir, I am not against propaganda in favour of anti-religion, or anti-God. But I think, in this, we have to observe certain restraints because in doing so we should not try to wound the feelings of others, wound the feelings of others not in the sense, simply because I believe in God or I believe in religion but another person preaches against religion and against God, he is wounding my feelings. That is not the thing. If hon. Members would permit me to make a comparison or give an illustration for this purpose, I would like to give the one which I gave before the Select Committee. Suppose I do not like Communist party principles. If I do not like them, certainly, it is open to me to go out and do propaganda against communism and their principles and ask them to accept my points of view. For that purpose should I denounce or defame Marx, who founded communism? Should I slander Lenin or Stalin and all those people who worked for the propagation of communism? It is absolutely unnecessary. Communism is being glorified by certain sections of the people and communism has been established and has been worked out by Marx, Lenin, Engels and Stalin and all others. If I want to attack communism, should I have freedom to attack the founders of the principles of communism and all those people who worked for the establishment of communism? That would be going a little too

"That is my honest opinion. Hon. Members should differentiate between the two, to slander accepted leaders, accepted characters who are held in high esteem, who are held as Godly by certain sections of the people is quite different from doing propaganda against religion as such or against God as such. As I pointed out doing propaganda against communism is quite different from slandering all those people who believed in communism now or who worked in the past for the establishment of communism.

"Therefore, Sir, if we are able to have this difference in mind, I have absolutely no doubt that every section of the people will have complete freedom to enact any drama they like, to do any propaganda they like but subject to this limitation. After all the people who propagate anti-religion say that their propaganda is based upon reason whereas religion is based upon emotion. If their views are based upon reason why should they not reason it out with people and say these are the things to which we are opposed and to which people should not give their adherence and all that? Is it necessary for the purpose of establishing that there is no religion, to appeal to emotion by decrying, by defaming the characters? I say it is absolutely unnecessary. I may tell hon. Members who have particular objections to this that it is not the intention of the Government to ban anti-religious or anti-God propaganda. But such propaganda should not be done by defaming and slandering other people which is likely to arouse the emotion of people. If arousing the emotion of the people would not lead to any harmful result we can ignore it. But there are others, just as the Communists hold in high esteem, Lenin, Stalin and Marx, as persons of extraordinary merit, who hold some characters as Gods and as heroes. Should we go and defame such characters? That is the main thing which hon. Members should bear in mind in considering this sub-clause.

"Therefore, we have purposely redrafted the orginal sub-clause (vi) as sub-clause (v). According to the original sub-clause as it stood, even a mere anti-religious propaganda or anti-God propaganda would come within its mischief and that is why we have now provided in the present sub-clause (v) that a performance can be called 'objectionable' only if it is deliberately intended to outrage the religious feelings of any class of the ctizens of India by insulting or blaspheming or profaning the religion or the religious beliefs of that class. Therefore, we have further restricted it, so much so that unless it is deliberately intended to outrage the religious feelings of any class of the citizens of India, it will not come within its mischief. If that is not the deliberate intention, it will not come within its mischief.

"Then, sub-clause (vi) is a non-controversial clause, to which no particular objection was taken by any hon. Member. It is an ordinary provision in any ordinary criminal law or in any Press law or in any other law.

We again thought there should be a proper explanation—Explanation I,—so that a mere incident here or there should not make a dramatic performance objectionable. Certain scenes might be enacted for the purpose of carrying force to a particular argument and that particular scene or particular incident should not be taken into consideation for the purpose of finding out whether a drama is objectionable or not. That is why the original Explanation has been redrafted as follows :—

> 'A performance shall not be deemed to be objectionable merely because in the course thereof words are uttered, or signs or visible representations are made, expressing disapprobation or criticism of any law or of any policy or administrative action of the Government with a view to obtain its alteration or redress by lawful means.'

So also Explanation II, which is an important Explanation, has been redfafted as follows :—

> 'In judging whether any performance is an objectionable performance the play, pantomime or other drama sha'l be considered as a whole.' (And not any particular incident or any particular scene here and there.)

Therefore, hon. Members need not go under the impression that under this clause any particular type of propaganda will be put down. It is only when it crosses the limit and when it is likely to affect the other people concerned, the Government will come into the picture. They have to hold the scales even between believers and non-believers. But non-believers cannot claim a privilege as against believers. Believers have got every right to ask people to believe in religion or God as non-believers have got every right to ask the people not to believe in religion or God. Both have got to be protected. ' Therefore, for the purpose of seeing that, in this process, there is no unnecessary conflict between one section of the people and another, we have to enact a law to solve the conflict. Sir, we are engaged in building up our country. Our energies should not be dissipated by feelings of hatred or acts of hatred by one section as against another section of the people. So the Government have got to see that these conflicts do not arise and one section is not set up against another section of the people and our energies are not dissipated in these unnecessary and unwanted controversies. Therefore, it is not a case of Ministers believing or not believing in God. We have to view all these aspects from the Government point of view. It is not the intention of the Government to ban, under this guise, any particular type of propaganda unless it comes specifically within the mischief of the clause, viz., 'trying to incite people to acts of violence or trying to wound the feelings of a particular section of the people in the cause of Art.'

" Sir, particular objection was taken with reference to the punishment provided for an objectionable performance when it has not been already prohibited. We gave considerable thought to this matter. After all, the Indian Penal Code provides punishment for offences already committed. The Dramatic Performances Bill is brought forward for the purpose of preventing certain things taking place. If any objectionable thing has been done or

THE MADRAS DRAMATIC PERFORMANCES BILL, 1954

[20th December 1954] [Sri C. Subramaniam]

enacted on the stage, it comes under penal provisions and straight-away action can be taken under the Indian Penal Code for that particular offence before any court of law. Therefore, it was thought that it was not necessary to have the original clause 3. Particularly the attention of the Select Committee was drawn to the fact that that clause was too wide and anybody could be punished for the performance of an objectionable performance, not only the owner of the theatre and principal actors but also even persons who in anyway lend any help by even drawing the curtain. So, we have removed that clause altogether.

"With regard to power to prohibit objectionable performances, we have also made a slight change in sub-clause (2) of clause 3 which now runs as follows :—

'No order under sub-section (1) shall be passed without giving a reasonable opportunity to the organizer or other principal persons responsible for the conduct of the performance . . .'

Even in the original sub-clause as it stood, there was provision that a reasonable opportunity should be given to the party concerned to explain himself before a particular performance is declared to be objectionable. As far as clause 3 is concerned, this is the only change.

"Then, I come to clause 4 which gives power to prohibit objectionable performances temporarily. In the original clause 5 it was stated that either the Government or any authority who may be authorized by the Government could take action for the purpose of temporarily prohibiting an objectionable performance. A representation was made with some force that if that original clause was left as it stood, it was likely to lead to harassment by all sorts of officers and therefore a high-placed official alone should be authorized in this behalf and it should not be left to the Government to decide the matter. That is why we have said in clause 4 that as far as the districts are concerned, the District Collector is authorized in this behalf. So far as the Madras City is concerned, the Commissioner of Police who exercises the powers of a District Collector as far as prohibitory orders are concerned, is authorized to issue the prohibitory order. Not only that. We have also further restricted the power to prohibit an objectionable performance. Only if the District Collector or in the City the Commissioner of Police is of the opinion that a particular performance comes within the purview of an objectionable performance as defined in clause 2 and is likely to lead to a breach of the peace, then alone he can issue the order under the existing clause 4. Sir, in this connection, certain arguments were advanced, namely, why should there be a special law for dramas alone and are not the provisions of other laws sufficient for the purpose of prohibiting objectionable performances? The hon. Leader of the Opposition also pointed out that even in the case of the Press, only after there were three or four instances of the publication of objectionable matters, there was prosecution or security was asked to be deposited. I would like to point out the essential difference between the drama and the Press. After all, a drama is not a sudden thing which is being enacted on the stage. Dramas have to be written first. Then the question, what is the drama to be enacted, has to be decided. Then come the characters who enact the drama, the persons concerned memorizing their respective parts. So, long before a 1 p.m. dramatic performance is enacted on the stage, details like the script of the drama, the names of actors and actresses who have to take part in it, what part each actor or actress has to play on the stage, etc., are all settled and, therefore, there is no question of doing things in a hurry by the organizers of a drama. When the organizers of a drama publish that they are going to enact a drama, the script of the drama is ready, the actors and actresses taking part in it are ready and the place where the drama is going to be enacted is also settled, and unless something occurs in between, they are bound to stage the drama. That is the essential difference between the commission of an offence under this Bill and the commission of any other offence or even publication of some objectionable matter in a daily newspaper. In a newspaper the same matter cannot be published again and again. If a newspaper does not publish a thing on the same day it occurs, it ceases to be a newspaper; it will become a historical matter. Long before the enactment of a drama everything is settled and it should be possible to decide whether it is an objectionable performance or not. If a particular drama that is going to be enacted is objectionable, there is certainly nothing wrong in prohibiting it. This essential difference should be borne in mind by persons who take objection to the fact why dramas which are objectionable alone should be prohibited whereas other offences are not prohibited even before commission. We have got powers to deal with other offences also. Considering the nature of the drama, pantomime or other dramas, there is nothing wrong in prohibiting what will admittedly be an objectionable performance. That is the justification for this new clause 4 wherein we have given powers to certain authorities to prohibit objectionable performances. Even that prohibition is limited to a period of two months. Even though a dramatic performance is objectionable, if it is not likely to lead to a breach of the peace, it does not come into the picture at all. There are two conditions to be satisfied, namely, that it should be objectionable and there should be a likelihood of a breach of the peace. Supposing an ordinary drama which is not objectionable is enacted and if people were to create disturbances, certainly with reference to that, action cannot be taken under clause 4. Therefore, clause 4 will come into operation when these two essential conditions, namely, that the dramatic performance comes within the definition of an 'objectionable performance' given in clause 2 and that it is likely to lead to a breach of the peace are satisfied. In such cases, Government have got to intervene and protect the people.

"Clause 5 relating to 'service of order of prohibition' deals with procedural matters. Clause 6 deals with 'penalty for disobeying orders referred to in section 3 and section 4'. Some hon. Members of the Select Committee thought that six months' imprisonment provided for in the original Bill was a little bit long. In the original Bill the amount of fine also was not specified. The period of imprisonment has been limited to three months and the amount of fine to be levied to Rs. 1,000. Amendments carried out in clause 7 are only consequential.

"Clause 9—Power to call for purport of drama—Has also been criticised. In the dissenting minutes it has been stated that all dramas are likely to get into difficulties. It is only when there is suspicion that it is an objectionable drama, the authorities as the State Government may empower on their behalf, may call for such information as they may think necessary. Within seven days, such authorities will have to give a decision whether it is objectionable or not. I am sure this matter—whether a drama is objectionable or not—will be carefully gone into and the authorities passing the orders will have to put in writing the grounds on which their suspicion is based. Only under these circumstances can a script be called for and even in cases where a script has been called for, orders will have to be passed within a period of seven days. Those who have criticised these provisions are only exaggerating the difficulties. These clauses are not going to be used for the purpose of seeing that particular dramas are not enacted. It is only in very exceptional cases where there is reason to believe that a particular drama is very objectionable, that the script will be called for. In other cases, we have to wait till the drama is enacted and then find out what the subject-matter of the drama is and whether any further action has to be taken. In extreme cases, it may be necessary to call for information even beforehand. It is only for that purpose that this clause has been provided.

"Clause 10 relates to appeal to the High Court. We have provided that every appeal shall be heard by a Bench of not less than two Judges. At one stage, I thought whether the appeal should not be preferred by the Government on a communication by the party affected. I also thought that that would be more advantageous to the parties concerned. But on a further consideration of the matter, I came to the conclusion that such an arrangement would be restricting the scope, and remedies; the parties affected might not be available immediately. If such a provision is not made in the Bill, notice will have to be given first to the Government by the party affected that they object to the order. Then the Government should consider it and then refer the same to the High Court. All that will take time. After that, when the Government refer it to the High Court, notice will have to be served on the other party and that party may be residing in Madras or in a mufassal place. If the party is in a mufassal place, it may take a little more time to serve the notice on the party. But if it is the case of the party going to the High Court straightaway, the Government Pleader of the Public Prosecutor will immediately take notice and interim orders can be obtained in two or three days, as in emergent cases bail can be moved and obtained quickly. That is why I thought that such a provision was absolutely necessary. We did not wish to restrict the rights of the people and we, therefore, gave up the idea and retained the clause as it was in the Bill when published originally.

[Sri C. Subramaniam] [20th December 1954

"As far as the rules to be made by the Government to carry out the purposes of the Act are concerned, we have re-drafted the clause—clause 13—so that all rules shall be laid on the table of the House for the purpose of scrutiny by the Members.

"If only hon. Members view this Bill without prejudice, without pre-conceived prejudice, I have absolutely no doubt that they will welcome this Bill. I will give this assurance on behalf of the Government that it is not the intention of the Government to use this Bill extensively for the purpose of interfering with the development of dramatic art. It is only in extreme cases where it has got to be prohibited in public interest, in the interests of a large section of the people and in the interests of law and order of the State, that the provisions in this Bill will be used. Therefore, hon. Members need not be under the impression that anything and everything will be prohibited.

"I shall refer to one more argument put forward with regard to religious freedom and with regard to the present clause 5. I attach considerable importance to it because I also appreciate the points that have been put forward by certain sections of the people. I want to give them the assurance that it is not as if we want to prohibit anti-religious propaganda or anti-God propaganda as such. Take this case, Sir. Leaving those who belong to the Hindu religion, we have got Christian minorities and Muslim minorities. Suppose slandering of Christian Gods or Saints takes place. Then, are we not bound to protect these religious minorities? Particularly because they are religious minorities we are bound to protect them. Then, take the case of Muslim minorities. Suppose, to-morrow a drama is enacted pointing out the various absurdities in the Muslim religion will it be tolerated by any section of the Muslim minorities? Should not the Government take some action for the purpose of seeing that such a catastrophe does not take place? Are we not bound to protect religious minorities? Should not Government take sufficient caution? Are we to provide for the protection of the religions of the minorities alone, and in respect of the religion followed by the majority section of the people are we to keep a blind eye? That will amount to discrimination from another point of view. It is absolutely necessary that we should give protection and we should have a clause as the present clause 5. Therefore, I appeal to hon. Members to view this Bill from this point of view and if any other points are raised in the course of the debate, I shall try my best to reply to the best of my ability."

* SRI M. NARAYANA KURUP :—" On a point of order, Sir. The Hon. Minister concluded by saying that this Bill was intended to protect the religious minorities. That is exactly my complaint. There is a lacuna, in this Bill . . ."

* THE HON. SRI C. SUBRAMANIAM :—" The hon. Member is arguing on a wrong premise."

SRI M. NARAYANA KURUP :—" Supposing an obnoxious drama is staged objectionable to a minority and supposing the Government do not take steps to prohibit it, is there any provision for the minority to get redressal? " 1-10 p.m.

* THE HON. SRI C. SUBRAMANIAM :—" Sir, evidently the hon. and learned Member was not following my argument. We are bound to protect the religious minorities and if we are bound to protect the religicus minorities, then should there be a provision for the protection in respect of them alone? Can we do it and can we have such a clause? If we do that would we not be discriminating between the religion of the minorities and the religion of the majcrities? Therefore, a general provision like this is necessary."

TWO VOICES :—" His point is different."

* THE HON. SRI C. SUBRAMANIAM :—" He was not pointing out any lacuna in my argument, I suppose and as far as outraging religious feelings, etc., is concerned sub-clause 1 (v) of clause 2 provides for it. We have not restricted it and it may concern a minority or a majority. That clause is nct restricted to a minority or a majority . . ."

SRI S. SWAYAMPRAKASAM :—" By way of explanation, Sir. The hon. member Mr. Kurup wanted to say : 'There is a drama which is objectionable as per the various clauses of the Bill and supposing the Gcvernment or the Collector concerned do not take any action to prohibit that drama, what is the remedy open to such persons whose feelings are hurt? "

THE HON. SRI C. SUBRAMANIAM :—" They can appeal to the Government."

MR. SPEAKER :—" Motion moved—

'That the Madras Dramatic Performances Bill, 1954, as recommended by the Select Committee be taken into consideration.'

" There are amendments. Mr. Kalyanasundaram may move his amendment."

SRI M. KALYANASUNDARAM :—" Sir, I beg to move my amendment, namely—

> '*That* after *the words* " *be taken into consideration* ", insert *the words* " *this day one year* ".' "

SRI K. P. GOPALAN :—" I second the amendment."

* SRI M. NARAYANA KURUP :—" Sir, it was agreed that the Bill will be taken up clause by clause tomcrrow. Therefore, will it not be better that these amendments are moved when we discuss clauses? "

MR. SPEAKER :—" These amendments are not for any particular clause; they are for the whole Bill."

DRAMATIC PERFORMANCES BILL
20th December 1954

SRI A. RATNAM :— " I beg to move that—
   " After the words " be taken into consideration ", insert the words " this day three months "." "

SRI K. VINAYAKAM :— " I second the amendment."

MR. SPEAKER :— " I must inform the hon. Members Sri Ramalingam and Kanaran that their amendment is out of order. It is an amendment which was first moved by the hon. Member Sri Swayamprakasam and it was voted down by the House. We have passed that stage and the Bill has already gone before a Select Committee . . ."

SRI S. SWAYAMPRAKASAM :— " It was not voted down by the House, Sir. It was under particular circumstances withdrawn."

* **SRI P. RAMAMURTHI :—** " Sir, the Bill now before the House is different from the one that was before the House earlier. The House then voted that the Bill be referred to a Select Committee and the Select Committee have made certain changes in the Bill and the Government have now brought forward the changed Bill. Now it is open to the House to come to the conclusion that this Bill must be circulated for eliciting public opinion."

MR. SPEAKER :— " It is not to please anybody we are here. We are following certain rules and the Hon. Leader of the Opposition should refer to the relevant rule. Please refer to Rule 107."

(Sri C. H. Kanaran stood up in his seat.)

MR. SPEAKER :— " Your Leader has argued the case."

SRI C. H. KANARAN :— " Supposing the House now feels that the Bill should be circulated? "

MR. SPEAKER :— " We have passed that stage now."

SRI C. H. KANARAN :— " What is the remedy, Sir? "

MR. SPEAKER :— " The remedy is, let the House reject the Bill. Let the House vote it down."

SRI A. RATNAM :— " I beg to move that—
   " For the words " be taken into consideration ", substitute the words " be dropped "." "

SRI K. VINAYAKAM :— " I second the amendment, Sir."

SRI P. RANGASWAMI REDDIAR :— " I move the amendment standing in my name, namely :—
   ' Add at the end of the motion the words " and be dropped for the present "." "

The amendment was duly seconded.

MR. SPEAKER :—" The motion and the amendments are before the House for discussion. I now call upon the hon. Member, Sri P. T. Rajan to speak."

* SRI P. T. RAJAN :—" Sir, am I to speak on the motion or the amendments. I do not want to speak on the amendments."

MR. SPEAKER :—" The hon. Member may speak on the motion."

* SRI P. T. RAJAN :—" Mr. Speaker, constitutional pandits apart, the Hon. the Leader of the House is right in saying that there is team spirit in the Cabinet and the public will be very happy that their Government is working as a team and smoothly.

" Coming to the Bill itself, I have no objection to the Government having such powers as it wants. After all the occupants of the Treasury Bench are there now and they have no permanent right of occupancy, they will be there to-day and the Friends to my right may occupy it to-morrow."

SRI S. PANCHAKSHARAM :—" We are not 'melvaram' people here."

* SRI P. T. RAJAN :—" We are not discussing 'melvaram' here.

" The Hon. the Leader of the House said that he was providing for an appeal to the High Court. Probably there is a suspicion in the minds of the people that the Government are rushing through this Bill because of the unfortunate Madurai incident. Then some people suspect that the Government have some idea in rushing the Bill through, because they are against a particular party. I am happy to be assured by the Leader of the House that there was no attempt cn the part of the Government to aim this legislation at one party or the other. But what I would like, to be assured is that this Bill will be used in a judicious manner and secondly that the Government would permit their officers in the districts to work this law without let or hindrance. I should like to make my position clear in this way. Supposing the Collector of a certain district says that a particular performance should not be enacted, then it should not be open to the Government, because they get some letter or some message from a handful of people, to depute some officer from Madras to enquire whether what the Collector is doing is right or wrong. So I would like to have that assurance from the Government that this Act will be worked by their subordinates without interference from the Government at Headquarters.

" As a matter of fact, what I have in my mind is this. There was an attempt by a handful of men in Madurai in connexion with the staging of a play called 'Ramayanam' by Mr. Radha and that handful of people made up their minds to deliberately

[Sri P. T. Rajan] [20th December 1954

break the law and prevent the drama. The local authorities concerned took necessary action and everything was put in order. But the Government took it upon their head to depute two important persons, the Inspector-General of Police and a senior member of the Board of Revenue to go to Madurai and make enquiries. I do not find any reason or any necessity for such an action on the part of the Government. They have got their local officers and I believe they can depend upon their own local officers. Only when they do not have confidence in their local officers the Government can think of interfering. So, looked at from that point of view I would like to know how this legislation is going to be worked. I feel that the local officers must be given full discretion and only when the Government are convinced after hearing a report from the officer of the area concerned, they should think of interfering.

1-20 p.m. "If such an assurance is forthcoming, I shall be happy. No doubt, at the time of foreign rule, it was thought that it was patriotism to defy law and order. But to-day, in the year of Grace, 1954, we have freedom and we have our own people running the Government. When such is the case, why should a handful of persons try to defy law and order? It is the duty of the Government to maintain law and order at any cost. If such an assurance is forthcoming, I shall be happy to support the motion moved by my Friend, the Leader of the House."

* Sri P. RANGASWAMI REDDIAR :—" கனம் சபாநாயகர் அவர்களே, உலக சட்டசபை வரலாற்றிலே, முதன் முதலாக தனிப்பட்ட ஒருவர் நடத்தும் நாடகத்தை தடைசெய்ய ஒரு மசோதா கொண்டுவருவதும் இவ்வளவு துரிதப்படுத்தி அதை நிறைவேற்றுவதற்கு முயல்வதும் இதுதான் முதல் தடவையாகும் என்று நான் கருதுகிறேன். இதே சட்டசபையில் இரண்டரை அல்லது மூன்று ஆண்டுகளுக்கு முன்பு மதராஸ் ஸிவில் கோர்ட்டுகள் சட்டத்தின் (Madras Civil Courts Act) திருத்த மசோதா ஒன்று நிறைவேறியிருக்கிறது. ஜில்லா முன்சிப் கோர்ட்டுகளுக்கும் ஸிடி ஸிவில் கோர்ட்டுகளுக்கும் அதிகார வரம்பை வகுப்பதற்காக நிறைவேற்றப்பட்டு இரண்டரை ஆண்டுகளாகியும் அந்தச் சட்டமானது அமுலாக்கப்படவில்லை. கெஜட்டில் விளம்பரம் (notify) செய்யப்படவில்லை. இதுமாதிரி பலவித மான பிரச்னைகள் இருந்தாலும் நாடகங்களைத் தடைப்படுத்துவதற்காக கொண்டுவரப்பட்டிருக்கும் இந்த மசோதாவானது . . ."

Mr. SPEAKER :—" அனேக அங்கத்தினர்கள் பேசவேண்டுமென்று விருப்பம் தெரிவித்திருப்பதால் ஒவ்வொரு அங்கத்தினருக்கும் 10 நிமிஷங்கள் வரை பேசுவதற்கு அவகாசம் கொடுப்பதாக வரையறுத்திருக்கின்றேன்."

* Sri P. RANGASWAMI REDDIAR :—" நான் பேசுவதற்கு பதினைந்து நிமிஷங்கள்வரை நீங்கள் அனுமதி தரவேண்டுமென்று கேட்டுக் கொள்கின்றேன்.

" நாடகங்களைத் தடை செய்வதற்கான மசோதாவைக் கொண்டுவருவது அவ்வளவு அவசரமில்லை என்று நான் நினைக்கிறேன்.

" ஒரு தனிப்பட்ட நபருடைய நாடகத்தை அல்லது தனிப்பட்ட நபர் நடத்தக்கூடிய 'வால்மீகி ராமாயண' நாடகத்தை தடைப்படுத்துவதற்காகத் தான் இந்த மசோதா கொண்டுவரப்பட்டிருக்கிறது என்பது கனம் நிதி அமைச்சர் அவர்கள் இன்று செய்த பிரசங்கத்திலிருந்து ஒருவாறு தெளிவாகியிருக்கிறது.

20th December 1954] [Sri P. Rangaswami Reddiar]

“ நிதி மந்திரி அவர்கள் பேசும்போது, 'நாடகர் கழகத்தாரிடமிருந்து பதில் வந்திருப்பதாகவும், இந்த மசோதாவை அவர்கள் ஆமோதித்துவிட்டதாகவும் குறிப்பிட்டார்கள். ஆகவே, இப்பொழுது இருக்கிற ஒரே ஒரு பிரச்னை தோழர் ராதா குழுவினர் நடிக்கின்ற வால்மீகி ராமாயண நாடகத்தைப் பற்றி தான்.

“ நான் முன்பு ஒரு தடவை குறிப்பிட்டிருப்பது போல, 1952-ம் ஆண்டில் கரூரில் நடத்தப்பட்ட ‘ ரத்தக் கண்ணீர் ’ என்ற நாடகத்தை எதிர்த்து ஒரு சில காலிகள் அட்டகாசம் செய்ததற்காக 144 தடையுத்தரவு விதிக்கப்பட்டது. தடையுத்தரவு விதிக்கப்பட்டதை எதிர்த்து தோழர் ராதா சென்னை ஹைகோர்டில் ரிவிஷன் மனு தாக்கல் செய்திருந்த காலத்தில் ‘ ஒரு சில காலிகள், குழப்பம் செய்வதற்காக அந்த நாடகத்தைத் தடை செய்ய வேண்டியதில்லை ; அவ்வாறு குழப்பம் விளைவிப்பவர்களைத் தடுக்க வேண்டியது போலீசாருடைய கடமை ’ என்று ஹைகோர்டு தீர்ப்பில் குறிப்பிடப்பட்டிருக்கிறது. ஆகவே, சர்க்கார் இதைப் பரிசீலனை செய்யவேண்டும்.

“ இன்றுவரை ‘ வால்மீகி ராமாயணம் ’ தடை செய்யப்படவில்லை. யாருக்கு ராமாயணத்தைப் பார்க்கவேண்டாமென்று தோன்றுகிறதோ அவர்கள் பார்க்கவேண்டாம் ; அவசியம் பார்க்கத்தான் வேண்டுமென்றவனுக் கட்டாயம் எதுவும் இல்லை, எவருடைய மனமாவது புண்படுமென்று தோன்றினால் அவர் அந்த நாடகத்தைப் பார்க்கவேண்டியதில்லையென்று அந்த நாடகத்திற்கு விளம்பரம் செய்யப்பட்டதாகத் தெரிகிறது.

“ அப்படியிருந்தும் ஒரு சிலர் காலித்தனம் செய்தார்கள் என்பதற்காக அந்த நாடகத்தைத் தடைசெய்யவேண்டுமென்று இந்த மசோதாவைக் கொண்டு வந்திருப்பது மிகவும் வருந்தத்தக்க விஷயமாகும்.

“ 1954-ம் ஆண்டு ஆகஸ்டு மீ 28உ அன்று சென்னை ஒற்றவாடை தியேட்டரில் நாடகம் நடைபெற இருந்தது. 1954-ஆண்டு ஆகஸ்டு மீ 4உ-லேயே அதாவது 24 நாட்களுக்கு முன்பே, அதிகாரிகளுக்கு கதை வசனம் தெரிவிக்கப்பட்டிருந்தது. இப்பொழுது அமுலில் இருக்கிற மத்திய சட்டமாகிய **Dramatic Performances Act** டின் கீழ், நாடகம் நடத்தப்படுவதற்கு 24 நாட்களுக்கு முன்பே அந்த நாடகத்தினுடைய சாராம்சம் அதிகாரிகளுக்கு அனுப்பப்பட்டிருந்தும் 24 நாட்கள் வரை எந்தவிதமான தடையுத்தரவும் போடாமல், நாடகம் நடக்க இருந்த மாலை அன்று 6-மணிக்கு தடையுத்தரவைப் போலீசார்கள் போட்டார்கள்.

“ கனம் முதல் அமைச்சரைத் தோழர் ராதா சந்தித்து கேட்டதற்குப் பிறகு அந்தத் தடையுத்தரவை அரசாங்கம் வாபஸ் வாங்கிக்கொண்டு சென்னை ஒற்றைவாடைத் தியேட்டரில் அந்த நாடகத்தை நடத்துவதற்கு அனுமதித்தது.

“ அதன் பிறகு வேலூர், நாகப்பட்டிணம், கும்பகோணம், திருச்சி ஆகிய பல இடங்களில் வால்மீகி ராமாயண நாடகம் நடந்தது. எங்கும் குழப்பம் இல்லை.

“ ஆனால், மதுரையில் இந்த நாடகம் நடத்தப்பட்டபோது, ஸ்ரீ வைத்யநாதய்யருடைய மகன் இதில் தலையிட்டதனால் அவருக்கு அடி விழுந்த ஒரு காரணத்திற்காக சர்க்கார் இதில் தலையிட்டு நாடகத்தை தடை செய்திருக்கிறார்கள். கனம் நிதி அமைச்சர் அவர்களுக்கு வெளி வட்டாரங்களிலிருந்து ‘ ப்ரஷர் ’ வருகிறது என்பதற்காக இப்படிச் செய்யப்படுகிறது என்று வதந்தி உலாவுவதில் ஆச்சரியமில்லை.

“ ரெவினியூ போர்டு மெம்பர் ஸ்ரீ சத்தியநாதன் இது சம்பந்தமாக விசாரணை செய்வதற்கு மதுரைக்குப் போயிருந்தபோது, குற்றம் செய்தவனுடைய தகப்பனாராகிய ஸ்ரீ வைத்யநாதய்யர் ஸ்ரீ சத்தியநாதனைத் தனிமையில் போய்ப் பார்த்ததாக செய்தித்தாள்களிலில் வந்திருந்த அறிக்கையிலிருந்து தெரிகிறது. தனியாகப் போய்ப் பார்க்கவேண்டிய அவசியம் இல்லை.”

MR. SPEAKER :—"கனம் அங்கத்தினர் அவர்கள், சபை முன்னுள்ள மசோதாவைப்பற்றி மட்டும் பேசலாம். கனம் அங்கத்தினர் பேசுகிற விஷயம் கோர்ட்டிலே இருக்கிறதுபோல் தெரிகிறது."

THE HON. SRI C. SUBRAMANIAM :—" Sir I was not listening to what the Hon. Member said. I thought he was a lawyer and that he would refrain from expressing objectionable things."

* SRI P. RANGASWAMI REDDIAR :—" I was only referring to the meeting of Mr. Sathianathan with Mr. Vaidyanatha Iyer. I was not referring to Court proceedings. அதன் பிறகு சேலத்தில் 'போர்வாள்', 'ரத்தக்கண்ணீர்' என்ற நாடகங்கள் நடந்தன. அதன் பேரில் நடவடிக்கை எடுக்கப்பட்டது."

* SRI R. V. SWAMINATHAN :—" On a point of order, Sir. The Hon. the Leader of the House said that he was not listening to the hon. Member and that he thought that that hon. Member being a lawyer, would refrain from referring to things which were not legitimate. Does he mean to say that non-lawyers speak something illegitimate? We non-lawyers, are as legitimate and relevant in our speech as lawyers are." (Laughter.)

* THE HON. SRI C. SUBRAMANIAM :—" This is a technical point, '*sub judice*'. I thought that Mr. Rangaswami Reddiar would know it much better. (Laughter.) That is all. I am sorry that my remark has offended Mr. Swaminathan."

* SRI P. RANGASWAMI REDDIAR :—"சேலத்தில் நடந்த நாடகங்களை சர்க்கார் ஆட்சேபித்து தோழர் ராதாவின் பேரில் நடவடிக்கை எடுத்தார்கள். ரூ. 500 அபராதம் போடப்பட்டது. அதை எதிர்த்து சென்னை ஹைகோர்ட்டில் வழக்கு தொடர்ந்து தோழர் ராதா விசாரிக்கப்பட்ட போது Dramatic Performances Act டிலுள்ள சில குறைபாடுகளை கண்டுபிடித்து கோர்ட்டார் எடுத்துக்காட்டினார்கள். உடனே சர்க்கார் வழக்கை வாபஸ் வாங்கிக்கொண்டார்கள்.

"இன்றிருக்கக்கூடிய நிலைமையில் தோழர் ராதாவினுடைய ரத்தக் கண்ணீர் நாடகமாக இருந்தாலும் சரி, ராமாயண நாடகமாக இருந்தாலும் சரி, வேறு எந்த நாடகமாக இருந்தாலும் சரி அவைகள் குற்றமுள்ளவை ஆகா. அவைகள் சட்டப்படி குற்றமாக இருந்தால் அப்பொழுதே "ban" செய்திருப்பார்கள். அப்படி ban செய்யப்படவில்லை.

"ஒரு கனம் அங்கத்தினர் குறிப்பிட்டதுபோல், இதற்கு ஒரு சிலருடைய எதிர்ப்பு இருக்கிறது. ஆஸ்திகர்கள் என்று சொல்லிக்கொள்கிறவர்கள் மனது புண்படும்போல் இருக்கிறது என்பதற்காக இந்த மசோதா கொண்டு வரப்பட்டிருக்கிறது என்று 'விடுதலை' தலையங்கம் எழுதினால் அது மிகைப்படுத்தியதல்ல, பிசகும் அல்ல.

"ராமாயணத்தைப்பற்றி 26, 27 ஆண்டுகளுக்கு முன்பு "ராமாயண ஆபாசம்" என்று ஈரோட்டிலுள்ள குடியரசு பதிப்பகத்திலிருந்து வெளியாகியிருக்கிறது. அந்தப் புத்தகத்தை ஆட்சேபித்து நாளது வரை யாரும் எழுதியாகத் தெரியவில்லை. அந்தப் புத்தகம் பறிமுதல் செய்யப்பட்டதாகவும் தெரியவில்லை.

"வால்மீகி ராமாயணத்தின் மொழிபெயர்ப்பு என்று சொல்லி காஞ்சிபுரத்திலிருந்து பிரதிவாதி பயங்கரம் அண்ணங்கராச்சாரியார் என்பவர் 6, 7 வால்யூம்கள் வெளியிட்டிருக்கிறார். அதைத் தயவு செய்து படித்துப்

[illegible] December 1954] [Sri P. Rangaswami Reddiar]

[illegible] வேண்டும். வால்மீகி ராமாயணத்திலும் அப்படி [illegible] [illegible]ப்பட்டிருக்கிறது. ஆனால், ' நீங்கள் எடுத்துச்சொல்வதற்கு [illegible] [illegible] என்று சொல்வதுபோல் இந்த மசோதா கொண்டுவரப்பட்டிருக்கி[illegible] வால்மீகி ராமாயணம் சரியல்ல என்று சொன்னால் மேலே குறிப்பிட்ட [illegible]த்தைத் தடை செய்திருக்கவேண்டுமேயொழிய, புத்தகத்தில் இருந்[illegible] [illegible] நாடக ரூபத்தில் எடுத்துச் சொல்வது தவறு என்று சொல்வது [illegible]ல்லை.

" நம்முடைய சர்க்கார் Secular State என்று சொல்கிறார்கள். மதத்தில் ஒருவருக்கு நம்பிக்கை இருந்தாலும் நம்பிக்கை இல்லாவிட்டாலும் அதைப்பற்றி அரசாங்கத்திற்கு அக்கரை இல்லை என்று சொல்கிறார்கள். துஷ்டர்களை அழித்து நல்லவர்களைக் காப்பாற்றுவது கடவுளுடைய கடமையாக இருந்தது. ஆனால், இப்பொழுது துஷ்டர்களிடமிருந்து கடவுளைக் காப்பாற்ற வேண்டிய கடமை சர்க்காருக்கு ஏற்பட்டுவிட்டது. (சிரிப்பு.) இது மிகவும் வருந்தத்தக்க விஷயம்.

" மனது புண்படுகிறது, மனது புண்படுகிறது என்று சொல்லப்படுகிறது. இராவணனைப்பற்றி சிறப்பாக புலவர் குழந்தை என்பவர் 'இராவண காவியம்' என்னும் நூலில் எழுதியிருக்கிறார். ராமரைப்பற்றி உயர்வான கருத்துக்களை எடுத்துச் சொல்வதற்கு எவ்வளவு உரிமையும் சுதந்தரமும் ஒருவருக்கு உண்டோ அதேபோல தென்னாட்டு மன்னனாக விளங்கிய இராவணனுடைய உயர்வான தன்மைகளை எடுத்துச் சொல்வதற்கு மற்றவர்களுக்கும் சுதந்தரமும் உரிமையும் இருக்கத்தானே வேண்டும் ? அதில் என்ன தவறு இருக்க முடியும் ?

" ராமாயண நாடகத்தை 100 பேர்கள் பார்க்கப் போகிறார்கள் என்று சொன்னால், 'கீமாயணம்' என்று அழைக்கப்படுகிற தோழர் ராதாவினுடைய நாடகத்தைப் பார்ப்பதற்கு ஆயிரம் பேர்கள் செல்கிறார்கள். அந்த நாடகம் பெரும்பான்மையோரால் உண்மையாக ஆதரிக்கப்படுகிறது என்பது இதிலிருந்து புலனாகிறது. உண்மையான ஜனநாயகத்தில் பெரும்பாலோருடைய கருத்துக்களுக்கு இடம் இருக்கவேண்டும். ஒரு சிலருடைய கூச்சலுக்குப் பயந்து செய்கிற காரியம் உண்மையான ஜனநாயகம் அல்ல."

Mr. SPEAKER :—" தயவு செய்து இன்னும் ஐந்து நிமிஷங்களுக்குள் உங்களுடைய பிரசங்கத்தை முடித்துக்கொண்டு விடுங்கள்."

* Sri P. RANGASWAMI REDDIAR :—" சர்க்கார் இதில் எடுத்துக்கொள்ளும் அக்கரையை இன்னும் செய்ய வேண்டிய பலகாரியங்களில் எடுத்துக்கொள்ளலாம் 'நிர்வாணக்கலை', 'மானிட இன்பம்' போன்ற பல ஆபாசமான புத்தகங்கள் வெளிவருவதைப் பார்க்கலாம். சென்னை நகரில் நடக்கின்ற சினிமாப்படங்களில் தமிழ்படமானாலும் சரி ஆங்கிலப்படமானாலும்சரி எந்த ஒரு படத்தையாவது ஒரு சகோதரனும், சகோதரியும் உட்கார்ந்துப் பார்க்கக்கூடிய அளவிற்கு இருக்கின்றனவா ? நாகரீகமான மக்கள் போய் பார்க்கக்கூடிய அளவிற்கு அவைகளையெல்லாம் கட்டுப்படுத்தவோ, அல்லது தடைசெய்யவோ, எந்தவிதமான அக்கரையும் இந்தச் சர்க்காருக்குக்கிடையாது. 1-30 p.m.

" எண்பது அல்லது 90 ஆண்டுகளுக்கு முன்பு சீமையில் ஒரு பிரச்னை எழுந்தது. காலஞ்சென்ற நாடகாசிரியர் ஜார்ஜ் பெர்னாட்ஷா என்பவர் விபசாரத்தின் இழிவுகளை எடுத்துச்சொல்லக்கூடிய 'மிஸஸ் வாரனின் தொழில்' என்ற ஒரு நாடகத்தை எழுதி இருந்தார். இந்த நாடகம் ஒழுக்கக்கேடானது என்று கருதி சேம்பர்லேன் பிரபு பிரிட்டிஷ் பிரதமராக இருந்தபோது புதிய சட்டங்கொண்டுவந்து அந்நாடகத்தை நடிப்பதைத் தடைசெய்தார். எட்டு ஆண்டுகளுக்குப் பிறகு இந்த நாடகம் மீண்டும் நடிக்கப்பட்டது. இந்த நாடகம் பிறகு நூல் வடிவில் வெளியிடப்பட்டது. இதற்கு ஆசிரியர் பெர்னாட்ஷா எழுதியுள்ள புத்தகத்தின் முன்னுரையில் குறிப்பிட்டுள்ள கருத்துக்கள் வருமாறு :

351 The Madras Dramatic Performances Bill, 1954

THE MADRAS DRAMATIC PERFORMANCES BILL, 1954

[Sri P. Rangaswami Reddiar] [20th December 1954

“விபசாரத்தின் தீங்குகளை அதற்கான காரணங்களை விளக்கி இந்த நாடகத்தை எழுதியுள்ளேன். நல்வாழ்க்கை வாழ வசதிப்பட்டால் எந்த பெண்ணும் விபசாரத் தொழிலில் ஈடுபடமாட்டாள் என்ற கருத்தை இதில் எடுத்துக்காட்டியுள்ளார். ஆனால் பிரபு சேம்பர்லேன், பார்லிமென்ட் சட்டத்தில் மூலம் இது ஒழுக்கக்கேடானது அல்லது மேடையில் நடிக்கத் தகுதியற்றது என்று குறிப்பிட்டுத் தடைபடுத்திவிட்டார்'. மதத் துறை உபதேசங்கள் மூலமோ மற்ற முறைகளிலோ இத்தகைய ஒழுக்கக் கேட்டை மாற்றவே முடியாது. மதநம்பிக்கைகள் நரக தண்டனைகள் இவைகளில் இக்கால சிறுமிகளுக்கு நம்பிக்கை கிடையாதென்பதும் சொல்லப்பட்டது. இவைகள் நீங்கவேண்டுமானால் ஒழுக்கக்கேடான செயல்களையும், அவைகளிலிருக்கும் கோரக்காட்சிகளையும் அப்படியே படம் பிடித்துத்தான் காட்டவேண்டும்.”

“ஒழுக்கக்கேடான காட்சிகள், கோரவிளைவு படப்பிடிப்புகள், நாடகத்திலே இருக்கக்கூடாது என்றால் ஷேக்ஸ்பியர் எழுதிய லீயர் மன்னன், ஜூலியஸ் ஸீசர், ஹாம்லட், மாக்பெத் ஆகிய நாடகங்களும் இந்த இனத்தைச் சேர்ந்தவைதானே, மத-சமுதாயக் கொள்கைகளை அடிப்படையாகக் கொண்டு கலைகளுக்குத் தடைவிதிப்பது அரசியல் துறையில் வெற்றிதராது பெரும் எதிர்ப்பு ஏற்பட்டுத்தான் தீரும். மேலும் இந்தச் சீர்திருத்த நடவடிக்கைகளைத் தடுப்பவர்கள் சமுதாய நலனைக்கருத்தில் கொண்டவர்கள் அல்ல, ஏதோ சுயநலநோக்கம் கொண்டவர்கள் என்பது மேலளவில் கவனித்தாலும் போதும். சமுதாயநீதிகள் சார்பாக அவர்கள் பேசுகிறார்களா என்பது சந்தேகம்.” ஐம்பது ஆண்டுகளுக்கு முன் பெர்னாட்ஷாவினால் சொல்லப்பட்ட கருத்து இது.

“நேற்று ஒரு செய்தியில் அதாவது ‘இந்து’ பத்திரிகையில் பார்த்தேன். ஸ்ரீ சங்கராச்சாரியார் சொன்னார் என்று ஒரு கட்டுரை வந்திருக்கிறது. அதில் ராவணன் தமிழன் அல்ல, அவன் பிராமணன் என்று குறிப்பிட்டிருக்கிறார். இதுமாதிரியாக அவரவர்களுடைய கருத்துக்களை எடுத்துரைக்க ஒவ்வொருவருக்கும் உரிமை இருக்கிறது. அதில் நல்லது எது, கெட்டது எது என்று பிரித்துப்பார்த்து நல்லவைகளைக் கொள்வதுதான் மக்கள் செயலாகும். இதைக்குறித்துத்தான் திருவள்ளுவரும் ‘எப்பொருள் யார்யார் வாய்க்கேட்பினும் அப்பொருள் மெய்ப்பொருள் காண்பதறிவு’ என்று சொல்லியிருக்கிறார். ஆதலால் பெரும்பாலான மக்களுடைய எண்ணத்தை உணர்ந்து அதன்படி நடக்கவேண்டுமே தவிர ஒரு சிலரின் விருப்பு வெறுப்புக்களைக்கொண்டு, மற்றவர்களைக் கட்டுப்படுத்தக் கூடாது. அரசாங்கம் 4, 5 பேர்கள் சேர்ந்து ஒரு விஷயத்தில் கலகம் செய்தால் அதற்காக ஒரு சட்டம் கொண்டுவரக்கூடாது. அப்படியென்றால், சுயமரியாதை கல்யாண காலங்களிலும் இம்மாதிரியாக 4, 5 பேர்கள் சேர்ந்துக்கொண்டு கலாட்டா செய்து அதை தடுத்துவிடுவார்கள். தோழர் எம். ஆர். ராதா நாடகத்திற்காகத்தான் இந்த மசோதாவும் கொண்டுவரப்பட்டது. இந்த நாடகத்தை தடைசெய்தால் நின்றுவிடாது, இன்னும் அவர்களுக்கு ஊக்கம் தான் பிறக்கும். ஆகையால் கனம் நிதி மந்திரி அவர்கள் இவைகளையெல்லாம் ஆலோசித்து ஒரு நல்ல முடிவிற்கு வருவார்கள் என்று நம்புகிறேன். பட்டினத்து அடிகள் கூட,

‘வித்தாரம் கபடம் வேண்டாம் மட நெஞ்சே
செத்தாரைப் போல் திரி’

என்று ஆஸ்திகர்கள் எவ்வளவு அடக்கமாக யிருக்கவேண்டும், யிருப்பார்கள் என்பதற்காகத்தான் சொல்லிப் போயிருக்கிறார்.”

Mr. SPEAKER :—“The House will now rise for lunch and meet again at 2-30 p.m.

The House then adjourned.

20th December 1954]

(After lunch—2-30 p.m.)

V.—DISCUSSION ON URGENT MATTER OF ADMINISTRATION UNDER RULE 56 *RE* FIXATION OF MINIMUM WAGES FOR BEEDI WORKERS.

Mr. SPEAKER :—" We shall now take up the one-hour debate. The hon. Member, Sri K. P. Gopalan, has given notice of an urgent matter of administration to be discussed and the subject-matter is this :

'The recent draft notification of the Government fixing minimum wages for tobacco workers in the State.'

He says it is urgent as a big jatha of beedi workers are in Madras and are waiting in deputation on the Chief Minister. He will now initiate the discussion. I allow one hour for this. Mr. Gopalan will have ten minutes, Mr. Palaniyandi, ten minutes, Mr. Sreedharan, ten minutes, Mr. Ramamurthi, the Leader of the Opposition, fifteen minutes and the Hon. the Minister, fifteen minutes."

Sri K. P. GOPALAN :—" Mr. Speaker, Sir, the Government in a notification in the Gazette in November last fixed the minimum wages for the tobacco workers in this State. In that notification, it is stated that a beedi worker will get Re. 1-4-3 per thousand beedis and a cigar worker Rs. 2-4-0 per thousand cigars. In Madras State, there are about 3½ lakhs of tobacco workers. Next only to the handloom industry, it is the biggest industry in the State having a very large number of workers in it. I need not go into all the facts of the case as my time is very limited. In our country, every day, 35 crores of beedies are consumed. The Government get by way of excise duty nearly 32 crores of rupees. Moreover, the State Government get Rs. 2 by way of licence fee and Rs. 10 as profession tax from each dealer. So, it is a source of income to the Government.

" But unfortunately our Government have not developed the beedi industry. There are lakhs and lakhs of beedi workers and it is the Government's duty to see to it that they lead a decent life. But on the other hand Government have fixed the minimum wages all of a sudden. I do not know how they came to the conclusion that a minimum wage of Re. 1-4-3 is sufficient for a beedi worker to maintain himself. How did they fix a wage of Rs. 2-4-0 for a cigar worker? What are the principles they adopted in fixing these minimum wages? In the Constitution it is clearly stated under Article 43— [2-0 p.m.]

'The State shall endeavour to secure, by suitable legislation or economic organisation or in any other way, to all workers, agricultural, industrial or otherwise, work, a living wage, conditions of work *ensuring a decent standard of life* and full enjoyment of leisure and social and cultural opportunities and, in particular, the State shall endeavour to promote cottage industries on an individual or co-operative basis in rural areas.'

What does this mean? It means that the worker should be paid a decent wage and he must be paid enough to lead a decent standard of life. What has this Government done? Can a beedi worker with Re. 1-4-3 per day or a cigar worker with Rs. 2-4-0 per day,

DISCUSSION ON URGENT MATTER OF ADMINISTRATION UNDER RULE 56 *re* FIXATION OF MINIMUM WAGES FOR BEEDI WORKERS

[20th December 1954

* SRI P. RAMAMURTHI :—" I rise on a point of personal explanation, Sir. I know that the Madras Government have appointed an advisory board as provided in section 7 of the Minimum Wages Act. The board is for the purpose of co-ordinating the work of committees, sub-committees, advisory committees and advisory sub-committees appointed under sections 5 and 6 and advising the Government generally in the matter of fixing and revising minimum rates of wages. What I asked for was the appointment of committees and sub-committees as provided in section 6 for inquiring into the conditions prevailing in any scheduled employment and for advising the Government in revising the minimum rates of wages fixed under the Act in respect of that employment. In the absence of these committees and sub-committees, the Advisory Board has no work to co-ordinate; it has got only a general purpose to fulfil."

* THE HON. SRI M. BHAKTAVATSALAM :—" I shall look into the proposal of the hon. the Leader of the Opposition to appoint separate committees. But I would like to tell him that this Advisory Board which had been constituted did go specifically into the question of fixing the minimum wage for workers in the tobacco industry."

IV.—GOVERNMENT BILL—*cont.*

THE MADRAS DRAMATIC PERFORMANCES BILL, 1954—*cont.*

MR. SPEAKER :—" Now, let us resume discussion on the Madras Dramatic Performances Bill. I fix a time-limit of ten minutes for each speaker. The discussion will continue till 5 p.m. when I shall call the hon. the Leader of the Opposition to speak. The Hon. Minister will reply to the debate at 5-30 p.m."

* SRI S. DAIVASIGAMONEY :—" Mr. Speaker, Sir, I submit that this is an absolutely unnecessary and unwanted piece of legislation. I find that in this Bill there is nothing new which has not been contemplated in the Indian Penal Code except for the fact that certain powers have been snatched away by the Government for endowing their subordinates with extraordinary powers to prohibit certain classes of dramas. This Bill is directed not against every dramatist but only against a particular class of dramatists. The Hon. the Finance Minister said that he had got the seal of approval for this Bill from the Dramatists' Association of Madras. I submit that this Bill affects chiefly not the professional dramatist, but the amateur dramatist. The professional dramatists have got an eye only on the Box Office collections but an amateur dramatist is mainly interested in shaping public opinion and in reforming the society. Looking at the question from that point of view, I submit that the Hon. the Finance Minister should take the opinion of not only the professional dramatists but also the amateur dramatists in general.

THE MADRAS DRAMATIC PERFORMANCES BILL, 1954

December 1954] [Sri S. Daivasigamoney]

(The Deputy Speaker in the Chair.)

Sir, there has been a constant struggle between two sets of people—one set advocating rationalism and another set irrationalism, one set advocating culture and another set barbarism, one set advocating wisdom and another set ignorance, and one set advocating advanced scientific knowledge and another set trying to keep the people in ignorance by advocating bigotry in religious faith. Invariably, in all these cases it is the former that has come out victorious. The best method to diffuse knowledge among the public is through the medium of a dramatic performance. It is that which catches the eye of the public soon. It requires a great amount of thought to produce a drama and only after it is written comes the question of spending money and taking pains to stage the drama. But before a drama could be enacted, this Bill seeks to put a gag on that. This Bill seeks to kill the child before it is born and when it is in the mother's womb. The proof of the pudding is in the eating thereof. Therefore, before the Government impose a ban on a drama, they should allow it to be enacted and watch the reaction of the public. They should see how the people receive the dramatic performance and what the object behind the drama is. They should see whether it is for the purpose of diffusing knowledge among the public or whether it is for the purpose of stunting the growth of the people or the growth of the mind of the common man. That is the way in which they should look at things. They should not impose a ban on a drama immediately their officers think that it is likely to lead to a breach of the peace. It has been said in the morning that it should be the duty of the Government to see that wherever a right is guaranteed, it should be safeguarded and that all the persons who abuse such a right should be punished. That should be the approach to this question. Now, instead of that, the Government say that they won't do such a thing and that even before a drama is enacted and before the public form an opinion about it, they are going to ban it because their officer thinks that it is likely to lead to a breach of the peace. That is how the Government are approaching the question. After all, who are these officers? They are only the servants of the Government. Are they best fitted to judge whether a drama is good or bad before it is enacted? What may be good for a particular person may not be good for another class of persons. I can quote certain examples, in this connection, from the Ramayana against which this Bill is obviously directed. In the last year's number of the 'Caravan' I read certain passages in which it was stated that Vasishta gave a feast to the rishis and other persons, in which flesh and wine were freely served, and all including Rama, Sita and Lakshmana partook of the wine and flesh because they were common in those days. Great and learned scholars like Mr. Chatterjee and others have said that. If a particular class of persons whom we call research students and scholars say such things, we acclaim them and we also bestow on them degrees such as doctorates. But if the same ideas are portrayed by a dramatist so that knowledge of those particular ideas may be

A—10

diffused among the common public, we criticise that man? That is exactly the thing which this Bill seeks to do. I submit this is wrong. It is said that the rights of the theists are sought to be protected through this Bill. I can also claim to be not an atheist. I believe in God. I am a Hindu. I believe in the oneness of God. But I do not have any faith in the voluminous pieces of trash that we find in the puranas of the Hindus. That is exactly what we want to do away with. What is the best medium of doing away with the trash in the puranas? We cannot open the eyes of the common man simply by writing certain articles in our periodicals. The best medium for this purpose is the drama wherein not the thoughts of the dramatist but the ideas of great scholars are depicted."

DEPUTY SPEAKER :—" The hon. Member's time is up."

* SRI S. DAIVASIGAMONEY :—" I would conclude, Sir, by saying 'Please do not do away with the means or the medium of diffusing knowledge among the public by breaking the instrument itself. What does it matter if the feelings of a few persons are wounded when the larger interests of the public are at stake?'."

3-40 p.m. SRI D. DASARATHAN :—" கனம் சபாநாயகர் அவர்களே, இன்று எடுத்துக்கொண்டிருக்கும் நாடகத் தடை மசோதா தற்போது மக்களுடைய முன்னேற்றத்திற்கு தேவையா என்று பார்க்காமல் அவசரம் அவசரமாக சர்க்கார் கொண்டு வந்திருக்கிறார்கள் என்று அனேக அங்கத்தினர்கள் பேசினார்கள். இந்த மசோதா எதற்காகக் கொண்டுவரப்பட்டது, இதைக் கொண்டுவருவதன் நோக்கம் என்ன என்று அறியாமல் கனம் நிதி மந்திரி அவர்கள் கொண்டு வந்திருக்கிறார்கள். யாரோ ஒரு பகுதியினர் இப்பொழுது நடந்து கொண்டுவந்த தோழர் ராதாவின் நாடகத்திற்கு, தடை விதிக்க வேண்டுமென்று சொன்ன காரணத்திற்காக இந்த மசோதாவைக் கொண்டு வந்திருக்கிறார்கள். யாரோ ஒரு சிலர் சொல்வதற்காக இவ்விதமாக மனக்குழப்பம் ஏற்படுவதற்கு வழியே இல்லை. குறிப்பாக முற்போக்கு கருத்துக்கள் பரவும் இந்தக் காலத்தில், மதமே கூடாது என்று சொல்லுகிற இந்தக் காலத்தில், ஒரு பகுதியினர் மனசஞ்சலம் அடைவார்களே என்பதற்காக இவ்விதமாக பொது மக்களுக்கு ஒவ்வாத ஒரு சட்டத்தைக் கொண்டு வரலாமா, என்று கேட்கிறேன். 1951–வது வருஷத்திய ஜனசஞ்சிகையை எடுத்துக் கொண்டால், தன்னுடைய ஜாதி என்ன என்று சொல்ல விரும்பாமல், தான் எந்த மதத்தைச் சார்ந்தவன் என்று சொல்ல வேண்டியதில்லை என்ற காரணத்தினால் அதில் எவ்வளவோ பேர்கள் தங்களை திராவிடர்கள் என்றும், தமிழர்கள் என்றும், தங்களுக்கு மதம் கிடையாது என்றும், தான் இந்து அல்ல என்றும் சொல்லியிருக்கிறார்கள். தொன்றுதொட்டு அனுசரித்து வந்த இந்து மதம்கூட இன்றைக்குப் புறக்கணிக்கப்படுகிறது. ஜாதி மத பேதத்தினால் வரும் கேடுகளைத்தான் இன்றைய சீர்திருத்தவாதிகள் சித்தரித்துக் காட்டுகிறார்கள். தோழர் ராதா நடத்தும் ராமாயணத்திலும், ரத்தக் கண்ணீரிலும் வசூல் இல்லாமல் இல்லை. ஜனங்கள் பெருவாரியாக வராமல் இல்லை. ஜனங்கள் பார்த்துக் கொண்டுதான் இருக்கிறார்கள். இது பகுத்தறிவு காலமாதலால் ஜனங்களிடையே ஒரு புதிய எழுச்சியை உண்டு பண்ணியிருக்கிறது. இதன் விளைவாக மக்களிடையே எங்கே புரட்சிகரமான கருத்துக்கள் பரவுமோ என்று எண்ணி தோழர் ராதாவின் நாடகத்தைத் தடை செய்துள்ளார்கள்.

" சாதாரணமாக புராணங்களெல்லாம் அறிவுக்குப் புறம்பான கருத்துக்களை விளக்குகிறதே தவிர, நாடு முன்னேற்றம் அடைவதற்கான கருத்து-

December 1954] [Sri D. Dasarathan]

...பரப்பவில்லை. இன்றைக்கு ஜாதியின் பேரால் மதத்தின் பேரால் ... இழிவுப்படுத்துகிறார்கள். இந்த சந்தர்ப்பத்தில் கோலார் தங்க ... பிரதேசத்தில் நடந்த ஒரு சம்பவத்தை குறிப்பிட விரும்புகிறேன். ...த்தப்பட்ட மக்கள் பெரும்பகுதியினர் இந்தப் பிரதேசத்தில் வாழ் ...கள். அந்த இடத்தில் தாழ்த்தப்பட்ட மக்களை இழிவுப்படுத்தும் வகை ...நந்தனார் நாடகம் நடத்தப்பட்டது. அதில் தாழ்த்தப்பட்ட மக்களை மிக்க ...வலமாகவும் உயர்ஜாதி, தாழ்ந்த ஜாதி என்ற பாகுபாட்டை வெகுவாக ...தரித்துக் காட்டப்பட்டது. தீண்டாதவர்கள் என்றும் பறையர்கள் என் ...ம் மிகக் கேவலமாகச் சொல்லப்பட்டது. ஆதலால் அங்குள்ள மக்கள் ...கொதித்தெழுந்து அதை நடக்கவொட்டாமல் செய்தார்கள். இன்றைக்கு 100-க்கு 80, 90 பேராக இருக்கும் ஆதித்திராவிட மக்களை இவ்விதமாகக் ...கேவலப்படுத்தினால் அவர்கள் எப்படிப் பொறுப்பார்கள். அந்த நாடகம் ...டக்கவொட்டாமல் நிறுத்திவிட்டார்களே தவிர, மதுரையில் நாட ...த்தை நிறுத்துவதற்காக கலகம் செய்தார்களே அது மாதிரியாக இங்கே ...லகம் செய்யவில்லை.

" இன்றைய தினம் புராணங்களை நாடக ரூபமாகவோ சினிமா ரூபமாகவோ காட்டிய போதிலும் ஜனங்கள் அவைகளை பகிஷ்கரிக்கிறார்கள். அத்தகைய நாடகங்களைப் போய்ப் பார்க்கவும் மறுக்கிறார்கள். இப்பொழுது பேசப்பட்டுவரும் கீமாயண நாடகம் பல நாட்களாக சென்னையில் நடந்து வந்தது. ஆனால் மதுரையில் நடக்கும்போது இதற்கு எதிர்ப்பு இருந்திருக்கிறது என்று கூறுகிறார்கள். உண்மையிலே அப்படியிருந்தாலும் அதைத் திருத்தி இருக்கலாம். அப்படியில்லாமல் சர்க்கார் அதில் தலையிட்டு நிறுத்தி விட்டு உடனடியாக, மிகமிக அவசரமாக ஒரு மசோதாவைக் கொண்டுவந்திருக்கிறார்கள். ஒரு நாடகம் நடத்தப்படவேண்டுமானால் இந்தச்சட்டத்தின்படி 15 நாட்களுக்கு முன் எழுதிக் கொடுக்க வேண்டுமென்றும் அதைச்சர்க்கார் பரிசீலனை செய்து பார்க்கும் என்று இருக்கிறது. சாதாரணமாக இதற்காக அமர்த்தப்படும் அதிகாரிகளெல்லாம் போலீஸ் அதிகாரிகளாகத்தான் இருக்க முடியும். அவர்கள் உத்தரவு பிறப்பிக்கையில் அதிகாரிகளுக்கு வேறு விதமாகக்கெட்ட எண்ணம் ஒன்றும் இருக்கப்போவதில்லை என்று சொல்லுகிறார்கள். அவர்கள் கொடுக்கப்படும் நாடகப் பிரதியில் ஏதாவது குற்றம் கண்டு பிடித்தால் இந்த நாடகத்திற்கு தடை விதிப்பார்கள் என்று தெரிகிறது. 15 நாட்களுக்குப் பிறகு அவர்களுக்கு உத்தரவு கொடுத்து, அவர்கள் கோர்ட்டு மூலமாக வாதிப்பதற்கு சந்தர்ப்பம் அளிக்கப்படவேண்டும். காலம் மாறிக்கொண்டிருக்கிறது. சீர்திருத்த முறை ஒரு காலத்தில் இருப்பது மற்றொரு காலத்தில் இருப்பதில்லை. மாறிக் கொண்டுதான் இருக்கிறது. இவ்விதமான மாற்றங்கள் தமிழ் நாட்டில் நடந்து கொண்டுவருகிறது.

" குறிப்பாக வால்மீகி ராமாயணத்தை எடுத்துக்கொண்டால் நம் நாட்டு மக்களை சூத்திரன் என்றும் சண்டாளன் என்றும் குறிப்பிட்டிருக்கிறார்கள். இந்தக் காலத்தில், அதாவது பகுத்தறிவு மிகுந்திருக்கிற இந்தக் காலத்தில் மனிதனை இழிவுபடுத்தி எழுதி இருப்பதை யாராவது சகித்துக் கொண்டிருப்பார்களா ? இன்றைக்கிருக்கும் இந்து கோட் முதலிய சட்டங்கள் மனிதத்தன்மையே இழிவுப்படுத்துவதாக இருக்கின்றன. குறிப்பாக சண்டாளன் என்னும் சொல் இந்தப் புராணங்களிலும் இதிகாசங்களிலும் உபயோகப்படுத்தப்பட்டிருக்கிறது. ஆதிதிராவிடர்களையும், தீண்டாமையையும் தான் இதில் சொல்லப்படுகிறது. அந்த இனமே முன்னேறுவதற்கு தடையாக இருக்கிறது. இம்மாதிரியாக இழிவு படுத்தும் புராணங்களைத் தடை செய்யாமல் ஏதோ ஒரு சாராரின் மனம் புண்படுகிறதே என்று முற்போக்கு நாடகங்களையும் தடை செய்கிறார்கள். இதற்காக சட்டம் கொண்டு வரப்படுகிறது. ஜனங்களின் பிரதிநிதியாகயிருப்பவர்கள், ஜனங்களைப் பார்த்துக்கொள்ளாமல் இந்த விதமான சட்டங்களைச் செய்யலாகாது. ஆதலால் இந்த சட்டத்தை அங்கீகரிப்பதற்குமுன் ஜனங்களுடைய எண்ணம் என்ன என்பதை சர்க்கார் தெரிந்துக்கொண்டு பிறகு ஒரு முடிவுக்கு வரவேண்டுமென்று கேட்டுக்கொள்கிறேன்."

[20th Decem[illegible]

3-50 p.m. SRI C. KANDASAMY :—" கனம் உதவி சபாநாயகர் அவர்க[illegible] [illegible]பொழுது நம் முன்பு வைக்கப்பட்டிருக்கும் இந்த நாடக தடை மசோ[illegible] [illegible]ரமாக எதிர்க்கும் முறையில் சில வார்த்தைகள் சொல்ல [illegible]கிறேன். இந்த சட்டசபை மூன்று வருஷ காலமாக இயங்கி வரு[illegible] இது வரையில் எவ்வளவோ சட்டங்களை நாம் இயற்றி இருக்கிறோ[illegible] அவைகளில் ஒரு சட்டமாவது இவ்வளவு அவசர அவசரமாக இயற்[illegible] படவில்லை. இந்தச் சட்டம் இப்பொழுது அவசர அவசரமாக பிரசுரிக்[illegible] பட்டு, அவசரமாக நுழைக்கப்பட்டு, பொறுக்குக் கமிட்டிக்கு அனுப்பப்ப[illegible] அந்தப் பொறுக்குக் கமிட்டியும் அவசர அவசரமாக முடிவு செய்[illegible] இந்த மசோதாவை இந்த கூட்டத்திற்குள்ளாகவே முடித்து நிறைவேற்[illegible] வேண்டும் என்று இப்பொழுது அவசரமாகக் கொண்டு வரப்பட்டிருக்கிறது. இவ்விதம் அவசர அவசரமாக நிறைவேற்றினால் அதனால் மக்கள் எவ்வளவோ கஷ்டங்களுக்கு உள்ளாகவேண்டியதாக இருக்கும். இன்றைய தினம் ஜன சமூகத்தில் எவ்வளவோ லட்சக்கணக்கான பிரச்னைகள் நம் முன் நிற்கின்றன. அதனால் ஜன சமூகம் பாதிக்கப்பட்டிருக்கிறது. அதற்கெல்லாம் சட்டம் கொண்டு வரவேண்டுமென்றால் சர்க்கார் ஆமை வேகத்தில் போய்க்கொண்டிருக்கிறது. இந்த நிலைமையில் சர்க்கார் இந்தச் சட்டத்தை துரிதமாகக் கொண்டு நாளையே நிறைவேற்ற வேண்டுமென்ற அவசியம் இப்பொழுது என்ன ஏற்பட்டு விட்டது என்பதை என்னால் புரிந்து கொள்ள முடியவில்லை.

" காலையில் கனம் மந்திரி அவர்கள் இந்தச் சட்டத்தை பிரேரிக்கும் காலத்தில் நாடகக் கழகத்தார் இதை ஒத்துக்கொண்டு விட்டார்கள் என்ற காரணத்தை எடுத்துக் காட்டினார். அதே சமயத்தில் ஒரே மாதத்திற்குள் இந்தச் சட்டத்தைக்கொண்டு வந்து அதை நிறைவேற்ற வேண்டுமென்றால் அதனால் கோடிக்கணக்கான மக்களுடைய மனதில் எந்த எண்ணம் இருக்கிறது என்பதையும் யோசிக்கவேண்டும். பொது மக்களுக்கு இதைப் பற்றி சிந்தித்துப் பார்ப்பதற்கு அவர்களுக்குச் சந்தர்ப்பம் கொடுக்கப்பட்டிருக்கிறதா என்பதையும் பார்க்கவேண்டும். இன்று ஒரு சிலர் நாடகத்தை எதிர்க்கிறார்கள் என்ற கருத்தை மனதில் கொண்டு அதனால் என்ன நடக்கும் என்பதைப்பற்றி கவலைப்படாமல் இந்தச் சட்டத்தை துரிதமாக நிறைவேற்ற வேண்டும் என்று கொண்டு வந்தால் அது மகத்தான தவறு என்பதை எடுத்துக்காட்ட விரும்புகிறேன்.

" மந்திரி சபை இந்தச் சட்டத்தை நிறைவேற்றுவதில் வெற்றி பெறலாம். தங்களுடைய கட்சியின் மெஜாரிட்டி பலத்தை வைத்துக்கொண்டு இதை நிறைவேற்றினால் வருங்காலத்தில் இந்த மந்திரி சபை மகத்தான தவறை செய்திருக்கிறது என்பதை மக்கள் திருப்பிக் கூறுவார்கள் என்பதை ஆட்சேபிக்க முடியாது. அப்பொழுது எவ்வளவோ எதிர்ப்புகள் ஏற்படும் என்பதில் சந்தேகமில்லை.

" அடுத்தபடியாக சட்டத்தைப் பார்க்கும்போது இப்பொழுது என்ன அவசரம் வந்து விட்டது என்பதை பார்க்க வேண்டும். இந்திய அரசாங்கத்திற்கு பலாத்கார முறையில் ஏதாகிலும் தீங்கு இழைத்தால் அந்த மாதிரியான நாடகத்தை தடைசெய்யலாம் என்றிருக்கிறது. பலாத்கார நாடக மூலமாக இந்திய அரசாங்கத்தையும், சென்னை அரசாங்கத்தையும் மற்ற அரசாங்கத்தையும் கவிழ்க்கக்கூடிய முறையில் இருந்தால் அதைத் தடுக்கலாம் என்றிருக்கிறது. இன்றையதினம் அப்படிச் சொல்லக் கூடிய அளவில் எந்த நாடகம் நடந்து வருகிறது என்பதையும் சிந்தித்துப் பார்க்கவேண்டும். இப்பொழுது இந்தச் சட்டத்தை நிறைவேற்றி விட்டு வருங்காலத்தில் மக்களுடைய எழுச்சி ஏற்பட்டால் அதை சமாளிக்க முடியாமல் போய்விடலாம். ஆனால் தற்காலத்தில் மக்களுடைய எழுச்சியை கிளப்பக்கூடிய பல நாடகங்கள் இருக்கின்றன. அவைகளும் முற்போக்கான நாடகங்கள். இவைகளையெல்லாம் தடை செய்தால் மக்கள் எந்த விதத்திலும் முன்னேற்றமடைய முடியாது. சமீபத்தில் விவசாயிகளுடைய கொள்கையைப்பற்றி 'கண்ணீர் மணிகள்' என்ற நாடகம் நடத்தப்பட்டது. அதனால் தமிழ் நாட்டு விவசாயிகளிடையே பெரிய புத்துணர்ச்சி கிளப்பப்பட்டிருக்கிறது. இதையும் சர்க்கார் அறிவார்கள் என்றே நினைக்

20th December 1954] [Sri G. Kandasamy]

கிறேன். ஆனால் கனம் நிதி மந்திரி அவர்கள், 'இந்த மசோதாவை இப்பொழுது கொண்டு வரவில்லை, நெடு நாட்களாகவே இதைக்கொண்டு வரவேண்டுமென்றிருந்தோம்' என்று சொன்னார். இன்றைய தினம் கடவுள் இல்லை என்று ஒரு சாராரும் கடவுள் இருக்கிறார் என்று மற்றொரு சாராரும் சொல்லி வருகிறார்கள். கடவுள் இருக்கிறாரோ இல்லையோ அதைப் பற்றி நாங்கள் கவலைப்படப் போவதில்லை. இன்றையதினம் இருக்கும் சூழ் நிலையை நாம் கவனிக்க வேண்டும்.

"இன்றையதினம் நாட்டில் இருக்கக்கூடிய நிலைமையை ஆராய்ந்து அதற்கு வேண்டிய சீர்திருத்தம் செய்யவேண்டும். நம் ஜனங்களிடத்தில் இருக்கக்கூடிய சூழ் நிலையை கவனத்தில் எடுத்துக்கொண்டு பார்க்க வேண்டும் என்று மக்கள் சொல்லுகிறார்கள். இப்பொழுது இருக்கும் படியான விஷயம் சமுதாயத்தில் பெரிய மாறுதல் ஏற்படவேண்டும். இன்றைய தினமுள்ள நிலப் போராட்டம் அதற்கு ஒரு முட்டுக்கட்டை யாக இருக்கிறது. அதை மாற்றியமைக்க வேண்டும். கடவுளைப்பற்றி பேசினால் மட்டும் போதாது. இன்றைய நிலையில் குடியானவர்களைக் காப்பாற்ற வேண்டியது அவசியமாக இருக்கிறது. அதற்கு இந்த மந்திரி சபை தயாராக இல்லை. இன்றையதினம் கடவுள் பக்திகூட குறைந்து விட்டது. வகுப்பு வாதமும் ஜாதி கிளர்ச்சியும்தான் அதிகமாக இருக்கிறது. இப்பொழுது நாகரீகம் அதிகரித்துக்கொண்டு வருவதால் இந்த மாதிரி யான கிளர்ச்சிகளுக்கு இடமே இல்லை. இவைகளைக் கிளப்பவேண்டும் என்பது எங்களுடைய நோக்கம் இல்லை என்பதை முதலில் தெரிவித்துக் கொள்ள விரும்புகிறேன். ஆனால் குடியானவர்கள் திரண்டால் என்ன ஆகும் என்பதைத் தான் நாம் முதலில் சிந்தித்துப்பார்க்கவேண்டும். அதுவும் பின்னால் வரப்போகிறது. ஆகவே ராமாயணத்தைப்பற்றிய பிர சினையில் ஈடுபட நாங்கள் தயாராக இல்லை.

"ஆனால் கலாச்சார விஷயத்தில் புண்படக்கூடியவைகளை தடை செய்ய வேண்டும். அந்த முறையில் இந்தச் சட்டத்தில் ஒன்றுமில்லை. இப்பொ ழுது நாடகத்திற்கு தடை கொண்டுவருகிறார்கள். ஆனால் ரோடுகளில் போகும்போது பத்திரிகைகளின் விளம்பரங்களைப் பார்த்தால் அவைகள் மிகவும் மோசமாக இருக்கின்றன. மற்றும் பல விளம்பரங்களைப்பார்த் தால் மிகவும் மோசமாக இருக்கின்றன. ஆபாசமான படங்களை சித்தரிக்கி றார்கள். மந்திரிகள் சினிமாக்களில் ஆபாசமாக சித்தரிக்கப்படுகின்றனர். இன்னும் வட நாடு தென்னாடு என்ற பிரச்னையை நடத்திக்கொண்டு மிக வும் ஆபாசமாக காதல், கற்பழித்தல், முதலியவைகளை வால் போஸ்டர் களில் சித்தரிக்கிறார்கள். இதையெல்லாம் சர்க்கார் பார்த்துக்கொண் டிருக்கிறது. ஆனால் புண்படக்கூடியவைகளை காப்பாற்றவேண்டும் என்கி றார்கள். இன்னும் எவ்வளவோ பத்திரிகைகள் இருக்கின்றன. ஜன மணி முதலிய பத்திரிகைகள் இருக்கின்றன. அந்தப் பத்திரிகையின் வால் போஸ்டர்களைப் பார்த்தால் கற்பழித்தல் முதலியவைகள் குறிக்கப் பட்டிருக்கும். இவைகளையெல்லாம் இந்த சர்க்கார் பார்த்துக்கொண்டுதா னிருக்கிறது. இவைகளையெல்லாம் பார்த்துவிட்டு நாடகத்திற்கு தடை விதிக்கிறோம் என்றால் அதைக் கேட்க வேடிக்கையாக இருக்கிறது. முற்போக்கான செய்கைகளை கொஞ்சம் கொஞ்சமாக மக்களிடத்தில் புகுத்து வதற்கு போராட்டங்கள் நடத்தவேண்டும். அவைகளை நாடகங்கள் மூலமாக சித்தரித்துக்காட்டவேண்டும். அவைகளைத் தடை செய்வதா? பலாத் காரத்தை நாடகங்கள் மூலமாக யாரும் பிரசாரம் செய்ததாக இதுவரை யிலும் எங்களுக்குத் தெரியவில்லை. ஆகவே இந்த மாதிரியான கொள் கைகளை அனுஷ்டானத்திற்குக் கொண்டு வந்தால் அது மிகவும் மோசமான நிலைமையில் கொண்டு போய்விடும்.

"அடுத்தபடியாக இந்தச் சட்டம் சம்பந்தமாக நடவடிக்கை எடுக்கும் உத்யோகஸ்தர்களின் பேரில் நடவடிக்கை எடுக்கக் கூடாது என்று ஒரு ஷரத்து சேர்க்கப்பட்டிருக்கிறது. கலெக்டர் அவர்களும் தப்பு செய்யலாம் நாடகக்காரர்கள் ஆயிரம் ரூபாய் வரையில் செலவு செய்துவிட்டு நாடகம் நடிக்கக்கூடியவர்களுக்கு ரூ. 100, 200 என்று கொடுத்துவிட்டு அதன் பிறகு அந்த நாடகத்தை நடிக்கக்கூடாது என்று சொன்னால் நாடக

[illegible] செலவழித்ததெல்லாம் வீணைகப் போய்விடும். இதனால் அவனுக்கு அனாவசியமான செலவு ஏற்படுகிறது. அந்த உத்தரவின் பேரில் [illegible] செய்து கொள்வதற்கு ஹைகோர்ட்டுக்குப் போகவேண்டும் என்று [illegible] வது சரியல்ல. அதனால் அவனுக்கு செலவு அதிகமாகும் என்று சர்க்கார் கொஞ்சம் சிந்தித்துப் பார்க்கவேண்டும். அப்படி ஹைகோர்ட்டுக்குச் சென்று கலெக்டருடைய தீர்ப்பு தப்பு என்று நியாயம் கிடைத்தால் ஏன் அந்த அதிகாரியை தண்டிக்கக் கூடாது என்று கேட்கிறேன். அப்படி தண்டிப்பதற்கு ஒரு ஷரத்தும் இல்லை. ஆகவே இந்த மாதிரியான ஒரு ஷரத்து இருப்பது நியாயமில்லை. அப்படி இருந்தால் அது கலையைப் பரப்புவதற்கு தடை செய்வதாகும். இதுவெல்லாம் கலையைத் தடுப்பதே தவிர கலையை வளர்ப்பது என்பது அல்ல. ஆகவே கலெக்டர் பேரில் தாவா தொடரக்கூடாது என்று இருக்கக்கூடாது என்பது என்னுடைய அபிப்பிராயம். கடவுள் இருக்கிறரா இல்லையா என்பதைப்பற்றி நாங்கள் கவலைப்படவில்லை. சமுதாயத்தில் இப்பொழுது நடந்துகொண்டிருக்கும் நிலப் போராட்டத்தை நல்ல முறையில் சட்டம் செய்வதன் மூலமாக தீர்த்து வைக்கப்படவேண்டும். இந்த மாதிரியான சட்டங்களெல்லாம் இந்தச் சட்டத்திற்கு குந்தகமாக இருக்கும். ஆகவே இந்தச் சட்டம் அவசியமில்லை. பலாத்காரத்தினல் கொலையும் கொள்ளையும் தூண்டுவது என்பது இல்லை. இன்றையதினம் கலாச்சாரம் எல்லாம் நாசமாக்கப்பட்டு மக்களின் மனதெல்லாம் இன்றையதினம் சின்னுபின்னப்பட்டிருக்கிறது. நாடகம் என்றால் அதில் வில்லன் வரலாம், காதல் வரலாம், ஹீரோ வரலாம், சண்டை கொலை கொள்ளை எல்லாம் வரலாம். இதுதான் நாடகத்தில் இப்பொழுது நடந்து வருகிறது. இதனல் யாரும் பாதிக்கப்படவில்லை. யாரும் பாதிக்கப்பட்டதாக கனம் நிதி மந்திரி அவர்களும் தன்னுடைய பிரசங்கத்தில் புள்ளி விவரம் கொடுத்து குறிப்பிடவில்லை. மற்றவர்களும் இதைப்பற்றி குறை கூறவில்லை. இது வரையில் நடந்த எந்த நாடகத்திலாவது இந்த மாதிரியாக யாரும் பாதிக்கப்பட்டார்கள் என்று இது வரையில் யாரும் சொல்லவில்லை. இந்த நிலைமையில் இந்தச் சட்டத்தைக் கொண்டு வந்து நிறைவேற்ற வேண்டிய அவசியமில்லை.

"எங்களுக்கும் ஜனங்களைப்பற்றி பேசுவதற்கு உரிமை இருக்கிறது. எங்களையும்தான் ஜனங்கள் தேர்ந்தெடுத்து சட்டசபைக்கு அனுப்பியிருக்கிறர்கள். அதனல் அவர்களுடைய நலனைப் பாதுகாப்பதற்கு எங்களுக்கும் உரிமை இருக்கிறது. தாம்பரத்தில் நடந்த 'கண்ணின் மணிகள்' நாடகத்தைப் பார்த்துவிட்டு உணர்ச்சி வசப்பட்டிருந்தார்கள். யாரும் அதைப் பார்த்திருந்தால் அது ஒரு மோசமான நாடகம் என்று சொல்ல முடியாது. இன்றையதினம் நாட்டில் பலாத்காரத்தை புகுத்தக்கூடாது என்பதை ஒப்புக்கொளுகிறேம். அதை மாற்றுவதற்கு ஜனங்கள்மீது துவேஷத்தைப் புகுத்தக்கூடாது. இன்றையதினம் நாடகக்கலையின் மூலமாகத்தான் முற்போக்கான கொள்கைகளை ஜனங்களிடத்தில் புகுத்த முடியும். ஹைகோர்ட்டுக்கு அப்பீல் செய்ய அதிகாரம் கொடுக்கப்பட்டிருந்தாலும் கலெக்டருக்கு அந்த அதிகாரத்தைக் கொடுக்கக் கூடாது. அவருடைய தீர்ப்பு நியாயமற்றதாக இருந்தாலும் இருக்கும். ஆனல் ஜஸ்டிஸ் கட்சி தலைவர் கனம் பி. டி. ராஜன் அவர்கள் ஸ்தல உத்யோகஸ்தர்களுக்கு அபிப்பிராய சுதந்தரம் கொடுக்க வேண்டுமென்று சொல்லுகிறர்."

DEPUTY SPEAKER :—"உங்களுடைய நேரம் முடிந்து விட்டது."

SRI C. KANDASAMY :—"முடித்துவிடுகிறேன். இது சம்பந்தமாக சில விஷயங்களைச் சொல்ல வேண்டியதாக இருக்கிறது. இப்பொழுது பல செக்ஷன்கள் இருக்கின்றன. நாடகத்தின் நகல் கொடுத்தால்தான் நாடகத்தை நடத்தலாம் என்று சொல்லப்படுகிறது. அப்படிப் பார்த்தால் பல நாடகங்கள் நடைபெறுமல் போவதற்கு இடம் ஏற்படுகிறது. அதனல் தேதி நிர்ணயம் செய்யமுடியாது. அந்த நாடகம் நடைபெறுமல் இருப்பதற்கு வழிவகை காண்பதற்கு இடம் ஏற்படும். அது கலெக்டர் கையில் இருக்கிறது. அந்த நிலைமைக்குக் கொண்டு போய்விடும் இந்த விதியினல்.

...th December 1954] [Sri C. Kandasamy]

அடுத்தபடியாக கொட்டகை வைத்துக்கொண்டிருப்பவருக்கும் ... விதிக்கப்படும் என்று சொல்லப்பட்டிருக்கிறது. சாதாரணமாக கொட்டகை வைத்திருப்பவர்கள் ரூ. 50 அல்லது ரூ. 100 வாடகை கிடைக்கும் என்று வைத்திருக்கிறார்கள். அதை ஒரு வருமானமாக கொண்டிருப்பவர்களை இந்தச் சட்டம் பாதிக்கும். அவருடைய வருமானத்தை பறிக்கும் நிலைமைக்கு இது கொண்டுபோய்விடும். அதனால் ஒரு கொட்டகைக்காரரும் நாடகம் நடக்க கொட்டகையை கொடுக்கமாட்டேன் என்று சொல்லுவதற்கு இடம் இருக்கிறது. அதனால் கலையை பாதுகாப்பது முடியாமல் போகலாம். என்ன பேச்சிலும்கூட அது ஆட்சேபணையாக இருக்கிறது என்று சொல்லலாம். அவைகளுக்கெல்லாம் இந்தச் சட்டம் இடம் கொடுக்கிறது. ஆகவே இந்தச் சட்டம் மிகவும் பிற்போக்கான சட்டம் என்றும் இது கலையைத் தடுக்கக்கூடிய சட்டம் என்றும் தெரிவித்துக்கொண்டு முடித்துக்கொள்ளுகிறேன்."

* Sri M. NARAYANA KURUP :—" Mr. Deputy Speaker, this measure has evoked opposition, because by it the Government are trying to tread on forbidden grounds. Sir, Article 25 of the Indian Constitution in the chapter on Fundamental Rights, gives everyone the right to profess any religion according to his faith and also the right to propagate it. Any breach of this privilege is a breach of the fundamental right. If anybody by any drama or performance commits a breach of this privilege, the matter can be taken up to the High Court and such performances can also be prohibited. Sir, the Constitution allows the State authority to encroach upon religion only so far as administration of religious trusts and properties of the religious institutions is concerned. If the Government want to make out any new ground for interference outside the scope of the Constitution, they must make out a case that the secular existence of the Government cannot be otherwise protected. If that were so, there is ample provision. Item (iv) of clause 2 (1) of the Bill states, ' incites any section of the citizens of India to acts of violence against any other section of the citizens of India . . .' If certain performances or dramas incite the feelings of people to such a height as to goad them into violence and if that violence threatens the secular existence of the State, the Government can take action even under this item (iv) instead of item (v). I submit that the most obnoxious provision in this Bill is item (v) of Clause 2 (1). Here certain acts are made an offence. We know that there are various offences under the Indian Penal Code. Before an offence is made punishable, we have to give a definition of the offence. Now, the whole fundamental basis of this item (v) is, ' insulting or blaspheming or profaning the religion or the religious beliefs of that class '. Curiously enough do we find any definition of religion or religious faith in this Bill? Sir, it may be said that they have a well-known connotation. But I would submit that it is not so. Take from Vyasa to Valmiki, from Patanjali to Sankara, or from Ramanuja to Vivekananda. A to Z all of them had their own conception of religion. What did Swami Vivekananda say? He said, ' If you have any doubt in *puranas*, go to the *smrithis*; if you have any doubt in *smrithis*, go to the Vedas; if you have any doubt with regard to the interpretation of the Vedas, then go to the Upanishads.' Now, I would like to ask, ' What do

you mean by religion and religious faith?' Is it the pristine religion practised by our ancients beginning from the conception of the 'nishkalanka *Brahma*' to the crudest form of worship? We know what our pristine vedic religion is. The river Ganga is passing through some gutters. People in our own society firmly believe that it is the sacred Ganga that flows through the gutters.

"Sir, we know in our olden days how every effort towards social reform was sought to be checkmated. We have before us the bold instance of Raja Ram Mohan Roy who conducted an inveterate fight against '*sati*'. People at that time thought that he was going against religion. Again, take for instance that memorable Dayananda Saraswathi who conducted a regular crusade against idolatry. People thought he was profaning religion. I cite these instances only to show that people have different conceptions of religion and religious faith. Moreover we cannot argue religion on the basis of reason. Because, Swami Vivekananda himself has said that religion begins where reasoning ends. Therefore, faith is a thing which we cannot measure by any legislation. We must be very careful in inflicting punishments for offences committed which we cannot define. We have no thermometer to measure the religious feelings of a man when he sees a performance. There may be people who may be highly sensitive and whose feelings, even on hearing the first word in the performance, may rise to 100 degrees. There may also be cool and calculated people who can witness a performance right through without any feelings of emotion. Who is there to interpret human feelings? It is not a Sankara or some religious pundits who will interpret human feelings according to this Bill. It is the District Collector who is expected to do this. I do not want to say anything against the District Collectors. I only want to say that it is not possible for anybody to measure the religious feelings of people. It is not possible at all. Belief in God and religion and non-belief in them have been in existence from ancient times. Those who have read Valmiki Ramayana will know of the heated debate that took place between Jabali and Vasishta when Rama was to be sent to the forest. What does that show? It clearly shows that rationalism had taken firm roots even from very ancient times. Unless we are able to give a clear definition of religion and religious feelings and religious faith which we want to protect, our leaving those expressions so vague and wide will land us in great difficulty. If clarity is the criterion of any legislation, I think that is
4-10 lamentably lacking in this Bill. Sir, before I conclude I wish to
p.m. refer to another point. The Hon. Minister said that the State wanted to give protection to minorities. But it is this very protection that is lacking in this Bill, for does it give the right to the people affected to go to the High Court in cases where a performance is not prohibited? Take for instance that a drama full of profanities or blasphemies against a section of people or religion is sought to be enacted, and the Government does not prohibit the drama which really wounds the feeling of a section of a religious community or other people, what right have these

December 1954] [Sri M. Narayana Kurup]

ople got under this Bill? If at all the Hon. Minister wants to protect the minorities, these people should be given the right to approach the proper authority to say that such a drama may be prohibited and if the authority refuses to prohibit the drama, these people must be given the right to appeal to the High Court. It is only in that way minorities can be protected. When we say the minorities are to be protected, it means they must be protected against the Government. That is what it means. The minorities may put faith in the Government, but if it happens that the majority Government refuse to yield to the legitimate needs and the rights of the minorities, the minorities must have a right to approach the highest court as against the will of the executive."

*SRI R. V. SWAMINATHAN :—" கனம் உதவி தலைவர் அவர்களே, இந்த மசோதாவில் நான் தமிழில் பேசுகின்றேன். எல்லோரும் தமிழில் பேசுவதால் எனக்கும் கூட தமிழிலேயே பேசவேண்டுமென ஆசையாக இருக்கிறது.

" இந்த மசோதாவின் விவாதத்தில் ஈடுபட்ட பல அங்கத்தினர்கள் இதை 'நாடகத் தடை மசோதா, நாடகத் தடை மசோதா' என்றே குறிப்பிட்டார்கள். அது தவறு. உண்மையிலே இது நாடகத் தடை மசோதாவே இல்லை. இதை Dramatic Performances Act என்று சொல்லியிருக்கிறார்களே தவிர Dramatic Prohibition Act என்று சொல்லவில்லை.

" அதோடு இன்னொரு விஷயம். இந்தச் சட்டத்தைக்கொண்டு வருவதன் நோக்கமே எம். ஆர். ராதா நடத்தும் ராமாயணத்தைத் தடை செய்யத்தான் என்று சொல்லிக்கொண்டு அப்புரம் அதுசம்பந்தப்பட்ட பல விஷயங்களைச் சொல்லி மிக அழுத்தம் திருத்தமாகக் கண்டித்துப் பேசினார்கள். அவர்களுக்கு எல்லாம் நான் ஒரு விஷயத்தைச் சொல்ல விரும்புகிறேன்.

" என்னைப் பொறுத்த வரையில் நான் ஒரு ஹிந்து."

SRI K. VINAYAKAM :—" நிச்சயமாகவா ?" (சிரிப்பு.)

*SRI R. V. SWAMINATHAN :—" நிச்சயமாக நான் ஒரு ஹிந்துதான் (சிரிப்பு). நமது ஹிந்து மதத்தில் வருகின்ற சுவாமிகளை எல்லாம் ஹிந்துக்கள். வணங்குகிறார்கள். ஹிந்து மதப் புராணங்களையும் கூட மதிக்கிறார்கள் அதைப்பற்றி குறைவாகப் பேசும்போது அவர்கள் மனம் எல்லாம் புண்படுகின்றன. எனக்கும் கூடத்தான் புண்படுகிறது. (சிரிப்பு.) ஹிந்து மதத்திலுள்ள தெய்வங்களிடம் நம்பிக்கையில்லாதவர்களுக்கு வேண்டுமானால் மனம் புண்படாது இருக்கலாம், நம்பிக்கையுள்ளவர்களின் மனம் ரொம்பவும் வருத்தப்படத்தான் செய்யும்.

" நான் ராதா அவர்களுடைய நாடகத்தை இன்னும் பார்க்கவில்லை. அந்த நாடகத்தில் சீதையை ரொம்பவும் குறைவு படுத்தி யோக்கியதை இல்லாதவாளாக சித்தரித்துக் காட்டப்படுகிறதாகக் கேள்விப்பட்டேன். வார்த்தைகளும் ரொம்பவும் மோசமாக இருக்கின்றதாகக் கேள்வி.

" நமது ஈ. வி. ராமசாமி நாயகர் வயதானவர், நல்ல அனுபவம் மிக்கவர், படித்தவர். இருந்தாலும் அவர் ஹிந்து மதத் துவேஷி. ராமனையோ, கிருஷ்ணனையோ அவர் தெய்வமாக ஏற்றுக்கொள்ளத் தயாராக இல்லை. அவர் ஒரு வைஷ்ணவர் தான்."

SRI K. VINAYAKAM :—" அவர் ஒரு சைவ பக்தரே தவிர விஷ்ணு பக்தர் அல்ல."

*SRI R. V. SWAMINATHAN :—" இருக்கலாம். அவர் நாயுடு என்ற காரணத்தினால் வைஷ்ணவ மதத்தர் என்று சொன்னேன். (சிரிப்பு.)

"எனக்கு ஒரு புராணக்கதை நினைவுக்கு வருகிறது. மகாவிஷ்ணு [illegible] பள்ளிகொண்டிருக்கும்போது துவாரபாலகர்களுக்கு யாரையும் உள்ளே விடாதே என்று உத்திரவு கொடுத்திருந்தாராம். அப்பொழுது சப்த ரிஷிகள் சென்று நாங்கள் மகாவிஷ்ணுவை உள்ளே போய் பார்க்க வேண்டுமென்று துவாரபாலகர்களிடம் சொல்லியிருக்கிறார்கள். அதற்கு துவாரபாலகர்கள் 'நீங்கள் உள்ளே போகக்கூடாது, நாங்கள் உங்களை விடமாட்டோம்" என்று தடுத்துவிட்டார்களாம். உடனே சப்த ரிஷிகள் கோபமடைந்து நீங்கள் 'பூலோகத்திலே போய் பிறக்கக் கடவீர்களாக" என்று சாபம் கொடுத்துவிட்டார்களாம். பின்னர் அந்த துவாரபாலகர்கள் மகாவிஷ்ணுவின் காலில் விழுந்து இதற்கு எங்களுக்கு விமோசனமே கிடையாதா என்று வேண்ட மகாவிஷ்ணுவும் ஒரு கண்டிஷன் போட்டாராம். நீங்கள் பூலோகத்தில் போய் பிறக்கத்தான்வேண்டும். இருந்தாலும் என்னுடைய பரம விரோதிகளாக மூன்று ஜன்மாக்கள் பூலோகத்தில் இருந்துவிட்டு வந்து விடுகிறீர்களா அல்லது என்னுடைய பக்தர்களாக் நூறு ஜன்மாக்கள் எடுக்கிறீர்களா என்று கேட்டாராம். பகவானே, நூறு ஜன்மாக்கள் பக்தர்களாக இருப்பதை விட மூன்றே ஜன்மாக்கள் உங்களுடைய பரம விரோதிகளாக இருந்துவிட்டு வந்து விடுகிறோம் என்று சொன்னார்களாம். அந்தமாதிரியே அவர்கள் மூன்று ஜன்மங்கள் விரோதிகளாகவே பிறவி எடுத்தார்களாம். அவர்களைப் போலவே நமது ராமசாமி நாயக்கரும் கூட விஷ்ணுவினுடைய விரோதியாக இருந்து அவருடைய பாதத்தை அடைகிறேன் எனச் சொல்லிவிட்டு வந்திருக்கிறாரோ என்று கூட எண்ணுகிறேன்." (சிரிப்பு.)

SRI K. T. RAJU :—"கனம் சபாநாயகர் அவர்களே, ஸ்ரீ ஸ்வாமிநாதன் அவர்கள் மசோதாவின்மேல் பேசுகின்றாரா? அல்லது புராண கதா காலக்ஷேபம் செய்கின்றாரா என்று கேட்கிறேன்."

SRI R. V. SWAMINATHAN :—"என் நண்பர் கே. டி. ராஜு அவர்கள் மார்க்ஸ் புராணத்தைப் பற்றி பேசினார். நான் ஹிந்து புராணத்தைப் பற்றித்தான் பேசுகின்றேன்." (சிரிப்பு.)

SRI K. VINAYAKAM :—"I rise on a point of order, Sir. I believe if my memory serves me a right, the time allotted for every hon. Member is only ten minutes. Has not the hon. Member who is speaking exceeded his time limit ? "

DEPUTY SPEAKER :—"He has got two minutes more."

SRI K. VINAYAKAM :—"I think the hon. Member has taken 15 minutes."

DEPUTY SPEAKER :—"No, he has taken only 8 minutes and he has two more minutes."

SRI R. V. SWAMINATHAN :—"Sir, by these interruptions, 5 minutes of my allotted time has been taken away. I may be given five more minutes."

SRI R. V. SWAMINATHAN :—"அந்த துவாரபாலகர்களைப் போலவே கூட விஷ்ணுவை துவேஷித்து, துவேஷித்து நமது ஈ. வெ. ராமசாமி நாயகரும் மோட்சத்தை அடைகிறேன் என்று சொல்லிக்கொண்டே வந்து பிறந்திருக்கிறாரோ என்று கூட நான் எண்ணுகிறேன்."

SRI S. DAIVASIGAMONEY :—"நமது தோழர் ஆர். வி. சுவாமிநாதன் எந்த இடத்திற்குப் போகப் போகிறார் ?" (சிரிப்பு.)

*SRI R. V. SWAMINATHAN :—"நண்பர் தெய்வசிகாமணி எந்த இடத்திற்குப் போகப்போகின்றாரோ அந்த இடத்திற்குத்தான் நான் போகப் போகிறேன். (சிரிப்பு.)

20th December 1954] [Sri R. V. Swaminathan]

"நம் நாட்டிலே வேண்டுமென்கிற பேச்சு சுதந்திரம், எழுத்து சுதந்திரம், எல்லாம் அரசியல் அமைப்புப் பிரகாரம் கொடுக்கப்பட்டிருக்கிறது. இருந்தாலும் இந்த பேச்சு சுதந்திரம், எழுத்து சுதந்திரம், நடிப்பு சுதந்திரம் எல்லாம் ஒரு ஒழுங்குக்குக் கட்டுப்பட்டே இருக்கவேண்டும். இல்லாவிட்டால் எந்தவிதமான அரசாங்கமும் ஒழுங்காக நடைபெற முடியாது. ஒரு சாரார் மற்றொரு சாராரை எப்படி வேண்டுமானாலும் திட்டலாம், வையலாம், என்றாலும், ஒரு சாராருடைய மத உணர்ச்சியை மற்றொரு சாரார் எப்படி வேண்டுமானாலும் கேவலப்படுத்தி மனம் புண்படும்படி செய்யலாம் என்றாலும் இதை சர்க்கார் விட்டுக்கொண்டே சென்றால் இதன் முடிவு பெரிய ஆபத்தில்தான் கொண்டுபோய்விடும். சர்க்காரை இந்த நாட்டில் நடக்க முடியாதபடி பல கலவரங்கள் ஏற்பட்டுக் கொண்டே இருக்கவும் இடமுண்டு. ஆகவே இந்த மசோதாவை சர்க்கார் கொண்டுவந்திருப்பதற்காக நான் அவர்களைப்பாராட்டுகிறேன்.

"எதற்காக சர்க்கார் இப்படி அவசரம் அவசரமாக இந்த மசோதாவைக் கொண்டுவரவேண்டுமென்று எதிர்க்கட்சித் தோழர்கள் பலமாக எதிர்த்துப் பேசினார்கள். நான் அவர்களைக் கேட்கிறேன். சர்க்கார் இந்த மசோதாவை அவசரம் அவசரமாக எங்கே கொண்டு வந்தது என்று? இந்த மசோதாவைப் பிரசுரித்து எவ்வளவோ நாட்கள் ஆகிவிட்டன. இடையில் இதனை நன்கு பரிசீலனை செய்ய ஒரு பொறுக்குக் கமிட்டி வேறு அமைக்கப்பட்டது. இந்த நாடகத் துறையில் ஈடுபட்டிருப்பவர்களின் யோசனைகளெல்லாம் கேட்கப்பட்டன. அதற்குப் பிறகே அவர்கள் எல்லோருடைய யோசனையின் அடிப்படையில்தான் மசோதா நல்ல முறையில் திருத்தப்பட்டு சபையின் முன்பு இப்பொழுது வந்திருக்கிறது. ஆகவே இதனை தங்களுக்கு மெஜாரிடி இருக்கிறது என்பதற்காகச் சர்க்கார் கொண்டு வந்திருக்கிறது என்று யாரும் கருதாமல் மக்கள் எல்லோரும் இது மாதிரியான சட்டம் வரவேண்டுமென்று விரும்புகின்றதன் காரணமாகத்தான் இந்தச் சட்டம் கொண்டு வரப்படுகின்றது என்பதை உணர்ந்து கொள்ள வேண்டும்.

"இந்த மசோதாவை எதிர்த்துப் பேசும்போது ஸ்ரீ தசரதன் ஒரு விஷயம் சொன்னார்கள். அதாவது கோலாரில் நந்தனார் நாடகத்தை நடத்தக்கூடாதென்று அங்குள்ள ஹரிஜனங்கள் தடை செய்தார்கள் என்றும் அவர்களுடைய மெஜாரிடி எதிர்ப்பை மதித்து அந்த நாடகம் நடக்கக் கூடாது என்று அரசாங்கம் அதைத் தடை செய்துவிட்டது என்றும் குறிப்பிட்டார்.

"சபை அங்கத்தினர்கள் எல்லாம் இதை நன்கு கவனிக்கவேண்டும். 4-20 p.m. நந்தனார் நாடகத்தை இந்த நாட்டிலுள்ள எல்லா மக்களும் நன்கு அறிவார்கள். ரொம்பவும் பக்தி நிரம்பிய நாடகம். இந்த நாட்டிலே அது பலகாலமாக பல இடங்களில் நடித்துக் காட்டப்பட்டும் வந்திருக்கிறது. காலத்தையொட்டி அந்த நாடகத்தை நடத்தக்கூடாது என கோலார் பிரதேசத்திலுள்ள மக்கள் எதிர்த்தார்கள் என்பதற்காக அரசாங்கம் அந்த நாடகத்தைத் தடை செய்திருக்கிறது. குறிப்பாக அதனால் ஹரிஜன மக்களுடைய மனம் புண்படும் என்று அப்படி செய்யப்பட்டிருக்கிறது. அப்படி இருக்கும்போது இன்றைக்கு ஹிந்து மதத்தினர்களில் பெரும்பாலரால் போற்றப்பட்டு வரும் ராமாயணத்தை மிகக் கேவலப்படுத்தி, ஆபாசமான முறைகளிலெல்லாம் நடித்துக் காட்டப்பட்டால், அந்தமாதிரியான ஆபாச நாடகங்களைத் தடை செய்ய அதிகாரம் வேண்டுமென்று சர்க்கார் முன் வந்து கேட்கும்போது அதை எதற்காக எதிர்க்கவேண்டுமென்றுதான் நான் கேட்கிறேன். யார் யாரை வேண்டுமானாலும் இழிவாகப் பேசிக் கொண்டே வரலாம், ஆபாசமாக நடித்துக்கொண்டே வரலாம் என்று வளர்ந்துவரும் மனப்பான்மையை சர்க்கார் விட்டுக்கொண்டே வந்தால் இதனால் இந்த நாட்டிலுள்ள பண்பாட்டுக்கும் ஒழுங்குக்கும் ஒரு நாள் பெரிய ஆபத்து வந்துதான் தீரும். ஆதலாலே நிச்சயமாக இந்த மசோதா வரவேண்டும். ஆகவே அந்த மசோதாவை நான் மனப்பூர்வமாக ஆதரித்து, அதைக்கொண்டு வந்திருக்கும் சர்க்காரைப் பாராட்டுகிறேன்."

SRI P. RATHINASWAMI PILLAI :—"கனம் உதவி சபாநாயகர் [illegible] இன்றைய தினம் சர்க்கார் கொண்டுவந்துள்ள இந்த நாடக [illegible] தோழர் எம். ஆர். ராதா அவர்களின் ராமாயண நா[illegible] ஒரு காரணத்திற்காக[illegible]. ஆனால், எனக்கு இந்த [illegible] யணத்தைப் பற்றியோ, ராமாயணத்தைப் பற்றியோ ஒன்றுமே தெரியாது. [illegible] என்னவென்றால் ஒருவருடன் ஒருவர் பேசிக்கொண்டிருக்கும்போது [illegible] நேரமாக பேசிக்கொண்டிருந்துவிட்டால், அதிலும் பேசுகிறவர்களுடைய பேச்சு நமக்குப் பிடிக்காவிட்டால், 'இது என்ன பெரிய எழவு, ராமாயண [illegible] இருக்கிறதே !' என்று சொல்வார்கள். அந்த முறையிலே எனக்கு இந்த ராமாயணத்தைப்பற்றி ஒன்றுமே தெரியாது.

"ஆனால், தோழர் ராதா அவர்கள் சென்னையில் ராமாயண நாடகம் நடத்திக்கொண்டிருந்த காலத்தில் அந்த நாடகத்தைப் பார்க்கும்படி என்னை அழைத்திருந்தார். நான் அங்கு போய் அந்த நாடகத்தைப் பார்த்தேன். ராதா அவர்கள் நடத்தும் ராமாயண நாடகம் ரொம்பவும் அசம்பாவிதம், ராமாயணத்தை ரொம்பக் கேவலமாகப் பேசியிருக்கிறார்கள், நடித்திருக்கிறார்கள், சீதையை விபசாரியென்று சொல்லுகிறார்கள் என்றெல்லாம் சொல்லக்கூடிய அசெம்பிளி அங்கத்தினர்களில் 100-க்கு 90 பேர் கூட அந்த நாடகத்தைப் பார்த்தே இருக்கமாட்டார்கள் என்பது என்னுடைய நம்பிக்கை. யாரோ சொன்னதை வைத்துக்கொண்டு ஒன்றை நூறாகப் பெருக்கிப் பெருக்கி அவதூறாகப் பேசிக்கொண்டிருப்பவர்கள்தான். நேரில் அந்த நாடகத்தைப் பார்த்தவர்கள் ஒருவர்கூட இல்லை என்பது என்னுடைய அபிப்பிராயம். உண்மையிலேயே நேரில் பார்த்தால் அதில் எந்தவிதமான அசம்பாவிதமும் இருப்பதாகத் தெரியவில்லை. ஆனால், சில இடங்களில் தோழர் ராதா அவர்கள் ராமர் வேஷத்துடன் பயந்து ஒடுங்கி நடிக்கின்ற காட்சி வருகிறது. 'ராமாயணத்தில் இம்மாதிரிதான் இருக்கிறதா' ? என்று நான் அவரைக் கேட்டபோது, அவர் சொன்னார், 'நாடகம் முடிந்ததற்குப் பின்னால் நான் புத்தகத்தை எடுத்துக் காண்பிக்கிறேன்" என்று. வால்மீகி ராமாயணத்தில் அந்தமாதிரிதான் இருக்கிறது. வாலியைக் கொல்லும்போது ராமர் ஒரு மரத்திற்குப் பின்னால் ஒதுங்கியிருந்து கொல்லவேண்டுமென்று இருக்கிறது. அப்படியானால், மரத்தை உண்டுபண்ணுங்கள் என்று சொல்லி அந்த மாதிரியாக நடிக்கிறார்.

"சீதை, யார் ஒருவனை தனக்குப் பிடிக்காத மனிதனாக இருந்தால் அவனைப் பார்த்த மாத்திரத்திலே அக்னியாக எரித்துவிடுவாள் என்று ராமாயணத்தில் இருக்கிறது. ஆனால், சீதையை ராவணன் எடுத்துக்கொண்டு போனபோது ஏன் ராவணனை அக்னியால் எரித்திருத்தக்கக்கூடாது ? அப்படியென்றால், அதற்குக் காரணம் என்ன ? (சிரிப்பு.) சீதைக்கு ராவணன் பேரில் பிரியம் இருந்து தூக்கிக்கொண்டு போகப்பட்டார்களா அல்லது வெறுப்புடன் போனார்களா என்பதுதான் கேள்வி. இம்மாதிரி நான் பேசும்போது ராமரைப்பற்றியோ சீதையைப்பற்றியோ குறைவாகப் பேசுவதற்காகப் பேசவில்லை. நடந்த விஷயத்தைத்தான் நான் சொல்கிறேனேயொழிய, நானே கற்பனை செய்து பேசுவதாக நீங்கள் நினைத்துவிடக்கூடாது.

"அது ஒருபுறமிருக்க, இன்றைக்கு முதல் மந்திரியாக இருக்கக்கூடிய கனம் ஸ்ரீ காமராஜ் இப்பொழுது இருப்பதைவிட இதற்குமுன் முதல் மந்திரியாக இருந்த கனம் ஸ்ரீ ராஜகோபாலாச்சாரியார் இருந்திருந்தால் இன்றைக்கு கண்டிப்பாக இந்தச் சட்டத்தைக் கொண்டிவந்திருக்கவே மாட்டார் என்பது என்னுடைய நம்பிக்கை. காரணம் என்னவென்று கேட்டால் அந்தக் காலத்தில் "தினத் தந்தி' செய்தித்தாளில் காவடி ஆடும்படியான பொம்மைகளையும், புடவையைக் கட்டிக்கொண்டு போகிற மாதிரியும் பொம்மைகள் போட்டிருந்த காலத்திலேகூட கனம் ராஜகோபாலச்சாரியார் அவர்கள் அதைப்பற்றி கொஞ்சங்கூட சிந்திக்கவில்லை. இன்றைக்கு தோழர் ராதா நடிக்கும் நாடகத்தை ஒரு சிலர் எதிர்த்திருக்கிறார்களென்றால், அவர்கள் மந்திரி சபையில் அபிப்பிராய பேதத்தை உண்டுபண்ணவேண்டுமென்றும் இன்றைக்கு நாட்டில் குழப்பம் உண்டுபண்ணவேண்டுமென்ற எண்ணத்தினாலும் இம்மாதிரி கிளர்ச்சி செய்கிறார்கள் என்பது பல பொதுமக்களுக்குத் தெரியும். இங்குள்ள அங்கத்தினர்களுக்கும் தெரியும். ஆனால் அதைச் சொல்ல விரும்பமாட்டார்கள்.

" 1930-வது ஆண்டில் சேலத்திலுள்ள ஒரு நாடக சபையில் ' சீதா ...ல்யாண ' நாடகம் நடிக்கப்பட்டது. அந்த நாடகத்தில் ஒரு கட்டம் ...ருகிறது. எவன் ஒருவன் வில்லை ஒடிக்கிறானோ அவன் சீதையைத் திரு...ணம் செய்துகொள்ளலாம் என்பது கருத்து. அந்த நாடகத்திலே எனக்கு ராவணன் வேஷத்தைக் கொடுத்திருந்தார்கள் ; (சிரிப்பு.) ராமா...யணம் என்றால் என்ன, பாரதம் என்றால் என்ன, சீதா கல்யாணம் என்...றால் என்ன என்று எனக்குத் தெரியாதிருந்த அந்தக் காலத்தில் எனக்கு அந்த வேஷம் கொடுக்கப்பட்டிருந்தது. ஸ்ரீ சண்முகம் பிள்ளை என்பவர் நாடக வாத்தியாராக இருந்தார். அவர் எனக்கு வசனங்கள் சொல்லிக் கொடுத்தபோது ' ராவணன் வில்லை ஒடிக்கக்கூடாது, ராமர்தான் ஒடிக்க வேண்டும் ' என்று எனக்குச் சொல்லி கொடுக்கவில்லை. நான் போய் அவசரமாக அந்த வில்லைப் பிடித்தவுடன் வில் ஒடிந்துவிட்டது ! (சிரிப்பு). அந்த வில்லை ராமன் ஒடிக்கக்கூடிய நிலைமையிலே வைத்திருந்தார்கள். அந்த விஷயம் எனக்குத் தெரியாது. சீதா கல்யாண நாடகத்தில் இம் மாதிரியான ஒடிந்த வில்லை வைத்திருந்தது போலவே ராமாயண நாடகத்தையும் அந்தக்காலத்தில் பல கவிஞர்கள் கதையாகச் சித்தரித்திருப்பார்களோ என நான் நினைக்கிறேன். ஆனால், இன்றைக்கு ஒருவருடைய மனைவி விபசாரியாக இருக்கலாம். உலகம் பூராவும் தெரிந்திருக்கலாம். ஆனால், அந்தக் கணவன் முன்னிலையில் அவனுடைய மனைவி விபசாரி என்று சொல்லும்போது அவனுக்குக் கோபம் வருவது இயற்கை. அந்த முறையிலே இந்தக் குழப்பம் இருக்கிறதென்று நான் கருதுகிறேன்.

" தோழர் எம். ஆர். ராதாவை நான் சந்தித்துப் பேசும் காலத்தில், ' என் இந்த மாதிரி குழப்பத்தை உண்டு பண்ணி விட்டிருக்கிறாய் ? அசெம்பிளியில் எவ்வளவோ காரியங்கள் இருக்கும் இந்த நேரத்தில் என் இம் மாதிரி செய்கிறாய் ?' என்று நான் கேட்ட காலத்தில் ' எங்களுக்காக நீங்கள் ஒன்றும் செய்யவேண்டியதில்லை ; என்னுடைய பழைய வக்கீல் நிதி அமைச்சர் கனம் திருவாளர் ஸி. சுப்ரமண்யம் இருக்கிறார், அவர் எனக்காக வேண்டி வாதாடுவார் ; நாங்கள் ஒன்றும் கவலைப்படவேண்டியதில்லை ' என்று அவர் சொன்னார். அதிலிருந்து என்ன தெரிகிறதென்றால் தோழர் எம். ஆர். ராதா அவர்களுக்கும் கனம் நிதி அமைச்சர் அவர்களுக்கும் உள்ளுக்குள்ளே வார்த்தை ஏதாவது நடந்திருக்குமோ என்று நான் கருதுகிறேன். ஏனென்று கேட்டால் தோழர் ராதா நிதி அமைச்சருடைய பழைய கட்சிக்காரர். அதனால் தோழர் ராதா அவர்களை உலகம் பூராவும் புகழும்படியான நிலைமையிலே அவரைக் கொண்டுவந்து விடுவார் என்பதற்காக கனம் நிதி அமைச்சர் அவர்களுக்கு என்னுடைய நன்றியைத் தெரிவித்துக்கொள்கிறேன்."

THE HON. SRI C. SUBRAMANIAM :—" Sir, I may say this for for the information of hon. Members. He was never my client at any time."

* SRI P. RATHINASWAMI PILLAI :—" நாம் கவனிக்கவேண்டிய பிரச்னைகள் எவ்வளவோ இருக்கும்போது அவைகளையெல்லாம் விட்டு விட்டு இந்தப் பிரச்னையை அவசரம் அவசரமாக இப்பொழுது கொண்டு வருவது அவசியந்தானா என்று நாம் சிந்தித்துப் பார்க்கவேண்டும். மூன்று வருஷ காலமாக இந்த சட்டசபைக் கூடும் ஒவ்வொரு தடவையும் ஒவ்வொரு சட்டத்தைப் புதிது புதிதாகக் கொண்டுவந்திருக்கிறார்கள். வெளியிலேயுள்ள பொதுமக்கள் எல்லோரும் சட்டசபையில் இவர்கள் செய்வது அக்ரமம் என்று கூச்சலிட்டு, தகராறு செய்தால், போலீஸ்காரர்களை விட்டு அவர்களை அப்புறப்படுத்துவார்களா அல்லது அசெம்பிளியையே மூடிவிட்டுப் போய்விடுவார்களா என்பதை சிந்தித்துப் பார்க்கவேண்டும். அந்த முறையிலே ராதா நாடகத்தில் கலகம் செய்பவர்களை தடுப்பதை விட்டு இந்தச் சட்டத்தை இவ்வளவு அவசரமாக கொண்டுவந்ததை நான் எதிர்த்து இத்துடன் என் வார்த்தையை முடித்துக்கொள்கிறேன்."

* SRI K. MADHAVAN NAMBIAR —" മിസ്റ്റർ ഡെപ്യൂട്ടിസ്പീക്കർ, സർ, [4-3 p.m.]
ആഭാസമായ നാടകങ്ങളേയും ജനങ്ങൾക്കും സമുദായത്തിനും ദ്രോഹകരമായിട്ടുള്ള നാടക

…യും നിരോധിക്കേണ്ടത് ആവശ്യം തന്നെ. അതിനെ സംബന്ധിച്ച് ആർക്കും തർക്കമില്ല. എന്നാൽ നാടകങ്ങളെ തടയുന്നതിന് ആവശ്യമായ നിയമങ്ങൾ ഇന്ന് നിലവിലുണ്ടായിരിക്കെ ഇത്ര അടിയന്തിരമായിട്ട് ഇങ്ങനെ ഒരു നിയമംകൂടി ഗവർമ്മേൻറു കൊണ്ടുവരുന്നതിൻെറ ആവശ്യമാണ് മനസ്സിലാകാത്തത്. ഇവിടെ പല മെമ്പർമാരും സംസാരിച്ചത് കേട്ടാൽതോന്നും രാമപക്ഷക്കാരും രാവണപക്ഷക്കാരും തമ്മിലുള്ള എന്തോ ഒരു മത്സരമാണ് ഇവിടെ നടക്കുന്നതെന്ന്. പക്ഷെ വാസ്തവത്തിൽ രാമപക്ഷക്കാരും രാവണപക്ഷക്കാരും തമ്മിലുള്ള ഒരു മത്സരമല്ല ഇത്. രാമായണവും കീമാണവും തമ്മിലുള്ള മത്സരവുമല്ല. ഈ രാജ്യത്തെ അദ്ധ്വാനിക്കുന്ന വർഗ്ഗത്തിൻെറ ഇടയിൽ ഇന്ന കലാബോധം വളരെ ഉയർന്നിട്ടുണ്ട്. തൊഴിലാളി പ്രസ്ഥാനത്തെ അടിസ്ഥാനമാക്കിക്കൊണ്ടുള്ള കഥകൾ എഴുതി തുടങ്ങിയിട്ടുണ്ട്. നാടകങ്ങൾ എഴുതാൻ തുടങ്ങിയിട്ടുണ്ട്. അവ അഭിനയിക്കുന്നതിനു എത്രയോ കലാസംഘങ്ങളും ഉയർന്നു തുടങ്ങിയിട്ടുണ്ട്. തൊഴിലാളിയുടെ ജീവിതരീതി, അവരെ ചൂഷണം ചെയ്യുന്ന വിധം അവരെ മർദ്ദിക്കുന്നതിനും കീഴടക്കുന്നതിനും മർദ്ദകർ എടുക്കുന്ന അടവുകൾ ഇവയെല്ലാം ഭംഗിയായി ചിത്രീകരിക്കുകയും അവയ്ക്കെതിരായി സംഘടിക്കുവാനും സമരം ചെയ്യുവാനും തൊഴിലാളികളെ ഉത്തേജിപ്പിക്കുകയും ചെയ്യുന്ന നാടകങ്ങളും കഥകളും ഇന്നുണ്ടായിട്ടുണ്ട്. ചിലപ്പോൾ ഗവർമ്മേൻറിനെപ്പററിയുള്ള വിമർശനങ്ങളും അതിലുണ്ടാവും. അങ്ങനെ നാടകങ്ങളും കഥകളും ഇന്ന് ഉയർന്നുവരുന്നുണ്ട്. ആ നില തുടർന്നുപോയാൽ ഈ നാട്ടിലെ ചൂഷകവർഗ്ഗത്തിനും ധനികവർഗ്ഗത്തിനും ഹാനികരമാകുമെന്നുള്ളത് പരമാർത്ഥമാണ്. അതുകൊണ്ട് അതിനെ തടയണം. അതാണ് ഇതിൻെറയെല്ലാം അടിയിൽ കിടക്കുന്ന പരമാർത്ഥം. അതിനെ തടയേണ്ടത് ധനികവർഗ്ഗത്തിൻേറയും ധനികവർഗ്ഗത്തെ പിന്താങ്ങുന്ന ഗവർമ്മേൻറിൻേറയും ആവശ്യമാണ്.

"പണക്കാർക്കാണെങ്കിൽ എന്തുമാകാം. എത്ര ആഭാസമായ നാടകവും നടത്താം യാതൊരു തടസ്സവുമില്ല. പണക്കാർ ദിനംപ്രതി എത്രയോ നിയമലംഘനങ്ങൾ നടത്തുന്നു. കൊലക്കുററംവരെ ചെയ്യുന്നുണ്ട്. യാതൊരു കേസ്സുമില്ല. കേസ്സായാൽതന്നെ തെളിവില്ലാതെ പോകും. അന്വേഷണം കഴിയുമ്പോൾ അത് ശുദ്ധമരണമാകും. അന്വേഷണോദ്യോഗസ്ഥൻെറ റിപ്പോർട്ട് ഗവർമ്മേൻറു ശരിവയ്ക്കുകയും ചെയ്യും. അതുപോലെതന്നെ നാടകത്തിൻെറ കാര്യവും പണക്കാരനാണെങ്കിൽ, പണത്തിൻെറ സ്വാധീനംകൊണ്ടോ കൈക്കൂലികൊടുത്തോ ഏതു ആഭാസനാടകവും നടത്താനുള്ള സ്വാതന്ത്ര്യം സമ്പാദിക്കാം. പാവപ്പെട്ടവനെ സംബന്ധിച്ചിടത്തോളം ധനികവർഗ്ഗത്തിനു രുചിക്കാത്തതോ എതിരായുള്ളതോ ആയ യാതൊരു നാടകവും അഭിനയിക്കാൻ സാദ്ധ്യമല്ല. അഭിനയിക്കാൻ ഉദ്ദേശിച്ചാൽ മതി, ഉടനെ നിരോധനമായി. ഗവർമ്മേൻറാണെങ്കിൽ ഇന്ന ജനങ്ങളുടെ കലാബോധത്തേയും കലാപ്രസ്ഥാനങ്ങളേയും പ്രോത്സാഹിപ്പിക്കുകയും വളരാനനുവദിക്കുകയും ചെയ്യുന്നില്ലെന്നു മാത്രമല്ല, കഴിവുള്ള വിധത്തിലെല്ലാം അവയുടെ വളർച്ചയെ തടയുകകൂടി ചെയ്യുകയാണ്. ഈ നിയമം പാസ്സായിക്കഴിഞ്ഞതിനുശേഷം എവിടെയെങ്കിലും ഒരു നാടകം നടത്തണമെന്നു ഉദ്ദേശിക്കുന്നുവെന്നു വെയ്ക്കുക. അനവധി പണം ചെലവുചെയ്തു വേണ്ട ഒരുക്കങ്ങളെല്ലാമായിക്കഴിയുമ്പോൾ തലേദിവസം കലക്ടർ ആവശ്യപ്പെടുന്നു നാടകത്തിൻെറ കഥ വേണമെന്ന്. കലക്ടർ കഥ വേണമെന്നു പറയുന്നതിൻെറ അർത്ഥം നാടകം നടക്കുകയില്ലെന്നു തന്നെ. അതുകൊണ്ട് ഇനി വരാൻ പോകുന്നതെന്താണെന്നു വെച്ചാൽ നാടകം കളിപ്പിക്കാൻ ആരും തയ്യാറാവുകയില്ല. നാടകം കളിക്കാനും ആളുണ്ടാവുകയില്ല. നാടകം നടത്തിക്കുന്നവരോടോ കളിക്കുന്നവരോടോ സ്ഥലത്തെ പണക്കാർക്കോ അവരെ പററിനില്ക്കുന്ന ഉദ്യോഗസ്ഥന്മാർക്കോ വല്ല വിരോധവും ഉണ്ടെങ്കിൽ നാടകത്തെ തടയാൻ അവർക്ക് എളുപ്പവഴിയായി. അങ്ങനെ നാടകം എന്നൊന്നേ മേലിലുണ്ടാവുകയില്ല. അതാണ് ഈ നിയമംകൊണ്ടുണ്ടാവാൻ പോകുന്നത്. ഗവർമ്മേൻറു പറയുന്നത് ഈ നിയമത്തിനു ചില നല്ല വശങ്ങളെല്ലാമുണ്ട്, നല്ല നല്ല നാടകങ്ങൾ നടത്തുന്നതിനു ഈ നിയമം യാതൊരു തരത്തിലും പ്രതിബന്ധമാവുകയില്ല എന്നെല്ലാമാണ്. നിയമം നല്ലതായിരിക്കാം. പക്ഷെ നിയമത്തെ മാത്രം പരിശോധിച്ചാൽപോരാ. നിയമം നടപ്പിൽ വരുത്തുന്ന ഗവർമ്മേൻറു ഏതു വർഗ്ഗത്തെ പ്രതിനിധീകരിക്കുന്നു എന്നുള്ളതുകൂടി പരിശോധിക്കേണ്ടതുണ്ട്. ധനികവർഗ്ഗത്തെ പ്രതിനിധീകരിക്കുന്ന ഗവർമ്മേൻറു ഏതു നിയമം ഉണ്ടാക്കിയാലും അതു അവരുടെ കണ്ണിലേ ന്യായമായിരിക്കുകയുള്ളു. അവരുടെ നിറം പിടിച്ച കണ്ണാടിയിൽകൂടെ നോക്കുമ്പോൾ നിയമം നന്നായിരിക്കും. സാധാരണക്കാരൻേറയും തൊഴിലാളിയുടേയും കാര്യം അവരുടെ കണ്ണിൽ പെടുകയില്ല. പാവപ്പെട്ടവൻെറ കാര്യം നിയമം ഏതു തരത്തിലിരു

ന്നാലും അപകടത്തിലാവും. അതുകൊണ്ട് ഈ നിയമം ഇതു തിടുക്കത്തിൽ പാസ്സാക്കരുതെന്നാണ് എന്റെ അഭ്യർത്ഥന. പൊതുജനാഭിപ്രായം അറിഞ്ഞതിനു ശേഷമേ ഇതു പാസ്സാക്കാവൂ. അതിനുള്ള അവസരം നൽകണം എന്ന് അഭിപ്രായപ്പെട്ടുകൊണ്ട് എന്റെ പ്രസംഗം അവസാനിപ്പിച്ചുകൊള്ളുന്നു.

Sri A. RATNAM :—" கனம் சபா நாயகர் அவர்களே, இப்பொழுது இந்த சட்ட சபையில் கொண்டுவந்திருக்கும் நாடக மசோதாவை எதிர்க்கும் முறையில் சில வார்த்தைகள் சொல்லவிரும்புகிறேன். இந்த மசோதாவானது மிக விரைவிலே அவசர அவசரமாக கொண்டு வரப்பட்டு, இரண்டு வாரத்திற்குள்ளே பொறுக்குக் கமிட்டியின் ஆலோசனைக்கு விடப்பட்டு உடனடியாக இப்போது இங்கு வந்திருக்கிறது. இந்த மசோதாவை பொறுக்கு கமிட்டியிலும்கூட எதிர்த்திருக்கிறார்கள். 4-40 p.m.

" இன்றைக்கு எடுத்துக்கொண்டால் இந்தப் பிரச்னையை எழுப்புவதற்குக் காரணம் முக்கியமாக தோழர் எம். ஆர். ராதாவின் நாடகமேயாகும். வால்மீகி ராமாயணத்திலிருந்து பல பகுதிகள் நடத்தப்பட்டது. இந்த நாடகம் பல இடங்களில் நடத்தப்பட்டு, ஒரு சிறு பகுதியினர் சார்பிலே இந்த நாடகம் தடுத்து நிறுத்தப்பட்டிருக்கிறது. சாதாரணமாக ராமாயணம் திராவிட சமுதாயத்தையே இழிவு படுத்துவதாக இருக்கிறது. இந்த ராமாயணத்திலும், பாரதத்திலும் திராவிடர்களை அசுரர்களாகவும் குரங்குகளாகவும் மிகக் கேவலப்படுத்தப்பட்டிருக்கிறார்கள். இது நம்முடைய சமுதாயத்தையே கேவலப்படுத்துவதாக இருக்கிறது. ராமாயணம், பாரதம் முதலிய கதைகளில் நமது மக்கள், சூத்திரர்களாகவும், அசுரர்களாகவும் வர்ணிக்கப்பட்டிருக்கிறார்கள். வால்மீகி ராமாயணத்திற்கும் கம்ப ராமாயணத்திற்கும் வேறுபாடுகள் இருக்கின்றன. வால்மீகி ராமாயணம் முதலில் எழுதப்பட்டது. இந்த ராமாயணத்தை அடிப்படையாகக் கொண்டது தான் தோழர் எம். ஆர். ராதாவின் ராமாயணம். இதில் மாறுதல் ஒன்றும் இடையாது. தோழர் தசரதன் சொன்னதுபோல் எப்படி நந்தனார் நாடகம் ஆதி திராவிட மக்களை இழிவு படுத்தி அவர்கள் மனதைப் புண்படுத்துவதாக இருந்ததோ, அதேமாதிரியாகத்தான் இந்த சம்பூர்ண ராமாயணத்திலும், பாரதத்திலும் திராவிட சமுதாயமே மிகக் கேவலப் படுத்தப்படுகிறது.

" இதையெல்லாம் விளக்கித்தான் பெரியார் ராமசாமி அவர்களும் ஜாதி, மதம் கூடாதென்றும், இந்து மத ஆபாசத்தையெல்லாம் விளக்கிப் பகுத்தறிவுப் பிரசாரம் செய்கிறார். அவர் சைவ மதத்தைச் சார்ந்தவரும் அல்ல, வைணவ மதத்தைச் சார்ந்தவரும் அல்ல. ஆனால் இப்பொழுது பர்மாவிற்குச் சென்று பௌத்த மதத்தில் சேர்ந்திருக்கிறார்."

Sri V. MUTHU :—" On a point of order, Sir. பெரியார் பௌத்த மதத்தினராகி விட்டாரா என்று கேட்கிறேன். "

Sri A. RATNAM :—" பெரியார் பௌத்த மதத்தில் சேர்ந்தாரோ என்னமோ, இப்பொழுது அவர் பௌத்த மகாநாட்டிற்குச் சென்றிருக்கிறார். மற்றும் அவர் சிங்கப்பூருக்குச் சென்றிருக்கிறார். ஹிந்து மதத்தைச் சேர்ந்தவர்கள் இந்த ராமாயணம், இதிகாசம், புராணம் முதலியவைகளை வைத்துக்கொண்டு மக்களிடத்தில் களங்கம் விளைவிக்கிறார்கள். அத்தனை பேரும் இந்தப் புராணங்களை வைத்துக் கொண்டு மக்களை அடிமைப் படுத்திக்கொண்டு வருகிறார்கள். இவைகளை வைத்துக் கொண்டு பெரும் நிலச்சுவாந்தார்களும் பணக்காரர்களும் சமுகத்தில் இருக்கக் கூடிய வைதிகர்களும் கோவில் சொத்துக்களை கொள்ளையடித்துக் கொண்டும், பாமர மக்களை, விவசாய மக்களை அடிமைப் படுத்திக்கொண்டும் வருகிறார்கள். தமிழ் மக்களை ஒழிப்பதற்கு இந்தப் புராணங்களை வைத்துக் கொண்டிருக்கிறார்கள். அப்படி ஒழிப்பதற்காகவே ஆதிகாலத்தில் இந்த இதிகாசங்கள் ஏற்படுத்தப்பட்டிருக்கின்றன. இந்தக் கூட்டத்திற்கு ஒரு சில கைக்கூலிகள் உதவியாக இருக்கிறார்கள். அவர்களை வைத்துக் கொண்டு பணத்தை செலவழித்து இந்த மாதிரியான நிலைமைக்குக் கொண்டு வந்திருக்கிறார்கள். அதன் மூலம் அரசாங்க பிரதிநிதிகளை தூண்டு

[Sri A. Ratnam] [20th December 1954

[illegible] அதனால்தான் இந்தச் சட்டம் அனாவசியம் என்று நான் [illegible] இந்த மாதிரியான சட்டத்திற்கு அவசியமே கிடையாது. எண்பது வருஷங்களுக்கு முன்பு ஆங்கிலேயர் காலத்தில் உண்டாக்கப்பட்ட சட்டத்தை வைத்துக் கொண்டு நடவடிக்கை எடுக்கலாம். வேண்டுமென்றாலும் அதை திருத்திக் கொள்ளலாம். தமிழ் நாட்டில் மட்டும் ராமாயணத்திற்கு ஆபத்து வரவில்லை. மற்ற மாகாணங்களிலும்கூட இந்த ராமாயணம், மகா பாரதத்திற்கு ஆபத்து வந்துவிட்டது. இந்த ராமாயணம், மகாபாரதம் மூலமாக சமுதாயத்தை இழிவு படுத்துகிறார்கள். அவ்விதமே நடத்தியும் காண்பிக்கிறார்கள். ராமாயணத்தைக் காட்டி, மகாபாரதத்தைக் காட்டி, இதிகாசத்தைக் காட்டி, புராணத்தைக் காட்டி மக்களை ஏய்க்கப் பார்க்கிறார்கள். நாடகங்கள் மூலமாகத்தான் மக்களுடைய அறிவை வளர்க்க முடியும். இப்பொழுது வந்திருக்கும் நாடகங்கள் மக்களின் அறிவை வளர்ப்பதற்கு வந்திருக்கக்கூடிய நாடகங்கள். அவைகள் மக்களை சமுதாய அடிப்படையில் அழைத்துச் செல்லுகிறது. அவர்களை நல்ல நிலைமைக்குக் கொண்டு போகிறது. இந்த மாதிரியான சட்டம் வந்தால் இப்பொழுதுள்ள அறிஞர்களை அழிப்பதாகும். இரண்டாயிரம் ஆண்டுகளுக்கு முன்பாக எழுதப்பட்டுள்ள புராணங்களை வைத்துக் கொண்டு அதை மக்களின் மனதில் பதியவைத்து மதம் மதம் என்று சொல்லி மக்களுக்கு ஒரு மயக்கத்தைக் கொடுக்கிறார்கள். 'மதம்' என்றால் 'மயக்கம்'. **Religion is an opiate.** சர்க்கார் ரிபோர்ட்டிலேயே அப்படி இருக்கிறது. 'மதம்' என்றால் 'ரிலிஜன்'. 'காரெக்டர்' என்றெல்லாம் சொல்லப்படுகிறது. ராமாயணம், புராணம் மூலமாக பாதிக்கப்பட்டிருக்கும் மக்களை மாற்றுவதென்றால் அது நாடகங்களினால்தான் முடியும். இன்று கொண்டுவரப்பட்டிருக்கும் சட்டமானது மக்களுக்கு மயக்கத்தைக் கொடுக்கும் மதம் மூலம் மக்களை அடிமைப் படுத்துவதாகும். இது போன்ற மயக்கத்தைக் கொடுக்கவேகூடாது. மக்களுடைய அறிவை வளர்க்கவேண்டும். இச்சட்டம் புராணத்திற்கு ஆதரவு காட்டுவதாக இருக்கிறது. நாட்டைக் குட்டிச்சுவராக்குவதாக இருக்கிறது. இந்த மாதிரியான சட்டம் இந்த அரசாங்கத்திற்கு அவசியம் இல்லை. நடவடிக்கைகள் எடுக்க வேண்டுமென்றால் ஐ.பி.சி. என்ற சட்டம் இருக்கிறது. ராதாவை அரெஸ்டு செய்வதற்கு என்று இருக்கும் 151-ம் பிரிவு உள்ள கிரிமினல் கோட் சட்டம் இருக்கிறது. எண்பது வருஷங்களுக்கு முன் ஏற்படுத்திய சட்டத்தை எடுத்துவிட்டு இதைக் கொண்டு வரவேண்டிய அவசியமில்லை. வேண்டுமென்றால் மத்திய அரசாங்கத்திற்கு சிபாரிசு செய்து ஒரு தீர்மானம் கொண்டு வரச்சொல்லலாம். தமிழ் நாட்டில் நடத்தப்படும் ராமாயணம் முதலியவைகளை தடை செய்ய அங்கு ஒரு தீர்மானம் கொண்டு வரச் சொல்லலாம். வட நாடு, தென்னாடு என்னும் கிளர்ச்சிகள் இருக்கின்றது, ராமாயணம், மகா பாரதம் முதலிய கிளர்ச்சிகள் இருக்கின்றன, அவைகளைத் தடுக்கவேண்டும் என்று சிபாரிசு செய்யலாம். அதை விட்டு இங்கு ஒரு சட்டம் கொண்டு வரவேண்டிய அவசியம் இல்லை. இந்தியா பூராவிற்கும் சட்டம் கொண்டு வரச் சொல்லலாம். மற்றும் கீழ் ஜாதியை ஏளனம் செய்யும்படியாக இருக்கும் நந்தனார் கதையையும் தடை செய்ய வேண்டும். 'மாடு தின்னும் புலையா உனக்கு மார்கழி திருநாளோ' என்றும், 'பறையா உனக்கு ஆனி தரிசனமோ' என்றும் இழிவு படுத்தப் படுகிறது. இப்படி பழங்காலத்து கதைகளைச் சொல்லி பழங்குடி மக்களை பழிக்கிறார்கள். அவர்களின் மேல் பழி வாங்கப்படுகிறது. இந்த மாதிரியான சட்டத்தை மக்களிடம் கொண்டு வந்து மக்களை அடிமைப் படுத்தக்கூடாது. மதத்தைக் காட்டியும், புராணத்தைக் காட்டியும், கதையைக் காட்டியும் பழங்குடி மக்களை அடிமைப்படுத்தக்கூடாது. இது நீடித்து வந்தால் பழங்குடி மக்கள் ஹிந்து மதத்தை விட்டு வெளியேறும் நிலைமை ஏற்படும். அதனால் இந்த மாதிரியான சட்டங்கள் தேவை இல்லை. நேரம் இல்லாததால் இத்துடன் முடித்துக்கொள்ளுகிறேன்."

* SRI S. C. C. ANTHONY PILLAI :—" Mr. Deputy Speaker, Sir, I wish to offer a few remarks with regard to the basic intention of this Bill. The basic intention of this Bill as far as I can see is contained in one definition of this Bill, namely, that an

THE MADRAS DRAMATIC PERFORMANCES BILL, 1954

20th December 1954] [Sri S. C. C. Anthony Pillai]

objectionable performance is one which is deliberately intended to outrage the religious feelings of any class of the citizens of India by insulting or blaspheming or profaning the religion or the religious beliefs of that class. Now, Sir, I am very grieved to note that the Hon. Minister for Finance, despite the education he has received from his parents, should have adopted the philosophy underlying many of the legislative measures framed by no less a person than Dr. Malan. This piece of legislation is sought to be introduced to maintain law and order. Dr. Malan also when he enacted the laws of segregation did so with the avowed purpose of preserving law and order. If a Negro wanted to purchase a house or live in a white colony, because it was likely to cause a riotous situation, he said it was necessary to have segregation laws to maintain law and order. What is the intention behind this Bill, I ask? The Hon. Minister does not say that no person shall have the right to publish a particular play, which may be blasphemous or profane or may hurt the dogma held by a group of people. If that particular play that has been allowed to appear in print is enacted as a drama, then it is held that it is likely to lead to a riotous situation and because the Government's policies will not be able to control the crowd, it is necessary to ban the production of such a play. Instead of controlling an unreasonable crowd and safeguarding the playwright, the Government gave him the right to publish his play but ban the staging of the drama. That is why I say the philosophy underlying this Bill is similar to the philosophy of Dr. Malan who promulgated the segregation laws.

"The next point I would like to add is this. What was heresy yesterday has become doctrine to-day. Jesus when he preached his ideas was considered to be preaching blasphemy by the Jews. The new philosophy that Jesus was preaching was blasphemous to the dogmas which they had adopted for centuries and centuries.

"What is considered to-day as 'insulting or blaspheming or profaning religion' by illiterates and obscurantists may be considered as truth tomorrow. If this piece of legislation becomes a law any third-rate police officer can very easily ban some of the well-known plays which are accepted as classics in world literature. Take for instance a play like 'St. John' or for that matter any play of George Bernard Shaw. The play of Bernard Shaw may very well offend the religious feelings of some Catholics or other Christians. If such people seek to protest against enacting that play and act in a manner which is likely to lead to a riotous situation, then some third-rate police officer, not knowing who Bernard Shaw is and what the value of his play is, may very easily think that in the interests of law and order, it is necessary to ban it. Every new religious philosophy has always been considered as blaspheming or profaning one particular religious belief or the other. Therefore, I submit that this particular piece of legislation which seeks to empower any third-rate police officer to ban any play which, in his opinion, is considered as blasphemy, is a ridiculous piece of legislation.

4-50 p.m.

Now, I come to another point. This Bill provides that if any police officer should ban the play to preserve law and order, the aggrieved person can prefer an appeal to the High Court. Suppose in that appeal the High Court should decide that that particular play does not contravene the provisions of this Bill and it can be allowed to be exhibited; but in the meantime a riotous situation has arisen, what is the remedy? Are the Government to allow that play to be exhibited or are they going to say, 'our police forces are inadequate to control such a riotous crowd and therefore that play should not be enacted'? Sir, even though there may be a riotous situation such a play can be enacted. There is therefore no reason why it should not be allowed to be enacted initially without any interference from the police. This Bill is enacted into law will only make this State a Police State."

4-52 p.m. Sri P. JEEVANANDAM:—" கனம் துணை தலைவர் அவர்களே, பொறுக்குக் கமிட்டியில் மிகப் பெரும்பாலரால் ஒப்புக்கொள்ளப்பட்டு நம் முன்னால் வந்திருக்கிற இந்த மசோதா நம் எல்லோராலும் ரத்து செய்யப்படவேண்டுமென்று நான் கேட்டுக் கொள்ளுகிறேன்.

" என்? ஒன்றின் பின் ஒன்றாகக் காரணங்கள் கூற விரும்புகிறேன். முதன் முதலில் இந்த மசோதா தேசிய பரம்பரைக்கு விரோதமானது. ஆகையால் ரத்து செய்யப் படவேண்டுமென்று நான் கேட்டுக் கொள்ளுகிறேன்.

" நம்முடைய தேசிய பரம்பரை என்ன? நாட்டிலுள்ள மக்களுக்கு எல்லாம் விடுதலை, நாட்டிலுள்ள மக்களுக்கு எல்லாம் நல்வாழ்வு வேண்டும், இதைத்தான் காந்திஜி சொன்னார் 'கிஸான் மஜ்தூர் பிரஜா ராஜ்' என்று. இதை ஏற்படுத்த, இந்த நாட்டிலே க்ஷேம லாப ராஜ்யத்தை அமைக்க வேண்டுமென்று ஏற்பட்ட தாகம் இன்னும் தணியவில்லை. கடந்த ஐம்பது ஆண்டுகளாக எந்தந்தத் துறையை எடுத்துக் கொண்டு பார்த்தாலும்—ஜனங்களுடைய பழக்க வழக்கங்கள்—ஜனங்களுடைய கிராம வாழ்வு—கோயில் குளம் சம்பந்தப்பட்ட கருத்துக்கள்—ஒவ்வொரு மக்களுடைய குடும்ப வாழ்வு—ஆகிய எல்லாத் துறைகளிலும் புதிய புதிய கருத்துக்கள் வளர்ந்து கொண்டே வருவதையும்—புதிய புதிய ஜனநாயகக் கருத்துக்கள் பெருகிக் கொண்டே வருவதையும் பழைய கருத்துக்கள் எல்லாம் மோதி உடைக்கப் பட்டுக் கொண்டிருப்பதையுமே பார்க்கிறோம். இப்படிப்பட்ட கருத்துக்கள் எல்லாம் ஒட்டுமொத்த தேசிய வாழ்வு, சுயராஜ்யம், க்ஷேம லாப ராஜ்யம், பொது மக்களின் ராஜ்யம், இதுவரையில் கஷ்டப்பட்டுக்கொண்டிருந்த மக்களும் கூட இனி நல் வாழ்வு பெறுவதற்கான வழிவகைகளைச் செய்யும் மக்களுடைய ராஜ்யம் ஆகியவற்றை அமைக்கவே நாளுக்கு நாள் வளர்ந்து கொண்டே வருகின்றது. இந்தப் போராட்டக் கருத்துக்கள் தான் இலக்கியத்திலும் மற்ற எல்லாக் கலைகளிலும் பிரதிபலிக்கின்றது. சென்ற விவாதத்தில் பேசியபோதும் நான் இதைத்தான் குறிப்பிட்டேன்.

" இங்கே இந்த மசோதாவைப் பிரேரித்த கனம் நிதி மந்திரி அவர்கள் இந்த மசோதாவை எதற்காகக் கொண்டு வந்தார்கள் என்பதற்காகக் கொடுத்த வியாக்யானத்தை வைத்துக்கொண்டு அதன் பிரதிபலிப்பாக காங்கிரஸ் பத்திரிகை ஒன்றில் எழுதப்பட்டிருந்த தலையங்கத்தையும் படித்துப் பார்த்தேன்.

" புனிதமானவர்கள் என்றும், தெய்வாம்சம் என்றும் பலரால் நெடுங்காலமாகப் போற்றப்பட்டு வரும் புராணப் பாத்திரங்களை அவமதிப்பதையும், மத உணர்ச்சியை புண்படுத்துவதையும் நடந்த பின் தண்டிப்பதோடு அல்லாமல் நடக்கும் முன் தடுப்பது சாத்தியமாகும்படி சர்க்காருக்குச் சில அதிகாரங்கள் இருக்கவேண்டுமென்பது தான் இந்த மசோதாவின் முக்கிய நோக்கம்."

20th December 1954] [Sri P. Jeevanandam]

"இது இப்பொழுது சொல்லக் கூடிய காரணம். ஆனால் இந்த மசோதாவைப் பொறுக்குக் கமிட்டிக்கு அனுப்புவதற்கு முன் நமது நிதி மந்திரி அவர்களே சொன்னார்கள், சேலத்தில் ராதாவின் நாடகம் நடந்தது, அதை நடத்தக் கூடாது என தடை உத்திரவு போடப்பட்டது, அந்தக் கேஸ் ஹைகோர்ட்டிற்குப் போனபோது சர்க்கார் தரப்புக்கு வெற்றி கிடைக்காது என்று நிலைமை உண்டானபோது அந்தக் கேஸ் வாபஸ் பெறப்பட்டது, ஆகவே சட்டத்தில் எங்கள் பக்கம் பலமாக இருப்பதற்காக இந்த மசோதா உருவாக்கப்பட்டது என்றெல்லாம் சொன்னார்கள். எது உண்மை?

"அடுத்து வந்தால் நான் எல்லோரையும் கேட்கிறேன், இந்த நாட்டின் தேசிய பரம்பரையில் வந்தவர்களை எல்லாம் கேட்கிறேன் சமுதாய வளர்ச்சி பற்றி சரித்திரங்கள் எல்லாம் தெரிந்தவர்களைக் கேட்கிறேன், எந்த நாட்டிலாவது சட்டத்தை வைத்துக் கொண்டு மக்களின் கருத்தை மாற்றினது உண்டா? அதிகார பலத்தைக் கொண்டு நாட்டில் நடந்து வந்திருக்கும் கருத்துப் பிரசாரத்திற்குத் தடை ஏற்படுத்த முடிந்திருக்கிறதா?

"இந்த நாட்டிலே தொன்றுதொட்ட காலம் முதற்கொண்டு சைவத்திற்கும், வைஷ்ணவத்திற்கும்; ஜைவத்திற்கும், சமணத்திற்கும்; சைவத்திற்கும் புத்த மதத்திற்கும்; கிருஸ்துவ மதத்திற்கும், முஸ்லிம் மதத்திற்கும்; ஹிந்து மதத்திற்கும் முஸ்லிம் மதத்திற்கும்; என்று இப்படியே தொடர்ந்தார்போல ஜாதி சண்டைகள் நடந்து வந்திருக்கின்றதைப் பார்க்கிறோம். இதனால் பல குழப்பங்கள் ஏற்பட்டிருக்கின்றன என்பதையும் பார்க்கிறோம். ஆனால் அதிகாரத்திலிருந்தவர்களால் சட்டத்தின் மூலமாக, சர்க்காருக்குள்ள பலத்தின் மூலமாக எல்லா மக்களையும் ஒரே மதத்தைத் தழுவும்படி செய்ய முடிந்ததா? அல்லது பல பல மதத்தின் கொள்கைகளையும் தடுக்க முடிந்திருக்கிறதா என்று பார்க்க வேண்டும். இல்லை. தோல்வியே அடைந்து வந்திருக்கிறோம் என்று கூற விரும்புகிறேன்.

"ஆகையால் சட்டத்தைக் கொண்டு மக்களின் கருத்தைத் தடுக்க முடியாது என்று சொன்னார் ஒரு மேதை.

"இந்த நாட்டிலே பல மதங்கள் இருக்கின்றன. மைனாரிடி மதம், மெஜாரடி மதம் என்று எதை எதைப் பாகுபாடு செய்வது என்பது இருக்கட்டும். கிருஸ்துவ மதத்தை அழிக்க முஸ்லிம் மதமோ, முஸ்லிம் மதத்தை அழிக்க சமண மதமோ போராட வேண்டியது அவசியம் தானா? அவசியமேயில்லை. இந்த நாட்டிலே மெஜாரிடி மதம் ஹிந்து மதம். அந்த ஹிந்து மதத்திற்கே ஆபத்து வந்துவிட்டது என்று ஒப்பாரி வைத்தழுவதைப் பார்க்கிறோம். எதனால் ஆபத்து வந்துவிட்டதாக அலறுகிறார்கள்? நாட்டில் நடக்கும் கருத்துப் பிரசாரங்களினால் ஒரு சிலருடைய மனம் புண்படுகின்றது என்ற மொட்டையாக, vague-ஆக இருக்கின்றதே தவிர, யாருடைய மனம் புண்படும்?

"மகாத்மா காந்தி இன் சொல்லே நவில்பவர், வன் சொல் வழங்காதவர். அவருடைய சத்தியாக்கிரகக் கொள்கையைக் கடைப்பிடித்து நாங்கள் எல்லாம் அன்றைக்குத் தெருவழியே நடந்து சென்றபோது எங்கள் முகத்திலே காறி உமிழ்ந்தார்களே ஒரு சிலர். தாழ்த்தப்பட்டவர்கள் யாரும் கிடையாது, ஹரிஜனங்களுக்கும் நமது ஆலயங்கள் திறந்துவிடப்படவேண்டுமென்று அன்றைக்கு காந்தி சொன்னபோது அன்றைக்கு ஆஸ்திகர்களின் மனம் எல்லாம் புண்படுகின்றது எனக் கோஷம் எழுப்பப்படவில்லையா? 1924-ம் வருஷக் கடைசியில் காந்தீஜியையே ஒரு பெரிய நாஸ்திகர், என்று ஆஸ்திகர்கள் திட்டவில்லையா? பல பல ஆண்டுகளாகத் தீண்டப்படாதவர்கள் என அடிமைப்படுத்தி தெருக்குள்ளேயே வரவொட்டாமல் ஒதுக்கி வைத்திருந்த சமூகத்தை நம்மோடு சேர்த்துக் கொள்ளவேண்டுமென்று காந்திஜி சொன்னபோது ஆஸ்திகர்கள் எதிர்த்தார்களே? அவர்கள் எதிர்ப்பு ஜன சக்தியின் முன் வளர்ந்து கொண்டே வரும் மனித சமுதாயத்தின் கருத்து வளர்ச்சிக்கு முன் சுக்குச் சுக்காக உடைத்தெறியப்படவில்லையா? எந்த இயந்தில் எங்கள் முகத்தில் காறி உமிழ்ந்து, எங்களை அடித்தார்களோ அதே ஆதந்தரத்திலுள்ள கோயில்கள் இன்று படீர் படீர்

[Sri S. Sivaprakasam] [20th December 1954

...மதம், மதக் கொள்கைகள் என்ற பெயரிலே சிலருடைய மனம் புண்படும் தன்மையிலே ஒரு நாடகம் இருக்கக்கூடும் என்று அரசாங் கத்திற்கோ அல்லது கலெக்டருக்கோ தெரியவருமானால் அதனை நிறுத் தலாம் என்று இருக்கிறது. இந்த அதிகாரம்தான் முக்கியமாக இந்த சட்டத்தில் இப்பொழுது கொண்டுவருகிறோம் என்று அரசாங்கம் சொல்லக் கூடும். " அந்த நாடகம் நடத்துவாரானால், அங்கு கலவரம் ஏற்படு வதற்கு இடம் உண்டு என்று நினைத்தாலும் ஒரு பகுதியினருடைய மனம் புண்படும் என்று நினைத்தாலும்," ஆகிய இரண்டு காரணங்கள் இருந்தால் அந்த நாடகத்தை நிறுத்தலாம் என்று இருக்கிறது.

" மதம் என்றால் என்ன, மதக் கொள்கை என்றால் என்ன என்ப தைப்பற்றி எனக்கு முன் பேசிய அங்கத்தினர்கள் ஸ்ரீ நாராயண குருப், ஸ்ரீ அந்தோணி பிள்ளை எடுத்துக்காட்டினார்கள். ஸ்ரீ சங்கராச்சாரியார் தோன்றிய காலத்திலிருந்த மதத்தின் தன்மை என்ன? ஸ்ரீ ராம லிங்க அடிகள் காலத்தில், தாயுமான சுவாமிகள் காலத்தில், அதற்குப் பிறகு விவேகானந்தர், மாகாத்மா காந்தி முதலியோரின் காலத்தில் மதத்தின் தன்மை என்ன? இப்பொழுது ஸ்ரீ ஜவஹர்லால் நேரு இருக்கும் இந்தக் காலத்தில் மதத்தின் தன்மை எந்த முறையில் இருக்கிறது? சங்கராச்சாரியார் காலத்திலிருந்து இந்தக் காலம் வரையில் இந்த முறையிலே மதம் மாறிக்கொண்டு வந்திருக்கிறதென்பதை யாரும் மறுக்கமுடியாது.

" நாடக மசோதாவின் பொறுக்குக் கமிட்டியின் முன் 'எவிடன்ஸ்' கொடுப்பதற்கு வந்த ஒருவரை நான் விசாரணை செய்யும்போது, "மதம் என்பதைப்பற்றி உங்களுடைய கருத்து என்ன?" என்று நான் கேட் டேன். "மதம் என்பது நல்ல எண்ணம், நல்ல சிந்தை" என்று அவர் சொல்லிவிட்டுப் போனார். தோழர் எம். ஆர். ராதாவால் நடத்தப்பட்ட ராமாயண நாடகத்தை நிறுத்தவேண்டுமென்று செலக்ட் கமிட்டியில் சொன்ன அவரேதான் மதத்திற்கு மேற்கண்டவாறு விளக்கம் கூறி னார் என்பதை இச் சபையின் கவனத்திற்குக் கொண்டுவர விரும்பு கிறேன். ஆகையால், மதமும், மதக் கொள்கையும் மாறிக்கொண்டே வருகிறதனாலே 'இதுதான் மதம்' என்று வரையறுத்துக் கூறுவதற்கு முடியாது. 'மதக் கொள்கை புண்படும்' என்று யார் அதை நிர்ண யிக்கிறார்கள்? 'கலகம் வரும்' என்று யார் அதைப்பற்றி முடிவு செய்வது? நாடகம் நடத்தக்கூடிய இடத்தைச் சேர்ந்த ஒரு சப்-இன்ஸ் பெக்டர், அந்த சப்-இன்ஸ்பெக்டருக்கு ரிபோர்ட் கொடுப்பது யார்? கான்ஸ்டபிள் ரிபோர்ட் அனுப்பி, பிறகு ஸப்-இன்ஸ்பெக்டருக்குப் போகி றது. பிறகு அந்த ரிபோர்ட் கலெக்டருக்குப் போகிறது. கலெக்டருக்கு அவருடைய மதக் கொள்கையைப் பொறுத்திருக்கிறது ஒரு குறிப்பிட்ட நாடகம் குற்றமுள்ளதா இல்லையா என்று நிர்ணயிப்பது. சங்கராச் சாரியார் மதக் கொள்கையை உடையவராக இருக்கலாம் ஒரு கலெக் டர். விவேகாநந்தருடைய மதக் கொள்கையை உடையவராக இருக் கலாம் இன்னொருவர். தாகூர் அல்லது ஸ்ரீ ஜவஹர்லால் அவர்களுடைய மதக் கொள்கையை உடையவராக இருக்கலாம் இன்னுமொரு கலெக்டர். ஆகவே, இவ் விஷயம் ஒரு கலெக்டருடைய மதக் கொள்கையைத்தான் பொறுத்து இருக்கும். கலெக்டரும் சப்-இன்ஸ்பெக்டரும் ஒரு குறிப் பிட்ட நாடகத்தினால் ஒரு சிலருடைய மனம் அல்லது மதக் கொள்கை புண்படும் என்று நினைத்தால் அந்த நாடகம் நிறுத்தப்பட்டுவிடும்.

" ஒருவருடைய மதமும் மதக்கொள்கையும் புண்படும் என்றால் அந்த நாடகத்தை தனியே நடத்திக்காட்டி, அவர்கள் பார்த்து, அந்த சமயத் தில் அவர்களுடைய மதமோ, மதக்கொள்கையோ புண்படும் என்று பார்ப்பதற்கு அளவுகோல் இந்தச் சட்டத்தில் இருக்கிறதா? அந்த அளவு கோல் என்ன? கலகம் உண்டாகும், மதம் பாதிக்கப்படும் என்று ஒரு நாடகத்தை நிறுத்திவிடலாம். அதற்குமேலே ஹைகோர்ட் இருக்கிற தென்று சொல்லலாம். ஒரு பகுதியினரின் மதமோ மதக்கொள்கையோ புண்பட்டால் நாடகம் நிறுத்தப்படும் என்று இந்தச் சட்டம் கூறு கிறது. யாரோ ஒருவர் மதமோ மதக்கொள்கையோ புண்படும் வகை யில் நாடகம் இருக்கிறதென்று அந்த நாடகம் தடுக்கப்படுமானால், இந்த

20th December 1954] [Sri. S. Swayamprakasam]

நாட்டிலே சீர்திருத்த வகையிலே நாடகம் நடத்தக்கூடிய முறையே அழிந்துவிடும். அந்த முறையில்தான் இந்தச் சட்டம் இருக்கிறது. ஆகவே தான் இந்தச் சட்டம் சமுதாய வளர்ச்சியைப் பாதிக்கக்கூடியதாக இருக் கிறது என்று நான் சொல்ல ஆசைப்படுகிறேன்.

" இந்த நாட்டிலே இருக்கும்படியான கலை வளர்ச்சி இந்தச் சட்டத்தினால் குறையும். நம்முடைய நாட்டிலே கலை வளர்ச்சி இப்பொழுதுதான் கொஞ்சம் ஆரம்பிக்கப்பட்டிருக்கிறது. சரியான முறையிலே கலை வளர்ச்சி இருக்க வில்லை. ஒரு நாடகத்தை எழுதி, நடித்துக் காட்டினார்களானால், அந்தக் கருத்து மக்களுடைய மனதைக் கவருகிறது. மக்களுடைய மனதைக் கவரக்கூடிய கருத்துக்கள் ஒரு நாடகத்தில் இருந்தால்தான் மக்கள் அத னைப் பார்க்கிறார்கள். ஒரு நாள் ஒரு நாடகத்தை மக்கள் பார்த்து ரசித்து ஆதரித்தார்கள் என்றால்தான் அந்த நாடகமும் மறுநாள் நடத் தப்படுகிறது. மக்களுக்கு ஒரு நாடகம் முதல் நாளில் பிடித்திருக்கிற தென்று நாடகத்தை எழுதியவர்களும், நடத்துபவர்களும் கருதினால்தான் மேலும் அந்த நாடகம் இரண்டாவது நாள் நடத்தப்படுகிறது. மக்க ளுடைய பிரியம் இல்லாவிட்டால் அந்த நாடகத்தை நடத்தவேமாட்டார் கள். நாடகத்தை எழுதியவுடனே நாடகத்தை மக்கள் விரும்புகிறார் களா விரும்பமாட்டார்களா என்று அவர்களுக்குத் தெரியாது. நாட கத்தை நடத்தும்வரை நாடகத்தை நடத்துபவர்கள் மக்களுடைய கருத் தைத் தெரிந்துகொள்ள முடியாது. அவ்விதம் இருக்கும் காலத்தில் முன்னாடியே நிறுத்திவிடுவோம் என்று அதிகாரிகள் சொல்லி நிறுத்தி விட்டால் என்ன செய்வது ? ஹைகோர்ட்டுக்குப் போவதென்றால் எவ் வளவு செலவாகும் ? ஆட்கள் செலவு, போன்ற பல வகைகளில் அவர்களுக்குச் செலவாகும். நாடகக் கலை குழந்தைப் பருவத்தில் இருக் கும் இந்த நாட்டிலே இவ்வளவு சிரமங்களைக் கொடுக்கக்கூடிய அளவு இந்தச் சட்டத்தை அரசாங்கத்தார் செய்வார்களேயானால் நாடகக் கலை இந்த நாட்டில் வளருவதற்கு ஏதாவது இடம் இருக்கிறதா என்றுதான் நான் கேட்க ஆசைப்படுகிறேன். சமுதாய வளர்ச்சியும் கலை வளர்ச்சி யும் இடைஞ்சலின்றி இருக்கவேண்டுமானால், இந்த மசோதா கைவிடப் படவேண்டும். நாடகக் கலை மக்களுக்கு உள்ளபடியே பயன்படக்கூடிய முறையில் வளர்ந்து வருகின்றது. ஏதோ ஒரு சமூகத்தினர், ஒரு பகுதியினர் நினைக்கின்றார்கள் என்பதற்காக நாட்டு மக்களின் வளர்ச் சிக்கும், நாட்டின் வளர்ச்சிக்கும் ஜீவநாடியாக இருக்கக்கூடிய நாடகக் கலைக்கு இடைஞ்சல் உண்டாகும்படியான இந்த மசோதாவைக் கொண்டு வருவதால் நன்மை உண்டா என்று யோசித்துப்பார்க்கும்படியாக அரசாங் கத்தாரை நான் கேட்டுக்கொள்ளுகின்றேன்."

SRI P. RAMAMURTHI :—" கனம் உதவி சபா நாயகர் அவர் 5.10 p.m. களே, இந்த விவாதம் நடந்த முறையைப் பார்த்தால், ஏதோ இன் றைக்கு மதத்திற்கு எதிரிடையான பிரசாரத்தைத் தடை செய்யும்படியான நோக்கம் ஒன்றை மட்டும் கொண்டு இந்த மசோதா வந்திருப்பதாக ஒரு தோற்றம் அளிக்கிறது. உண்மையிலேயே இந்த மசோதாவினுடைய நோக்கம் அது அல்ல என்பது என்னுடைய கருத்து.

" சமீபத்திலே ஏதோ ஒரு நாடகம் நடத்தப்பட்டதாகவும், அதனால் தான் இந்த மசோதா கொண்டுவருவதற்கு ஒரு அவசியம் ஏற்பட்ட தாகவும் சொல்லப்பட்டதை மந்திரி அவர்கள் மறுத்தார்கள். அதை நான் வரவேற்கின்றேன். ஏனென்றால், உண்மை இப்போதாவது வெளி வந்ததே என்பதைப்பற்றி சந்தோஷம்.

" நீண்ட காலமாக இப்படிப்பட்ட ஒரு மசோதாவைக் கொண்டுவர வேண்டும் என்ற எண்ணம் அவர்களுக்கு உண்டு, ஆனால், அதைக் கொண்டுவருவதற்கு ஒரு சந்தர்ப்பம் கிடைக்கவில்லை. இப்பொழுது அதற்கு ஒரு சந்தர்ப்பம் கிடைத்தது. நாட்டிலே இந்த ஒரு குறிப்பிட்ட நாடகம் நடத்தப்படுவதினால் ஏற்பட்ட சூழ்நிலை இருக்கிறதே, அதைச் சாக்காக வைத்துக்கொண்டு ஒரு மசோதாவைக் கொண்டுவருவதற்கு சந்தர்ப்பம் கிடைத்தது வாய்ப்பு கிடைத்தது என்று அவர்கள் கூறு வதாகத்தான் நான் கருதுகிறேன்.

என்னுடைய அபிப்பிராயம் என்னவெனில், இந்த ஒரு நாடகம் நடத்துவதைப் பற்றி மந்திரி சபையிலுள்ளவர்களுக்கு உள்ளுக்குள்ளே மிகவும் திருப்தி இருக்கத்தான் செய்யும். இந்த ஒரு வாய்ப்பை அரசாங்கத்திற்கு சிருஷ்டித்துக் கொடுத்தார்களே என்பதில் அவர்களுக்குப் பரம திருப்தி ஏற்பட்டிருக்கிறதென்றும் தான் கருதுகிறேன். கனம் நிதி மந்திரி அவர்கள் இந்த மசோதாவைப்பற்றி பேசுகிற காலத்திலே பலாத்காரத்தை கம்யூனிஸ்டுகள் தூண்டுவதாகச் சொன்னார்கள். உதாரணமாக பலாத்காரச் சின்னங்களை எடுத்துக் காட்டினார்கள். பலாத்காரத்தைப்பற்றி கார்ல் மார்க்ஸ் எழுதியுள்ள புத்தகத்தில் கூறியிருக்கிறார் என்றும் சொன்னார்கள். கார்ல்மாக்ஸின் கொள்கை உலகத்திலேயே ஜெயிக்கமுடியாத ஒரு கொள்கையாக இருப்பதனால், கம்யூனிஸ்ட்கள் பலாத்காரத்தில் எங்கு இறங்கிவிடுவார்களோ என்று இந்த மந்திரி சபை அதற்கு ஒரு பாதுகாப்பு வேண்டுமென்று கேட்கிறது. ஆனால், கம்யூனிஸ்ட் கட்சிக்கு பாதுகாப்பு ஒன்றும் வேண்டியதில்லை. அது தன் சொந்த பலத்தை நம்பியிருக்கிறது. கார்ல்மாக்ஸைக் குறை கூறுவதாக இருக்கலாம். கம்யூனிஸத்திற்கோ மார்க்ஸீஸத்திற்கோ எந்த விதமான ஆபத்தும் ஏற்படப் போவதில்லை. அவ்வாறு ஏற்படுத்தவும் முடியாது. கம்யூனிஸ்டுகள் பலாத்காரத்தைத் தூண்டுவதாகச் சொன்னார்கள். இந்தச் சந்தர்ப்பத்தில் ஒரு விஷயத்தைச் சொல்ல விரும்புகிறேன். இந்த நாட்டில் பிரிட்டிஷ் ஆட்சி இருந்த காலத்தில் அந்த ஏகாதிபத்தியத்தை காந்தியவாதிகள் எதிர்த்திருக்கிறார்கள். 1919-ம் வருஷத்தில் மகாத்மா காந்தி அரசியல் வானில் தோன்றுவதற்குமுனபே பலர் பிரிட்டிஷ் அரசாங்கத்தை எதிர்த்து பலாத்காரத்தில் ஈடுபட்டார்கள். பிரிட்டிஷ் ஆட்சி நடந்துவந்த காலத்தில் பொது மேடையில் பேசமாட்டேன், நாடகத்தில் நடிக்கமாட்டேன், பாடமாட்டேன் என்று ஒருவரும் சொன்னது கிடையாது. மேடைமீதேறி அரசாங்கத்தை எதிர்த்துப் பேசினார்கள். நாடகத்தில் நடித்துக் காட்டினார்கள், பாடவும் செய்தார்கள். உலகத்தில் ஒரு அரசாங்கமாவது மக்களுக்கு சாஸ்விதமாக இருந்ததாக இல்லை. ஒரு அரசாங்கம் இன்று இருக்கலாம், சட்ட பூர்வமாக நாளை மாறலாம். மாற்றுவதற்கு வசதியில்லை என்ற காரணத்தினால் ஜனங்களுக்கு வேறு வழியில்லாத காலத்தில் பலாத்காரத்தில் இறங்கி இருக்கிறார்கள்.

"மகாத்மா காந்தி சத்தியாக்கிரக இயக்கம் நடத்திய காலத்தில்கூட இந்த நாட்டை ஆட்சி புரிந்துவந்த பிரிட்டிஷ் சர்க்காரை பாலாத்காரத்தின்மூலம்தான் கவிழ்க்க காங்கிரஸ்வாதிகள் சதி செய்கிறார்கள் என்ற பீதியைக் கிளப்பினார்கள். நிராயுதபாணிகளாக இருந்த அவர்கள் எப்படி அந்த பிரிட்டிஷ் ஏகாதிபத்தியத்தை பலாத்காரத்தின்மூலமாக கவிழ்த்திருக்கமுடியும். அதேபோல் இன்றைக்கு நிராயுதபாணிகளாக இருக்கும் மக்கள் எப்படி பலாத்காரத்தில் இறங்கி இந்த அரசாங்கத்தைக் கவிழ்க்கமுடியும். அப்படி இருக்கும்போது எதற்காக இந்த அரசாங்கம் பயந்து இந்தச் சட்டத்தைக்கொண்டு வருகிறார்கள் என்பது தான் எனக்குப் புரியவில்லை. ஆனால் அதுவல்ல இன்றைக்கு இருக்கும் படியான பிரச்னை. இன்றைக்குள்ள பிரச்னை மத சம்பந்தமானது.

5-20 p.m. "இன்று மதம் வேண்டுமா அல்லது வேண்டாமா என்பது அல்ல பிரச்னை. ஆபாசமான கருத்துக்கள் அடங்கிய நாடகங்கள் வேண்டுமா வேண்டாமா என்ற நோக்கம் அல்ல. கம்யூனிஸ்ட் கட்சியைச் சேர்ந்தவர்களாகிய நாங்கள் மதம் சம்பந்தமான முறையில் நம்பிக்கை கொண்டவர்கள் அல்ல. நாடகங்கள் மூலம் மதத்தின்பேரில் உள்ள நம்பிக்கையைப் போக்கிவிட முடியும் என்ற கருத்து எங்களுக்குக் கிடையாது. அதே சமயத்தில் புராணங்கள் இதிகாசங்கள் முதலியவைகள் இருக்கின்றன. இவைகளைப் பற்றி இவ்வளவு பெரிய போராட்டங்கள் எதற்காக நடத்தவேண்டும். இதிகாசங்கள், புராணங்கள், கதைகள், கற்பனைக் கதைகள் இவைகளெல்லாம் அந்தக் காலத்தில் சமுதாயத்தின் விளைவாக ஏற்பட்டிருக்கிறது. பழங்காலத்திய கலாச்சாரங்களை அமைப்பதற்கு அவைகளெல்லாம் ஏற்பட்டிருக்கின்றன. இப்பொழுதும் அந்தக் கலாச்சாரங்களை அனுசரித்துத் தான் கல்யாணங்கள் நடந்து வருகின்றன. கலாச்சாரங்கள், இதிகாசங்கள், புராணங்கள் இவைகளில் காணப்படும் ஆபாசங்களைப்போக்க

20th December 1954] [Sri [illegible]]

[illegible]அரசாங்கம் எதிலும் நடவடிக்கை எடுத்திருக்கிறார்களா? இந்த நிலைமையில் இவைபற்றிய விவாதம் அர்த்தமற்றது. உதாரணமாக [illegible] எடுத்துக்கொண்டால் மகாபாரதத்தில் திரௌபதை ஐந்து பேருக்கு மனைவியாக இருந்ததாகக் கூறப்பட்டிருக்கிறது. அதே சமயத்தில் பீமனுக்கு அன்று வேறு ஒரு மனைவி இருந்ததாகவும் அவள் மூலம் [illegible] கடோத்கஜன் என்ற ஒரு பிள்ளை இருந்ததாகவும் கூறப்படுகிறது. இவையெல்லாம் பார்க்கும்போது சமுதாயத்தையே கொலை செய்யக்கூடியதாக இருக்கிறது. சமுதாயத்தில் பழைய பழக்க வழக்கங்கள் இன்னும் இருந்து கொண்டு வருகிறது. அந்தக் கண்ணோட்டத்துடன்தான் இப்பொழுது எல்லா விஷயங்களும் பார்க்கப்பட்டு வருகின்றன. அந்தக் காலத்தில் சமுதாயத்தை ஒட்டி அன்றைய பழக்க வழக்கங்களை ஏற்படுத்தியிருக்கிறார்கள். இக்காலத்திற்கேற்ற கண்ணோட்டத்துடன் பார்த்தால் அப்பொழுது நடைபெற்றதெல்லாம் தவறு என்பது நன்றாகத் தெரியும். அதனால்தான் இந்தக் காலத்திய முறையில் கலியாணங்கள் நடக்கவேண்டும் என்று சொல்லப்படுகிறது. அதனால்தான் க்ரூப் மாரியேஜ் இருந்தது என்றால் அது வெறுக்கப்படுகிறது. அன்றைக்கு சமுதாயம் எப்படி இருந்தது என்பதை எடுத்துக் காட்டுவதற்குத்தான் ஆராய்ச்சி செய்கிறார்கள். அவ்விதம் ஆராய்ச்சி செய்வதற்கு உபயோகப்படும் புஸ்தகங்களைத்தான் நாம் இப்பொழுது பார்க்கிறோம். மத விஷயமாக நடத்தப்படும் நாடகங்களை தடை செய்யவேண்டும் என்று சொல்லுகிறார்கள். இது வரையில் கனம் நிதி மந்திரி அவர்கள் பேசியபோதும் சரி அவர் மற்ற இடங்களில் பேசியபோதிலும்சரி மத சம்பந்தமாக நாடகங்களில் இழிவுபடுத்தும்படியான குற்றங்கள் நாட்டில் எவ்வளவு நடந்திருக்கின்றன என்பதைப்பற்றி குறிப்பிடவில்லை. பலாத்காரத்தை தூண்டக்கூடியதான நாடகங்கள் இந்நாட்டில் எவ்வளவு நடைபெற்றிருக்கின்றன என்பதை புள்ளி விவரத்துடன் தெரிவிக்கவில்லை. தனக்குத் தெரியாது என்றும் எனக்கு ஜாஸ்தியாகத் தெரிந்திருக்கும் என்று குத்தலாகச் சொன்னார். நான் கேட்கிறேன், இன்று போலீஸ் இலாக்கா அவர் கையில் இருக்கிறது. அதை வைத்துக்கொண்டு எவ்வளவு நாடகங்கள் பலாத்காரத்தைத் தூண்டுபவையாய் இருக்கின்றன என்பதையெல்லாம் தெரிந்துகொள்ளலாம். அதை விட்டுவிட்டு என்னைக் கேட்கிறார். என்னை எதற்காகக் கேட்கவேண்டும். உங்களுடைய போலீஸ் இலாக்கா என்ன வேலை செய்கிறது? சமுதாயம் எப்படி நடைபெறுகின்றன என்பவைகளையெல்லாம் தெரிந்துகொள்ளாமல் என்னை வந்து எதற்காகக் கேட்கவேண்டும். நாடகத்தில் குற்றம் இருந்தால் அதைத் தடுப்பதற்கு சட்டம் இருந்தால் அதை வைத்துக்கொண்டு நடவடிக்கை எடுப்பதற்கென்ன என்று நான் கேட்கிறேன்.

“இப்பொழுது உதாரணமாக தடுப்புக்காவல் சட்டம் இருக்கிறது. அது பார்லிமெண்டில் கொண்டு வரப்பட்டது. அதை மீண்டும் மூன்று வருஷங்களுக்கு நீடிக்கவேண்டும் என்று ஒரு சட்டம் நிறைவேற்றப்பட்டது. குற்றங்களைப் புரியாதவர்கள் குற்றங்களைப் புரியப்போவதில்லை. அதற்காக பீதி ஏன் அடையவேண்டும். சட்டம் கொண்டுவந்துவிட்டால் அவசியமான காலத்தில் அதை உபயோகித்துக்கொள்ளலாம் என்று சொல்லப்படுகிறது. அவசரமான நிலை ஏற்பட்டிருக்கிறது என்று அரசாங்கம் நிரூபித்தால் அப்பொழுதுதான் அம்மாதிரிச் சட்டத்தைக் கொண்டு வரவேண்டும். அவ்விதம் அவசரமான நிலைமை ஏற்படாவிட்டால் அம்மாதிரியான அவசரச் சட்டங்களைக் கொண்டுவருவது கிடையாது. சென்ற காலத்தில், அதாவது ஆங்கிலேயர் அரசாட்சி செய்த காலத்தில், நாட்டை பாதுகாக்க வேண்டிய நிலையில் அவசரச் சட்டத்தைக் கொண்டு வந்திருக்கிறார்கள். அந்த அரசாங்கத்தை கனம் நிதி மந்திரி அவர்கள் ஒரு நாகரிக அரசாங்கம் என்று சொல்லலாம். ஆனால் நான் அதை ஏற்றுக்கொள்ளமுடியாது. இப்படிப்பட்ட தடுப்புச் சட்டங்களை நாகரீகமான அரசாங்கம் கொண்டுவருவது கிடையாது. அதற்குக் காரணம் ஜனங்கள் அவர்களை நம்புகிறார்கள். நாட்டிலுள்ள மக்கள் சட்டத்திற்குள்பட்டு நடப்பார்கள். சட்டத்தை மீறினால் தண்டனை என்று போட்டுவிட்டால் அவர்கள் சட்டத்தை மீறமாட்டார்கள். அவ்விதம் அவர்கள் சட்டங்களை மீறாமல் இருந்தால் இவ்விதமான அவசரச் சட்டத்திற்கு அவசியமே இருக்காது. அதற்குமேல் யுத்தம் ஏற்பட்டால், அமைதியற்ற நிலைமை ஏற்பட்டால், ஒருநாட்டுக்

377 The Madras Dramatic Performances Bill, 1954

602 THE MADRAS DRAMATIC PERFORMANCES BILL, 1954

[Sri P. Ramamurthi] [20th December 1954]

கலகம் ஏற்பட்டால் அந்தச் சந்தர்ப்பத்தில் சாதாரணமாக இம்மாதிரியான அவசரச் சட்டங்களை இயற்றுவது வழக்கம். அந்த மாதிரியான நிலைமை இப்பொழுது நாட்டில் ஏதாகிலும் ஏற்பட்டிருக்கிறதா ? எதற்காக அவசரப்பட்டுக்கொண்டு இவ்விதமான சட்டங்களை நிறைவேற்றி வைத்துக்கொண்டு சட்ட புஸ்தகத்தில் சேர்த்து, அதை பெரிதாக்கி வக்கீல்கள் படிப்பதற்கு சந்தர்ப்பம் கொடுக்கவேண்டும், என்று கேட்கிறேன். மாணவர்கள் சட்ட காலேஜிகளில் படிக்கவேண்டும் என்பதற்காகச் சட்டங்களை இயற்றுவது இடையாது. சமுதாயத்திற்கு அவசியமில்லாத சட்டங்களை இயற்றக்கூடாது. இப்பொழுது இந்தச் சட்டத்தை இயற்றவேண்டிய அவசியம் என்ன என்பதைப் பார்க்கவேண்டும்.

" அடுத்தபடியாக பார்க்கும்போது கனம் மந்திரி அவர்களுக்கு இப்பொழுது இருக்கும் அதிகார வர்க்கத்தின் மீது நம்பிக்கை இருக்கலாம். அப்படிப்பட்ட நம்பிக்கை அவருக்கு இல்லாமல் போகாது. அதிகார வர்க்கத்தினை மக்கள், அனைவரும் நம்பித்தான் ஆகவேண்டும். உண்மை உணர்ச்சியுடன் நியாய புத்தியுடன் நம்பிக்கை வைத்துத்தானாகவேண்டும். ஆனால் எங்களைக் கேட்டால் மக்கள் அனைவரும் அவர்களை நம்பிக்கொண்டிருப்பார்கள் என்பதை எங்களால் ஏற்றுக்கொள்ள முடியாது. இன்றுள்ள பிரச்னையே வேறு. அரசாங்கத்தை முதல் முதலில் நாங்கள் நம்பவில்லை.

"உதாரணமாக மூன்றாவது ஷரத்தை எடுத்துக்கொண்டால் ஒரு நாடகம் ஆட்சேபகரமானது என்று அரசாங்கம் கருதினால் அதைத் தடுக்கலாம். அதைத் தடுப்பதற்கான அதிகாரம் கொடுக்கப்பட்டிருக்கிறது. அதன் மேல் நாடகக்காரர் ஹைக்கோர்ட்டுக்குப் போகலாம் என்றும் இருக்கிறது. ஆகவே அப்படிப்பட்ட அதிகாரத்தை யார் கையில் கொடுக்கப் போகிறார்கள். அந்த அதிகாரம் நிர்வாகத்தின் கையிலிருக்கிறது." நிர்வாக அதிகாரி இஷ்டப்பட்டால் எந்த நாடகத்தையும் நடத்தவிடாமல் தடுத்துவிடலாம். அவருக்கு இரண்டுவித அபிப்ராயங்கள் இருக்கவேண்டும்.

5-30 p.m. " ' He must be of two opinions.'

(Mr. Speaker in the Chair.)

" எண்ணம் ஒன்றாக இருக்கும் அவர்களுடைய அபிப்பிராயத்தில் இரண்டு விஷயங்கள் இருக்கவேண்டும். ஒன்று எப்படிப்பட்ட நாடகம் ஆட்சேபகரமானது என்ற அபிப்பிராயம் இருக்கவேண்டும். இரண்டாவது எப்படிப்பட்ட நாடகம் நடந்தால் கலவரம் ஏற்படும் என்பதிலும் தெளிவு இருக்கவேண்டும். இது இரண்டும் ஸ்ரீமான் ஜில்லா கலெக்டரின் அபிப்பிராயத்தைப் பொறுத்தே இருக்கிறது. ஒருவர் நடத்துகின்ற நாடகம் ஆட்சேபகரமானதாகவே இருக்கும் என்று ஸ்ரீமான் ஜில்லா கலெக்டர் நினைத்தால் போதும். உடனே அந்த நாடகத்தைத் தடைசெய்துவிடலாம். அவரை ஏன் தடுத்தீர்கள் என்று யாருமே கேட்க முடியாது. இப்பொழுது எப்படி அரசாங்க அதிகாரிகள் நடந்து வருகிறார்கள் என்பது நமக்கு எல்லாம் நன்கு தெரிகிறது. சர்க்காரின் விதிகளின்படியே ஒரு தொழிற்சாலையைச் சேர்ந்தவர்கள் எவ்வளவு நாள் நோட்டீஸ் கொடுக்கவேண்டுமோ அவ்வளவு நாள் நோட்டீஸ் கொடுத்துவிட்டு ஸ்ட்ரைக் செய்யப் போகிறோம் என்று சொன்னாலே போதும். உடனே 144 உத்தரவைப் போட்டுவிடுவார்கள். பாங்க் சிப்பந்திகள் வேலை நிறுத்தம் செய்யப்போகிறோம் என்று சொல்வதற்குள்ளேயே 144 போடப்படுகிறது என்பதை நாம் அறிவோம். இப்படிப்பட்ட மனோபாவம் தான் அதிகாரிகளிடத்தில் இன்னமும் இருந்துகொண்டே வருகிறது.

" இந்தச் சட்டத்தின் நான்காவது ஷரத்தில் சென்னை நகரைப் பொறுத்த வரையில் போலீஸ் கமிஷனரோ, ஜில்லாக்களைப் பொறுத்த வரையில் ஜில்லா கலெக்டரோ ஒரு நாடகம் ஆட்சேபகரமானது என்று கருதினால் உடனே இரண்டு மாதத்திற்கு அந்த நாடகம் நடக்காமலேயே தடை செய்துவிடலாம் என்று சொல்லிவிட்டு வெறும் கண் துடைப்பாகவேதான் அதே சட்டத்தின் பத்தாவது ஷரத்தில், இப்படி தடை செய்யப்பட்டவர்கள்

ஹைகோர்ட்டுக்கு இந்தக் கேஸை எடுத்துக்கொண்டு போக [illegible] திருக்கிறார்கள். ஹைகோர்ட்டுக்குப் போங்கள் என்று [illegible] வுடனேயே அங்கே இதற்கு முன்புள்ள கேஸ்களை எல்லாம் [illegible] இந்தக் கேஸை முதலில் விசாரித்து தீர்ப்பு அளித்துவிடுவார்களா [illegible] நிதி மந்திரியாரைக் கேட்கிறேன். கனம் நிதி மந்திரியார் அவர்களுக்கும் தெரிந்திருக்கும். பல கேஸ்கள் ஹைகோர்ட்டில் மூன்று வருஷ [illegible] வருஷங்களாக தீர்ப்பு அளிக்கப்படாமலேயே இன்னும் தொங்கிக்கொண்டிருக்கிறது.

" அப்படி இருக்கும்போது இன்றைக்கு ஒரு நாடகம் நடித்துக்காட்டப்பட இருந்தால் அதை கடைசி நிமிஷத்தில் அதிகாரிகள் வந்து தடுத்துவிட்டால் உடனே அவர்கள் எப்படி ஹைகோர்ட்டுக்குப் போக முடியுமென்று கேட்கிறேன். உதாரணமாக ஒரு விவசாய மகாநாடு நடக்கின்றது என்று வைத்துக்கொள்வோம். அதில் முதல் நாள் அன்று ஒரு நாடகம் நடித்துக் காட்டப்பட இருக்கிறது. அந்த நாடகத்தில் ஆட்சேபகரமான விஷயங்கள் அடங்கியிருக்கின்றன என்று சொல்லி போலீஸ் அதிகாரி கடைசி நிமிஷத்தில் அது நடிக்கப்படக்கூடாது என்று தடை உத்தரவைப் போட்டுவிடலாம். இரண்டு மாதம் நடிக்கக்கூடாது எனக்கூடத் தடை விதிக்கவேண்டாம்; ஒரு வாரத்திற்கு நடிக்கக்கூடாது என்று தடை விதித்து விட்டால் போதும். விவசாய மகாநாட்டிற்காகப் பல பாகங்களிலிருந்து பிரதிநிதிகள் வந்திருப்பார்கள், அவர்கள் முன்னிலையில் நாடகம் நடிக்கப்படவேண்டுமென்று தயார் செய்யப்பட்டிருந்த அந்த நாடகத்தின் மதிப்பு மகாநாட்டிற்குப் பிறகு கொஞ்சம்கூடக் கிடையாது. அந்த நாடகத்திற்காக அவர்கள் ஏராளமான ரூபாய்கள் செலவழித்து தயார் செய்திருக்கலாம். அதைக் கடைசி நிமிஷத்தில் நடிக்கக்கூடாது என்று தடுத்துவிடுவதால் யாருக்கு எவ்வளவு நஷ்டம் என்பதை கனம் நிதி மந்திரி அவர்கள் சிந்தித்துப் பார்க்கவேண்டும். மக்களுக்குத் தான் அதனால் பெருத்த நஷ்டம். இந்தக் கேஸை ஹைகோர்ட்டுக்கு எடுத்துச் சென்றாலும் அதற்கு முடிவு வருவதற்குள் இந்த மகாநாடே பூர்த்தியாகிவிடும்.

" நாடகக்கலை இன்றையதினம் வளர்ந்து கொண்டிருக்கிறது என்றால் அது அந்தக் கலையையே தொழிலாகக் கொண்டிருப்பவர்களின் முயற்சியால் மட்டுமல்ல. உலகம் பூராவுமே அமெச்சூர்களினால்தான் நாடகம் நாளுக்கு நாள் வளர்ந்துகொண்டே வருகிறது என்பதை எல்லோரும் உணர்ந்துகொள்ளவேண்டும். அவர்கள் எல்லாம் ஆயிரக் கணக்கில் சம்பாதிக்கலாம் என்பதற்காக நடிக்கவில்லை. அந்த கலையின் மேலுள்ள ஆர்வத்தால், அந்தக் கலையைக்கொண்டு மக்களுக்கு அறிவு புகட்ட முடியும் என்ற எண்ணத்தால் ஆயிரக் கணக்கான ரூபாய்களைச் செலவழித்து அந்த நாடகத்தைத் தயார் செய்கிறார்கள். இந்தச் சட்டத்தின் ஒன்பதாவது ஷரத்துப்படி அந்த நாடகத்தின் நகலை குறிப்பிட்ட அதிகாரிக்கு அந்த நாடகத்தை நடத்துகின்றவர்கள் ஏழு நாட்களுக்கு முன்னதாக மாத்திரம் அல்ல—பதினைந்து நாட்களுக்கு முன்னதாகவே அனுப்பிவைக்கிறார்கள் என்று வைத்துக்கொண்டாலும்கூட இந்தச் சட்டப்படி அந்த அதிகாரிகள் நாடகத்தைப் படித்துப் பார்த்துவிட்டு நாடகம் நடத்தப்படவேண்டிய தேதிக்கு இரண்டு நாட்கள் முன்பாகவாவது அந்த நாடகத்தை நடத்தலாம் நடத்தக்கூடாது என்று பதிலைக் கொடுக்கவேண்டுமென்று ஏதாவது இந்தச் சட்டத்தில் சொல்லப்பட்டிருக்கிறதா என்று நான் கேட்கிறேன். அப்படி எதுவும் வரையறுக்கப்படவில்லை. அந்த நாடகத்தின் நகலை அவர் படித்துப் பார்க்காமலேயே வைத்திருக்கலாம். கடைசி நிமிஷத்தில் ஏதாவது ஒரு ஊர்க்குருவி வந்து இந்த நாடகத்தில் ஆட்சேபகரமான விஷயங்கள் அடங்கியிருக்கின்றனவாம் என்று சொல்லிவிட்டால் போதும், உடனே அந்த நாடகம் நடிக்கக்கூடாது எனத் திரையைத் தூக்கும் நேரத்தில்கூட தடை உத்தரவைப் போட்டுவிடக்கூடிய அதிகாரம் இருக்கின்றது. (ஒரு அங்கத்தினர் ' ஊர்க்குருவி என்றால் யார்.') ஊர்க்குருவி என்றால் சர்க்காரின் போலீஸ்காரர்தான். (சிரிப்பு.) ஆனால் சர்க்கார் சொல்லலாம், நாடகத்தில் எழுதப்பட்டிருக்கும் விஷயங்களுக்கும், உண்மையிலேயே நடித்துக் காட்டப்படும் முறைக்கும் வித்தியாசம் இருக்கும் என்று, அது ஓரளவு உண்மைதான். அந்த நாடகத்தையே தொழிலாகக்கொண்டு

[Sri P. Ramamurthi] [20th December 1954

[illegible] வேண்டுமென்றால் தங்களுடைய சாமர்த்தியத்தால் சில சில பகுதி [illegible] கொஞ்சம் எழுதப்பட்டிருக்கும் வசனத்திலிருந்து மாற்றிக்கொள்ள முடியும். அதுவும் சபையின் போக்கு கெட்டுப்போகாமல் மாற்றிக்கொள்ள வேண்டுமென்றால் நல்ல அனுபவம் உள்ளவர்களால் தான் முடியும். அதுவும் ஒரே நாடகத்தைத் திரும்பத் திரும்ப நடித்துக் கொண்டே இருக்கும் பழக்கத்தால்தான் அது முடியும். ஆனால் பெரும் பாலான நாடகங்கள் அமெச்சூர்களால்தான் நடித்துக்காட்டப்படுகின்றன என்பதை எல்லோரும் ஒப்புக்கொள்வார்கள். நாடகம் நடிக்கப்படவேண்டிய தேதிக்குப் பல நாட்கள் முன்னதாக அந்த நாடகத்தை எழுதி, அதில் நடிக்கின்ற பாத்திரங்கள் எல்லாம் தங்கள் தங்கள் வசனத்தை உருப் போட்டு வைத்திருப்பார்கள். பல ஒத்திகைகள் வேறு நடத்தப்பட்டுக் கொண்டே வரும். இருந்தும்கூட நாடகம் நடிக்கின்றபோது உருப்போட்ட பகுதிகளிலிருந்து ஒரு வார்த்தைகூட அப்பால் அவர்களால் போக முடியாது. போனாலும் மேற்கொண்டு சொல்லவேண்டியது ஞாபகத்திற்கு வராது தவிக்கவேண்டிய நிலைமையும் உண்டாகிவிடும். அப்படியிருக்கும் போது அவர்கள் சமர்ப்பித்த நாடகத்தின் வசனத்தைப் பார்த்துவிட்டு அந்த நாடகத்தை நடிக்கலாம், நடிக்கக்கூடாது என ஜில்லா கலெக்டர் உத்தரவு போடாமல் பேசாமலிருந்துவிட்டு, கடைசி நேரத்தில் நடிக்கக் கூடாது என்றால் இவர்களால் இதை எப்படி ஹைகோர்ட்டுக்கு எடுத்துக் கொண்டு போகமுடியும் என்று கேட்கிறேன். இந்த நாடகத்தால் இவர்களுக்கு என்ன ஆயிரம், இரண்டாயிரம் என்று வருமானம் வருமா ? இரண்டணா, நாலணா வசூலைக்கூட எதிர்பார்க்க முடியாத இந்த நாடகத்தை நடிக்கவேண்டுமென்று ஹைகோர்ட்டில் எத்தனை ரூபாய் செலவு செய்து கேஸ் நடத்துவது என்று கேட்கிறேன். பெரிய மனிதர் கேஸ் போடுவதாயிருந்தால் பெரிய பெரிய வக்கீல்கள் எல்லாம் கிடைப்பார்கள். ஒரு விவசாய சங்கம் கேஸ் போடுவதாயிருந்தால் அதற்கு உதவி செய்ய யார் வருவார்கள் என்பதை சபையோர் கவனிக்கவேண்டும். அதோடு திருநெல்வேலி ஜில்லாவிலிருந்து ஹைகோர்ட்டுக்கு வரவேண்டுமென்றால் அவர்கள் படவேண்டிய கஷ்டம் கொஞ்சநஞ்சமாயிருக்காது.

" அதே சமயத்தில் இன்னொரு விஷயம். ஒரு நாடகத்தை வேண்டுமென்றே ஆட்சேபகரமானது, அதை நடிக்கக்கூடாது என்று ஜில்லா கலெக்டர் உத்திரவு போடுவதாக வைத்துக்கொள்வோம். அதன்பேரில் அந்தக் கேஸ் ஹைகோர்ட்டுக்குப் போகிறது. ஹைகோர்ட்டில் அந்த நாடகத்தில் ஆட்சேபகரமான விஷயங்கள் எதுவுமில்லை, ஆகவே நடிக்கலாம் எனத் தீர்ப்பு அளித்துவிட்டார்களானால் அந்த நடிக்கக்கூடாது என்று உத்தரவு போட்ட அதிகாரிக்கு தண்டனை என்ன ? ஒன்றும் கிடையாது. அதற்குப் பதிலாக இந்தச் சட்டத்தின் பன்னிரண்டாவது ஷரத்திலேயே இந்தச் சட்டப்படி நடவடிக்கை எடுத்துக்கொள்ளும் அதிகாரிமீது எந்த நடவடிக்கையும் எடுக்கவே கூடாது என்று பாதுகாப்பு அளிக்கிறார்கள். நான் கேட்பது எல்லாம் இதுதான். இந்தப் பாதுகாப்பு இருப்பதால் அவர்கள் வேண்டுமென்றே ஒரு கட்சியார், அல்லது சமூகத்தார் நடிக்கும் எல்லா நாடகங்களையும் தாராளமாகத் தடை செய்துவிடக்கூடும். அவர் சட்டத்தை துஷ்பிரயோகம் செய்யாமலிருக்க என்ன உத்தரவாதம் ? ஒரு அதிகாரி தவறு செய்யக்கூடும். ஆகவே ஒரு முறைக்கு மூன்று முறை வேண்டுமானாலும் அவரை மன்னிப்போம். ஆனால் திரும்பத் திரும்ப வேண்டுமென்றே தவறு செய்தால் அவர் போடுகின்ற தடை உத்தரவு சரியல்ல என்று மூன்று தடவைகளுக்குமேல் ஹைகோர்ட்டில் தீர்ப்பு அளிக்கப்பட்டுவிட்டால் சர்க்கார் அந்த அதிகாரியையே டிஸ்மிஸ் செய்ய முன்வருவார்களா என்று கேட்கிறேன் ? அதைச் செய்யமாட்டேன் என்று சொல்லும்போது அந்தச் சட்டத்தை அதிகாரிகள் துஷ்ப்பிரயோகம் செய்ய அனுமதிப்பது போலத்தானே ஆகும். இதில் மறைவு என்ன இருக்கிறது. எங்களுக்கு வேண்டாதவர்கள் நாடகம் நடிக்கப் போகிறார்கள் என்று தெரிந்தாலே போதும், அதைத் தடுத்துவிடுவோம் என்று சர்க்கார் சொல்வதைப் போலத்தானே இருக்கிறது. ஆனால் நிதி மந்திரி அவர்கள் சொல்லுகின்றார்கள், சர்க்கார் அதிகாரிகளை நம்புங்கள் என்று. நம்பினோர் கைவிடப்படமாட்டார் என உபதேசம் செய்கிறார். குரங்கு கையில் பூமாலையைக் கொடுத்தால் அதை அது பிய்க்காது என்று சொல்லுகிறார்.

20th December 1954] [Sri P. Ramamurthi]

[illegible] கையில் பூமாலையைக் கொடுத்தால் அது [illegible] பிய்த்து எறியும் என்பது எல்லோருக்கும் தெரியும். [illegible] போலவே தான் தற்போது அதிகாரிக்கு தங்கள் [illegible] செலுத்துவதற்கு வேண்டிய, ஏன் அதற்கு மேலும் தவறு [illegible] எந்தவிதமான நடவடிக்கையும் எடுத்துக்கொள்ளப்படமாட்டாது [illegible] தியை வேறு கொடுத்து பெரிய அதிகாரத்தைக் கொடுக்கிறார்கள். [illegible] கணக்கான ரூபாய்களைச் செலவழித்து நாடகம் தயார் செய்து [illegible] யில் அந்த நாடகத்தையே நடத்தக்கூடாது என்று ஸ்ரீமான் ஜில்லா கலெக்டர் தடை செய்துவிட்டால் அதனால் பொதுமக்களுக்கு எத்தனை ரூபாய் நஷ்டம் ஏற்பட்டாலும் பரவாயில்லை அதைப்பற்றி நாங்கள் கொஞ்சம்கூட கவலைப்படவில்லை. ஆனால் அதிகாரி தவறாகவே நடந்துகொண்டுவிட்டாலும்கூட அதற்காக அவர் பேரில் எந்த நடவடிக்கையும் எடுத்துக்கொள்ளக் கூடாது என்று சொல்கின்ற இதுதான் ஜனநாயகம். இங்கே பாதுகாப்பு யாருக்கு என்றால் அரசாங்க அதிகாரிக்கும், முதலாளிக்கும் தான். ஏழை மக்களுக்கு கொஞ்சம்கூட இல்லை. இதுதான் ஜனநாயகம் என்று எங்களையும் நம்பச் சொல்லுகிறார்கள். ஜனநாயகம் எது என்பதைப் பற்றி எங்களுக்கு நன்றாகத் தெரியும். ஜனநாயகம் என்ன என்பதைப் பற்றி விவாதிக்கவேண்டுமென்றால் அதற்காக தனியாகவே நேரம் ஒதுக்க வேண்டும். ஆகவே அதைப்பற்றி விரிவாக இங்கே பேசாவிட்டாலும்கூட ஒரே ஒரு விஷயத்தை மாத்திரம் சுட்டிக் காட்டுகிறேன். காங்கிரஸ் ஆட்சியில் இருக்கும் ஜனநாயகத்தைவிட கம்யூனிஸ்டு நாடுகளிடம் அதிக ஜன நாயகத் தன்மையே இருக்கின்றது. இதை நான் சொல்லவில்லை. ஹிந்துப் பத்திரிகையே அதைப்பற்றி எழுதியிருக்கின்றது. அதுவும் பிரதம மந்திரி சீனாவுக்கு விஜயம் செய்த காலத்தில் ஹிந்துப் பத்திரிகை நிருபர் அப்பாசாமியே இந்தக் கட்டுரையை எழுதியிருக்கிறார். அதில் அவர் எழுதியிருக்கிறார்.

'There had been 1,100 households, comprising 45 landlord households holding 36 per cent of the land.'

அதாவது அந்தக் கிராமத்தில் 1,100 வீடுகள் இருந்தன. அதில் 45 நிலச்சுவாந்தார்களின் குடும்பங்கள் இருந்தன. ஊரிலுள்ள மொத்த நிலத்தில் 36 சத வீதம் நிலம் இவர்களிடையே இருந்தன. ஆனால் நிலமில்லாத விவசாயிகள் 800 பேர்களுக்கு மேல் இருந்தார்களாம். ஆனால் கம்யூனிஸ்டுகள் வந்த பிறகு, நிலமில்லாத ஏழை விவசாயக் கூலிகள், கொஞ்சமே நிலமுள்ள சிறு சிறு விவசாயிகள், நடுத்தர விவசாயிகள் ஆகியோர்களைக்கொண்டு விவசாய சங்கம் ஒன்றை அந்த கிராமத்தில் அமைத்து எல்லா நிலங்களையும் அந்த விவசாயச் சங்கமே எடுத்துக் கொண்டு அதைச் சரியாக ஊரிலுள்ளவர்கள் எல்லோருக்கும் பங்கிட்டுக் கொடுத்திருக்கிறார்களாம். இந்த மாதிரியாக இவைகள் எல்லாம் அரசாங்கச் சட்டத்தின் மூலம் செய்ய முடியாது. அங்கங்கேயுள்ள ஜன சமூகத்தின் கையிலேயே அந்த ஸ்தாபனத்தைக் கொடுத்துவிட்டதினால் தான் நல்ல முறையில் அங்கே நிலம் எல்லோருக்கும் பிரித்துக் கொடுக்கப் பட்டிருக்கின்றது. அதிலிருந்து இன்னும் ஒரு விஷயத்தைப் படித்துக்காட்ட விரும்புகிறேன்.

'There is a great deal of democracy in industry. Workers and administrators discuss the State plan together and the trade unions sign contracts with the administration.

'When production plans are fulfilled five per cent of the profits goes to a welfare fund, which is used for housing, clubs, clinics for the workers. There is also a labour insurance fund which is three per cent of the pay roll. This is used by the unions to pay sick benefits meternity benefits etc.'

வெளிநாடுகளிலே தொழிற்சங்கங்களின் மூலமாகவேதான் தொழிலாளர்களுடைய உரிமைகளையும், நலன்களையும் அரசாங்கமே பாதுகாக்கின்றது. ஆனால் நம் நாட்டிலே தொழிற்சங்கம் அமைக்கப்பட்டால் போதும், உடனே அதில் சேர்ந்துள்ளவர்களையெல்லாம் சஸ்பெண்டு செய்துவிடுவார்கள். கேட்டால் இதுதான் ஜனநாயகம் என்றும் சொல்லுவார்கள். அதையே நாமும் நம்பவேண்டுமென்பார்கள். அந்த ஊரிலே விவசாயச்

[illegible] ளிலுள்ள நிலங்களை எல்லாம் சமமாகப் பங்கிட்டுக் கொடுக்கும் [illegible] அதிகாரம் கொடுக்கப்பட்டது. ஆனால் நம் நாட்டிலே தாசில்தாரி [illegible] அதிகாரத்தைக் கொடுப்பார்களே தவிர மக்களிடம் கொடுக்க மாட்டார் [illegible] ரெவின்யூ இன்ஸ்பெக்டரிடம் ஒப்படைத்தாலும் ஒப்படைப்பார்களே [illegible] களிடம் ஒப்படைக்கமாட்டார்கள். இவர்களுக்கு மக்களிடம் எங்கே நம்பிக்கை இருக்கிறது, அரசாங்க அதிகாரிகளிடம் தானே நம்பிக்கை இருக்கிறது. அதிகார வர்க்கத்தினரின் கையிலே மேலும்மேலும் பல அதிகாரங்களைக் கொடுத்து அவர்கள் அதைத் துஷ்பிரயோகம் செய்யவும், அந்த அதிகாரத்தைக்கொண்டு பணத்தைச் சுரண்டவும் வசதியைத்தான் செய்து கொடுப்பார்களே தவிர மக்களுக்கு நல்ல முறையில் உதவி செய்யவேண்டுமென்ற கருத்தே இவர்களுக்குக் கிடையாது.

"அவர்களுடைய அடிப்படை எண்ணத்திலேயே தவறான கருத்துக்கள் இருப்பதின் காரணமாகத்தான் இன்றைய தினம் இந்த நாடகத் தடைமசோதாவே கொண்டுவரப்படுகிறது. அதிலே சர்க்கார் மக்களைநம்பவில்லை, மக்களுக்கு ஏற்படக்கூடிய பொருள் நஷ்டத்தையும் மனக் கஷ்டத்தையும் உணரவில்லை. ஆகவே சொல்வது ஒன்றே தவிர வேறு ஒரு உட்கருத்தை வைத்தே இந்த மசோதாவை அவர்கள் கொண்டுவருகிறார்கள், அவர்களுக்கு அந்தரங்க சுத்தி கிடையாது, எந்தக் காரியத்திற்காக இந்த மசோதா கொண்டுவரப்படுவதாக அவர்கள் சொல்லுகிறார்களோ அந்தக் காரியத்திற்கு இந்த மசோதாவே தேவையில்லை, ஆகவே அவர்களுடைய அந்தரங்க சுத்திக்கே விரோதமான இந்த மசோதாவை அவர்கள் கொண்டுவந்திருப்பதன் காரணமாக அதைப் பலமாக ஆட்சேபித்து அதை வாபஸ் வாங்கவேண்டுமென்றும் தெரிவித்துக் கொண்டு முடித்துக்கொள்ளுகிறேன்."

* THE HON. SRI C. SUBRAMANIAM :—"Sir, shall I reply to-day or tomorrow? because I am likely to take some time."

SRI M. KALYANASUNDARAM :—"If he replies tomorrow, he will encroach upon the time allotted tomorrow for clause by clause consideration of the Bill."

MR. SPEAKER :—"I have no objection if the House agrees to it."

* THE HON. SRI C. SUBRAMANIAM :—"I shall reply tomorrow."

MR. SPEAKER :—"The Hon. Minister says that he will reply tomorrow."

SRI P. RAMAMURTHI :—"If I had known it before, I would have taken some more time to finish my speech. I thought the Hon. Minister would reply to-day."

MR. SPEAKER :—"I now adjourn the House till 10 a.m. tomorrow."

The House then adjourned.

VI.—PAPER LAID ON THE TABLE OF THE HOUSE.

List of demands raised by the Madras Race Course Labour Union on behalf of the workers of the Madras Race Course, Guindy, and the decision of the Government on the demands (vide answer to Legislative Assembly starred question No. 72 given on 6th December 1954).

APPENDIX I.

[Vide answer to starred question No. 459 asked by Sri K. Madhavan Nambiar at the meeting of the Legislative Assembly held on 2[illegible]th December 1954, page 429 supra.]

Statement showing the receipts and disposal of claims of Producers-cum-Consumers' Co-operative Societies with the Civil Supplies Department.

Items of claims.	Particulars of claims received.		Number of claims disposed of		Particulars of claims pending disposal with Civil Supplies Department.		Reasons for the delay in the disposal of claims.
	Number of claims.	Amount involved.	Number of claims.	Amount involved.	Number of claims.	Amount involved.	
(1)	(2)	(3)	(4)	(5)	(6)	(7)	(8)
		RS. A. P.		RS. A. P.		RS. A. P.	
1 Claims for subsidy on account of revision of prices.	132	7,71,802 2 10	12	59,057 15 7	120	7,12,744 3 3	The circumstances leading to the delay in the disposal of the claims are explained below:— (i) Most of the claims pending settlement were received in August and September 1954 after decontrol. In many cases society records from 1946 onwards have to be perused and subordinate officers [illegible] the office-bearers of the Producers-cum- [illegible]
2 Refund of excess collection of differential cost due to wrong raising of demands.	65	78,885 8 3	3	6,495 6 3	62	72,390 2 0	
3 Reimbursement of loss suffered due to belated receipt of orders, raising prices and collection of differential cost on stock existing on the date of revision.	93	17,245 5 8	..	....	93	17,245 5 8	
4 Reimbursement on account of sale of fine rice.	9	27,592 13 0	3	12,017 12 8	6	15,575 0 4	
5 Reimbursement due to sale of Orissa rice.	64	52,581 8 0	—	....	64	52,581 8 0	

APPENDIX

[20th December 1954

APPENDIX V.

[Vide item IV on page 442 supra]

THE MADRAS DRAMATIC PERFORMANCES BILL, 1954.

COMPOSITION OF THE SELECT COMMITTEE.

1. The Hon. Sri C. SUBRAMANIAM (*Chairman*).
2. The Hon. Sri M. A. MANICKAVELU NAICKER.
3. Sri K. RAJARAM.
4. Sri C. RAJAM RAMASWAMI.
5. Sri M. D. THYAGARAJA PILLAI.
6. Sri K. ARANGANATHAN.
7. Sri S. N. SOMAYAJULU.
8. Sri A. ANTONY PETER.
9. Sri P. G. MANICKAM.
10. Sri K. VINAYAKAM.
11. Sri V. GOVINDASWAMI NAIDU.
12. Sri K. M. SEETHI SAHIB.
13. Sri S. SWAYAMPRAKASAM.
14. Sri A. VELOO.
15. Sri S. S. KOLKEBAIL.
16. Sri M. KALYANASUNDRAM.
17. Sri T. C. NARAYANAN NAMBIAR.

Secretariat.

Sri R. V. KRISHNA AYYAR, *Secretary.*

REPORT OF THE SELECT COMMITTEE ON THE MADRAS DRAMATIC PERFORMANCES BILL, 1954 (L.A. BILL No. 37 OF 1954).

To

THE HONOURABLE LEGISLATIVE ASSEMBLY,
MADRAS.

The Select Committee appointed to consider the Madras Dramatic Performances Bill, 1954 (L.A. Bill No. 37 of 1954), has the honour to make the following report.

2. The Bill was published in English in the *Fort St. George Gazette* Extraordinary, dated the 27th November 1954, and in Tamil, Telugu, Malayalam, Kannada and Hindustani in the Gazette, dated the 8th December 1954.

3. The Committee was appointed on the 8th December 1954.

4. The Committee met at the Ministers' Room, Government Estate, on the 11th December, the Committee Room at Fort St. George on the 13th and 15th December and the Ministers' Room, Government Estate, on the 16th December 1954.

APPENDIX

[20th December 1954]

5. At its meeting on 11th December 1954, the Committee decided to receive representations from persons interested in the Bill. Accordingly at its meeting on the 13th and 15th December 1954, it heard oral representations of several persons who appeared before it. It has also read the various written memoranda submitted to it by them and others.

6. The Select Committee has subjected the clauses of the Bill to a careful scrutiny and as a result of such scrutiny has made various important changes in them.

Clause 2.

Sub-clause (1) of this clause defines an objectionable performance. In this sub-clause, in items (i) and (ii), the words " or encourage " have been omitted, as they are somewhat indefinite and may unduly enlarge the scope of the items.

Item (iii) of the sub-clause has been omitted.

Items (v) and (vi).—These relate to promotion of sectional enmity or hatred or to insult of religion or religious beliefs. These items have been examined by the Select Committee from every point of view and it has finally resolved that item (v) should be restricted only to incitements to violence of one section of the people against another and that item (vi) should be confined to performances which are deliberately intended to offend any section of the people of India by insulting, profaning or blaspheming their religion or religious beliefs.

These changes have led to certain drafting changes in the sub-clause.

The Select Committee thinks that the explanations existing in clause 4 of the Bill should more appropriately be inserted under clause 2. As regards the explanations themselves, the Select Committee has deleted Explanation III which contains only a definition of ' sabotage '. As regards Explanation II, it is redrafted as follows:—

" In judging whether any performance is an objectionable performance, the effect of the play, pantomime or drama shall be considered as a whole."

Clause 3.

This clause has been omitted. But clause 12 has been so altered as to make it clear that where no action has been taken against an objectionable performance under this Bill, nothing in it shall bar a prosecution under any other relevant section of the Indian Penal Code or any other law.

Clause 4.

Sub-clause (2).—Notice under this sub-clause should be issued only against the organizers or other principal persons responsible for the performance and to the owner or keeper of the place of performance. It has altered the sub-clause accordingly.

APPENDIX

[20th December 1954

Clause 5.

This clause refers to temporary prohibitions of objectionable performances. The Select Committee considers that it is not necessary to empower the State Government to pass orders of such prohibition. It also thinks that the officer empowered in this behalf should be no less a person than the Collector of a district in the mufassal and the Commissioner of Police in the City of Madras. As at present worded, the clause applies to any performance, whether of an objectionable nature or not. But the Select Committee has restricted it to objectionable performances of the nature specified in sub-clause (1) of clause 2.

Clauses 7 and 8.

The maximum penalty provided in these clauses has been reduced to imprisonment for three months or a fine of Rs. 1,000 or both. In clause 8, sub-clause (b) has been omitted, with the result that persons merely assisting an objectionable performance will not be liable to be prosecuted under this Bill. The clause (clause 8) has been split up into two so as to make its meaning clearer.

Clause 9.

In this clause for the words "the principal persons about to take part in such performance", the words "the organizer or principal person responsible for the conduct of the performance" had been substituted.

Clause 10.

In this clause also, the words "District Collector in the mufassal and the Commissioner of Police in the City of Madras" have been substituted for the words "such officer as the State Government may empower in this behalf".

This clause contains a provision for a temporary prohibition of a performance in the event of failure to furnish a copy or purport of a drama not less than fifteen days before the performance. The Select Committee has reduced the period of notice from fifteen days to seven days.

Clauses 11 and 15.

In these clauses the references to "orders passed under the Dramatic Performances Act, 1876" have been omitted as unnecessary.

In clause 11, a provision has been added to the effect that every appeal under it to the High Court shall be disposed of by a Bench consisting of not less than two Judges.

APPENDIX

[16th December 1954]

Clause 14.

The Committee considers that the rules made under this clause must be placed on the tables of both the Houses of the Legislature. This clause has been amended accordingly.

A copy of the Bill as revised by the Select Committee is annexed.

The Committee considers that the changes made by it in the Bill are not of such importance as to necessitate the republication of the Bill.

The dissenting minutes given by certain members are annexed *.

GOVERNMENT ESTATE,
MOUNT ROAD, MADRAS,
16th December 1954.

C. SUBRAMANIAM,
Chairman.

ANNEXURE.

[*Note.*—The changes made are side lined or underlined and the portions omitted are indicated by dots.]

L.A. BILL No. 37 OF 1954.

A Bill to provide for the better control of public dramatic performances in the State of Madras.

WHEREAS it is expedient to provide for the better control of public dramatic performances in the State of Madras;

BE it enacted in the Fifth Year of the Republic of India as follows :—

1. *Short title and extent.*—(1) This Act may be called the Madras Dramatic Performances Act, 1954.

(2) It extends to the whole of the State of Madras.

2. *Definitions.*—In this Act, unless the context otherwise requires—

(1) " objectionable performance " means any play, pantomime or other drama which is likely to—

(i) incite . . . any person to resort to violence or sabotage for the purpose of overthrowing or undermining the Government established by law in India or in any State thereof or its authority in any area; or

(ii) incite . . . any person to commit murder, sabotage or any offence involving violence; or

(iii) seduce any member of any of the armed forces of the Union or of the police forces from his allegiance or his duty, or prejudice the recruiting of persons to serve in any such force or prejudice the discipline of any such force; or

---
* Circulated separately.

(iv) incite any section of the citizens of India to acts of violence against any other section of the citizens of India; or which—

(v) is deliberately intended to outrage the religious feelings of any class of the citizens of India by insulting or blaspheming or profaning the religion or the religious beliefs of that class; or

(vi) is grossly indecent, or is scurrilous or obscene or intended for blackmail;

Explanation I.—A performance shall not be deemed to be objectionable merely because in the course thereof words are uttered, or signs or visible representations are made, expressing disapprobation or criticism of any law or of any policy or administrative action of the Government with a view to obtain its alteration or redress by lawful means.

Explanation II.—In judging whether any performance is an objectionable performance the play, pantomime or other drama shall be considered as a whole.

(2) " public place " means any building or enclosure, or any place in the open air and any pandal where the sides are not enclosed to which the public are admitted to witness a performance.

* * * * * * * * * * * * * *

* * * * * * * * * * * * * *

8. *Power to prohibit objectionable performances.*—(1) Whenever the State Government are satisfied that any play, pantomime or other drama performed or about to be performed in a public place is an objectionable performance, they may, by order stating the grounds on which they consider the performance objectionable, prohibit the performance.

(2) No order under sub-section (1) shall be passed without giving a reasonable opportunity to the organizer or other principal persons responsible for the conduct of the performance or to the owner or occupier of the public place in which such performance is intended to take place to show cause why the performance should not be prohibited.

(3) Every order made under sub-section (1) shall be published in the *Fort St. George Gazette.*

(4) Any order made under sub-section (1) may also be notified by proclamation and a written or printed notice thereof may be affixed at any place or places adopted for giving information of the order to the persons intending to take part in the performance so prohibited.

20th December 1954]

4. *Power to prohibit objectionable performances temporarily.*—(1) The Commissioner of Police in the Presidency town or the District Collector elsewhere may, if . . . he is of opinion that any play, pantomime or other drama performed or about to be performed being of the nature specified in section 2 is likely to lead to a breach of the peace, by order stating the grounds for such opinion, prohibit its performance.

(2) Subject to any order made by the Court on appeal under section 10, an order under this section shall remain in force for two months from the making thereof:

Provided that the Commissioner of Police or the District Collector, as the case may be, may, if . . . he is of opinion that the order should continue in force, by such further order or orders as . . . he may deem fit, extend the period aforesaid by such further period or periods not exceeding two months at a time as may be specified in such order or orders.

5. *Service of order of prohibition.*—A copy of the order made under section 3, sub-section (1), or under section 4, sub-section (1) or sub-section (2), may be served personally or in such other manner as may be prescribed by rules made under section 13, on the organisers or other principal persons responsible for the conduct of or any person about to take part in, the performance so prohibited or on the owner or occupier of the public place, in which such performance is intended to take place.

6. *Penalty for disobeying order.*—Any person on whom a copy of the order referred to in section 3 or section 4 is served and who does, or willingly permits, any act in disobedience . . . of such order, shall, on conviction, be punished with imprisonment for a term which may extend to three months or with fine which may extend to one thousand rupees, or with both.

7. *Penalty for disobeying prohibition.*—(1) Any person who, after the publication of an order under section 3, sub-section (3), or during the period when an order made under section 4, sub-section (1) or sub-section (2), is in force organises or is responsible for the conduct of, or takes part in, the performance prohibited thereby or . . . any performance substantially the same as the performance so prohibited, shall, on conviction, be punished with imprisonment for a term which may extend to three months, or with fine which may extend to one thousand rupees, or with both.

(2) Any person who being the owner or occupier, or having the use of any public place, opens, keeps or uses the same for any . . . performance prohibited under section 3 or section 4, or permits the same to be opened, kept or used for any such performance,

518 APPENDIX

[20th December 1954

shall on conviction, be punished with imprisonment for a term which may extend to three months, or with fine which may extend to one thousand rupees, or with both.

8. *Power to call for information.*—(1) For the purpose of ascertaining the character of any intended play, pantomime or other drama, the State Government, or such officer as they may empower in this behalf, may, by order, require the organisers or other principal persons responsible for the conduct of, or other persons about to take part in such play, pantomime or other drama or the author, proprietor or printer of the play, pantomime or other drama about to be performed, or the owner or occupier of the place in which it is intended to be performed, to furnish such information as the State Government or such officer may think necessary.

(2) Every person so required shall be bound to furnish the information to the best of his ability within the time specified in such order and in case of contravention shall be deemed to have committed an offence under section 176 of the Indian Penal Code (Central Act XLV of 1860).

9. *Power to call for copy of purport of drama, etc.*—(1) If the State Government or in the Presidency town the Commissioner of Police or elsewhere the District Collector, have or has reason to believe that an objectionable dramatic performance is about to take place, they or he, as the case may be, may, by order, direct that no such dramatic performance shall take place in any public place within any area, unless a copy of the piece, if and so far as it is written, or some sufficient account of its purport, if and so far as it is in pantomime, has been furnished, not less than seven days before the performance, to the State Government the Commissioner of Police or the District Collector aforesaid.

(2) A copy of any order made under sub-section (1) may be served on the owner or occupier of the public place in which such performance is intended to take place, and if thereafter he does or willingly permits, any act in disobedience of such order, he shall, on conviction, be punished with imprisonment for a term which may extend to three months, or with fine which may extend to one thousand rupees, or with both.

10. *Appeal to High Court.*—(1) Any person aggrieved by an order under section 3, sub-section (1), or under section 4, sub-section (1) or sub-section (2), may, within sixty days of the publication of such order under section 3, sub-section (3), or, as the case may be, within sixty days of the date on which an order under section 4, sub-section (1) or sub-section (2), is made, ... prefer an appeal to the High Court; and upon such appeal, the High Court may pass such orders as it deems fit confirming, varying or reversing the order appealed from, and may pass such consequential or incidental orders as may be necessary.

December 1954]

(2) Every appeal shall be heard by a Bench of not less than two Judges.

11. *Saving of prosecutions under other laws.*—Where no order under section 3 or section 4 has been made in respect of any performance, nothing in this Act shall bar a prosecution under the Indian Penal Code (Central Act XLV of 1860) or any other law.

12. *Protection for acts done in good faith.*—No suit, prosecution or other legal proceeding shall be instituted against any authority or officer for anything which is in good faith done or intended to be done under this Act or any rule made thereunder.

13. *Power to make rules.*—(1) The State Government may, by notification in the *Fort St. George Gazette*, make rules to carry out the purposes of this Act.

(2) All rules made by the State Government under sub-section (1) shall, as soon as possible after they are made, be laid on the table of the Houses of the Legislature.

14. *Repeal of Central Act XIX of 1876.*—(1) The Dramatic Performances Act, 1876 (Central Act XIX of 1876), in so far as it applies to the State of Madras, is hereby repealed.

. . . .

GOVERNMENT ESTATE,
MOUNT ROAD, MADRAS,
16*th December* 1954.

R. V. KRISHNA AYYAR,
Secretary to the State Legislature.

PROCEEDINGS OF THE SELECT COMMITTEE ON THE MADRAS DRAMATIC PERFORMANCES BILL, 1954 (L.A. BILL No. 37 OF 1954).

(*As approved by the Chairman.*)

The Select Committee met at 5-10 p.m. on Saturday, the 11th December 1954 in the Ministers' Room in Government Estate, Mount Road, Madras.

All the members of the Committee were present.

The Committee resolved to meet at 4 p.m. on Monday, the 13th December 1954 in the Committee Room, Fort St. George.

It also resolved to hear representations from persons interested in the Bill at that meeting. It was resolved that in addition to the Press Note, dated 8th December 1954, already inserted in the papers, another Press Note be inserted to the effect that the Select Committee will hear representations from persons interested in the Bill at 4 p.m. on the 13th instant.

At the request of Sri S. S. Kolkebail and a few other members, the Hon. the Finance Minister agreed to make available to members copies of the objectonable portions of the drama "Kimayanam".

[20th December 1954

It was resolved that the Advocate-General and the Law Secretary be requested to be present at the meeting on 13th instant.

Monday the 13th December 1954.

The Select Committee met at 4 p.m. on 13th December 1954 in the Committee Room, Fort St. George, Madras.

The following members were present :—

1. The Hon. Sri C. SUBRAMANIAM (*Chairman*).
2. Sri K. RAJARAM.
3. Sri C. R. RAMASWAMI.
4. Sri M. D. THYAGARAJA PILLAI.
5. Sri A. ANTONY PETER.
6. Sri P. G. MANICKAM.
7. Sri K. VINAYAKAM.
8. Sri V. GOVANDASWAMI NAIDU.
9. Sri S. SWAYAMPRAKASAM.
10. Sri A. VELOO.
11. Sri S. S. KOLKEBAIL.
12. Sri M. KALYANASUNDRAM.
13. Sri T. C. NARAYANAN NAMBIAR.

The Advocate-General, the Secretary to Government, Law Department, and the Secretary to the State Legislature were also present.

The Committee proceeded with the examination of witnesses and Sri T. K. Shanmugam and six others representing the South Indian Actors' Association, were first examined.

Sri T. K. Shanmugam read a printed memorandum in Tamil and submitted the same to the Committee.

Answering questions put by the Chairman, Sri Shanmugam said that the Bill was likely to affect many of the dramas. Even at the present time, there are some officers who harass the organizers of dramas. If further wide powers were given to them, they are likely to misuse them. Many of those in the dramatic profession did not know that there was already an Act to regulate the conduct of dramas. In our country the dramatic art had not progressed well enough. So, in many cases, there would be no script containing the dialogues, songs, etc. For instance, in the case of " Special Dramas ", which were conducted at short notice, there would be no script at all relating to dialogues, songs, etc. The actors would arrive only on the day of the drama and would act according to their skill. In such cases, the script could not be submitted beforehand, and if a script was insisted on, it would retard the progress of the dramas. However, if during an actual performance, a drama was found to contain objectionable matter, it could afterwards be stopped.

APPENDIX

[6th December 1954]

Sri Shanmugam said further that the impression one was likely to get while reading a script and the impression that one was likely to get on actually seeing the drama on the stage would be completely different. Therefore, the objectionable nature of a drama could not be decided by merely reading a script.

The Chairman explained that it was not the intention of the Government to retard the progress of the dramatic art. The Government were of the view that if the conduct of drama was not regulated in such a way that it did not harm society as a whole, the art itself was likely to languish. From that point of view, if it was considered by all that a particular drama contained certain objectionable matter which was likely to do considerable harm to society, should not the Government have the power to prohibit it?

The witness agreed that such dramas might be prohibited, but added that care should be taken in deciding what was objectionable matter and who was to decide whether a particular drama was objectionable or not.

The Chairman then invited the views of the witnesses on the different clauses of the Bill.

Clause 2—Definitions.

Item (i).—The witnesses agreed to this item.

Item (ii).—Sri Sahasranamam and Sri M. G. Ramachandran requested that the whole play should be taken into account and not particular statements in it. Moreover there may be historical dramas and fictitious stories which may seem to advocate revolt against despatic rule. Such dramas should not be banned as capable of being applied to the existing Government.

Item (iii).—The Chairman said that the Government were considering whether this item could be deleted and that he was not anxious to have it.

Item (iv).—The witness agreed to this item.

Item (v).—The Chairman asked the witnesses whether they are agreeable to the prohibition of such dramas which incited certain sections to acts of violence against other sections such as looting houses, murder, molestation of women and so on. The witnesses replied that if a drama were to incite to such acts of violence, it could be prohibited.

Item (vi).—The Chairman said that though there was freedom to do propaganda in favour or against religion, there was no need to slander certain religious characters whom the people held as Gods. He asked whether the witnesses would agree to the prohibition of dramas containing matter which intentionally and maliciously slandered the revered religious characters. The witnesses agreed to the prohibition of such dramas.

APPENDIX

[20th December 1954]

Clause 3.

The Chairman enquired whether it would be all right if it was said that action would be taken only against the organizers or persons who were principally responsible for the staging of an objectionable drama. The witnesses had no objection but doubted whether it was possible to find out who such persons were. They had no objection to a proviso that no action shall be taken without the previous sanction of the Government or the recommendation of the Advocate-General or the Public Prosecutor. But they were of the view that the clause might be omitted altogether.

The Chairman said that the necessity for the clause would be further examined.

Clause 5.

The witnesses agreed to vesting power to prohibit objectionable performances temporarily in an officer not below the rank of a District Magistrate.

Clause 7.

The witnesses suggested that the punishment provided was excessive and had no objection to the fixing a priod of three months' imprisonment and a fine not exceeding Rs. 1,000 as maximum.

Clause 10.

The witnesses agreed to the Government calling for a summary or purport of the drama.

Clause 11.

The witnesses pointed out that a provision for an appeal to the High Court might not be useful in several cases as the aggrieved party may not be able to go up to the High Court. The Chairman asked them whether they would agree if the Government themselves referred all orders passed either by the District Magistrate or by themselves to the High Court for its decision in all cases in which the parties concerned objected to the order and asked the Government to refer it to the High Court. The witnesses agreed to the latter course.

The witnesses then withdrew.

2. Sri M. R. Radha was next examined by the Committee.

Sri Radha said that there should not be any legislation to regulate the conduct of dramas. If any individual committed an offence, he might be punished after and for the offence but for his fault the whole dramatic profession should not be penalized. When people had freedom to speak anything they liked in a public platform, there should not be a ban against dramas only. It was not his intention to wound the feeling of anybody; his play "Ramayana" was based on Valmiki Ramayana and certain other

APPENDIX

[20th December 1954]

commentaries. One Thangaraju had written the script of his play. "I would not proceed with a drama which really wounded the religious feelings of any section of the people." If the Chairman were to say that his drama wounded such feelings, he was prepared to stop it and for this purpose there was no need for a legislation of this kind. He wanted that even the existing Act should be repealed.

The witness then withdrew.

3. Sri S. Guruswami, Editor, "Viduthalai", next gave evidence. He said: "This Bill should be dropped as there is already a provision in the Indian Penal Code. If this Bill must come into force, at least the sub-clauses (v) and (vi) of clause 2, relating to (1) wounding of religious feelings and (2) inciting class hatred must be omitted. If these provisions are allowed to remain there would be no scope for any social reform. Moreover when a public speaker is not required to submit a script of his speech beforehand, there is no point in asking for the submission of the script relating to a drama. This is clearly a discrimination between an actor and a speaker. I say that this Bill is superfluous."

The witness then withdrew.

4. Sri Raja Ram and Sri Adikesavalu were then examined. They said that those religious characters whom people considered as Gods should not be vilified in dramas, that such vilification was certain to lead to breaches of the peace and it was necessary to ban dramas of that kind. Nobody should be allowed to insult religion or religious feelings of others. If some people did not like a particular religion, it is open to them to keep quiet or go to other religions or preach atheism, if they wanted. But they should not be allowed to vilify Gods or outrage the religious feelings of other people and abuse scriptural heroes whom people consider as Gods.

5. Sri Sekkilar, Madras Law College Tamil Sangham: The witness said that the Sangham had passed a resolution to the effect that the bill was not necessary. He said that as there were already provisions in the Indian Penal Code itself to prevent objectionable performances, there was no need for the present Bill. He further said that some of the clauses of the present Bill offended the fundamental rights guaranteed under the Constitution and that the Bill punished offences committed even unintentionally. He would have no objection if the Bill penalized wilful and intentional offences.

6. Sri Loganathan, Dravida Kazhagam, Mylapore, was then examined. He said that there was much opposition to the present Bill. Certain incidents might be enacted in a drama as a piece of entertainment and nobody need take serious notice of such things. There were people who believed in God and there were also those who did not believe in God. Just as the Government had not objected to the enactment of dramas in which Rama and others

APPENDIX

[20th December 1954]

were treated as Gods, the Government should also not object to dramas wherein they were not treated as Gods. Or, all dramas having reference to Gods should be banned.

The witness then withdrew.

7. Sri R. M. Alagar presented to the Committee a memorandum signed by some people and which stated that the signatories to that memorandum were opposed to the present Bill.

The Chairman explained to Sri Kalyanasundram and Sri Swayamprakasam that when he put certain proposals before the witnesses, it was for the purpose of finding out how far they would go and that his questions should not be taken as Government proposals. He had not bound the members of the Select Committee to any particular view or proposal. It is for the members of the Select Committee to arrive at final decisions with regard to the various clauses.

It was agreed that the Committee should meet at 2-30 p.m. on Wednesday, the 15th December 1954 in the Committee Room, Fort St. George, and proceed with the consideration of the clauses. The Committee also agreed to interview for one hour any persons interested in the Bill who may appear to give evidence on that day.

The Committee then adjourned.

Wednesday the 15th December 1954.

The Select Committee met in the Committee Room, Fort St. George, at 2-30 p.m. on Wednesday, the 15th December 1954. The following Members were present:—

    The Hon. Sri C. SUBRAMANIAM (*Chairman*).
    The Hon. Sri M. A. MANICKAVELU NAICKER.
    Sri K. RAJARAM.
    Sri C. R. RAMASWAMI.
    Sri M. D. THYAGARAJA PILLAI.
    Sri K. ARANGANATHAN.
    Sri S. N. SOMAYAJULU.
    Sri A. ANTONY PETER.
    Sri P. G. MANICKAM.
    Sri S. SWAYAMPRAKASAM.
    Sri A. VELOO.
    Sri S. S. KOLKEBAIL.
    Sri M. KALYANASUNDRAM.
    Sri T. C. NARAYANAN NAMBIAR.

The Advocate-General, the Secretary to Government, Law Department, and the Secretary to the State Legislature were also present.

Sri S. Venkatrangam of the Gem & Co. was examined. He stated that he was connected with the management of two temples in the city and several charitable institutions. He was of the view that the propagation of anti-religious sentiments in dramatic

APPENDIX

20th December 1954]

performances should not be allowed as it was sure to wound the feelings of the religious minded sections of the people. This was especially the case in a country like India which was a religious minded country. Asked by the Chairman whether he had studied the Bill, the witness stated that he had generally been applying his mind to the Bill published in the papers but had not scrutinized the clauses.

The witness then withdrew.

The Committee then waited for more than half an hour afterwards but no other witnesses turned up. The Committee, then took up the consideration of the Bill.

Sri S. Swayamprakasam brought to the notice of the Committee that Sri Audikesavalu's reply to his question about what the witness meant by the word "religion" did not find a place in the draft minutes of 13th December 1954. It was agreed that the following sentence be added on to the minutes in the appropriate place:—

"In reply to a question by Sri S. Swayamprakasam as to what he understood by the term 'religion', the witness stated that by religion he meant 'truth, discipline and character'."

Before proceeding with the clauses, Sri M. Kalyanasundram moved "that the Select Committtee Report to the Assembly that the Bill be dropped". After some discussion, this motion was negatived, three members voting for the motion, seven members voting against it and one member remaining neutral.

Clause 2.

Sub-clause (1), *item* (i).—Sri S. Swayamprakasam pointed out that the words "or in any State thereof" were unnecessary. After some discussion, it was resolved to leave the clause as it stood.

Sub-clause (1), *items* (i) *and* (ii).—The Committee agreed to delete the words "or encourage" as they were too indefinite and wide.

Sub-clause (1), *item* (iii).—The Chairman said that the Government had no objection to delete this item. It was accordingly deleted.

Sub-clause (1), *item* (iv).—Sri M. Kalyanasundram suggested that the words "or his duty" were too wide and that they might be omitted. Sri S. Swayamprakasam thought that the expression "prejudice the recruiting of persons to serve in any such force or prejudice the discipline of any such force" was also too wide. It was pointed out that the words "seduce any member of any of the armed forces . . . . force" were copied from corresponding sections in the Indian Penal Code. The Committee agreed to leave the clause as it stood.

A—16

Sub-clause (1), *item* (v).—The Committee agreed to substitute for this item the following :—

"incite any section of the people of India to acts of violence against any other section of the people of India; or ".

Sub-clause (1), *item* (vi).—At the instance of the Advocate-General, the following words were substituted for the existing item : " which is deliberately and maliciously intended to outrage the religious feelings of any class of the citizens of India by insulting the religion or any religious figure of that class ". There was some discussion about the words " religious figure ". It was resolved to keep the words " religious figure " until better words could be found.

Sub-clause (1), *item* (vii).—Approved.

It was resolved to take up the Explanations I to III of clause 4 at this stage, and to insert them here instead of in clause 4.

Sri M. Kalyanasundram pointed out that stories containing historical background having some expressions coming under any of the items of sub-clause (1) of clause 2 should not come under " objectionable performances ".

It was resolved to alter Explanation II as follows :—

" In judging whether any performance is an objectionable performance, the play, plantomime or drama shall be considered as a whole."

Explanation I was accepted.

Explanation III was deleted as unnecessary.

Clause 2 was to be redrafted in accordance with the above decisions.

Clause 3.

After some discussion it was decided to omit this clause and to alter clause 12 so as to render a prosecution under the Indian Penal Code or any other law possible in cases where no action has been taken under clauses 4 and 5 of this Bill.

Clause 4.

For the words " principal persons taking part in " in sub-clause (2), the words " organizer or other principal persons responsible for the conduct of " were substituted.

Sub-clauses (1) to (4) were approved.

Sri M. Kalyanasundram suggested that the orders passed under clause 4 by the State Government might be subject to a revision by an Advisory Board. After discussion he did not press the suggestion.

APPENDIX

[20th December 1954]

Clause 5

The Committee agreed to delete the words "the State Government" in this clause.

The Chairman stated that it was the idea of the Government to empower District Collectors in the districts and the Commissioner of Police in the City of Madras to pass orders under this clause. The change was made in this clause and in the other clauses where the wording "such officer as they may empower in this behalf" occurred.

Sub-clause (1) of this clause was altered as follows :—

"The District Collector or in the City of Madras the Commissioner of Police may, if he is of opinion that any play, pantomime or other drama is performed or about to be performed being of the nature specified in section 2 is likely to lead to a breach of the peace, by order stating the grounds for such opinion, prohibit its performance."

Consequential verbal changes were made also in the proviso.

Clause 6

The heading of the clause was changed as follows :—
"Service of notice of prohibition".

Clauses 7 and 8

It was agreed that the maximum punishment under this clause should be three months or a fine of one thousand rupees or both.

Clause 8

In this clause, the Committee decided to delete sub-clause (b). It also decided that the clause should be split into two sub-clauses one relating to sub-clause (a) and another relating to sub-clause (c).

Clause 9

It was decided to substitute the words, "the District Collector or in the City of Madras the Commissioner of Police" in the place of the words "or such officer as they may empower in this behalf".

Clause 10

The same changes were made in this clause also.

The Committee thought that the temporary prohibition of a drama for 15 days might cause hardship and so the words "seven days" were substituted for the words "fifteen days".

APPENDIX

[20th December 1954]

Clause 11.

Sri S. S. Kolkebail suggested that aggrieved persons in the districts should be allowed to prefer an appeal to the Sessions Court and then, if necessary to the High Court. The Advocate-General pointed out that this would lead to different orders being passed by different courts and that it was better that there was an appeal to the High Court direct. It was decided to retain the clause as it stood. But it was agreed that the reference to orders under section 3 of the Dramatic Performance Act of 1876 might be omitted.

Clause 12.

The Committee approved of some such clause as the following clause to be substituted for the existing clause :—

"Where no order has been made under section 4 or under section 5, nothing in this Act shall bar a prosecution under the Indian Penal Code or any other law in respect of any offence committed."

Clause 13.

The words, "District Collector or in the City of Madras the Commissioner of Police", were substituted for the words "any authority or officer".

Clause 14.

At the instance of the Chairman, it was resolved that a provision should be made for the placing of the rules on the table of the House.

Clause 15.

Sub-clause (1) approved.
Sub-clause (2) deleted.

The Committee decided to meet again at 4-30 p.m. the next day, at the Ministers' Room, Government Estate, Mount Road.

Thursday, the 16th December 1954.

The Select Committee met at 4-30 p.m. on Thursday, the 16th December 1954, in the Ministers' Room in Governmnt Esstate, Mount Road, Madras.

The following members were present :—

1. The Hon. Sri C. SUBRAMANIAM (*Chairman*).
2. The Hon. Sri M. A. MANICKAVELU NAICKER.
3. Sri K. RAJARAM.
4. Sri C. R. RAMASWAMI.
5. Sri M. D. THYAGARAJA PILLAI.
6. Sri K. ARANGANATHAN.

APPENDIX 529

20th December 1954].

7 Sri S. N. SOMAYAJULU.
8 Sri A. ANTONY PETER.
9 Sri P. G. MANICKAM.
10 Sri K. VINAYAKAM.
11 Sri V. GOVINDASAMI NAIDU.
12 Sri S. SWAYAMPRAKASAM.
13 Sri A. VELOO.
14 Sri S. S. KOLKEBAIL.
15 Sri M. KALYANASUNDRAM.
16 Sri T. C. NARAYANAN NAMBIAR.

The Advocate-General, the Secretary to the State Legislature and the Secretary to Government, Law Department, were also present.

Clause 2 (vi) was reopened. The Hon. the Chairman moved that for the words "deliberately and maliciously intended, etc.", the following words may be inserted :—

"deliberately intended to offend any section of the people of India by insulting, profaning or blaspheming their religion or religious beliefs."

Clause 11.

At the instance of the Advocate-General, the Committee inserted a new sub-clause to the effect that every appeal under this section shall be disposed of by a bench consisting of not less than two Judges.

Sri Vinayakam suggested that a special provision should be made exempting from the definition of an objectionable performance, dramas intended to bring about social reform. This was not accepted.

The Chairman was authorized to sign the report.

It was decided that the Bill need not be republished, and that dissenting minutes should be sent before 10 a.m. tomorrow (17th December 1954).

GOVERNMENT ESTATE,
MOUNT ROAD, MADRAS,
16*th December* 1954.

R. V. KRISHNA AYYAR,
Secretary to the State Legislature.

THE MADRAS DRAMATIC PERFORMANCES BILL, 1954 (L.A. BILL No. 37 OF 1954).

DISSENTING MINUTES.

I

One cannot understand the feverish haste in which the Government wants to hustle through this Bill. In spite of the protests that are being made by the Members of the Opposition from the beginning that such a legislation should not be rushed through in the way in which it is being done, the Government is anxious to have it passed by this House before the end of this sitting.

APPENDIX

[20th December 1954]

It has not been made clear in the Statement of Objects and Reasons of the Bill, why this legislation is necessary at this stage. The only reason that has been mentioned therein is this: The Act of 1876 contains no provision for giving an opportunity to the parties affected to make their objections or enabling them to take the matter on appeal or revision before higher authority and the Government have, therefore, decided to re-enact its provisions and repeal the 1876 Act. But the Minister for Finance, who introduced the Bill, gave different reasons on the floor of the House, besides the one mentioned in the Bill. He said that there was a case filed by the Government against a dramatist who gave a performance at Salem which could not successfully be prosecuted for want of proper legislation. The House was not given the opportunity of knowing the nature of that case and in what way the Government felt the defective nature of the existing law to meet the situation. Hence the House is unable to feel the necessity of such a piece of legislation on the Statute Book.

If it be a question of making a provision of appeal, the existing provisions of 1876 Act with a new clause for the purpose would have fulfilled the purpose. If it be the other reason, the House must be satisfied or it must be in a position to say whether the new Bill is enough to satisfy the defect. Since the defect of the existing law and the purpose of the new Bill are not clearly stated, it has to be observed that the Government has not taken the House into their confidence.

The new Bill is not at all necessary. Section 2 of the Bill seeks to narrate six kinds of objectionable plays or dramas. The subsequent provisions of the Bill deal mainly with the procedural part of the object of the Bill. The offences which are mentioned in the six clauses of section 2 of the Bill are amply provided against in the Indian Penal Code. The punishment in the Indian Penal Code for the various provisions is a sufficient warning to any person who thinks of enacting any play which is likely to promote any offence mentioned therein. Further, preventive sections are amply provided in the Criminal Procedure Code.

In addition, to have such a piece of legislation means to effectively curtail the freedom of speech and expression given under Article 19 (1) (a) and to control the freedom to practise any profession or to carry on any occupation, trade or business guaranteed under Article 19 (1) (g) of the Constitution of India. The Indian society is full of caste prejudices and superstitious beliefs. Our Constitution aims at a casteless society with a view to have an effective welfare and secular State. No one can deny that dramas are powerful vehicle of propaganda. To achieve this object, namely, reformation of our society in a lawful way, the Government should help dramatists and play-writers to have social dramas and plays. Absence of positive provision to encourage such plays in the Bill is deplorable.

20th December 1954]

The profession of dramatists will greatly be affected adversely because of this Bill. The profession of dramatists is in the initial stage. Before enacting a play, the script has to be submitted for perusal either to the Government or to the Collector or to both as the case may be. If prohibited after perusal by either of these authorities, the affected party has to fight the matter in the High Court according to the provisions of the Bill. These provisions will cause not only delay but enormous expenditure. These provisions will sufficiently discourage any person from undertaking this profession or business as such. If this Bill is passed into law this will do more harm than good to the people of the State.

MADRAS,
17th December 1954.

K. VINAYAKAM.
A. VELOO.
S. SWAYAMPRAKASAM.

II

We are totally opposed to the recommendations of the majority of the Select Committee. At the very outset in the Select Committee we moved a resolution that the Committee recommend that the Bill be dropped. But the majority decided otherwise. The entire proceedings of the Committee have confirmed us in our view.

The evidence tendered before the Committee not only does not warrant their recommendation, but has brought out in clearest terms the pernicious character of the Bill.

The few changes in the draft Bill made in the Select Committee do not in any way mitigate the grave danger that the arming of the executive with powers of prohibition constitutes to the development of a free culture through the medium of the drama.

The Bill seeks to clothe the State Government and its officers with powers to prohibit what are termed as ' objectionable performances ', which have been defined in the Bill as a drama or pantomime which is likely to—

(1) incite any person to resort to violence or sabotage for the purpose of overthrowing or undermining the Government established by law in India or in any State thereof or its authority in any area; or

(2) incite any person to commit murder, sabotage or any offence involving violence; or

(3) seduce any member of any of the armed forces of the Union or of the police forces from his allegiance or his duty, or prejudice the recruiting of persons to serve in any such force or prejudice the discipline of any such force; or

(4) incite any section of the citizens of India to acts of violence against any other section of the citizens of India; or which

(5) is deliberately intended to outrage the religious feelings of any class of the citizens of India by insulting or blaspheming or profaning the religion or the religious beliefs of that class; or

(6) is grossly indecent, or is scurrilous or obscene or intended for blackmail.

It will be realized that under the existing Criminal Law, incitement to any of the above things, through any written, spoken or visible medium including the drama or the pantomime, is an offence. Any citizen guilty of such an offence is punishable under the existing law.

We are not now concerned with the question whether these should continue to be offences or not.

The question this Committee is confronted with is, whether in addition to the existing Criminal Law, the executive should be armed with a special preventive law, vesting very wide powers in the executive.

In any civilized country in the world, the law normally defines the crimes and prescribes the punishments for transgression.

This proceeds from the basic conception that the overwhelming majority of the people are law-abiding citizens, and the preservation of their rights is the fundamental task of the society and the Government.

But a preventive law clothes the Government with powers to prohibit the exercise of these fundamental rights by citizens, if the executive authority is satisfied that the exercise of these rights by certain person or persons would lead to the commission of a crime. Thus the subjective satisfaction by the executive is sufficient for depriving the citizen of his fundamental rights. The result is that the exercise of these rights is placed entirely at the mercy of the executive. This means that the rights of citizens become secondary and subordinate.

That is why, no civilized Government resorts to preventive law, except in cases of where there is a state of war, or extreme civil commotion.

The alien British rulers of our country, who were hated by the people and in their turn, were afraid of the people naturally had enacted a series of such pieces of preventive legislation. Various sections of the Criminal Procedure Code, the Criminal Tribes Act, the Rowlatt Act, the Defence of the Realm Act, the Criminal Law Amendment Act, etc., are examples of such legislation resorted to by the alien Government.

Any student of Modern Indian History in the British period knows that our people have written glorious pages of prolonged and determined struggle against those laws, as part of the struggle against British rule.

20th December 1954

The present Bill seeks to negate these traditions, and seeks to take our country back to the dark days of British rule, when not the rights of our people but the protection of certain vested interests was held to be the supreme task of the Government.

No evidence of any grave emergency, which would justify the vesting of prohibitive powers in the executive—not even for a temporary period—has been placed before the Committee. Leave alone the question of a grave emergency, no evidence even that widespread use of the medium of the drama by large number of citizens in the State, for purposes of inciting people to crimes has been adduced before the Committee.

We now indicate broadly how the specific powers sought by the Government through this Bill, will have no other effect than that of hampering the growth of a free culture through the medium of drama which is one of the most ancient art forms that our genius has evolved.

Section 3 gives power to the State Government to absolutely prohibit a drama on the ground that it is ' objectionable performance '.

Although, such prohibition can be imposed only after giving a ' reasonable opportunity ' to the affected party, the decision rests with *the executive*.

The right of appeal against the decision of the Government under section 10 does not negate the fact that the individual's right has already been subjected to the mercy of the executive. What this means in the case of dramatic performances can easily be imagined. It is not an ordinary thing. It involves expenditure of tremendous amount of money, energy and resources of hundreds of individuals. After spending all these, they will find suddenly that all these have been wasted absolutely, simply because the executive Government has decided, in its judgment, that the performance is an objectionable one.

Section 4 of the Act empowers the Commissioner of Police, in the Presidency Town or the Collector, to prohibit a performance if he is of opinion that it is likely to be ' objectionable ' and to lead to a breach of peace.

Thus, the District Collectors—men who have never been known to set much store for the rights of our people, have been clothed with powers of prohibition. It is their opinion that is to rule supreme.

The proviso to this section further empowers the officer to go on extending it by every two months, thus permanently depriving the citizens of their fundamental rights.

APPENDIX

[20th December 1954]

Section 8 gives power to call for information from all persons. This information need not be only that relating to the script of the drama, but any information which the authority may deem necessary. Any information that the citizen is not bound to disclose normally can be covered under this clause, failure to disclose which becomes an offence.

The provision for an appeal under section 10, notwithstanding, the pernicious effect of the provisions are patent. The Government or its officers, can always prohibit a drama at the first instance. Dramas are organized for particular occasions. Once the Government or an officer prohibits the performance on these occasions, a subsequent reversal of the order by the High Court, although it might be a vindication of the rights of the parties affected, cannot obliterate the fact that the exercise of the right of the citizens at the right moment has been prevented. And such prevention of the exercise of rights at appropriate and opportune occasions, is tantamount to a denial of the right.

Moreover, court procedure is not only a long process, taking lot of time, but also means lot of expenditure to the parties concerned. It is not every one that can have the resources to avail of this right. In practice, it is the poorer classes of artists against whom these provisions will be used.

All these provisions have the net effect that it is not for the executive to prove that any citizen has misused the rights he enjoys and call for appropriate action from the judicial organs, but the citizen will have to establish his *bona fides* first against the attacks of the executive before he can exercise his fundamental rights. This is a mockery of the very concept of fundamental rights.

The dramatic art cannot grow and develop with such crippling shackles.

Instead of the weapon of the drama being developed as a great democratic weapon for the people by free citizens, free from the fear of official interference, this will lead to the emergence of a set of servile people, in whose hands the art will degenerate into a few command performances suited to the interests of the ruling class. The Bill is a great blow to democracy.

The fact that without any evidence of an emergency, without any evidence of the need for prohibition, the Government have come forward to demand such a sweeping power and prohibition as a permanent measure on the Statute Book is the clearest proof of the motives of the Government. It is clear that the Government is afraid of the growing criticism of its policies and of the interests which it seeks to protect. It knows that the drama is increasingly becoming a powerful weapon for exposing the Government and the most rotten and parasitic classes of Indian society against whom the anger of the down-trodden and exploited masses are mounting in strength.

20th December 1954]

It is exactly to prevent this growth, that the Bill has been brought forward. In no other way can the demand for these sweeping powers be explained.

There are enough powers in the existing Criminal Law to prosecute individuals who commit any offence, including that of outrage on the religious sentiments of any section of the people.

The executive can never be entrusted with such sweeping powers as are demanded by this Bill, which virtually mortgages the fundamental rights of citizens to the tender mercy of a bureaucracy.

We are therefore unable to recommend this Bill to the Legislature. On the other hand, we are convinced that the interests of our people, the glorious traditions that generations of our people have created, and the interest of a free and democratic culture all demand that the Legislature should reject the Bill, as recommended by the majority of the Select Committee.

MADRAS,   M. KALYANASUNDRAM.
17th December 1954.   T. C. NARAYANAN NAMBIAR.

MADRAS,   R. V. KRISHNA AYYAR,
17th December 1954.   *Secretary to the State Legislature.*

[TAMIL NADU] ACT No. XXXIII OF 1954[2]

[THE [1][TAMIL NADU] DRAMATIC PERFORMANCES ACT, 1954].

(*Recieved the assent of the Governor on the 1st January* 1955; *first published in the* Fort St. George Gazette *on the 12th January* 1955.)

An Act to provide for the better control of public dramatic performances in the [3][State of Tamil Nadu].

WHEREAS it is expedient to provide for the better control of public dramatic performances in the [3][State of Tamil Nadu];

BE it enacted in the Fifth year of the Republic of India as follows :-

1. (1) This Act may be called the [1][Tamil Nadu] Dramatic Performances Act, 1954. **Short title and extent.**

(2) It extends to the whole of the [3][State of Tamil Nadu].

---

1. These words were substituted for the word "Madras" by the Tamil Nadu Adaptation of Laws Order, 1969, as amended by the Tamil Nadu Adaptation of Laws (Second Amendment) Order, 1969.

2. For Statement of Objects and Reasons, *see Fort St. George Gazette* Extraordinary, dated the 27th November 1954, Part IV-A, pages 299-300.

This Act was extended to the Kanyakumari district and the Shencottah taluk of the Tirunelveli district, by section 3 of, and the Schedule to, the Tamil Nadu (Transferred Territory) Extension of Laws Act, 1957 (Tamil Nadu Act XXII of 1957), repealing the corresponding law in force in that territory.

This Act was extended to the added territories by section 3 of, and the First Schedule to, the Tamil Nadu (Added Territories) Extension of Laws Act, 1962 (Tamil Nadu Act 14 of 1962), rapealing the corresponding law in force in those territories.

3. This expression was substituted for the expression "State of Madras" by the Tamil Nadu Adaptation of Laws Order, 1969, as amended by the Tamil Nadu Adaptation of Laws (Second Amendment) Order, 1969.

Definitions. 2. In this Act, unless the context otherwise requires—

(1) "objectionable performance" means any play, pantomime or other drama which is likely to—

(i) incite any person to resort to violence or sabotage for the purpose of overthrowing or undermining the Government established by law in India or in any State thereof or its authority in any area ; or

(ii) incite any person to commit murder, sabotage or any offence involving violence ; or

(iii) seduce any member of any of the armed forces of the Union or of the police forces from his allegiance or his duty, or prejudice the recruiting of persons to serve in any such force or prejudice the discipline of any such force ; or

(iv) incite any section of the citizens of India to acts of violence against any other section of the citizens of India ; or which—

(v) is deliberately intended to outrage the religious feelings of any class of the citizens of India by insulting or blaspheming or profaning the religion or the religious beliefs of that class ; or

¹[(vi) is grossly indecent, or is scurrilous or obscene or intended for blackmail ; and includes any indecent or obscene dance.]

Explanation I.—A performance shall not be deemed to be objectionable merely because in the course thereof words are uttered, or signs or visible representations are made, expressing disapprobation or criticism of any law or of any policy or administrative action of the Government with a view to obtain its alteration or redress by lawful means.

---

1. This clause was substituted for the original clause by section 2 (1) of the Tamil Nadu Dramatic Performances (Amendment) Act, 1979 (Tamil Nadu Act 19 of 1979.)

1954 : T.N. Act XXXIII] *Dramatic Performances*

[*Explanation I-A.*—The expression 'play,' pantomime or other drama' shall include dance whether or not such dance forms part of such play, pantomime or other drama];

Explanation II.—In judging whether any performance is an objectionable performance, the play, pantomime or other drama shall be considered as a whole.

(2) "public place" means any building or enclosure, or any place in the open air and any pandal where the sides are not enclosed to which the public are admitted to witness a performance.

3. (1) Whenever the State Government are satisfied that any play, pantomime or other drama performed or about to be performed in a public place is an objectionable performance, they may, by order stating the grounds on which they consider the performance objectionable, prohibit the performance. {Power to prohibit objectionable performances.}

(2) No order under sub-section (1) shall be passed without giving a reasonable opportunity to the organizer or other principal persons responsible for the conduct of the performance or to the owner or occupier of the public place in which such performance is intended to take place to show cause why the performance should not be prohibited.

(3) Every order made under sub-section (1) shall be published in the *Fort St. George Gazette*.*

(4) Any order made under sub-section (1) may also be notified by proclamation and a written or printed notice thereof may be affixed at any place or places adapted for giving information of the order to the persons intending to take part in the performance so prohibited.

4. (1) The Commissioner of Police in the Presidency town or the District Collector elsewhere may, if he is of opinion that any play, pantomime or other drama performed or about to be performed, being of the nature specified {Power to prohibit objectionable performances temporarily.}

---

1. This explanation was inserted by section 2 (2) of the Tamil Nadu Dramatic Performances (Amendment) Act, 1979 (Tamil Nadu Act 19 of 1979.)

*Now the *Tamil Nadu Government Gazette*.

in section 2, is likely to lead to a breach of the peace, by order stating the grounds for such opinion, prohibit its performance:

Provided that the officer who passed such order may review it on an application made by the person or party affected by such order.

(2) Subject to any order made by the Court on appeal under section 10, an order under this section shall remain in for " for two months from the making thereof:

Provided that the Commissioner of Police or the District Collector, as the case may be, may, if he is of opinion that the order should continue in force, by such further order or orders as he may deem fit, extend the period aforesaid by such further period or periods not exceeding two months at a time as may be specified in such order or orders.

Service of order of prohibition.
5. A copy of the order made under section 3, sub-section (1), or under section 4, sub-section (1) or sub-section (2), may be served personally or in such other manner as may be prescribed by rules made under section 13, on the organisers or other principal persons responsible for the conduct of, or any person about to take part in the performance so prohibited or on the owner or occupier of the public place, in which such performance is intended to take place.

Penalty for disobeying order.
6. Any person on whom a copy of the order referred to in section 3 or section 4 is served and who does, or willingly permits, any act in disobedience of such order, shall, on conviction, be punished with imprisonment for a term which may extend to three months or with fine which may extend to one thousand rupees, or with both.

Penalty for disobeying prohibition.
7. (1) Any person who, after the publication of an order under section 3, sub-section (3), or during the period when an order made under section 4, sub-section (1) or sub-section (2), is in force organises or is responsible for the conduct of or who with the knowledge that such an order under section 3 or section 4 is in force takes part in, the performance prohibited thereby or any performance

substantially the same as the performance so prohibited, shall, on conviction, be punished with imprisonment for a term which may extend to three months, or with fine which may extend to one thousand rupees, or with both.

(2) Any person who being the owner or occupier, or having the use of any public place, opens, keeps or uses the same for any performance prohibited under section 3 or section 4, or permits the same to be opened, kept or used for any such performance,

shall, on conviction, be punished with imprisonment for a term which may extend to three months, or with fine which may extend to one thousand rupees, or with both.

8. (1) For the purpose of ascertaining the character of any intended play, pantomime or other drama, the State Government, or such officer as they may empower in this behalf, may, by order, require the organisers or other principal persons responsible for the conduct of, or other persons about to take part in, such play, pantomime or other drama or the author, proprietor or printer of the play, pantomime or other drama about to be performed, or the owner or occupier of the place in which it is intended to be performed, to furnish such information as the State Government or such officer may think necessary. *Power to call for information.*

(2) Every person so required shall be bound to furnish the information to the best of his ability within the time specified in such order and in case of contravention shall be deemed to have committed an offence under section 176 of the Indian Penal Code (Central Act XLV of 1860).

9. (1) If the State Government or in the Presidency-town the Commissioner of Police or elsewhere the District Collector, have or has reason to believe that an objectionable dramatic performance is about to take place, they or he, as the case may be, may, by order, direct that no such dramatic performance shall take place in any public place within any area, unless a copy of the piece, if and so far as it is written, or some sufficient account of its purport, if and so far as it is in pantomime, has been furnished, not less than seven days before the performance, to the State Government, the Commissioner of Police or the District Collector aforesaid. *Power to call for copy of purport of drama, etc.*

1954: T.N. Act XXXIII] *Dramatic Performances* 341

substantially the same as the performance so prohibited, shall, on conviction, be punished with imprisonment for a term which may extend to three months, or with fine which may extend to one thousand rupees, or with both.

(2) Any person who being the owner or occupier, or having the use of any public place, opens, keeps or uses the same for any performance prohibited under section 3 or section 4, or permits the same to be opened, kept or used for any such performance,

shall, on conviction, be punished with imprisonment for a term which may extend to three months, or with fine which may extend to one thousand rupees, or with both.

8. (1) For the purpose of ascertaining the character of any intended play, pantomime or other drama, the State Government, or such officer as they may empower in this behalf, may, by order, require the organisers or other principal persons responsible for the conduct of, or other persons about to take part in, such play, pantomime or other drama or the author, proprietor or printer of the play, pantomime or other drama about to be performed, or the owner or occupier of the place in which it is intended to be performed, to furnish such information as the State Government or such officer may think necessary. *Power to call for information.*

(2) Every person so required shall be bound to furnish the information to the best of his ability within the time specified in such order and in case of contravention shall be deemed to have committed an offence under section 176 of the Indian Penal Code (Central Act XLV of 1860).

9. (1) If the State Government or in the Presidency-town the Commissioner of Police or elsewhere the District Collector, have or has reason to believe that an objectionable dramatic performance is about to take place, they or he, as the case may be, may, by order, direct that no such dramatic performance shall take place in any public place within any area, unless a copy of the piece, if and so far as it is written, or some sufficient account of its purport, if and so far as it is in pantomime, has been furnished, not less than seven days before the performance, to the State Government, the Commissioner of Police or the District Collector aforesaid. *Power to call for copy of purport of drama, etc.*

(2) A copy of any order made under sub-section (1) may be served on the owner or occupier of the public place, in which such performance is intended to take place and if thereafter he does or willingly permits, any act in disobedience of such order, he shall, on conviction, be punished with imprisonment for a term which may extend to three months, or with fine which may extend to one thousand rupees, or with both.

Appeal to High Court.

10. (1) Any person aggrieved by an order under section 3, sub-section (1), or under section 4, sub-section (1) or sub-section (2), may, within sixty days of the publication of such order under section 3, sub-section (3), or, as the case may be, within sixty days of the date on which an order under section 4, sub-section (1) or sub-section (2), is made, prefer an appeal to the High Court ; and upon such appeal, the High Court may pass such orders as it deems fit confirming, varying or reversing the order appealed from, and may pass such consequential or incidental orders as may be necessary.

(2) Every such appeal shall be heard by a Bench of not less than two Judges.

Saving of prosecutions under other laws.

11. Where no order under section 3 or section 4 has been made in respect of any performance, nothing in this Act shall bar a prosecution under the Indian Penal Code (Central Act XLV of 1860) or any other law

Protection for acts done in good faith.

12. No suit, prosecution or other legal proceeding shall be instituted against any authority or officer for anything which is in good faith done or intended to be done under this Act or any rule made thereunder.

Power to make rules.

13. (1) The State Government may, by notification in the **Fort St. George Gazette*, make rules to carry out the purpose of this Act.

(2) All rules made by the State Government under sub-section (1) shall, as soon as possible after they are made, be laid on the table of the Houses of the Legislature.

Repeal of Central Act XIX of 1876.

14. The Dramatic Performances Act, 1876 (Central Act XIX of 1876), in so far as it applies to the [1]State of Tamil Nadu, is hereby repealed.

---

* Now the *Tamil Nadu Government Gazette*.

[1] This expression was substituted for the expression "State of Madras" by the Tamil Nadu Adaptation of Laws Order, 1969, as amended by the Tamil Nadu Adaptation of Laws (Second Amendment) Order, 1969.